1

பூனைக்கதை

பா. ராகவன்

பூனைக்கதை

கிழக்கு

பூனைக்கதை

PoonaiKathai

Pa. Raghavan

R. Ramya ©

First Edition: December 2017

384 Pages

Printed in India.

ISBN 978-81-8493-867-8

Title No: 1074

Kizhakku Pathippagam

177/103, First Floor,

Ambal's Building, Lloyds Road

Royapettah, Chennai 600 014.

Ph: +91-44-4200-9603

Email : support@nhm.in
Website : www.nhm.in

Author's Email : writerpara@gmail.com

Web : www.writerpara.com

Cover Design : Chithran Raghunath

Kizhakku Pathippagam is an imprint of New Horizon Media Private Limited

அன்புடன்

ஹரன் பிரசன்னாவுக்கு

கதை அலங்காரம்

பாகம் ஒன்று

அவர்களை எதிர்த்துச் செல். எங்களுக்கு வலப்பக்கம் வா.
அப்பால் நாம் துவம்சம் செய்து பல விருத்திரர்களை
மாய்ப்போம். நீ விரும்பும் அனைத்து இனிமையானவற்றையும்
நான் உனக்கு அளிப்பேன். நாம் இருவரும் தனிமையில் நம்
முதல் பானத்தைப் பருகுவோம்.

-அதர்வ வேதம் (காண்டம் 4, சூக்தம் 134)

எனக்குக் குறைபாடுள்ள கதாபாத்திரங்களையே பிடிக்கும்.
ஏனெனில் நானொரு முழுமையற்ற மனிதன்.

-அகிரா குரோசாவா

பரிபூரண அறியாமை நிலையை எய்துவதற்கு
ஒருவித ஞானம் தேவைப்படுகிறது.

-பாரா

บทที่ 1

அதிகாரம் 1

புலிக் கதை

உங்கள் கண்களை மூடிக்கொள்ளுங்கள். மூச்சுக்காற்றை முழுதாக இழுத்து விடுங்கள். நரம்புகளின் இறுக்கம் தளரட்டும். நினைவுகளின் அடுக்குகளில் நீங்கள் நிரப்பி வைத்திருக்கும் அத்தனை குப்பைகளும் இப்போது வீசும் மெல்லிய காற்றில் அசைகின்றன. அவற்றைத் தடுக்காதீர்கள். அவை மேலே எழட்டும். ஒன்றோடொன்று முட்டி மோதி உதிரட்டும். இந்தப்புவி நினைவுகளால் இறுக்கிக் கட்டப்பட்டது. உங்களிடம் இருந்து, உங்கள் முன்னோர்களிடம் இருந்து, அவர்களுடைய முப்பாட்டன்களிடம் இருந்து இவ்வாறாக உதிர்ந்த நினைவுகள் ஒன்றோடொன்று பின்னிப் பிணைந்து, இறுகிப் பாறைகளாகி யிருக்கின்றன. நடந்து செல்லும் இடங்கள் அனைத்திலும் நீங்கள் உங்கள் நினைவுகளை மிதித்துச் செல்கிறீர்கள் என்பதைப் புரிந்துகொள்ளுங்கள். உங்கள் நினைவு என்பது ஒரு வசதிக்குச் சொல்லுவது. அப்படியொன்று தனியே கிடையாது. இந்த உலகம் ஒரே ஒரு சிந்தனையால் ஆனது. அது ஓம் அல்ல. வேறு எதுவும் அல்ல. அது சொல்லற்றது. தொனியற்றது. ருசியும் குணமும் அற்றது. அரூபம் என்ற பதம் அதற்குப் பொருத்தமானதல்ல. ஆனால் அப்படித்தான் சொல்லியாக வேண்டும். மொழியின் மொண்ணைத்தனம் அது ஒன்றைத்தான் நமக்கு மிச்சம் வைத்திருக்கிறது.

ஆனால் ஒற்றை ஸ்தூலமும் ஒற்றை சூட்சுமமும் ஆன அதுதான் பல நூறு, பல கோடிச் சொற்களாகப் பல்கிப் பெருகி சிந்தனையின் அடுக்குகளை நிறைத்து நிற்கிறது. அதைத்தான் உதிர்க்கச் சொல்கிறேன். எதற்காக என்று இப்போது கேட்காதீர்கள். நேரம் வரும்போது நான் சொல்லுகிறேன். ஆனால் இப்போது இந்த வாய்ப்பைத் தவறவிட்டால் பிறகு வருத்தப்படுவீர்கள். இல்லாது போவதைவிடப் பெரிய வலி, இருப்பது. இது உங்களுக்குப் புரியவேண்டும்.

சரியா? உங்கள் முயற்சி இதில் ஒன்றுமே இல்லை. வெறுமனே இருங்கள். சும்மா. நான் அனுப்பியிருக்கும் அந்த மெல்லிய காற்று அந்த வேலையைச் செய்துகொள்ளும். உங்கள் நினைவுகளின் அடுக்குகளுக்கு இடையே புகுந்து அவற்றைப் பெயர்த்து எடுத்துப் பறக்க விட்டு உதிர்க்கிற வேலை. நீங்கள் வேடிக்கை பாருங்கள், போதும். அது முடியுமல்லவா? ஒன்றும் செய்யாமல் வேடிக்கை பார்ப்பது. முடிந்தால், பார்க்கிறோம் என்று நினைக்காமல் பாருங்கள். உங்கள் கண்ணெதிரே உங்கள் சிந்தனையின் நூறாயிரம் அடுக்குகளில் இருந்து செல்லரித்த பக்கங்கள் உடைந்து உதிர்வதைப் பாருங்கள். அது ஓர் அனுபவம். மகத்தான பேரனுபவம். பரவசமூட்டக்கூடியது. கிளர்ச்சி தரக்கூடியது. அனைத்தும் உதிர்ந்துவிட்ட அடுத்தக் கணத்தில் எதனைச் சிந்திப்போம் என்று தெரியாமல் ஸ்தம்பிப்பது அனைத்தினும் பெரிது.

உங்களிடம் நான் எதிர்பார்ப்பது அதனைத்தான். எனக்கு வேண்டியதும் அது மட்டும்தான். ஒரு வெற்று வெளி. இந்த உலகைக் காட்டிலும் பெரிய வெளி. பேரண்டப் பெருநிலப் பரப்பு என்று உங்கள் மனம் எவ்வளவு விரிந்து வரையறை செய்யுமோ, அதனைக் காட்டிலும் ஒரு பெருவெளி. எனக்கு அங்கே வெளிச்சம் வேண்டாம். இருள் வேண்டாம். காற்று வேண்டாம். வெப்பம் வேண்டாம். நீர் வேண்டாம். நிலம் வேண்டாம். எந்த உயிரினமும் கடவுளும் வேண்டாம். தேவதைகளோ சாத்தானோ வேண்டாம். வேண்டியது வெளி மட்டும்.

ஒரு வெள்ளைத் தாளில் வைத்த புள்ளிபோல் அந்த வெளியில் நான் இருப்பேன். நான் மட்டும். அதுதான் நியாயம். ஏனென்றால் நான் மட்டும்தான் நினைவின் அடுக்குகளைப் புதிதாக நிரப்பத் தகுதியானவன். கடவுளினும் மேலான சிருஷ்டிகர்த்தா. காவியங்களும் இதிகாசங்களும் இதுவரை காட்டாத மகத்தான

பெரும் படைப்பு. நீங்கள் என்னை தியானம் செய்ய முடியாது. ஏனெனில் நான் ஒரு பொருளல்ல. நீங்கள் என்னைத் தொழ முடியாது. ஏனெனில் நான் கடவுளல்ல. நீங்கள் என்னை உணர முடியாது. நான் காற்றோ கனலோ அல்ல. நீங்கள் என்னை நுகரவும் முடியாது. நான் மணமோ துர்நாற்றமோ அல்ல.

நான் ஒரு விசை. ஒரு பிரளயத்தைக் காட்டிலும், பூகம்பத்தைக் காட்டிலும் பெருவிசை. ஆனால் என் அசைவுகளில் இருந்து நீங்கள் அதை உணர முடியாது. நான் ஒரு பேரழகன். ஆனால் உங்கள் பார்வையில் நான் வேறு விதமாகத் தென்படுவேன். நான் ஒரு பெரும் தத்துவம். ஆனால் மொண்ணை மனங்கள் என்னை அண்ட முடியாது. நீங்கள் சற்று முயற்சி எடுத்தால் என் கண்களைப் பார்க்க முடியும். ஆனால் அதன் கூர்மையும் எரிதன்மையும் உங்கள் பார்வையை இல்லாமல் போகச் செய்துவிடக்கூடும். உடனே மின்னலா என்று கேட்காதீர்கள். மின்னல்கள் என் ஆற்றலின் எச்சமாக இருக்கக்கூட அருகதை அற்றவை. ஒரு வசதிக்கு இப்படி வைத்துக்கொள்ளுங்கள். நானொரு பூனை.

என்னைப் போன்ற தோற்றம் கொண்ட புலிகளை நீங்கள் அறிந்திருக்கலாம். புலிகளின் ஜாடையில் சில பூனைகளையும் பார்த்திருப்பீர்கள். உங்கள் வீட்டிலேயேகூட ஒன்றை நீங்கள் வளர்ப்பவராக இருக்கலாம். நீங்கள் கொடுக்கும் பால், பிரெட், சிக்கன், உங்கள் வீட்டில் ஓடுகிற எலிகள் எனக் கிடைத்ததை உண்டு ஒரு செல்லப் பிராணியாகச் சிலகாலம் உங்களுடன் வாழ்ந்துவிட்டுப் போகும் சராசரிப் பூனை நானல்ல.

அழிவற்ற பூனையொன்றைப் பற்றிக் கேள்விப் பட்டிருக்கிறீர்களா? காலமோ கடவுளோ என்னைக் கொண்டு செல்லவே முடியாது. இது எப்படி சாத்தியம் என்று உங்களால் யூகிக்க முடியாது. ஏனெனில் எனது நிரந்தரத்தன்மைக்காக நான் மேற்கொண்ட முயற்சிகளை நீங்கள் அறியமாட்டீர்கள். மிகக் கடுமையான முயற்சிகள். உணவின்றி, நீரின்றி, உறக்கமின்றி, ஓய்வின்றி இதற்காகச் சுற்றி அலைந்திருக்கிறேன். எத்தனையோ வீழ்ச்சிகள், அவமானங்கள். எண்ணிப் பார்த்தால் ரத்தக் கண்ணீர் வருகிறது. ஆனால் நான் முயற்சிகளுடன் முடங்கிவிடுபவனல்ல. எனக்கு முடிவு முக்கியம். ஒன்றை நான் குறி வைக்கிறேன் என்றால் அதன் வாழ்நாளுக்குள் அது என்னுடையதாக வேண்டும். அது என் மரணமே ஆனாலும் சரி. என் கட்டுப்பாட்டுக்குள்தான் அது இருந்தாக வேண்டும். நான் விரும்பினாலொழிய அது என்னை

நெருங்காது. அப்படியொரு நிலைக்காக நான் மேற்கொண்ட முயற்சிகள் தனிக்கதை. அவசியம் ஏற்பட்டால் பிறகு சொல்கிறேன். இப்போது உங்களுக்குத் தெரியவேண்டிய தெல்லாம் நான் ஒரு அழிவற்ற பூனை என்பதுதான்.

யாராவது என்னைப் பற்றி உங்களிடம் சொல்லியிருக்கிறார்களா? அநேகமாக இருக்காது. ஒரே ஒருவர் என்னைப் பற்றி அவரது நாட்குறிப்பில் எழுதினார். உமர் ஷேக் மிஸ்ராவின் மகனும் ஜாஹிர் உத் தீன் என்ற பெயரும் கொண்ட காபூலிவாலா. பாபர் என்றால் புரிந்துகொள்வீர்கள்.

1530ம் ஆண்டு டிசம்பர் 26ம் தேதி அவர் இறப்பதற்கு முன்னால் சிறிது காலம் நோய்வாய்ப்பட்டிருந்தார். அப்போதுகூட அவர் நாட்குறிப்பு எழுதுவதை நிறுத்தவில்லை. அன்றைக்கு அவர் படுக்கையில் இருந்தபடியே தனது அன்றைய தினத்து வலிகளைப் பற்றியும் உட்கொண்ட மருந்துகள் பலனற்றுப் போனது பற்றியும் எழுதிக்கொண்டிருந்தபோது நான் அவரது அறைக்குள் நுழைந்தேன். ஒரு பூனையைப் போல் சத்தமின்றித்தான் நுழைந்தேன். ஆனாலும் அவர் சட்டென்று என்னைத் திரும்பிப் பார்த்துவிட்டார். தேர்ந்த போர்வீரனுக்கு மட்டுமே அந்த ஜாக்கிரதை உணர்ச்சி இருக்க முடியும். நினைவு மங்கும் நேரத்திலும் தன்னைச் சுற்றி நடப்பதை ஒலிகளாலும் நிறங்களாலும் வாசனைகளாலும் உணர்வது. எனக்கு என்ன வியப்பு என்றால் நான் ஒலியற்றவன். நிறமற்றவன். வாசனையற்றவன். அல்லது அனைத்தையுமே அபரிமிதமாகக் கொண்டவன். இந்த இரு எல்லைகளிலுமே என்னை அடையாளம் கண்டுகொள்வது சிரமம். அப்படி இருக்க, பாபருக்கு நான் எப்படிப் புலப்பட்டிருப்பேன் என்று எனக்குப் புரியவேயில்லை.

'வருகையை அறிவித்துவிட்டு வருவதே முறை' என்று அவர் சொன்னார்.

'அப்படியா? நாளை மரண தேவன் வரப் போகிறானே, அவனுக்கும் இதுதான் உங்கள் உத்தரவா?'

அவர் புன்னகை செய்தார். 'நிச்சயமாக. நான் அனுமதித்தா லொழிய அவன் இந்த அரண்மனைக்குள் நுழைய வாய்ப்பில்லை.'

அந்தத் திமிர் எனக்குப் பிடித்திருந்தது. நான் சொன்னேனே, நானொரு பேரழகன் என்று? அந்தப் பேரழகு இந்தத் திமிர்தான். எனக்கு மட்டுமே அது உண்டு என்று எண்ணிக்கொண்டிருந்தேன்.

பாபர் அந்த வகையில் எனக்கு மிகவும் பிடித்தவராக ஆகிப் போனார்.

அவரிடம் ஓவியம் ஒன்று இருந்தது. அவருடைய இரண்டாவது மனைவி ஜைனப் வரைந்தது அது. குழந்தை இல்லாமல் இறந்து போன அந்தப் பெண் தனது மிச்சமாக வைத்துவிட்டுப் போனது அந்த ஓவியம் ஒன்றுதான். அவள் ஒரு குழந்தையைப் பெற்றெடுத்து உச்சிமோந்து மகிழும் தருணம் அந்த ஓவியத்தில் எழுதப்பட்டிருந்தது. தொப்புள் கொடியைக் கூட அறுத்திருக்காத நேரம். படுத்த கணத்தில் பிள்ளை பெற்று, அடுத்தக் கணத்தில் எழுந்து அமர்ந்து அதைத் தூக்கிக் கொஞ்சுகிற ஒரு தாயின் வேட்கையைச் சற்று தியானம் செய்து பாருங்கள். ரத்தமும் பனிக்குட நீரும் கலந்து நனைந்து ஒழுகிக் கொண்டிருக்கிற குழந்தை. அது அழத் தொடங்குவதற்கு இன்னும் ஒரு கணம் இருக்கிறது. கண்ணைத் திறந்தபாடில்லை. அதற்குள் உருவியெடுத்த வாளைப் போல் உயர்த்திப் பிடித்துப் பார்வையில் விழுங்கும் அவளது தீவிரம் அந்த ஓவியத்தின் கரு மையமாக இருந்தது.

ஜைனப் வரையக் கூடியவள் என்பதே பாபருக்கு அவள் இறக்கும்வரை தெரியாதிருந்தது. அவளை அடக்கம் செய்த பிறகு ஒன்பது நாள்கள் கழித்து அவளது அறைக்குச் சென்றபோது அவர் அந்த ஓவியத்தைக் கண்டெடுத்தார். வியப்பிலும் அதிர்ச்சியிலும் வெகு நேரம் அதையே பார்த்துக்கொண்டிருந்தார். ஹ‎ுமாயூனுக்கு அண்ணனாகப் பிறந்திருக்க வேண்டியவன் ஒரு பழுப்பு நிறப் பட்டுச்சீலையில் தனது இல்லாமையின் சாட்சியாகத் தன் அடுத்தப் பிறப்பின் உருவத்தைப் பதித்துவைத்துவிட்டுப் போயிருப்பதாகத் தோன்றியது. அதைப் பற்றி அவர் யாரிடமும் சொன்னதில்லை. நாட்குறிப்பில் விரிவாக எழுத நினைத்து, அதையும் வேண்டாம் என்று தவிர்த்திருந்தார். ஆனால் அந்த ஓவியத்தை அவர் என்றுமே இழக்க விரும்பியதில்லை. தனது கடைசிக் காலம் வரை தன் அறையில், தன் படுக்கைக்குக் கீழே பத்திரப்படுத்தி வைத்திருந்தார்.

'எனக்கு அந்த ஓவியம் வேண்டும்' என்று நான் பாபரிடம் கேட்டேன்.

'முட்டாளா நீ? நான் எப்படி அதை உனக்குத் தருவேன்?'

'நீங்கள் நாளை இறந்துவிடுவீர்கள். அதன்பின் இதன் மதிப்புத் தெரிந்து யாரும் இதனைப் பராமரிக்க மாட்டார்கள். அதனால்தான் கேட்கிறேன், கொடுத்துவிடுங்கள்.'

'முடியாது. வெளியே போ' என்று பாபர் சொன்னார். எனக்கு வாதங்கள், சண்டைகளில் விருப்பம் இருந்ததில்லை. எளிய தருணங்களைச் சிக்கலாக்கிக் கொள்வதில் பயனில்லை. ஓவியமல்ல; உள்ளார்ந்த விருப்பத்துடன் அவர் அதை அளித்திருந்தால் மட்டுமே நான் அதைக் காலங்களில் நகர்த்திக் கொண்டு போயிருக்க முடியும். ஒரு கசப்பின் சுவையை அந்த ஓவியத்தின்மீது மறு வண்ணமாகத் தீட்டி எடுத்துக்கொண்டு போய் என்ன செய்ய முடியும் என்னால்? கண்டு ரசிக்கும் கண்களிலெல்லாம் அந்தக் கசப்பு ஒரு சகிக்கமுடியாத வண்ணமாக உருக்கொண்டு போய் ஒட்டிக்கொள்ளும். என் நோக்கம் அதுவல்ல. நிச்சயமாக அல்ல. அது ஒரு கனவின் வெளிப்பாடு. இரண்டு வருடங்கள் மட்டுமே நீண்டு சுருங்கி முடிந்த ஒரு தாம்பத்தியத்தின் நினைவுச் சின்னம். நாளை இறக்கப் போகிற மனிதன் அதன்பின் தன் நினைவில்கூட அந்த ஓவியத்தைச் சுமந்துகொண்டிருக்க முடியாது. நம்பிக்கை வைத்து என்னிடம் கொடுத்தால் என்ன?

நான் நினைத்திருந்தால் ஒரே தாவில் அந்த ஓவியத்தைக் கவ்விக்கொண்டு ஓடியிருக்க முடியும். நாற்பத்தியேழு வயதில் மரணத்தின் கோரப் பிடிக்குள் விழவிருந்த மன்னரால் என்னைத் தடுத்திருக்க முடியாது. உரக்கக் குரல் கொடுத்துத் தனது வீரர்களை உதவிக்கு அழைக்கும் சக்தியை அவர் இழந்திருந்தார். இருப்பினும் நான் அதைச் செய்யவில்லை. ஏனென்றால் அது என் இயல்பு இல்லை. அது ஒரு ஓவியத்துக்குத் தரும் கௌரவமும் அல்ல. எனவே, மிகவும் அமைதியாக அவரை வணங்கி விடைபெற்றுக்கொண்டு வெளியேறிப் போனேன்.

மறுநாள் இரவு பாபர் தனது இறுதி நாட்குறிப்பை எழுத ஆயத்தமானபோது நான் மீண்டும் அவரது அறைக்குள் நுழைந்து எட்டிப் பார்த்தேன். அவர் அன்று என்னைப் பற்றித்தான் எழுதினார். ஒருநாளில் என்னைப் பற்றி அவர் நிறைய விவரங்கள் சேகரித்துவிட்டிருந்தார். இது எனக்கு மிகவும் வியப்பாக இருந்தது. மன்னனே ஆனாலும் ஒரு நோயாளி. எழ முடியாத அளவுக்கு விழுந்துவிட்ட மனிதன். எப்படி அவர் என்னை இத்தனைத் துல்லியமாக அறிந்துகொண்டிருக்க முடியும்?

காலம் களவாடிவிட்ட பாபரின் இந்த நாட்குறிப்புப் பக்கத்தைப்
பாருங்கள்:

இன்றைக்குச் செவ்வாய்க்கிழமை. மொகரம் மூன்றாம் நாள்.
குவாலியரில் இருந்து ஷேக் முஹம்மது காஜியுடன் ஷிகாபுதீன்
வந்திருந்தார். எனக்கு உடனே தெரிந்துவிட்டது. அவர்கள்
ரஹிம்தாத்துக்காகப் பரிந்து பேச வந்திருந்தார்கள். விருப்பமில்லா
விட்டாலும் ஷேக் முஹம்மது மீதுள்ள மரியாதை காரணமாக நான்
ரஹிம்தாதை மன்னிப்பதாகச் சொன்னேன். குவாலியரைத் திரும்ப
ஒப்படைத்துவிடுவதாகச் சொல்லி, ஷேக் குரனையும் நூர்
பெக்கையும் அங்கு அனுப்ப உத்தரவிட்டேன்...

அவர்கள் கிளம்பிப் போனதும் எனக்குச் சற்றுநேரம் படுக்கலாம்
போல் இருந்தது. மிகவும் மூச்சு வாங்கியது. தலைச்சுற்றல்
இன்றெல்லாம் அதிகமாகவே இருந்தது. நிற்க முயற்சி செய்தால்
கால்கள் நடுங்குகின்றன. எதையாவது பிடித்துக்கொள்ள விருப்பம்
இருப்பதில்லை. நான் தடுமாறுவதைக் கண்டு யாராவது உதவிக்கு
ஓடி வந்தால் சங்கடமாக இருக்கிறது. அப்படித்தான் யாரோ
வருகிறார்களோ என்று திரும்பிப் பார்த்தபோது அது வந்தது. ஒரு
பூனை. கருப்பாகவும் இல்லாமல் பழுப்பாகவும் இல்லாமல் இன்ன
நிறம் என்று சொல்ல முடியாத, கலங்கிய நீரின் நிறத்தில் இருந்த
பூனை. நீரின் நிறம்தானா அது? நீருக்கு நிறம் தெரிகிறது என்றால்
நான் என் இறுதியை எட்டிக்கொண்டிருக்கிறேன் என்றல்லவா
பொருள்?

அதையேதான் அந்தப் பூனையும் சொன்னது. நான் நாளை
இறந்துவிடுவேன். என்னை அழைத்துச் செல்ல மரண தேவன்
வந்துகொண்டிருக்கிறான்.

எனக்கு அது வியப்பாக இல்லை. நானே அறிந்த ஒரு தகவலை ஒரு
பூனை சொன்னதில் என்ன வியப்பு? நாய்களும் பூனைகளும்
நடக்கப் போவதை அறியும் சக்தி படைத்தவை என்பது எனக்குத்
தெரியும். இயற்கையின் விபரீதங்கள் அவற்றுக்கு முன்னறி
விக்கப்படும் போல. மரணத்தைக் காட்டிலும் இயற்கை வேறென்ன
இருந்துவிடும்?

ஆனால் அது ஜைனப்பின் ஓவியத்தைக் கொடுக்கச் சொல்லிக்
கேட்டது எனக்குப் பிடிக்கவில்லை. என்னிடம் அந்த ஓவியம்

இருப்பது ஹுமாயூனுக்குக் கூடத் தெரியாது. தினசரி என் படுக்கைக்கு வந்து எனக்கு சிகிச்சையளிக்கும் அரண்மனை மருத்துவர்கள் அறியமாட்டார்கள். என் ஏவலுக்கு எப்போதும் காத்திருக்கும் வீரர்களோ, சேடிப் பெண்களோ அந்த ஓவியத்தைக் கண்டதில்லை. நானேகூட அதை எடுத்துப் பார்த்து எத்தனையோ ஆண்டுகள் ஆகிவிட்டன. பிரதியெடுத்தாற்போல என் கண்ணுக்குள் அதை நான் வைத்து மூடிக்கொண்டிருக்கிறேன். அந்தப் பூனை என் கண்ணைப் பார்த்துத்தான் அந்த ஓவியத்தைக் கண்டுபிடித்திருக்க வேண்டும்.

கேவலம், வெறுமனே கலைப்பொருள் சேகரிக்கும் வழக்கமுள்ள ஒரு பூனைக்கு அந்த ஓவியத்தைப் பற்றி என்ன தெரியும்? அது ஒரு ஓவியம் என்பது தவிர? அதனிடம் செங்கிஸ்கானின் லிம்பே ஒன்று இருப்பதை நான் அறிவேன். போர்க்கள இரவுகளில் உறக்கம் வந்துவிடாமல் இருக்க மாமன்னர் அதை எடுத்து வாசிப்பார் என்று கேள்விப்பட்டிருக்கிறேன்.

இப்ன் பதூதா ஹிந்துஸ்தானத்தில் பயணம் செய்துகொண்டிருந்த போது ஒரு பெரும் கொள்ளைக்கூட்டம் அவரது உடைமைகள் அனைத்தையும் கவர்ந்துகொண்டு அவரையும் அவரது கூட்டத்தாரையும் மரணத்தை நெருங்கி உணரும் அளவுக்குத் தாக்கிவிட்டுத் தப்பியோடிவிட்டது. அந்தக் கொள்ளையர்கள் கவர்ந்து சென்ற பொருள்களில் ஒன்று திசைகாட்டி. சுல்தான் துக்ளக்கின் சேகரிப்பில் இருந்தது அது. சந்திக்க வந்த பயணிக்கு சுல்தான் அளித்த நினைவுப் பரிசு அந்த திசைகாட்டி. அதுவும் இந்தப் பூனையிடம்தான் இப்போது இருக்கிறது என்பதை அறிவேன்.

திசைகாட்டிக் கருவிகள். இசைக் கருவிகள். ஓவியங்கள். சிற்பங்கள். நறுக்கோலைகள். முத்திரை மோதிரங்கள். கிடைப்பதையெல்லாம் சேகரித்து வைப்பதில் அப்படியென்ன அடங்காத வெறி அந்தப் பூனைக்கு? ஒரு பொருள். நினைத்த கணத்தில் உயிரைத் தரத்தக்க அளவுக்கு உணர்வோடு கலந்த ஒரு பொருளை ஞாபகார்த்தமாக வைத்துக்கொள்வது என்பதை என்னால் புரிந்துகொள்ள முடியும். எந்த உணர்வுபூர்வமான பிடிப்பும் அற்று வெறுமனே பழம்பொருள் சேகரித்துக் குவிப்பதில் அப்படியென்ன வேட்கையோ?

நான் முடியாது என்று சொல்லிவிட்டேன். என் மரணத்தோடு என் நினைவுகள் யாவும் புதைக்கப்பட வேண்டும். என் கல்லறைக்குள்

ஜைனப்பின் ஓவியம் சேர்த்து அடக்கம் செய்யப்படவேண்டும். இந்தக் குறிப்பை ஹுமாயூன் என் உயிலாகக் கொள்ளட்டும்.

•

ஆனால் என்னைப் பற்றி பாபர் தெரிந்துகொண்ட விவரங்கள் மிகவும் சொற்பம். நான் ஒரு பழம்பொருள் சேகரிப்பாளன் இல்லை. அது அவரது எண்ணம் மட்டுமே. அது முற்றிலும் உண்மை இல்லை என்றாலும் மேலோட்டமான பார்வையில் அப்படித் தெரிவதைத் தவிர்க்க முடியாது. என் செயல்பாடுகளின் காரண காரியங்களை அத்தனை எளிதில் நீங்களோ பாபரோ வேறு யாருமோ யூகித்துவிட முடியாமல் தடுத்து வைத்திருக்கிறேன் பாருங்கள், அங்கே உள்ளது என் கலை மேதைமை.

ஆனால், பாபர் அறிந்த அளவுக்குக் கூட வேறு யாரும் என்னை அறிந்திருக்கவில்லை என்பதைச் சொல்வதற்காகவே மேற்கண்ட குறிப்பைக் கொடுத்திருக்கிறேன். அவர் காலமான பின்பு அவரது நாட்குறிப்புகளைச் சேகரித்து வைத்தார்கள். என்றைக்காவது தொகுத்து நூலாக்கலாம் என்கிற எண்ணம்.

ஆனால் சராசரிகளால் அனைத்தையும் சரியாகச் செய்துவிட முடியாது. அதற்கொரு கலைஞன் தேவை. மேதை தேவை. ஸ்திதப்ரக்ஞன் தேவை. கடவுளினும் மேம்பட்ட தரத்தில் ஒரு காரியத்தைப் பூர்த்தி செய்யும் வல்லமை என்னைக் காட்டிலும் வேறு யாருக்கு உண்டு?

பாபரின் குறிப்புகளைத் தொகுத்த முட்டாள்கள் அதில் பல பக்கங்களைத் தவறவிட்டுவிட்டார்கள். பல நூறு தினங்களில் நடந்த சம்பவங்கள் அவரது வரலாற்றில் பதிவாகவே இல்லை. துரதிருஷ்டவசமாக நான் அவரைச் சந்தித்த நாள் அதில் ஒன்று.

எதையோ சொல்ல வந்து எங்கேயோ போய்விட்டேன். ஆம். நான் ஒரு பூனை. என்னை அறிந்தவர்கள் வெகு சொற்பம். அநேகமாக யாரும் இல்லை.

அதிகாரம் 2

பாம்புக் கதை

கோல்கொண்டாவுக்குப் போயிருந்த ஒற்றர்கள் நள்ளிரவு தாண்டிய நேரத்தில் திரும்பி வந்தார்கள். உடையெல்லாம் சேறு பூசி, முகமெல்லாம் வெளுத்து, மழையில் நனைந்து விரைத்துப் போய், வாட்டிய பனங்கிழங்கை நிகர்த்த தோற்றத்தில் அவர்கள் குதிரைகளை விட்டு இறங்கியபோது அழகிய நாயகிபுரம் சமஸ்தானத்து வேலையாட்கள் அவர்களுக்குச் சூடாக மிளகு ரசம் வைத்துக் கொடுத்தார்கள். மண் கலயங்களில் அதை வாங்கிக் குடித்துவிட்டு அவர்கள் அரண்மனையின் முன்கட்டுக்கு வந்தபோது, ஜமீன் தூங்காமல் விழித்திருந்தார். வராண்டாவுக்கு வெளியே இப்போதும் தூறிக்கொண்டிருந்தது. காற்றின் ஈரப் பிசுபிசுப்பு ஒரு திருடனைப் போல் ஜன்னல்களின் வழியாக உள்ளே நுழைந்து நிறைந்து பரவிக்கொண்டிருந்தது. திசையன்விளை சொக்கநாத பாகவதர், திருப்பாம்புரம் மீனாட்சி சுந்தரம், கழனிவாசல் கதிர்வேல் பிள்ளை, மருங்கப்பள்ளம் தேவநாத சிவாச்சாரியார், இன்னும் கண்டிதாம்பட்டு, காசநாட்டுப்புதூர், நரசநாயகி புரம், பள்ளியேறி, திருமலை சமுத்திரம் எங்கெங்கோ இருந்து முப்பதுக்கு மேற்பட்ட முக்கியஸ்தர்கள் அங்கு கூடியிருந்தார்கள். பண்ணையின் இளையதாரம் ஒரு பெரிய பித்தளைத் தாம்பாளத்தில் வெற்றிலைக் கவுளியையும், பாக்குக் கொட்டைகளையும் எடுத்து வந்து வைத்துவிட்டு, புகையிலைக் கட்டை உதறி நீவி

வைத்துவிட்டுப் போனாள். ஜமீன் ஒரு வெற்றிலையை எடுத்துக் காம்பு கிள்ளிவிட்டு சுண்ணாம்பு தடவி வாயில் போட்டுக்= கொண்டார். எடுத்துக் கொள்ளச் சொல்லிப் பொதுவாக அனைவருக்கும் கைகாட்டிவிட்டு, 'என்ன சேதி?' என்று ஒற்றர்களைப் பார்த்துக் கேட்டார்.

ஆலம்கீர் முகிவுத்தீன் முஹம்மது ஔரங்கஜேப்பின் படைகள் கோல்கொண்டாவை நெருங்கிவிட்டன. கோட்டை வலுவானதுதான். ஆனால் சுல்தானின் படையில் வீரர்கள் அதிகம். அவர்களிடம் உள்ள ஆயுதங்கள் அதிகம். முற்றுகைத் தந்திரம் அறிந்த தளபதிகள் அதிகம். அவர்கள் தாக்கும் முறை புதிது. பனாஜியில் வசிக்கிற டச்சுக்காரர்களை சகாயம் செய்துகொண்டு அவர்கள் தேசத்து பீரங்கிகளை நிறையத் தருவித்திருப்பதாகப் பேசிக்கொள்கிறார்கள்.

மிளகு ரசம் குடித்த ஒற்றர்கள் தங்களால் சேகரிக்க முடிந்த தகவல்களைச் சொன்னார்கள். அவர்கள் பீரங்கியைப் பார்த்ததில்லை. எரிபந்துகளை வயிற்றுக்குள் ஏந்தி எடுத்து வந்து ஆக்ரோஷமாக உமிழும் இயந்திர விலங்கு என்று விவரித்தார்கள். ஒவ்வொரு விலங்கையும் அறுபது வீரர்கள் இழுத்து வருவார்கள். அதைக் குறிபார்த்து இயக்குவதற்கு எண்ணூறு பேருக்குப் பயிற்சியளிக்கப்பட்டிருக்கிறது. அவர்கள் அனைவரும் காமரூபத்தில் இருந்து வந்துள்ள வீரர்கள்.

'ஐயோ' என்றார் பண்ணை.

'ஒரு தரம் துப்பினா ஏழு பந்து பாயும் மொதலாளி. ஒவ்வொரு பந்தும் லட்சத்தி எட்டு கொள்ளிக்கட்டைக்குச் சமானம்.'

கூட்டம் மௌனமாகிவிட்டது. அச்சம் ஒரு குளிர்க்காற்றைப் போல் அவர்கள் செவி வழியே நுழைந்து வயிற்றில் தங்கித் திரள ஆரம்பித்திருந்தது. இது அழிவுகளின் காலம். மன்னர்கள் புறமுதுகிட்டுக்கொண்டிருக்கிறார்கள். கோட்டைகள் சரிய ஆரம்பித்திருக்கின்றன. போக்கிடம் தெரியாமல் மக்கள் தலைதெரிக்க ஓடிக்கொண்டிருக்கிறார்கள். நூறு நூறு சாம்ராஜ்ஜியங்கள் உதிர்ந்து ஒற்றைச் சாம்ராஜ்ஜியம் ஒன்று கிட்டத்தட்ட உருவாகிவிட்டது. கோல்கொண்டாவும் விழுந்து விட்டால் அடுத்தது தொண்டை மண்டலம்தான். ஆலம்கீருக்கு அதை வீழ்த்த ஒரு நாள் போதும். அந்த பயத்திலேயே மீதமுள்ள பிராந்தியங்கள் வலியச் சென்று வளைந்து நின்று சலாம் வைக்கும்.

கப்பம் கட்டும் வாய்ப்புகள் பொதுவாக வழங்கப்படுவதில்லை என்று ஒற்றர்கள் சொன்னார்கள். போரைத் தவிர்த்து சமரசமாகப் போவதென்றாலும் ஆட்சி அதிகாரத்தை விட்டு இறங்கித்தான் ஆகவேண்டும். ஆலம்கீர் நியமிக்கும் நிஜாம்தான் ஆட்சி புரிவார்.

'துலுக்கன் சாகவே மாட்டானா?' கவலையுடன் கேட்டார் திசையன்விளை பாகவதர்.

'ஜாதகம் கெட்டி பாகவதரே. அவன் விருச்சிக ராசி, விசாக நட்சத்திரம். உக்காந்து கட்டத்தப் போட்டு ஆதியோடந்தமா கணிச்சி வெச்சிப்பிட்டேனே ஏற்கெனவே?' என்றார் நீடாமங்கலம் ஆமருவி. 'எம்பளத்தெட்டு வயசுக்கு முன்ன காலன் கிட்ட வரக்கூட முடியாது.'

'அட விடுமய்யா. அவன் சாவா இப்ப முக்கியம்? கோல்கொண்டா நிஜாமால எத்தனைக் காலம் தாக்குப் பிடிக்க முடியும்?' என்றார் ஜமீன்.

மிஞ்சிப் போனால் ஆறேழு மாதங்கள் என்று ஒற்றர்கள் சொன்னார்கள். கோட்டைக்குள் இருக்கும் தானியங்கள் அவ்வளவு காலத்துக்குத்தான் தாங்கும் என்று அவர்களிடம் கோட்டைக் காவல் படை வீரன் ஒருவன் சொல்லியிருந்தான்.

'தானியம் எங்கே இருக்கு அங்க? எல்லாம் ஒரே வைரமும் வைடூரியமும்தானாமே?' என்றார் சுப்ரமணிய சேர்வை.

'அதுக்குத்தானே அவனே வரான்? கொள்ளைக்காரக் கூட்டம்.'

'இல்லே பிள்ளைவாள். இவன் சமாசாரம் வேற. கோல்கொண்டா நிஜாம் மராட்டியன் சிவாஜியோட சிநேகிதக்காரன். அவன் கொட்டத்தை அடக்க முடியாமெ, இவனக் கழுவுலேத்த வந்துட்டான் துலுக்கன்.'

'இவனும் துலுக்கன். அவனும் துலுக்கன். அடிச்சிண்டு ரெண்டு பேரும் செத்தாக்கூட பரவால்லெ' என்றார் சிவாச்சாரியார்.

இல்லை. நிஜாம் தோற்பதுதான் உறுதி என்று ஒற்றர்கள் சொன்னார்கள்.

'பொண்ணு வெறியோ, பொன் வெறியோ இல்லியாம். மண்ணு வெறி மட்டுந்தானாம் அந்த முசல்மானுக்கு.' மருங்கப்பள்ளம் காத்தமுத்து கிராமணி சொன்னதும், 'ரெண்ட கெட்டி சமாளிக்க

முடியல போலருக்கு. ஹெஹ்ஹெஹ்ஹெ...' என்றார் கதிர்வேல் பிள்ளை.

ஜமீனின் இளைய தாரம் ஒரு பெரிய வெண்கலச் சொம்பில் தண்ணீர் கொண்டு வந்து வைத்துவிட்டுப் போனதும் அவர்கள் மீண்டும் அமைதியானார்கள்.

ஜமீன் வெகுநேரம் யோசித்தபடி இருந்தார். இது ராஜாங்க விவகாரம். டெல்லி சுல்தானுக்கும் கோல்கொண்டா நிஜாமுக்கும் நடக்கப் போகிற யுத்தம். பாதிப்பு எவ்வாறாக இருந்தாலும் உடனடியாகத் தஞ்சாவூரைத் தொடப்போவதில்லை. படைகள் மேலும் முன்னேறி வந்து சேரக் குறைந்தது ஒரு வருடம் பிடிக்கலாம். மேலேகூட ஆகலாம். ஆனால் ஒன்றும் நடக்காது என்று எண்ணிக்கொண்டு இருந்து விடுவதற்கில்லை. கண்மூடித் திறக்கும் நேரத்தில் எல்லாம் இல்லாமல் ஆகிவிடும். ஒரு கடமை இருக்கிறது. அவரது தந்தை இறப்பதற்கு முன்னால் ஒப்படைத்துவிட்டுப் போனது.

'இவனோட அப்பன், பாட்டனெல்லாம் இவனை மாதிரி இல்லைடா. கலைக்காக உசிரக் குடுத்தவனுங்க அவங்கல்லாம். அக்பர் அனுசரிக்கலேன்னா இந்துஸ்தானி சங்கீதமே இல்லெ. ஜஹாங்கீரும் ஷாஜஹானும் சித்திரக்காரங்களெ தலைக்குமேலே வெச்சித் தாங்கினவங்க. எத்தன கவிகள், எத்தன சிற்பிகள், எத்தன நாட்டிய மணிகள்... ஹிந்துஸ்தானத்துலெ கலை வளர்க்க, ஆண்டவன் ஏண்டா ஒருதுலுக்கப் பரம்பரைய அனுப்பிவெச்சான்னு எங்கப்பா சாகற வரைக்கும் சொல்லிகிட்டே இருந்து செத்தாரு.'

அழகிய நாயகிபுரம் ஜமீனின் அப்பாவும் சாகும்வரை அதையேதான் சொல்லிக்கொண்டிருந்தார். 'கஜானா அழிஞ்சா ரொப்பிக்கலாம். கலை செத்துப் போச்சுன்னா மண்ணு கருகிடும். இன்னிக்குப் பொங்குற காவேரி நாளைக்குக் காலமெ இல்லன்னு ஆகிப் போச்சுன்னா என்னாகும் நெனச்சிப் பாரு. கலை செத்தா காவிரி வத்திடும்.'

ஆலம்கீர் ஔரங்கஜேப். அவனுக்கு இசை பிடிக்காது. ஓவியங்கள் பிடிக்காது. நாட்டியம் பிடிக்காது. கட்டடக் கலையில் விருப்பமில்லை. குரானைத் தவிர வேறு எதையும் புத்தகமாக மதிப்பதில்லை.

ஆனால், ஒரு கவிஞனில்லாத அரண்மனையைக் கற்பனை செய்யக்கூட முடிவதில்லை. கூத்துகள் நிகழ்த்தப்படாத தேசத்தில்

கதைகள் எப்படிச் சொல்லப்படும்? விண்ணில் இருந்து இறங்கி வந்த தேவதைகள் கதைகளைத் தம் இருப்பிடமாகத் தேர்ந்தெடுத்துக் குடிபோயிருந்த வீடுகள் சூறையாடப் படுகின்றன. ஒதுங்க இடமில்லாத தேவதைகள் அவசர அவசரமாகச் சுரங்கம் தோண்டி உள்ளே புகுந்து மேலே மண்ணை அள்ளிக் கொட்டி மூடிக்கொள்கின்றன. கவிதைகளிலும் காவியங் களிலும் நாடகங்களிலும் மூப்பர்கள் ஒளித்துவைத்த தங்கச்சாவி காணாமல் போய்விட்டது. சுரங்கம்தோண்டி புவிக்கு அடியில் சென்ற தேவதைகள் அவற்றை சரஸ்வதியின் தீரத்தில் தேடிக் கொண்டிருப்பதாகச் செய்தி வந்திருக்கிறது. சாவி கிடைத்தாலும் சுரங்கத்தை மீண்டும் எப்படித் திறக்க முடியும்? மண் மூடிய சுரங்கங்களின் மேற்புறம் எங்கும் பாறைகளைப் போட்டு நிரப்பிவிட்டுப் போய்விட்டார்கள்.

'இது விநாச காலம். நடக்கப் போறதெல்லாம் விபரீதம்தான்' என்று சிவாச்சாரியார் சொன்னார்.

ஜமீனுக்கும் அதுதான் தோன்றியது. விபரீதங்களின் காலத்தில் வாழவேண்டிய சந்ததி, விட்டுப் போக ஒன்றும் இருக்கப் போவதில்லை. பாயும் நதியின் பேரெழில் அவனுக்குப் பிடிக்காதிருக்கலாம். விளைந்து குலுங்கும் பயிர்களின் பசுமை அவன் விரும்பாததாக இருக்கலாம். கோயில்களின் மணிச்சத்தம் அவன் செவிகளில் ஒரு ரத்தக் காட்டேரியின் அவல ஓலமாக ஒலிக்கலாம். எப்படிப் பார்த்தாலும் ஒரு தீய சக்தியின் கல்யாண குணங்கள் அனைத்தையும் பெற்றவனுக்கு சௌந்தர்ய உபாசனை சேராது.

அப்பா சொல்லியிருந்தார். 'இந்த ஜமீன் இருக்கக் காரணம் ஆறு பேரு. ஒருத்தரும் கருப்பை வழியா வரல பாத்துக்கோ. அத்தன பேரும் சித்த புருஷர்கள். பாடுற குரலும் ஆடுற காலும் எழுதற விரலும் அசையிற கண்ணும் வரையிற கையும் வேற வேறயா இருக்கலாம். ஆனா எல்லாரும் ஒரே ஆளு தான். ஆறு ஒடம்பு. பன்னெண்டு கண்ணு. ஒரே புத்தி. ஒரே உசிரு.'

'எப்படிப்பா?'

'அப்படித்தான். எத்தனை யுகமானாலும் வித்தைக்குத்தான் மரியாதை. வித்தை தெரிஞ்சவந்தான் சித்த புருஷன். அவன் இருக்கற இடத்துலதான் மழை பெய்யும். பெய்யற மழைதான் பிழைக்க வைக்கும்.'

ஆறு கலைஞர்கள். பெரிய ஜமீன் உயிருடன் இருந்த காலம் வரை சமஸ்தானத்தில் அவர்களுக்குத்தான் முதல் மரியாதை. மானியம் செல்வதோ, பல்லக்கில் ஏற்றி பவனியாக அழைத்து வருவதோ, இதர மரியாதைகளோ பெரிதல்ல. ஒரு உணர்வாக சமஸ்தானத்தின் அத்தனைக் குடிகளின் மனத்திலும் அவர் கல்வெட்டில் எழுதி வைத்திருந்தார். கலைஞன் முக்கியம். கடவுள்கூடப் பிறகு.

சாகும்போது அவர் மகனின் கையைப் பிடித்துக்கொண்டு சொல்லிவிட்டுச் சென்றதும் அதுதான். உன் காலத்துக்கு முன்னால் அவர்களுடைய காலம் மங்கிவிடக்கூடாது.

●

வந்திருந்த விருந்தினர்கள் அனைவரும் உறங்கச் சென்றபின்பு ஜமீன் அரண்மனையை விட்டு வெளியே வந்தார். வெளித் திண்ணையில் படுத்திருந்த வண்டிக்காரனைத் தட்டி எழுப்பி, வண்டியைக் கட்டச் சொன்னார். மழை பெய்து சேறாகியிருந்த மண் சாலையில் அவரது ஒற்றைக் குதிரை சாரட் வண்டி, மெதுவாக நகர்ந்து போனது. அடர்ந்து வழியெங்கும் பரவியிருந்த இருள் அச்சம் தரத்தக்கதாயிருந்தது. மேகம் நிறைத்திருந்த வானம் மீண்டும் எந்தக் கணமும் பொழியத் தயாராக இருப்பதை உணர முடிந்தது. திடீர் திடீரென்று இடித்தது. மரம் முறிந்து விழுவது போல மின்னல் சிதறி விழுந்தது. சாரட் தென்னந்தோப்புக்குள் நுழைந்து தெற்குப் புறமாக வெளியே வந்தபோது மீண்டும் வலுவான தூறல் விழத் தொடங்கிவிட்டிருந்தது.

வழிக்கருப்பு கோயிலை நெருங்கியதும் ஜமீன் தன் தோளில் போட்டிருந்த வஸ்திரத்தை எடுத்துத் தலைப்பாகை போல் கட்டிக்கொண்டார்.

'ஐயா, பூசாரிய கூட்டி வரணுங்களா?' என்று வண்டிக்காரன் கேட்டான்.

வேண்டாம் என்று சொல்லிவிட்டு அவர் இறங்கிக் கோயிலுக்குப் போனார். கோயிலின் வெளிச்சுவருக்குக் கதவு கிடையாது. வெளியிலும் உள்ளேயும் அடர்ந்து பரவியிருக்கும் ஆல மரங்களின் நீண்ட கிளைகள் ஒரு கோபுரம்போல் அந்த இடைவெளியை இருபுறமும் குவித்து அணைத்திருக்கும். கருவறையைச் சுற்றி ஜமீனின் அப்பா காலத்தில் ஒரு பெரிய மேடை கட்டியிருந்தார்கள். தாவித்தான் மேலே ஏறவேண்டும். படிக்கட்டுகள் கிடையாது.

எப்படியும் நாலடி உயரம் உள்ள மேடை. அந்த உயரத்தில் சன்னிதியின் கதவைத் திறந்தால் கருப்பன் பிரம்மாண்டமாகத் தெரிவான். பூசாரிக்கு மட்டும் இரண்டு மணல் மூட்டைகளைப் போட்டு மேலே ஏறிப் போக ஜமீன் அனுமதி கொடுத்திருந்தார். மற்றபடி கோயிலுக்கு வருகிற யாராக இருந்தாலும் மேடைக்கு அப்பால் நின்றுதான் சாமி கும்பிட வேண்டும்.

ஜமீன், பூசாரியின் மணல் மூட்டைகளின்மீது ஏறி, கருப்பனின் சன்னிதானத்துக்கு அருகே வந்து நின்றார்.

இப்போது மழை நன்றாகவே பெய்ய ஆரம்பித்தது. இருட்டில் கருப்பின் உருவம் தெளிவாகத் தெரியவில்லை. ஒரு அகல் ஏற்றி வைக்கவும் வழியற்றுப் பெய்துகொண்டிருந்த மழை.

உத்தரவு ஒன்று வேண்டும். அதிக அவகாசமில்லை. தள்ளிப் போடுவது நியாயமும் இல்லை. இதை வெளியாள்களிடம் சொல்லிப் புரியவைக்கவும் முடியாது. ஆறு பேர். துலுக்கன் இன்னும் தெற்கே வந்தாலும் சரி, வராமல் அப்படியே திரும்பிப் போனாலும் சரி. அபாயக் கட்டம் முற்றிலும் விலகிப் போகிறவரை அவர்களைக் காப்பாற்றியாக வேண்டும். ஒரு படையெடுப்பில் நிலம் நாசமாகட்டும். நிதி நாசமாகட்டும். குடிமக்கள் உருக்குலைந்து போகட்டும். மன்னர்கள் விழுந்து, புதிய மன்னர்கள் பட்டத்துக்கு வரட்டும். சித்த புருஷர்கள் என்று அப்பா சொல்லிவைத்துச் சென்ற ஆறு பேரைக் காப்பாற்றியே தீரவேண்டும். சூழ்நிலை சரியாகி, எல்லாம் சமநிலைக்கு வந்தபின்பு அவர்கள் நம்மைக் காப்பார்கள். மழை பொழியும். பயிர் விளையும். ஜமீன் செழிக்கும். அப்போது ஆலம்கீர் ஔரங்கஜேப் இருக்கமாட்டான். கிழவன் செத்துத் தொலைத்திருப்பான்.

கருப்பா, என்ன செய்யலாம் சொல்.

கேட்டுவிட்டு அவர் காத்திருக்கத் தொடங்கினார்.

மழை மேலும் வலுத்தது. தூறலுக்குத் தப்பிக்கவென்று தலையில் கட்டிய முண்டாசைக் கழட்டி முகத்தைத் துடைத்துக்கொண்டார் ஜமீன். அவர் நனைந்துகொண்டிருக்கிறாரே என்று வண்டிக்காரன் தவித்துக்கொண்டிருந்தான். ஒரு பத்து நிமிடம் தள்ளிப் பெய்தால் என்ன இந்த மழைக்கு?

மீண்டும் இடித்தது. கீறல் போலொரு மின்னல் வெட்டு. சட்டென்று ஜமீன் அதைப் பார்த்தார். கருப்பன் காலருகே ஒரு

பூனையைப் போல் சுருக்கிக்கொண்டு கிடந்த நாகம். அந்த மின்னலுக்காகக் காத்திருந்தாற்போல் சரசரவெனத் தன் சுருளில் இருந்து வெளிப்பட்டு நீண்டது. படமெடுப்பதுபோலத் தலையை உயர்த்தி, ஓங்கித் தரையில் ஒரு குத்துப் போட்டது.

வெறி கொண்டாற்போல் மழை கொட்டித் தீர்க்கத் தொடங்கவும் ஜமீன், வண்டிக்காரனைத் திரும்பிப் பார்த்தார். போகலாம் என்று சொன்னார்.

அதிகாரம் 3

தேரைக் கதை

அழகிய நாயகிபுரத்துக் கலைஞர்களைப் பற்றி முதல் முதலில் கோரக்கர் என்னிடம் சொன்னார்.

'இயற்கையைக் காட்டிலும் அற்புதம் ஒன்று இருக்க முடியுமானால் அதை நான் சிருஷ்டிப்பேன். புவியின் சுழற்சிக்கு எதிர்த்திசையில் கொண்டுபோய்க் கலையின் ஜீவத் துடிதுடிப்பை நிலைபெற்று இயங்கச் செய்வேன். புவியின் அச்சு நகர்ந்தாலும், அதன் சுழற்சி திசை மாறினாலும் என் சிருஷ்டியின் சூட்சும பலம் அதை ஏந்திக் காக்கும்' என்று ஒரு பிரகடனம்போல் அவர் அறிவித்தபோது அவர் கண்களில் மின்னிய ஆர்வமும் பரவசக் களிப்பும் ஒரு பூனையின் ஆக்ரோஷத் தாவலை நிகர்த்த கவித்துவம் கொண்டு இருந்ததைக் கண்டேன். அப்போது அவர் திருமலைராயன் பட்டினத்தில் இருந்தார். ஊருக்கு ஒதுக்குப் புறமாக இருந்த ஒரு வேப்பமரத்தை ஒட்டி சிறியதாக ஒரு குடில் அமைத்துத் தங்கியிருந்தார். நான் சென்றபோது வேலிப் படலில் தனது கௌபீனங்களைக் காயப் போட்டுக் கொண்டிருந்தார். 'இன்றைக்கு வெயில் வராது' என்று சொன்னபடி நான் நெருங்கியபோது சட்டென்று என்னைப் பார்த்துச் சிரித்தார்.

'வா. இதற்கு பதில் சொல். ஒரு பறவையால் பத்தடி தூரம் நடக்க முடியுமென்றால் ஒரு மனிதனால் ஏன் நாலடி உயரத்தில் பறக்க முடிவதில்லை?' என்று கேட்டார்.

நான் புன்னகை செய்தேன். ஆனால் பதில் சொல்லவில்லை. எனக்குத் தெரியும். என் பதில் அவருக்குச் சற்றும் உதவப் போவதில்லை. அவரது கமண்டலத்தில் சுமார் எழுநூறு தத்துவங்களைச் சந்தன வில்லைகளாக உருட்டிப் போட்டு, ஆகாச கங்கையின் தீர்த்தத்தை நிரப்பி ஊற வைத்திருந்தார். 'இது மொத்தமும் கரைந்ததும் எடுத்துச் சென்று மேருவின் மீதிருந்து வீசிக் கொட்டிவிடுவேன்' என்று சொன்னார். 'ஆனால் கரைவதற்கு இன்னும் நாநூற்று எண்பது வருடங்கள் பிடிக்கும்.'

'அதுவரை உங்கள் கமண்டலம் உங்களுக்கு உதவாதே?' என்று கேட்டேன்.

அவருக்கு ரொம்ப வருத்தமாகிவிட்டது. ஏக்கத்துடன் தனது கமண்டலத்தைச் சில வினாடிகள் பார்த்துக்கொண்டே இருந்துவிட்டுச் சொன்னார், 'நீ சொல்வது சரி. கொள்கலன்கள் காலியாக இருப்பதுதான் வசதி. ஆனால் நாம் அதை அப்படி இருக்க விடுவதில்லை.'

என் வாழ்வில் சந்திக்க நேர்ந்த சித்தர்களுள் கோரக்கர் ஒரு தனி ரகம். அவர் வறட்டுத் தத்துவவாதி அல்ல. தவம் இருந்தும் யோகம் பயின்றும் கடவுளைச் சென்று அடைந்து கரைந்து காணாமல் போய்விட வேண்டும் என்று எண்ணியவர் அல்ல. பொழுது போகாதபோது விரக்தி தொனிக்கும் பாடல்கள் எழுதி வைத்து விட்டு, கரைக்க முடியாத சந்தன வில்லைகளை அதில் தேய்த்து ஒளித்து வைக்கிற ரகமும் அல்ல.

அவருக்கு ஒரு கனவு இருந்தது. என்னைப் போலத்தான். அவருக்கு ஒரு வேட்கை இருந்தது. அதுவும் என்னைப் போலவேதான். மனித குலத்துக்கு மறக்கவே முடியாத ஒரு பெரும் பரிசைத் தன் வாழ்நாளுக்குள் தந்துவிட்டுப் போக விரும்பினார் கோரக்கர். இதற்காக அவர் பட்ட பாடுகள் கொஞ்சநஞ்சமல்ல. எத்தனை முயற்சிகள். எவ்வளவு சரிவுகள். எத்தனை எத்தனை போராட்டங்கள்! இது எனக்குத் தெரியும். பொறாமைக்காரக் கடவுள்கள் அத்தனை பேரும் இந்த விஷயத்தில் ஒன்றுகூடி அவரைத் தோற்கடிக்க முயற்சி செய்ததையும் நான் அறிவேன். அவர் கடவுள்களிடம் தோற்கவில்லை. ஆனால் விட்டுக் கொடுக்க முடிவு செய்துவிட்டார்.

'படைப்பு என் வேலையல்ல என்று சொல்லிவிட்டார்கள். அதைத்தான் தாங்க முடியவில்லை' என்று கோரக்கர் சொன்னார்.

‘என் வேலையாக இருக்க முடியாத ஒன்று எப்படி என் மனத்தில் கருக்கொள்ளும்?’

நான் சிறிது நேரம் அவருக்கு ஆறுதல் சொன்னேன். உருவங்கள் அச்சில் வார்க்கப்படுகின்றன. தேன்குழலும் முள் முறுக்கும்கூட அச்சில் வார்த்து எடுக்கப்படுகிறது. தெய்வங்களுக்கான அச்சை மனிதர்கள் வைத்திருப்பது போல, மனிதர்களுக்கான அச்சை பிரம்மன் வைத்திருக்கிறான். படைப்பு ஒரு தொழிற்கூடச் சரக்காகிக் கொண்டிருக்கிறது. இயற்கையில் சிருஷ்டிக்க முடியாத போது இயந்திரங்களைச் சிருஷ்டி செய்ய வேண்டியதாகி விடுகிறது.

‘நீ சொல்வது உண்மை’ என்று கோரக்கர் சொன்னார். அவருக்காக நான் எடுத்துச் சென்றிருந்த பழங்கள், மூலிகைகள், பானங்கள் அடங்கிய மூட்டையைக் கொடுத்தபோது நன்றி சொல்லி வாங்கிக்கொண்டு குடிலுக்குள் போனார். அவற்றை உள்ளே வைத்துவிட்டு, ‘சரி, நீ சொல். நான் ஏன் படைக்கக்கூடாது? எனக்கு ஒரு காரணம் போதும். ஒரே ஒரு நியாயமான காரணம்’ என்று கேட்டார்.

நியாயமான கேள்வி. பதில் சொல்ல வேண்டிய கேள்வியும்கூட. ஆனால் என் பதிலால் பயனிருக்கப் போவதில்லை. பதில் சொல்ல வேண்டியவர்கள் ஆட்டத்தைத் தொடங்கும் முன்னரே தம்மை வெற்றியாளர்களாக அறிவித்துக்கொண்டு காணாமல் போய் விட்டார்கள். விட்டுக் கொடுத்துவிட்டு வந்தவனுக்கும் வலி இருக்கத்தானே செய்யும்?

எனக்கென்னவோ கோரக்கர் படைக்கத் தொடங்கலாம் என்று தோன்றியது. சற்றும் கற்பனை வளமற்றுப் போய், சடங்கை நிகர்த்த செயலாகச் செய்துகொண்டிருக்கிறது காலம். ஒரே விதமான உருவங்களையும் குணாதிசயங்களையும் நிறங்களையும் கொண்டு உயிர்களை உற்பத்தி செய்து தள்ளிக்கொண்டிருக்கும் பிரம்மனைக் காட்டிலும் கோரக்கருக்குப் படைப்பு மனமும் கலை மேதைமையும் உண்டு. அது எனக்குத் தெரியும். அந்த ஒரு வினாவை எண்ணிப் பாருங்கள். மனிதனால் ஏன் நாலடி உயர்ந்து பறக்க முடியாது? அவர் செய்துவிடுவார். செய்ய வைக்கக் கூடியவர்தான். ஆனால் செய்ய விடாமல் தடுத்து வைத்த கடவுளரின் சூழ்ச்சி ஒன்று இருக்கிறது பாருங்கள்! அதுதான் அருவருப்பானது.

‘நீங்கள் அவர்களுடைய உத்தரவுக்குக் கட்டுப்பட்டிருக்கக் கூடாது’ என்று நான் சொன்னேன்.

‘இல்லை. நான் ஒரு கலைஞன். என்னால் யுத்தம் செய்ய முடியாது. ஒரு கலைஞனின் சுதந்தரம் யுத்த வெறியாக என்றுமே உருக்கொள்ள முடியாது’ என்றார் கோரக்கர்.

‘ஆனால் கலைஞன் தோற்றுத்தான் தீரவேண்டும் என்று என்ன விதி?’

அவர் சற்று நேரம் யோசித்தார். பிறகு பதில் சொன்னார், ‘கலைஞன் தோற்க வேண்டுமென்று விதி ஒன்றும் இல்லை. ஆனால் கலை வென்றாக வேண்டியது முக்கியம்.’

இப்போது நான் சொன்னேன். ‘பறவையின் சிறகை நீங்கள் மனிதனுக்குக் கொடுக்க முடியாது. ஆனால் மனிதனின் பாதங்களுக்குள் பறவைகளின் கூட்டை அமைக்கலாம்.’

நாங்கள் பேசியபடியே கடலோரத்துக்கு வந்து சேர்ந்திருந்தோம். அன்றைக்கு அலைகளில் சீற்றம் அதிகம் இருந்தது. நீர்ப்பரப்பில் தெரிந்த கருமை வழக்கத்துக்கு மாறாக மிகுந்த அடர்த்தி கொண்டிருந்தது. ஆனால் மழை பெய்யும் என்று தோன்றவில்லை. இது வேறெதுவோ.

கோரக்கர் சொன்னார், ‘என் மனம் மிகவும் இருண்டு சுருங்கியிருக்கிறது. ஓ, பூனையே, இந்தக் கடல் அதைத்தான் பிரதிபலிக்கிறது.’

எனக்கு அவரை மிகவும் பிடித்திருந்தது. எந்த விதத்திலாவது அவருக்கு உதவி செய்யலாம் என்று தோன்றியது. உண்மையில் அவரது கமண்டலத்தால் இனி அவருக்குப் பயனில்லை என்பதைத் தெரிந்துகொண்டு, அதை வாங்கிச் செல்லவே நான் போயிருந்தேன். ஆனால் அவர் சொன்ன ஒரு வார்த்தை என்னை அதைச் செய்யத் தடுத்தது. ‘கமண்டலம் ஒரு சுமை. அதில் கரைந்து கொண்டிருக்கும் சந்தன வில்லைகளைக் காட்டிலும் பெரும் சுமை.’

வெகு நேரம் அமைதியாக ஏதோ யோசித்துக்கொண்டிருந்தவர், சட்டென்று ஒரு கணத்தில் சொன்னார், ‘நான் ஒரு படைப்புக் கலைஞன். இந்தப் புவியின் ஆதார சக்திகள் அனைத்தையும் திரட்டிக் கலை வடிவங்களாகக் காற்றில் எழுதி வைத்துவிட்டுப்

போக நினைத்து இந்த உலகத்துக்கு வந்தேன். தெரியுமல்லவா? என் பிறப்பு சாம்பலில் நிகழ்ந்தது.'

'தெரியும்' என்று சொன்னேன்.

'ஆம். சாம்பல் என்பது இல்லாமல் போவதன் குறியீடு. நான் அதிலிருந்து வெளிப்பட்டவன். இல்லாத ஒன்றில் இருந்து என்றும் இருப்பதைப் படைக்க விரும்புகிறவன். என்னைப் போய் பச்சிலைகளைக் கொண்டு காயகல்பம் தயாரிக்கச் சொல்லி விட்டான் பரமசிவன்.'

எனக்குச் சிரிப்பு வந்தது. 'அதற்குப் பச்சிலைகளை எதற்கு அரைக்க வேண்டும்? நீங்கள் கமண்டலத்தில் கரைத்துக் கொண்டிருக்கிற சந்தன வில்லைகள் போதாதா?' என்று கேட்டேன்.

'நான் முடிவு செய்துவிட்டேன் பூனையே. ஆறு பேர். ஒற்றை உயிர். சிவன் இட்ட கட்டளையை நான் முடிக்கிற நேரம் அந்த ஆறு பேரை நான் சிருஷ்டித்து முடித்திருப்பேன். என் உள்ளொளியின் ஒரு சொட்டுக் கனலைக் கொண்டு அவர்களை நான் சமைக்கப் போகிறேன். காயகல்பத்துக்குப் பச்சிலைகள் போதும். என் பிரத்தியேகப் படைப்புருவங்களுக்கு என் ஜீவனின் துளியையே நான் மூலப் பொருளாக்கப் போகிறேன்.'

நான் சிரித்துவிட்டேன். 'ஐயா, நீங்கள் நிதானத்தில்தான் இருக்கிறீர்களா? கலைஞனின் சுதந்தரம் யுத்த வெறியாகிவிடக் கூடாதென்று சற்றுமுன்தான் சொன்னீர்கள்.'

அவர் என்னைச் சற்று நேரம் உற்றுப் பார்த்துக்கொண்டே இருந்தார். சட்டென்று பற்கள் தெரிய ஒரு குழந்தையைப் போலச் சிரித்தார். பிறகு சொன்னார்.

'நான் கலைஞன். நான் படைப்பதுடன் நிறுத்திக்கொள்வேன்.'

'பிறகு யுத்தத்தை உங்கள் பிள்ளைகள் செய்வார்களா?'

'அவர்களை நான் பாறைகளுக்குள் தேரைகளாகப் புதைத்து வைக்கப் போகிறேன். மோத வருகிறவர்களை அவர்கள் இறுதிவரை அறியவே மாட்டார்கள்!' என்று சொன்னார்.

அதிகாரம் 4

எருமைக் கதை

தென்னந்தோப்பை நெருங்கும் இடத்தில் ஆறு எருமைகள் கழுத்தறுபட்டுக் கிடந்தன. வெட்டப்பட்ட அவற்றின் தலைகளும் சற்றுத் தள்ளித் தனியே இருந்தன. இரவெல்லாம் கொட்டிப் பரவிய எருமைகளின் ரத்தம் பத்தடி தூரத்துக்குத் தரையில் பரவிச் சேறாகியிருந்தது. வழிக்கருப்பன் கோயில் பூசாரிக்கு விஷயம் கொண்டுபோகப்பட, அவர் சாரக் குளத்தில் குளித்து எழுந்து விபூதி தரித்துக்கொண்டு கருப்பனுக்கு முன்னால் வந்து நின்றுகொண்டு கண்ணை மூடி ஏதோ சொல்லி முணுமுணுக்க ஆரம்பித்தார்.

அழகிய நாயகிபுரத்து சம்சாரிகள் அச்சமும் பதற்றமுமாகக் காத்திருந்தார்கள். ஜமீன் எல்லைக்குள் இப்படி ஒரு சம்பவம் இதுவரை நடந்ததில்லை. எத்தனைக் குரூரம். எவ்வளவு வன்மம். ஜமீந்தாரின் பண்ணையில் உள்ள எருமைகளைக் கொல்லும் அளவுக்கு யாருக்குத் துணிவு?

‘இது தெய்வக் குத்தம்டா. மூணு தலைமுறையா ரத்தம் பாக்காத மண்ணு இன்னிக்கி கால்வெக்க முடியாம ரத்தச்சேறா கெடக்குன்னா காரணம் என்ன? அழிவு நெருங்கிடுச்சு. எல்லாமே அனர்த்தம். கருப்பன் கோட்டைக்குள்ள காட்டேரி நுழைஞ்சிடுச்சி.’

‘ஐயோ’ என்று அலறியது கூட்டம்.

'எருமைதானேன்னு நினைக்காத. தருமதேவன் வாகனம் செத்தா தருமமே செத்துப் போச்சுன்னு அர்த்தம். தருமம் செத்த இடம் தழைக்குமா சொல்லு? இனிமே இங்க கொல விழும். கொள்ள நடக்கும். கூட்டிக் குடுக்கறவன், காட்டிக் குடுக்கறவன், கொளுத்திப் போடுறவன் எல்லாம் வரிசையா உள்ள வருவான். ஊருக்குள்ள தனியா ஒரு பொம்பள நடமாட முடியாம போகும். உள்ள தூக்கி வெச்சிப் பூட்டிக்கங்கடா. பத்து வருசத்துக்கு வெளிய தலைகாட்ட விடாதிங்க.'

பீதி சொற்களில் ஊறி வழிந்துகொண்டிருந்தது.

ஜமீன் வீட்டில் சேதி சொல்லுவதற்கு நான்கு பேர் புறப்பட்டுப் போனார்கள். ஊர் எல்லை தாண்டி யாரும் வெளியே போக வேண்டாம் என்று ஒவ்வொருவரும் அருகே நின்றவரிடம் சொல்லிக்கொண்டிருந்தார்கள். எப்படியும் எதிர்வரும் நாள்கள் சாதாரணமாக இருந்துவிட்டுப் போகப் போவதில்லை என்று எல்லோருக்கும் தெரிந்தது. அச்சமாக இருந்தது.

நேரம் கடந்துகொண்டே இருந்தது. ஜமீன் எம்மாதிரியான மனநிலையுடன் வரப் போகிறார் என்று யாருக்கும் தெரியவில்லை. அதிர்ச்சி இருக்கும். கோபம் இருக்கும். அதைப் புரிந்துகொள்ளலாம். விபரீதமாக ஏதாவது முடிவு எடுத்தால்தான் சிக்கல். கலவரம் புகுந்துவிட்ட மனம் எப்படியெல்லாம் யோசிக்கும் என்று யூகிப்பது சிரமம். கருப்பன் கருணை வைக்க வேண்டும். அதற்கு முன்னால் தலை அறுபட்ட மாடுகள் அப்புறப் படுத்தப்படும்வரை குழந்தைகளும் பெண்களும் தோப்புப் பக்கம் வந்துவிடாதிருக்க வேண்டும்.

கருப்பனின் முன்னால் கண்மூடி நின்றுகொண்டிருந்த பூசாரியின் உடல் மெல்ல உதறத் தொடங்கியது. ம்ம்ம்... ம்ம்ம்... என்று முனகல் வெளிப்பட ஆரம்பித்தது. கருப்பா கருப்பா என்று அனைவரும் கன்னத்தில் போட்டுக்கொண்டார்கள். பூசாரி தன் தலையை மட்டும் மெல்ல சுழற்ற ஆரம்பித்தார். மெல்ல மெல்லச் சுழலத் தொடங்கிய அவரது தலை கணப் பொழுதில் வேகமெடுத்து விர்விர்ரென்று சக்கரம் போல் சுழல ஆரம்பித்ததும் அவரது சடைமுடிக் கட்டு அவிழ்ந்துகொண்டது. 'டேய் சிவஞானம்...' என்று ஆக்ரோஷமாகக் குரல் கொடுத்தார்.

'கருப்பா.. கொஞ்சம் பொறுத்துக்க கருப்பா. ஜமீன் இன்னும் வந்து சேரலை.'

‘அவன் வரமாட்டாண்டா. அவன் தூங்குறான். இங்க நடந்திருக்கறது என்னன்னு அவனுக்குத் தெரியாது. தெரிஞ்சா அவன் தூக்கம் நிரந்தரத் தூக்கமாயிடும்டா.’

‘ஐயோ அப்படியெல்லாம் சொல்லாத கருப்பா!’

‘சொல்லித்தாண்டா தீரணும். கலி புருசன் பலி கேக்க ஆரமிச்சிட்டான். இது ஓயாது. தடுக்கறதும் கஷ்டம்.’

‘நீயே இப்பிடி சொன்னா நாங்க எங்க போவம்?’

‘எங்கயாவது போங்க. ஊரவிட்டே போங்க. நாப்பத்தஞ்சு நாளைக்கு எவனும் இந்தப் பக்கம் வராதிங்க. அப்படி வர்றவந்தான் விழுந்த பலிக்குப் பரிகார பலி.’

‘ஐயோ நீ இப்படிப் பேச மாட்டியே கருப்பா? ஏன் இப்படி நடந்ததுன்னு சொல்லிடு. நாங்க என்ன தப்பு செஞ்சோம்? இதுக்கு என்ன பரிகாரம்னு சொல்லு.’

‘பரிகாரமா? ஹூம்... ஹூம்...’

‘சொல்லு, சீக்கிரம் சொல்லு.’

‘என் கோயிலை இடிச்சிட்டுத் திரும்பக் கட்டச் சொல்லு சிவஞானத்துக்கிட்டெ. ரத்தக்கறைமேல நான் நிக்க முடியாது. கெட்டது உள்ள வந்துடிச்சி. என்னைக் காபந்து பண்ணாத்தான் ஒன்ன நான் காபந்து பண்ண முடியும். நாப்பத்தஞ்சு நாள் அவகாசம். போ. போயிடு இங்கேருந்து...’

தலை அறுபட்ட மாடுகள் அடக்கம் செய்யப்பட்ட பிறகு ஊர்க்காரர்கள் அனைவரும் தலைக்குக் குளித்துவிட்டு ஜமீன் வீட்டுக்குப் போனார்கள்.

●

மழையானாலும் பரவாயில்லை; மறுநாள் மார்கழி பிறந்துவிடும் என்று ஒரத்தநாட்டு சோதிடர் சொல்லிவிட்டுப் போக, அவசரத்துக்குச் சிறியதாக ஒரு பூஜையைப் போட்டுவிட்டு வழிக்கருப்பன் கோயிலுக்குச் செல்லும் மூன்று பாதைகளையும் பாறைகள் இட்டு மறித்தார்கள். தண்டாரப்பட்டி வேலி முள் காட்டை மொத்தமாக வெட்டி, தலைச்சுமையாக அள்ளி வந்து வழி மறித்த பாறைகளுக்கு அப்பால் இருபதடி தூரத்துக்குப்

பரப்பினார்கள். இதையும் மீறி யாராவது வந்துவிட்டால் அப்படியே திருப்பிப் போகச்சொல்லுவதற்காக மூன்று வழிகளின் தொடக்கத்திலும் மூன்று பேர் நிறுத்தப்பட்டார்கள். அவர்கள் பேச்சை மீறி யார் கோயிலுக்குச் செல்லும் பாதையில் அடி எடுத்து வைத்தாலும் மரத்தில் கட்டி வைக்கச் சொல்லி ஜமீன் உத்தரவிட்டிருந்தார்.

சாஸ்திரத்துக்குப் பகலில் நாலு கற்களைப் பெயர்த்து எடுத்துவிட்டு நிறுத்திக்கொண்டு, இரவு முதல் சாமம் கழிந்தபிறகு ஜமீனின் ஆள்கள் வழிக்கருப்பன் கோயிலுக்குள் வேலை செய்யப் புகுந்து உட்புறம் பூட்டிக்கொண்டார்கள்.

மறுநாள் காலை இரண்டு மாட்டு வண்டிகளில் உடைத்த கற்களும் அடிமண்ணும் கொண்டு வந்து மூன்று வழிப் பாதைகளிலும் போடப்பட்டிருந்த முள் தடுப்புக்கு அப்பால் கொட்டப்பட்டன. வழிக்கருப்பன் கோயிலே ஒரு கோட்டை போல் தடுப்பு பந்தோபஸ்துகளால் சூழப்படுவதை அழகிய நாயகிபுரத்து சம்சாரிகள் கூடிக்கூடிப் பேசிக்கொண்டார்கள். ஊர் எல்லை தாண்டி சேதி வெளியேறக்கூடாது என்று ஜமீன் உத்தர விட்டிருந்தார். நாற்பத்தி ஐந்து தினங்களுக்கு உற்றார் உறவினர் யாரும் வெளியில் இருந்து வர வேண்டாம். உள்ளூர்க்காரர்களும் வீடு தாண்டிப் போகக்கூடாது. இது ஊருக்கு நிகழ்ந்திருக்கும் கேடு. வரப் போகிற பெரும் அபாயத்தைச் சுட்டிக்காட்டுவதாகக் கருப்பன் கருதுகிறான். அது ஆலம்கீர் ஔரங்கஜேப்பின் படையெடுப்பாக இருக்கலாம். தஞ்சையையே அவன் எரித்துத் தீர்த்துவிட்டுப் போகத் திட்டமிடக்கூடும். கோல்கொண்டாவிலா வது அவனுக்கு வைரங்கள் கிடைக்கும். தஞ்சாவூரில் அரிசி தவிர வேறென்ன கிடைக்கும்? ரொட்டி தின்னும் துலுக்கனுக்கு அரிசி ஒத்துக்கொள்ளாது. வயிற்றால் போக ஆரம்பித்தால் கிழவன் உடம்பு தாங்காது.

நெருக்கடிதான். ஆனால் சமாளித்துத்தான் தீரவேண்டும். நாட்டைக் காக்க மன்னர் என்ன நடவடிக்கை எடுக்கப் போகிறார் என்று தெரியவில்லை. சமஸ்தானம் வரைக்கும் சவுக்கியக் கேடின்றிப் பார்த்துக்கொள்ள வேண்டியது ஜமீன் பொறுப்பு.

ஜமீன் பங்களா வாசலில் கணக்கப்பிள்ளை எழுதி வைத்துக் கொண்டு ஜமீந்தாரின் செய்தியை வாசித்தார். கூடி நின்ற சனம் கையெடுத்துக் கும்பிட்டுவிட்டுக் கலைந்து போனது. ஜமீன் நினைப்பது சரி. எப்பேர்ப்பட்ட சிக்கலானாலும் கருப்பன்

தீர்த்துவிடக்கூடியவன்தான். ஆனால் அவன் கேட்டதை முதலில் செய்து கொடுத்துவிட வேண்டும்.

ஆறு நாள்களில் கோயிலை இடிக்கிற பணி நிறைவடைந்தது. குவிந்த கற்களையும் மண்ணையும் அப்புறப்படுத்தாமல் அப்படியே கோயிலைச் சுற்றிக் காப்பரண்போலக் குவித்து வைத்துக்கொண்டு ஜமீனின் வேலையாட்கள் புதிய கோயிலை உள்ளே கட்ட ஆரம்பித்தார்கள். அஸ்திவாரத்தில் இருந்து புதிதாக எழுப்பவேண்டும் என்று ஜமீன் உத்தரவிட்டிருந்தார். முள்ளிக் கருப்பூரில் இருந்து லெட்சுமணசாமி பூசாரி தருவிக்கப் பட்டிருந்தார். கருப்பன் சிலைக்கு விசேட பூஜைகள் செய்து தாற்காலிகமாக அவனைக் கோயிலுக்கு வெளியே பிரதிஷ்டை செய்து சுற்றிலும் கருங்கற்களை அடுக்கி சன்னிதி போலாக்கி யிருந்தார்கள்.

வழக்கமான பூஜைகள் அங்கு நடக்கலாம். ஆனால் மணி ஆட்ட வேண்டாம். விளக்கு ஏற்ற வேண்டாம். கற்பூரம் காட்ட வேண்டாம். நைவேத்தியம் மட்டும் செய்து, பிரசாதத்தைக் கட்டட வேலை பார்க்கிறவர்களுக்குக் கொடுத்துவிட்டால் போதும் என்று லெட்சுமணசாமி பூசாரி சொன்னார்.

'அது ஒண்ணும் தப்பா போயிடாதுங்களே?' என்று அழகிய நாயகிபுரத்து பூசாரி சந்தேகமாகக் கேட்க, 'இதான் முறை. கோயில் குடமுழுக்கு ஆகாம கருப்பனுக்கு அக்கினி சம்மந்தம் கூடாது' என்று அவர் சொன்னார்.

கட்டுமான வேலையில் நியமிக்கப்பட்டவர்களோடுகூட பூசாரியும் அங்கேயே தங்கிக்கொள்ள வேண்டியது என்று ஜமீன் சொல்லியிருந்தார். குடமுழுக்கு வரைக்கும் யாரும் வெளியேற உத்தரவில்லை. பெரிய கூடாரம் அமைக்கப்பட்டு அங்கேயே ஒரு பக்கம் சமையல் நடந்தது. சாரக் குளத்தில் இருந்து பெரிய பெரிய மரப்பீப்பாய்களில் நீர் எடுத்துப் போகப்பட்டது. எல்லைத் தடுப்பில் ஆள்கள் வந்து வாங்கிக்கொண்டு சென்றார்கள்.

முதல் பத்து நாள் அழகிய நாயகிபுரத்து மக்கள் கோயில் கட்டுமானத்தைப் பற்றியே பேசிக்கொண்டிருந்தார்கள். கழுத்தறுபட்டுக் கிடந்த எருமைகள் கனவில் வந்து பயமுறுத்து வதாகச் சொன்னவர்களுக்கு பூசாரி தாயத்துக் கட்டி, விபூதி பூசி அனுப்பிவைத்தார். அதன்பின் அவர்கள் மெல்ல மெல்லத் தம் வேலைகளைப் பார்க்க ஆரம்பித்தார்கள்.

கோயிலின் வெளிச் சுற்றுச்சுவர் முற்றிலும் கட்டப்பட்டு உள்ளே நடக்கிற பணிகளுக்கும் ஊருக்கும் சம்பந்தமே இல்லை என்பதுபோல ஆகிப் போனது. ஜமீன் மட்டும் தினமும் காலை தன் அரண்மனையைவிட்டுக் கிளம்பி சாரட்டில் தென்னந்தோப்பு வரை செல்வார். அங்கிருந்து ஆள்கள் அவரைப் பல்லக்கில் தூக்கிக்கொண்டு கோயில் எல்லை வரை கொண்டு போவார்கள். கோயிலுக்குள் அவர் எந்த வழியாகப் போகிறார், எப்போது திரும்பி வருகிறார் என்று மட்டும் யாருக்கும் தெரிந்திருக்கவில்லை. ஆனால் அவர் தாடி வளர்க்க ஆரம்பித்திருந்தார். அது மட்டும் அனைவருக்கும் தெரிந்திருந்தது.

அதிகாரம் 5

எறும்புக் கதை – 1

நான் அங்கே போயிருக்கக்கூடாது. அவர்கள் ரகசியம் பேசிக் கொண்டிருந்தார்கள். எனக்கு ரகசியங்களில் என்றுமே ஆர்வம் இருந்ததில்லை. இந்த ரகசியம், அறிவியல், கடவுள் எல்லாமே ஒன்றுதான். அறியப்படுகிறவரை மட்டுமே அவற்றுக்கு மதிப்பு. கண்டடைந்த பிறகு கால் தூசு பெறாது.

திரும்பிச் சென்றுவிடலாமா அல்லது காதுகளைச் சற்று நேரம் தனியே எடுத்து வைத்துவிடலாமா என்று யோசித்தேன். ஏனெனில் முன்பே சொன்னதுபோல் நான் குப்பைகளை வெறுப்பவன். உங்கள் நினைவுகளின் குப்பை அடுக்குகளைக் கலைத்துப் போடச் சொல்லிவிட்டு என் அலமாரிகளில் அதை எடுத்து பத்திரப்படுத்த விரும்புவேனா?

சட்டென்று ஓர் உபாயம் தோன்றியது. அவர்கள் ஆறு பேர் வாயில் இருந்து வெளிவந்த சொல் வளையங்களை, அவை வெளிவரும் போதே இழுத்து நீட்டி ஓர் ஒற்றை நூலாக்கினேன். சங்கிலி வளையமல்ல. நூல். வெறும் நூல். அதை என் முன்னங்காலில் சுற்றி, ஒரு கண்டுபோல் ஆக்கினேன். மறு காலால் அதை உருவியெடுத்து அந்த அறையில் இருந்த மேசையின்மீது வைத்துவிட்டேன்.

இப்போது எனக்கு எந்தப் பிரச்னையும் இல்லை. என் செவிகளுக்குள் அவர்கள் பேசிய ரகசியம் போகாது. அது என்

கண்ணில் படும்படியாக வைத்துவிட்டேன். கண்ணால் பார்க்க மட்டுமே முடியும். அதுவும் ஒரு நூல்கண்டின் உள் மடிப்புகளை ஊடுருவ முடியாது. நல்லது. இனி நான் நிம்மதியாக இருக்கலாம்.

அதே மேசையின் அடியில் சென்று படுத்துக்கொண்டேன். அவர்கள் தொடர்ந்து பேசிக்கொண்டிருந்தார்கள்.

சில நிமிடங்களில் ஜமீன் அந்த அறைக்குள் வந்தார். பேசிக் கொண்டிருந்த ஆறு பேரும் சட்டென்று அமைதியானார்கள். புறப்படத் தயாரா என்று ஜமீன் கேட்டார்.

'ஆம். நாங்கள் தயாராக இருக்கிறோம்.'

சில வினாடிகள் தாமதித்து அறைக்குள் வந்த ஜமீன் பணியாளர்கள் இரண்டு பேர் ஒரு பெரிய கள்ளிப் பெட்டியைத் தூக்கி வந்து வைத்துவிட்டுப் போனார்கள். ஜமீன் அதைத் திறந்து காட்டினார்.

உடைகள். உடைமைகள். மருந்துப் பொருள்கள். வெற்றிலைக் கவுளிகள். கொட்டைப் பாக்கு. புகையிலைக் கட்டுகள். மதுக்குடுவை. எழுதுகோல்கள். எழுதும் தாள்கள். மைக்குடுவை. சலங்கைகள். தூரிகைகள். முகப்பூச்சு சாயங்கள். கொஞ்சம் புத்தகங்கள். ஓலைச்சுவடிகள்.

நீங்கள் கேட்ட அனைத்தும் இதில் இருக்கின்றன என்று ஜமீன் சொன்னார். அவர்கள் திருப்தியுடன் புன்னகை செய்தார்கள். அந்தப் பெட்டிக்குள் சில எறும்புகள் நுழைந்திருந்ததை அவர்கள் யாரும் கவனித்திருக்கவில்லை. ஆனால் நான் பார்த்தேன். இனிப்புப் பிரியர்களான கலைஞர்களுக்கென்று ஜமீன் நிறைய லட்டுகளையும் அதிரசங்களையும் மந்தார இலைப் பொட்டலங் களாகக் கட்டி அதனுள் வைத்திருந்தார். எப்படியோ அது அந்த எறும்புகளுக்குத் தெரிந்துவிட்டிருக்கிறது. ஆக, யாருக்குமே தெரியாதென்று ஜமீன் நினைத்துக்கொண்டிருக்கும் நிலவறையைத் திருட்டுத்தனமாக அந்த எறும்புகள் முதல் முதலில் அறியப் போகின்றன!

நான் சிரித்துக்கொண்டேன். இது தெரிந்திருந்தால் கள்ளிப் பெட்டிக்குள் ஜமீன் எறும்புக் கடிக்கு ஏதாவது பச்சிலைத் தைலம் சேர்த்து வைத்திருப்பார்.

'புறப்படலாமா?' என்று ஜமீன் மீண்டும் கேட்டார். அவர்கள் மீண்டும் தலையசைத்தார்கள். எல்லாம் சொல்லிவிட்டோமா,

எதையாவது மறந்துவிட்டோமா என்று அவர் கவலைப்படுவது எனக்குத் தெரிந்தது.

'அங்கே உங்களுக்குப் பகல் இரவு இருக்காது. நேரம் அறிய வழியிருக்காது. பசிக்கும்போது உண்ணுங்கள். உறக்கம் வரும்போது உறங்குங்கள். இரவு இரண்டு சாமம் கழிந்தபின்பு உணவு கொண்டு வருபவன் வந்து கதவைத் தட்டுவான். கயிறு கட்டி உணவுப் பண்டங்களைக் கீழே இறக்குவான். அதை வைத்து நேரம் தெரிந்துகொள்ளுங்கள்' என்று ஜமீன் சொன்னார்.

எனக்குச் சிரிப்பு வந்துவிட்டது. கலைஞன் என்றைக்குக் காலத்தோடு வாழ்ந்திருக்கிறான்? ஒன்று, காலத்துக்கு முந்திச் செல்வான். அல்லது அதன் காலடியில் தன்னைப் புதைத்துக் கொண்டுவிடுவான். காலம் கைகழுவிய பிறப்பல்லவா.

அவர்கள் அதற்கும் தலையாட்டினார்கள்.

'எனக்குச் சொல்லியனுப்ப ஏதும் இருந்தால் உண்ட பாத்திரங்களில் சீட்டெழுதி வைத்து அனுப்புங்கள். எடுத்து வரும் நபரை நீங்கள் நம்பலாம். அவன் என்னுடனும் மட்டுமே பேசுவான். வேறு யாரோடும் அவனுக்குத் தொடர்பு இருக்காது' என்று ஜமீன் சொன்னார்.

அவன் யார் என்று அவர்கள் கேட்டார்கள்.

'எனது வேலையாள். குடும்பமற்றவன். என் விசுவாசி.'

'நல்லது, கிளம்பலாம்' என்று அவர்கள் சொன்னார்கள்.

ஜமீனின் ஆள்கள் மீண்டும் அறைக்குள் வந்து அந்தக் கள்ளிப் பெட்டியைத் தூக்கிக்கொண்டு போனார்கள். ஜமீன் அவர்கள் அனைவருக்கும் பொதுவாக இரண்டு கரங்களையும் கூப்பி வணக்கம் சொன்னார்.

'ஒரு பேரழிவுக்கு இந்த மண் தயாராக வேண்டிய கட்டாயம் உண்டாகியிருக்கிறது. என்ன நடக்கப் போகிறது, எப்போது நடக்கும் என்று தெரியவில்லை. ஆனால் எது நடந்தாலும் உங்களை நான் காப்பாற்றியாக வேண்டும். இது என் தந்தை எனக்கிட்ட உத்தரவு' என்று சொன்னார்.

அவர்கள் அமைதியாக இருந்தார்கள்.

'எல்லாம் முடிந்து நீங்கள் வெளியே வரும்போது ஒருவேளை நான் இல்லாமல் போயிருக்கலாம். இந்த ஊரே இருந்த இடம்

தெரியாமல் ஆகியிருக்கலாம். நான் உங்களைக் கேட்டுக்கொள்வதெல்லாம் ஒன்றுதான். ஒன்றுமற்றுப் போகவிருக்கிற இந்த மண்ணின் அடுத்தத் தலைமுறையை உங்கள் கலையைக் கொண்டு எழுதுங்கள்.'

எனக்கு அவரது அந்தத் தவிப்பு பிடித்திருந்தது. அதில் ஒரு கவித்துவம் இருந்தது. அறியாமைக்கே உரிய பேரழகின் சாயல் அதில் படிந்திருந்தது. ஒரு வினாடி போதும் எனக்கு. ஔரங்கஜேப் இங்கே எந்நாளும் வரப் போவதில்லை என்று சொல்லி விடுவதற்கு. ஒன்பது மாத முற்றுகைக்குப் பிறகு கோல்கொண்டாவை வென்றுவிட்டுத் தனது கையாள் ஒருவனை நிஜாமாக்கி உட்காரவைத்துவிட்டு அவன் திரும்பிச் செல்லப் போகிறான். தொண்டை மண்டலத்தைக்கூட அவன் தொடப் போவதில்லை. அதற்குப் பிறகல்லவா தஞ்சாவூர்?

ஆனால் நான் சொல்ல விரும்பவில்லை. எழுதப்படவே போகாத ஒரு சரித்திரத்தின் சாட்சியாகக் கொஞ்சநாள் வாழ்ந்து பார்க்க விரும்பினேன். ஆறு பேரும் ஒரு கள்ளிப் பெட்டியும். நன்றாகத்தான் இருக்கிறது. இதுவும் ஒரு நாடகம்தான். ஆனால் பங்குபெறும் கலைஞர்களுக்கு அவர்கள் யாரென்று தெரியாது. அவர்கள் பங்குபெறும் நாடகத்தின் கதை தெரியாது. அடுத்தடுத்த காட்சிகளின் அமைப்பு தெரியாது. அவர்களுக்குத் தெரிந்ததெல்லாம் ஜமீன் ஒரு நிலவறை உருவாக்கியிருக்கிறார். யாரும் அறியாத, யாரும் நெருங்க வழியில்லாத வழிக்கருப்பன் கோயிலுக்கு அடியில் உருவாக்கப்பட்டிருக்கும் பிரம்மாண்டமான நிலவறை. இருளைத் தவிர அங்கு வேறெதுவும் இல்லை. விளக்குகளும் எண்ணெயும் திரியும் கள்ளிப் பெட்டிக்குள் இருக்கிறது. அவர்கள் குடிபுகுந்த பிறகுதான் அவற்றை வெளியே எடுத்து ஒளியை உருவாக்க வேண்டும். அந்த ஒளியின் துணையுடன் உள்ளொளியை உருவி எடுத்துக் கலையின் ஆகச் சிறந்த வடிவங்களுக்கான இலக்கணங்களை எழுதி முடிக்க வேண்டும்.

'ஓ பூனையே, அது நடக்கும். நடந்துதான் தீரவேண்டும். புதையறைக்குள் நான் அனுப்பிவைக்கப் போகிற என் சிருஷ்டி, மீண்டு வெளிவரப் போவதில்லை. ஆனால் என் கலையின் விதை நெல்களை அவர்கள் தாள்களில் பதித்துத் தருவார்கள். அந்தத் தாள்களுக்குக் கால்கள் முளைக்கும். அந்தக் கால்களுக்குள் நான் சிறகுகளை வைப்பேன். அவை பறந்து மேலே எழும்பும். ஒரு பெரும் மழைக் காலத்தில் நீர்த்துளிகளோடுகூட அவை நிலத்தில்

விழும். விழுந்ததும் புதைந்து விளையத் தொடங்கும்' என்று கோரக்கர் என்னிடம் சொன்னதை எண்ணிக்கொண்டேன்.

அவரிடம் நான் சொல்லவில்லை. அவரது சிருஷ்டியின் பேராற்றலைக் கண்டுகளிக்க அவருக்கு வாய்ப்பில்லை என்பதை. அது என்னால் மட்டுமே முடியக்கூடியது. நான் அழிவற்றவன் என்பதல்ல காரணம். அது வேறு. பாபருக்குப் புரியாதது அதுதான். இப்ன் பதூதாவுக்கும் கடைசிவரை அதுதான் புரியாமல் இருந்திருக்க வேண்டும். கோரக்கர் முக்காலம் உணர்ந்தவராக இருக்கலாம். ஆனால் என்னை அவர் அறியமாட்டார். மூடிய முன்னூறு நிலவறைகளுக்கு அப்பால் ஒரு திறந்த பெரும் வெளி உள்ளதையோ, அந்த வெளியின் மரகதக் கருமையின் அடர்த்திக்குள் என் மனத்தை நான் ஒளித்து வைத்திருப்பதையோ அவரால் உணரக்கூட முடியாது. அவருக்கு ஆட்டம் காட்டிய கடவுளாலேயே முடியாத ஒன்று அவருக்கு எப்படி முடியும்?

அவர்கள் கிளம்பிப் போய்விட்டிருந்தார்கள். நான் எதற்கு இன்னும் இந்த அறைக்குள்ளேயே கிடக்கிறேன் என்ற வினா உங்களுக்கு இப்போது வரவேண்டும். ஆனால் நான் பதில் சொல்லப் போவதில்லை. வழிக்கருப்பன் கருவறைக்குள் சிலைக்குச் சரியாக எண்பதடி ஆழத்தில் உருவாக்கப்பட்டிருக்கும் நிலவறைக்குள் அவர்கள் ஆறு பேரையும் அனுப்பிவைத்துவிட்டு, சிலையை மீண்டும் ஒழுங்காக நிறுத்தி வைத்து, எல்லாம் சரியாக இருக்கிறதா என்று பார்த்துக்கொண்டு ஜமீன் திரும்பி வரும்போது நான் அவர் கண்ணில் பட்டாக வேண்டும்.

அவர் கையால் ஒரு கிண்ணம் பால் வாங்கிச் சாப்பிட வேண்டும் என்று எனக்கு ஆசையாக இருந்தது.

அதிகாரம் 6

கிளிக் கதை

இந்தக் கதையைச் சொல்லிக்கொண்டு வருகிற பூனைக்கும் எனக்கும் சம்பந்தமில்லை. நான் அழகிய நாயகிபுரத்து ஜமீந்தாரால் நிலவறைக்குள் அனுப்பப்பட்ட ஆறு கலைஞர்களுள் ஒருவன். என் பெயர் - அது அத்தனை முக்கியமில்லை. நான் மட்டுமல்ல. என் தோழர்கள் ஐந்து பேருமேகூட பெயர் சொல்ல விரும்பமாட்டார்கள். பெயர்களை நாங்கள் வெறுக்கிறோம். ஒரு மாபெரும் விசையை உங்களால் உணர முடியுமானால் அதன் பெயர் என்னவென்று கேட்கமாட்டீர்கள். நான் படைப்பவன். என் கற்பனையின் சிறகடிப்பில் இந்த உலகம் சுவாசித்துக் கொண்டிருக்கிறது. இரவுக்கும் பகலுக்கும் என் எழுத்து வண்ணம் அளித்துக்கொண்டிருக்கிறது. குணங்களுக்கும் குணக் கேடுகளுக்கும் என் சொற்களால் நான் சாயம் பூசுகின்றேன். சாயங்களின் வண்ணங்களையும் நானே தீர்மானிக்கிறேன். காலத்தின் பிடறி தெரிக்கும் பாய்ச்சலுக்கு நடுவே எனது ரதம் எப்போதும் ஊர்ந்து சென்றுகொண்டே இருக்கிறது. அதன் சக்கரச் சுவடு படுகிற இடங்களில் எல்லாம் சத்தியத்தின் சாயை படிந்து நிலைக்கிறது. இன்று நான் இருக்கிறேன். நாளை இல்லாமல் போகக்கூடும். ஆனால் என்றும் என் இருப்பின் வாசனையை நீங்கள் உணர முடியும். ஆம். என் கலையை ஒரு வாசனையாக அன்றி வேறெப்படியும் என்னால் பொருள்சுட்ட இயலாது.

ஆனால், பிறக்கும்போது நான் கலைஞனாகப் பிறக்கவில்லை. நான் ஒரு படைப்பாளி ஆவேன் என்று என் இளம் வயதுகளில் யாராவது சொல்லியிருந்தால் சிரித்திருப்பேன். கல்வியைவிட்டு வெகுதூரம் தள்ளி நின்ற ஒரு சராசரி மாணவனாகவே நான் எப்போதும் இருந்திருக்கிறேன்.

எனக்குப் பாடம் சொல்லிக் கொடுத்த ஆசிரியரின் பெயர் கொம்பேறி சாத்தனார். ங்என் பெயரைத்தான் நான் சொல்ல விரும்பவில்லையே தவிர, மற்றவர்களின் பெயர்களைப் பயன்படுத்துவதில் எனக்குப் பிரச்னை இல்லை.சி அவர் திருக்காட்டுப்பள்ளியில் இருந்து தினமும் வையாளிக் கோட்டைக்கு நடந்து வந்து சக்காணி அம்மன் கோயில் மண்டபத்தில் தனது மேல் துண்டை விரித்து அதில் சுவடிக் கட்டுகளைப் பிரித்து வைத்துக்கொண்டு அமர்வார். என்னோடு சேர்த்து மொத்தம் ஏழு பேர் அவரிடம் பாடம் கேட்டுக் கொண்டிருந்தோம். அதில் என் தம்பியும் ஒருவன். என்னைவிட அவன் இரண்டு வயது இளையவன்.

என் தந்தை வையாளிக்கோட்டை ஜமீந்தாரின் தானியக் கிடங்குக்குப் பொறுப்பாளராக இருந்தார். பெரிய வருமானம் என்று சொல்லிக்கொள்ள முடியாவிட்டாலும் வீட்டில் என்றைக்கும் உணவின்றி இருந்ததில்லை. என்னை எப்படியாவது நல்லபடியாகப் படிக்க வைத்து ஒரு ஆதீனத்தில் உத்தியோகம் பார்க்க அனுப்பிவிட வேண்டும் என்று அவர் எண்ணிக் கொண்டிருந்தார். அது என்ன வினோதமான ஆசையோ எனக்குத் தெரியவில்லை. தன்னைப் போல் ஜமீனில் ஒரு வேலை பார்க்க வேண்டும் என்று எண்ணமாட்டாரோ?

இல்லை. நான் ஆதீனத்துக்குத்தான் போகவேண்டும். சாமியாகவா என்றால் அதுவும் கூடாது என்பார். ஒரு கணக்கப் பிள்ளை யாகவோ, காரியஸ்தனாகவோ, சுவடி பராமரிப்பாளனாகவோ, தவசிப்பிள்ளையாகவோ போனால்கூடப் பிரச்னையில்லை. கல்யாணம் செய்துகொண்டு, பிள்ளை குட்டிகளைப் பெற்றுக் கொண்டு, உத்தியோகஸ்தனாக, ஒழுக்கம் வழுவாமல் வாழ்ந்து முடித்துவிட வேண்டும்.

இதுதான் எனக்குத் தீராத வியப்பாக இருந்தது. ஆதீனங்களில் அப்படியென்ன சவுக்கியம் இருந்துவிடும்? எனக்கு ஒரு ஆதீனக் காரியஸ்தரைத் தெரியும். அவர் என் அப்பாவுக்குத் தெரிந்தவரும் கூட. கச்சம் வைத்த வேட்டியும் நீண்ட அங்கவஸ்திரமும் குவிந்து

வானம் பார்த்த தலைப்பாகையுமாகக் கையில் ஒரு பிடி போட்ட கோலுடன் வீதியில் நடந்துபோவார். பொதுவாக அவர் யாருடனும் பேச மாட்டார். என் அப்பாவைப் போலத் தெரிந்த சிலரைப் பார்த்தால் மட்டும் ஒரு சிட்டிகை புன்னகை செய்வார். எனக்கென்னவோ, தான் உத்தியோகம் பார்க்கிற இடத்தைப் பற்றி அவர்தான் இல்லாத பொல்லாததெல்லாம் சொல்லி அப்பா மனத்தில் அப்படியொரு எண்ணத்தை ஏற்றியிருப்பார் என்று தோன்றியது.

அப்படியில்லை என்று அப்பா சொன்னார். இந்த மண்ணில் எது இல்லாது போனாலும் சமயங்கள் இருக்கும். சாதிகள் இருக்கும். மடங்களும் ஆதீனங்களும் என்றென்றும் நிலைத்திருக்கும். எப்போதும் உள்ளதை வாழ்வாதாரமாகக் கொள்வதில் சில சவுகரியங்கள் இருக்கின்றன. அது உனக்கு வளர்ந்தபின் புரியும் என்று சொன்னார்.

ஆனால் நான் படிக்கிற லட்சணத்துக்கு என்னால் ஒரு ஆதீனத்தில் வேலைக்குப் போக முடியுமா என்று என் உபாத்தியாயர் கொம்பேறி சாத்தனாரால் சரியாகச் சொல்ல முடியவில்லை.

'ஓய், இது தரிசு மண்டை. விளைச்சல் காணாது' என்று என் அப்பாவிடம் என்னைப் பக்கத்தில் வைத்துக்கொண்டே ஒரு சமயம் அவர் சொன்னார். அப்பாவுக்கு முகம் வாடிவிட்டது. ஆனால் என் தம்பியைக் குறித்த சில நல்ல சொற்கள் அவர் வசம் இருந்தன. அவன் தேறிவிடுவான். அவனை உத்தியோகத்துக்கு அனுப்பிவிட்டு இவனுக்கு சில காணிகள் எழுதி வைத்துவிட்டுப் போய்ச்சேருவதுதான் வழி.

அன்றைக்கு இரவு வெகுநேரம் என் அப்பா உபாத்தியாயர் சொன்னதைப் பற்றி என் அம்மாவிடம் சொல்லிப் புலம்பிக் கொண்டிருந்தார். அவளுக்கு அதெல்லாம் காதில் விழுந்ததா என்று தெரியவில்லை. பன்னெடுங்காலமாக சுமக்க மாட்டாமல் சுமந்து கொண்டிருந்த தேகத்தை எப்போது கழட்டி வைத்துவிட்டுப் போவோம் என்று அவள் ஏங்கிக்கொண்டிருந்தது எனக்குத் தெரியும். அப்பாவுக்குமே தெரியும்.

அவளுக்கு என்ன வியாதி என்றே எங்களால் கடைசிவரை கண்டுபிடிக்க முடியவில்லை. பார்த்த வைத்தியங்கள் எதுவும் பலன் தருகிற மாதிரியும் இல்லை. அவள் மூச்சுவிடத்தான் கஷ்டப்பட்டுக்கொண்டிருந்தாள். உள்ளே என்னவோ ஒன்று

திரும்பத் திரும்ப அடைத்துக்கொண்டே இருந்தது. சில சமயம் மூக்கால் மூச்சு விடுவாள். பல சமயம் வாயால் மூச்சு விடுவாள். வருடங்களின் பழக்கத்தில் இப்போதெல்லாம் அவள் காதுகளாலும் மூச்சு விடுவதாக எனக்குத் தோன்றியது.

இரவு அவள் உறங்க முயற்சி செய்துகொண்டிருக்கும்போது பல நாள் அருகே சென்று பார்த்திருக்கிறேன். இரு காதுகளுக்கும் வெளியே சில தண்ணீர்ச் சொட்டுகள் உதிர்ந்திருக்கும். அது அழுத கண்ணீராக இருக்கும் என்றுதான் வெகுநாள் எண்ணிக் கொண்டிருந்தேன். பிறகொரு நாள் தண்ணீர்ச் சொட்டுகள் இருக்கும் இடத்தில் ரத்தச் சொட்டுகள் இருந்ததைக் கண்டேன். ஒரு நாள்தான். அதன் பிறகு அவள் இல்லை.

அம்மா இறந்த பிறகு என் கல்வியைக் குறித்து அப்பாவால் அதிகம் கவலைப்பட முடியவில்லை. அவருக்கு ஜமீன் வேலையே பெரும் சுமையாக இருந்தது. இரவு பகல் பாராமல் அங்கே மூட்டைகளை எண்ணி அடுக்கி அடுக்கி இடுப்பொடிந்து போயிருந்தார். வீட்டில் காலை எப்படியும் நீராகாரம் இருக்கும். அதைக் குடித்துவிட்டு நானும் தம்பியும் பாடசாலைக்குப் போய்விட்டால் மதிய உணவு நேரம் ஜமீன் பங்களாவின் பின்பக்கம் நடக்கிற பணியாட்கள் பந்திக்குச் சரியாகப் போய் உட்கார்ந்துவிட வேண்டும். அப்பா அதில் மிகுந்த கண்டிப்பாக இருந்தார். ஒருவேளைச் சாப்பாடாவது பிள்ளைகளுக்கு ஒழுங்காகக் கிடைக்கட்டுமே என்கிற எண்ணம். இரவுக்கு ஜமீன் பரிசாரகன் சமைக்கும் பலகாரம் எதையாவது சிறிது பொட்டலம் கட்டி எடுத்து வந்துவிடுவார்.

எனக்கு ஆதீனச் சாப்பாட்டின் ருசி அறிமுகமாகிறதோ இல்லையோ, ஜமீன் சாப்பாட்டின் ருசியோடு நல்ல பரிச்சயம் ஏற்பட்டது. சும்மா தின்றுவிட்டு ஊரைச் சுற்றிக்கொண்டிருந்தேன். படிக்கப் பிடிக்கவில்லை. வாழ்வில் பிடிப்பு கொள்ளத்தக்க விதத்தில் ஒன்றும் நடப்பதில்லை என்பது சலிப்பாக இருந்தது. அப்பாவுக்கோ, இவன் இப்படியே சுற்றிக்கொண்டிருந்தால் எப்போது இவனுக்குக் கலியாணம் செய்து வைப்பது என்கிற கவலை பிடித்துக்கொண்டது.

ஆ, கலியாணம்!

அந்தப் பேச்சு வரும்போதெல்லாம் எனக்கு சிந்தை சிவந்துவிடும். என்னுடைய பதினாறாவது வயதில் முதல் முதலில் நான் ஒரு

அழகிய பெண்ணைக் கண்டேன். மதியச் சாப்பாட்டுக்காக ஜமீன் வீட்டுப் பின்கட்டுக்குப் போய் இலையை விரித்துக்கொண்டு உட்காரும்போதெல்லாம் விறகுக் கட்டுகளை எடுத்துக்கொண்டு அவள் சமையல் கூடத்துக்கு உள்ளே போவாள். அங்கே வேலை பார்க்கிற யாருடைய பெண் அவள்? தெரியவில்லை. யாரைக் கேட்பது என்றும் தெரியவில்லை. தினமும் சாப்பிடப் போவதை விட அவளைப் பார்க்கப் போகிறோம் என்ற எண்ணம் என்னையறியாமல் என்னை ஓர் அழகனாக்கிக்கொண்டிருந்தது. இதை என் தம்பியோ, அப்பாவோ கண்டுபிடித்துவிடுவார்களோ என்ற அச்சமும் இருந்தது. ஆனால் அந்த அச்சத்திலும் ஓர் அழகு இருப்பதைப் பிற்பாடு புரிந்துகொண்டேன்.

அவளுக்கு என் வயதுதான் இருக்கும் என்று நினைத்தேன். என்னைவிட ஒரு வயது குறைவாகவும் இருக்கலாம். எத்தனை அடர்த்தியான தலைமுடி! வாரி அடக்க முடியாமல் முன் நெற்றியிலும் காதுச் சரிவுகளிலும் விழுந்து புரண்டுகொண்டிருந்த அந்தக் கூந்தல்தான் என்னை முதலில் திகைக்கச் செய்தது. பக்கவாட்டில் மட்டுமே என்னால் பார்க்க முடிந்தது என்றாலும் அவள் முகம் வட்ட வடிவம்தான். சந்தேகமில்லை. எனக்கென்னவோ அதைத் தனியே செய்து உடலில் பொருத்தினாற் போலத் தோன்றும். சிரிக்கிறாளா என்று பார்ப்பேன். ஏதாவது பேசுகிறாளா என்று கவனிப்பேன். விறகுக் கட்டைகளைத் தூக்கிச் செல்வது தவிர ஒரு அசைவு? ஒரு குரல்? அங்குமிங்கும் ஒரு பார்வை? ம்ஹூம்.

எனக்கு ஒரு பிரச்னை இருந்தது. நானும் என் தம்பியும் ஜமீன் வீட்டுப் பின்கட்டில் தரையில் அமர்ந்து சாப்பிட்டுக் கொண்டிருக்கும்போது அப்பா வினாடிக்கொருதரம் அந்தப் பக்கம் ஏதாவது ஒரு வேலையாக வருவார். எங்களைப் பார்க்கவோ, பேசவோ மாட்டார் என்றாலும் நாங்கள் சாப்பிடுவதை கவனிப்பதுதான் அவரது நோக்கம் என்பதை நான் அறிவேன். அவர் கண்ணில் படாமல் நான் அவளைப் பார்க்க வேண்டியிருந்தது. அதுதான் சிக்கல்.

என் தம்பியைப் பற்றி எனக்குக் கவலை இருக்கவில்லை. அவன் சிறுவன். இத்தனையெல்லாம் யோசிக்கத் தெரியுமா என்பதே சந்தேகம்தான். தவிரவும் அவன் படிக்கிற பிள்ளை. புளித்த மோருக்கும் மோர்க்குழம்புக்கும் வித்தியாசம் தெரியாமல் உண்டு எழுந்து செல்பவன். பிரச்னை, என் அப்பா.

என்ன செய்யலாம்? எனக்கு அவளைப் பார்க்கவேண்டும். பக்கவாட்டில் அல்ல. நேராக. ஒரு நிமிடம் முழுதாகப் பார்க்க வேண்டும். கண்கள், மூக்கு, உதடுகள், முகவாய், கழுத்து, தோள்கள். அங்குலம் அங்குலமாக நிறுத்திப் பார்க்க வேண்டும். அவள் வையாளிக் கோட்டையில் வசிக்கிற பெண் இல்லை. அதில் எனக்குச் சந்தேகமில்லை. அக்கம்பக்கம் எங்கிருந்தோ ஜமீன் வேலைக்கு வருகிறாள் போலிருக்கிறது. அல்லது அவள் அம்மாவுக்கோ, அப்பாவுக்கோ உதவியாக.

என் தினங்களில் தண்ணீர் தெளித்துக் கோலமிட ஆரம்பித்த அந்தப் பெண்ணின் பெயர் என்னவென்று எனக்குத் தெரியாது. அவளை நான் மிகவும் நேசிக்க ஆரம்பித்தேன். பலநாள் ஆற்றங்கரை யோரம் சென்று தனியே அமர்ந்து மணலில் அவள் முகத்தை வரைந்து வரைந்து அழிப்பேன். நான் ஏன் ஒரு ஓவியனாக இல்லாமல் போய்விட்டேன் என்று அப்போதெல்லாம் மிகவும் வருத்தப்படுவேன்.

அந்த வருத்தம்தான் என்னை எழுதிப் பார்க்கலாம் என்று எழுத வைத்தது. எனக்கு இலக்கணம் தெரியாது. செய்யுள் என்னால் முடியாது. இலக்கணம் இல்லாமல் எந்தப் பாவையும் சிந்தித்தாலே பக்கவாதம் வந்துவிடும் என்று சாத்தனார் சொல்லியிருந்தார். அவளுக்காக நான் இலக்கணம் கற்க ஆரம்பித்தால் காதல் கொண்டு கிறங்கிக் கிடக்க நேரமின்றிப் போய்விடும். தவிர, கற்றுக்கொண்டு வருகிற எது இத்தனைப் பேரழகு கொண்டிருக்கிறது! ஒரு காதலைவிடவும் கவிதை சிறப்பானதல்ல என்று நினைத்தேன்.

காற்றின் முடிவற்ற பெரும் தாளில் என் காதலைக் கடிதங்களாக எழுதிச் சேமித்து வைக்க ஆரம்பித்தேன்.

நான் அவளுக்காக எந்த முயற்சியும் எடுக்கவில்லை. எனக்கு அது அவசியமாகவும் தோன்றவில்லை. ஒரு பெண். யாரென்றே தெரியாத ஒருத்தி. சொந்த வீட்டுக்குள் நுழைவதுபோல என் மனத்துக்குள் தன்னால் வந்து நுழைந்துகொண்டிருக்கிறாள். இதற்குமேல் என்ன வேண்டும்? பெயர் முக்கியமா? குலம் முக்கியமா? அவள் யாரென்று அறிவது முக்கியமா? அவளோடு சேர்ந்து வாழ்வதுதான் முக்கியமா?

இல்லை. என் சிந்தனையில் அவள் ஒரு மிருதுத் தன்மையைக் கொண்டு வந்திருக்கிறாள். நான் சிந்திக்கிறேன். என் நடை உடை

பாவனைகளில் ஒரு லலிதம் கூடியிருக்கிறது. நான் அழகனாகிக் கொண்டிருக்கிறேன். நண்பர்களும் மற்றவர்களும் என்னைப் பொருட்படுத்த ஆரம்பித்திருக்கிறார்கள். என் பேச்சும் செயல்பாடுகளும் ரசனைக்குரியதாகி இருக்கிறது.

அப்பா சொன்னார், 'உனக்கு ஜமீனிலேயே ஒரு வேலை கேட்டிருக்கிறேன். சீக்கிரம் கிடைத்துவிடும்.'

என்னால் உத்தியோகம் பார்க்க முடியுமா என்று சந்தேகமாக இருந்தது. விடாமல் அவளைப் பற்றியே நினைத்துக் கொண்டிருந்தேன். நினைத்ததையெல்லாம் அவ்வப்போது எழுதியும் வைத்தேன். என்றைக்காவது அவளிடம் படித்துக் காட்ட வேண்டும். அவள் பயந்துவிடுவாள். அழுதபடி ஓடிப் போவாள். அப்போது அவளைத் தேடிச் சென்று பாதம் பணிந்து சொல்லுவேன்: 'ஓ, தேவதையே! நீ என் முழுமையை எனக்குக் காட்டியிருக்கிறாய். போகத்துக்கு அல்ல நீ. என் போதம் நீ.'

இதெல்லாம் யாருக்கும் புரியாது என்று எண்ணிக்கொள்வேன். ஆனால் என் அப்பாவுக்குப் புரிந்தது ஆச்சரியம்தான்.

நான் இல்லாத ஒரு நாள் வீட்டில் அவர் நான் எழுதி வைத்திருந்தவற்றைப் படித்திருந்தார். அது அவர் எதிர்பாராதது. எனக்குள் ஒரு கலையின் வித்து முளைவிட்டு வளர்ந்து கொண்டிருப்பது அவருக்கு மகிழ்ச்சிதான். ஆனால் ஒரு கணக்குப் பிள்ளை உத்தியோகமே பாதுகாப்பானது என்று அவர் சொன்னார்.

'ஜமீன் சம்மதம் சொல்லிட்டாருடா. நாளைக்கு காலமெ நீ அங்க வந்திடு.'

நான் அந்த ஜமீனில் வேலைக்குச் சேர முடிவெடுத்தால் அதற்கு ஒரே காரணம் அவளாகத்தான் இருக்கவேண்டும் என்று எண்ணிக் கொண்டேன். ஆனால் எனக்குத் தெரியும். வருடங்களில் ஓட்டத்தில் அவள் ஜமீனைவிட்டு வெளியேறியிருந்தாள். அவளுக்குத் திருமணமாகியிருக்கலாம். ஓரிரு குழந்தைகள்கூடப் பிறந்திருக்கலாம். கண்ணியத்துக்குரிய குடும்பத் தலைவியாக அவள் எங்கோ சௌக்கியமாக வாழ்ந்துகொண்டிருக்கலாம். தீர்க்க சுமங்கலி பவ.

நான் எதையும் இழக்கவில்லை. அவள் எனக்கு அன்னபூரணியாக இருந்து சொற்களை அருளிவிட்டுப் போனவள். அவள் இல்லாத ஜமீன் பங்களாவில் என்னால் என்ன கணக்கெழுதிச் சம்பாதிக்க முடியும்?

எனக்கு வேலை பார்க்க விருப்பமில்லை என்று அப்பாவிடம் சொன்னேன். அவர் வெகுநேரம் ஒன்றும் பேசாமல் அமைதியாக இருந்தார். பிறகு சொன்னார், 'உங்களுக்காக உழைச்சது போதும்னு நானும் முடிவு பண்ணிட்டேன். நான் கொஞ்சம் வாழணும்.'

அதிலென்ன தவறு? வாழத்தான் வேண்டும். என் தம்பி பிறந்த ஒரு சில வருடங்களோடு அவர் வாழ்வது நின்றுவிட்டிருந்தது எனக்குத் தெரியும். விதியின் விசித்திரமான கண்ணசைப்புகளில் சிலரது வாழ்க்கை சிக்கிக்கொண்டு சிதிலமாகிப் போகிறது. எதையும் யாரும் தவிர்க்க முடிவதில்லை. தனது படைப்பின்மீது இறைவன் மேற்கொள்ளும் குறு யுத்தங்களில் பெரும்பாலும் அவனேதான் வெற்றி பெறுகிறான். தெரிந்தே தோற்பவனுக்கும் வலி இருக்கத்தானே செய்யும்?

தை பிறந்து எட்டு நாள் கழித்து அப்பா மணக்கோலத்தில் அவளை வீட்டுக்கு அழைத்து வந்தார். கலியாணச் சீராக ஜமீந்தார் அவருக்கு நூறு பணமும் பட்டு வஸ்திரமும் வெள்ளிப் பாத்திரங்கள் சிலவும் வழங்கியிருந்ததைக் கண்டேன். அனைத்தையும் எடுத்து வீட்டுக்குள் வைத்துவிட்டு அவளுக்கு வணக்கம் சொல்லி வரவேற்றேன்.

நியாயமாக நான் இறந்திருக்கலாம். அல்லது வீட்டை விட்டு வெளியேறியிருக்கலாம். இரண்டையுமே நான் செய்ய விரும்பவில்லை. சொற்களை எனக்குத் தந்தவள் அதைச் சூல் கொள்ள வைக்க முடிவு செய்துவிட்டபோது என்னால் எப்படி வேண்டாமென்று சொல்ல முடியும்?

அவள் பேசவேயில்லை. தலை நிமிர்ந்து பார்க்கவும் இல்லை. அன்றைக்குத் தொடங்கி வீட்டில் மீண்டும் சமையல் என்ற ஒன்று நடைபெற ஆரம்பித்தது. அவள்தான் சமைத்தாள். நாங்கள் சாப்பிட்டோம். அவள் வீட்டுக்குள் இருக்கும்போது நாங்கள் வெளியே படுத்துக்கொண்டோம். அவள் அழைத்தால் மட்டுமே உள்ளே போனோம்.

அப்பா சந்தோஷமாக இருப்பது தெரிந்தது. அவரது ஜமீன் உத்தியோகத்திலும் ஒரு மாற்றம் ஏற்பட்டது. இனி அவர் மூட்டைகளை எண்ணி அடுக்க வேண்டாம். ஜமீன் காரியஸ்தருக்கு உதவியாக உடன் இருந்தால் போதும். கடிதங்கள் எழுதும் வேலை. சந்திப்புகளை ஏற்பாடு செய்யும் வேலை. எளிய பணிகள். நிறைவான வாழ்க்கை.

அவரிடம் சொல்லிவிட்டு நான் ஒரு சுற்றுப்பயணம் போகக் கிளம்பினேன். போகுமிடம் முடிவு செய்துகொண்டு கிளம்பவில்லை. தோன்றுகிற வரைக்கும் நடந்து கொண்டிருப்பது. அலுத்தால் திரும்பி வந்துவிடலாம்.

அப்பா தடுக்கவில்லை. என் வழிச் செலவுக்குப் பணம் கொடுத்து அனுப்பிவைத்தார்.

நான் முதலில் காஞ்சிக்குச் சென்றேன். அங்கிருந்து காளஹஸ்திக்குப் போனேன். ஒரு நாடோடிக் கூட்டத்தோடு சேர்ந்துகொண்டு குல்பர்க்கா வரை சென்று திரிந்துவிட்டு மூன்று மாதங்கள் கழித்து ஊர் திரும்பினேன்.

'வா' என்றார் அப்பா.

வீட்டில் அவர் மட்டும்தான் இருந்தார். அவள் இல்லை. எனக்கு ஒரு சிறு குறுகுறுப்பு. அவள் தாய்வீட்டுக்குப் போயிருக்க நியாயம் உண்டுதான். அதற்கொரு அழகிய காரணத்தை அப்பா தந்திருக்கலாமோ?

அவர் வெடித்து அழுதார். தலையில் அடித்துக்கொண்டும், சுவரில் முட்டிக்கொண்டும் அதுவரை நான் காணாத விதமாகவெல்லாம் தனது தோல்வியையும் அவமானத்தையும் வெளிப்படுத்தினார்.

'ஒரு வார்த்த என்கிட்ட அவன் சொல்லலியேடா. இப்படிக்கடேசி வரைக்கும் வாயத் திறக்காம இருந்து கழுத்தறுத்துட்டானேடா. அவங்க ரெண்டு பேருக்குள்ள ஏற்கெனவே என்னமோ இருந்திருக்கே. அதச் சொல்லாம மறைச்சித் தொலைச் சிட்டாங்களே. ஏழைப் பொண்ணு, தெரிஞ்சவன் பொண்ணு, அவளோட அப்பனே விரும்பிக் கேட்டானேன்னுதான் ரெண்டாந்தாரமா கட்டிக்க ஒத்துக்கிட்டேன். இப்படி சாணியத் தோச்சி அடிச்சிட்டுப் போயிட்டாளேடா உன் தம்பியோட!'

அந்தக் கணம் எனக்குக் கண் திறந்தாற்போல் இருந்தது. அப்பாவை அணைத்து ஆறுதல் சொன்னேன். அன்றைக்கு அவருக்கு நானே என் கையால் முதல் முறையாக சமைத்துப் போட்டு சாப்பிட வைத்தேன். அழுது ஓய்ந்து, சாப்பிட்டு முடித்துவிட்டு அவர் படுத்த பிறகு உட்கார்ந்து எழுத ஆரம்பித்தேன்.

அதிகாரம் 7

மீன் கதை

எனக்கும் பெயர் கிடையாது. அதாவது நான் சொல்ல விரும்பவில்லை. முன்னால் பேசியவரை நபர் ஒன்று என்று வைத்துக்கொண்டால், என்னை நபர் இரண்டு என்று மனத்தில் குறித்துக்கொள்ளுங்கள்.

இரண்டு. ஆம். ஒரு விதத்தில் அது பொருத்தமான பெயரும்கூட. உங்களுக்கு வாழ்நாள் முழுதும் இரண்டாம் இடத்திலேயே இருக்க விதிக்கப்பட்ட ஒரு கலைஞனின் மனம் எப்படியெல்லாம் புழுங்கித் தவிக்கும் என்று தெரியுமா? இந்த நீள் செவ்வக நிலவறையைப் பாருங்கள். நான்கு புறமும் பெரிய பெரிய கருங்கல் பாறைகளை அடுக்கிப் பூசி அறையாக்கியிருக்கிறார்கள். தரையும் கருங்கல் தரைதான். இந்தத் தரைக்கு மேலே சுவர்களை ஒட்டி வரிசையாகக் கட்டப்பட்டிருக்கும் ஆறு திண்ணைகளும் கருங்கல் திண்ணைகள்தாம். ஒரு நிலவறையை இதைக் காட்டிலும் சிரத்தையாக யாரும் வடிவமைத்துவிட முடியாது என்பதில் சந்தேகமில்லை.

ஆனால் இங்கும் எனக்குக் கிடைத்திருப்பது இரண்டாவது திண்ணைதான். யாரும் திட்டமிட்டுச் செய்யவில்லை. இயல்பாகவே அது அப்படித்தான் அமைந்துவிடுகிறது. முன்பெல்லாம் இதற்காக நான் மிகவும் வருத்தப்படுவேன். இப்போது பழகிவிட்டது. முதல், இரண்டு என்பதெல்லாம்

மனத்தின் மாயத் தோற்றங்களே அல்லாமல் வேறில்லை. நான் ஒரு கலைஞன். என் கலையை மதிப்பிட யாருக்குத் தகுதி இருக்கிறது?

உடனே கடவுளுக்கு என்று சொல்லாதீர்கள். நான் அவனை நம்புவதில்லை. கலைஞன் ஒருவன் இருக்கும் இடத்தில் கடவுளுக்கு இடமில்லை; பெரிய வேலையும் இல்லை. இப்படிச் சொல்கிறேனே என்று வியப்படையாதீர்கள். நீங்கள் என் நடனத்தை ஒருமுறை பார்க்க வேண்டும். புராணங்களை எழுதியவர்களின் கற்பனையில் தில்லை நடராசன் ஆடியது போன்றதல்ல அது. என் ஆட்டம் என்பது அலைகளின் ஆர்ப்பரிப்பில் தெரிக்கும் துளிகளுள் ஒன்றை உருவியெடுத்து உற்றுப் பார்கிற அனுபவத்தைத் தரக்கூடியது. உங்களுக்கு ஆடல் இலக்கணம் தெரிந்திருக்கத் தேவையில்லை. இசைப் புலமை இருக்க வேண்டிய அவசியமில்லை. தாள ஞானம் முக்கியமில்லை. லய அறிவு தேவையில்லை. அடவுகளோ, அசைவுகளோ அல்ல. என் ஆட்டம் என்பது ஒரு முழுமையின் வடிவம். பிரபஞ்சப் பூரணம்.

இதில் உங்களுக்கு வியப்பூட்டக்கூடிய இன்னொரு அம்சம் உள்ளது. அதைச் சொல்கிறேன். எனக்கு குருநாதர் யாரும் கிடையாது.

பொதுவாக நான் இதைச் சொல்லும்போதெல்லாம் யாரும் என் சொற்களை நம்புவது இல்லை. ஆணவத்தின் உச்சத்தில் ஏறி நிற்கிற ஒருவனின் வெற்றுச் சவடால் என்று புறங்கையால் ஒதுக்க நினைப்பார்கள். உண்மையில் கலையில் ஆணவம் என்ற ஓர் அம்சம் கிடையாது. கலைஞனின் மனத்தில் அது ஒருக் கணமும் நிலைக்காது. இதையும் நீங்கள் நம்பத்தான் மாட்டீர்கள். ஏனென்றால் நீங்கள் கேள்விப்பட்டிருக்கக்கூடிய அத்தனைக் கலைஞர்களுமே அகம்பாவம் பிடித்தவர்களாக மற்றவர்களால் சித்திரிக்கப்பட்டிருப்பார்கள்.

சக்தி இருந்தால் எந்தக் கலைஞனையாவது நெருங்கிப் பாருங்கள். அவன் நெஞ்சத்தைப் பிளந்து அந்தராத்மாவுக்குள் நுழைந்து பார்க்க முயற்சி செய்யுங்கள். அகங்காரத்துக்கு அங்கே இடம் இருக்காது. மாறாக ஒரு அச்சம் இருக்கும். சிறியதொரு தவிப்பு. ஒரு பதற்றம். இந்தக் கணம் சுவாசித்துக்கொண்டிருக்க வைக்கும் கலை அடுத்தக் கணம் மறந்தோ, இல்லாமலோ போய்விட்டால் என்னாகும் என்கிற தவிப்பு.

இது மிகையே இல்லை. சந்தேகமிருந்தால் என்னோடுகூட இந்த நிலவறைக்குள் இருக்கிற ஐந்து பேரில் யாரை வேண்டுமானாலும் கேட்டுப் பாருங்கள். இதையேதான் சொல்லுவார்கள். ஏனெனில், ஒவ்வொரு கலை மேதைமைக்கும் பின்னால் ஒரு குற்றம் ஒளிந்துகொண்டிருக்கிறது. மிகச் சிறிய அளவிலாவது. பிரித்தறிய முடியாத அணுத்துகளை உடைத்துப் பார்க்க திராணி இருந்தால் முயற்சி செய்யலாம். ஆனால் உங்கள் உயிரின் ஒவ்வொரு துளியையும் நீங்கள் அதில் செலுத்த வேண்டியிருக்கும். உங்களுக்கென்று கொஞ்சம் மிச்சம் இருக்குமா என்று என்னால் சொல்ல முடியாது.

அந்தக் குற்றம் அறிந்தே நிகழ்வது. அதுவும் ஒரு கலையைப் போலத்தான். மொட்டவிழும் கணத்தைக் கைப்பற்றிவிட முடியுமா? ஒரு சாகசத்தின் உச்சத்தில் திளைக்கிற தருணத்தில் தன்னையறியாமல் நிகழ்வது. எதுவாகவும் இருக்கலாம். எப்படியும் இருக்கலாம். ஆனால் இருக்கும். அதில் சந்தேகமில்லை.

●

தஞ்சாவூர் மகாராஜா ரகுநாத நாயக்கர் தரங்கம்பாடிக்கு வருவதாகச் சேதி பரவியிருந்தது. டச்சுக்காரர்கள் அவரை வரவேற்பதற்காகக் கடலோரத்தில் இருந்து ஊர் எல்லை வரைக்கும் கம்பம் நட்டு, தோரணம் கட்டி, விளக்குகள் பொருத்தி அலங்காரம் செய்திருந்தார்கள். மன்னரின் பல்லக்கு வருகிற பாதையெல்லாம் பாய் விரித்தாற்போல் எங்கிருந்தோ புற்களை வெட்டி எடுத்து வந்து புதைத்து வைத்திருந்தார்கள். புற்பாதையின் இரு புறங்களிலும் பூச்சட்டிகள் வைக்கப்பட்டிருந்தன. சட்டிகளின் கழுத்துக்குக் கோல அலங்காரங்கள் செய்யப்பட்டிருந்தன.

அன்றைக்கு ஒருநாள் பொது ஜனங்களுக்குக் கோட்டைக்குள் சென்று பார்க்க அனுமதி அளிக்கப்பட்டிருந்ததால் தரங்கம் பாடிக்குச் சுற்று வட்டாரமாயிருந்த அத்தனைக் கிராமங்களிலும் இருந்து சனம் வண்டி கட்டிக்கொண்டு வரத்தொடங்கியிருந்தது. விசித்திர வாண வேடிக்கைகளும் வீதிக் கலை நிகழ்ச்சிகளும் வியாபார வினோதங்களுமாகத் தரங்கம்பாடி பொலிந்து கொண்டிருந்தது.

என் சிநேகிதர்களுக்கு டச்சுக் கோட்டைக்குள் சென்று பார்க்க ஆசை இருந்தது. அவர்கள் வற்புறுத்தியிராவிட்டால் நான் அங்கு

போயிருக்க வாய்ப்பில்லை. அலைகடலோரம் ராஜ திமிங்கலம் ஒதுங்கினாற்போலக் கோட்டை விரிந்திருக்கிறது என்று பார்த்து வந்த ஒருவன் சொல்லியிருந்தபடியால், போய்ப் பார்த்தேவிடுவது என்று முடிவு செய்து, கிளம்பினோம்.

ஆளுக்கு ஒரு துணியில் சாப்பாடு முடிந்து தோளில் போட்டுக் கொண்டு தோல் குடுவைகளில் தண்ணீர் எடுத்துக்கொண்டு நடக்க ஆரம்பித்தோம். பறங்கிகள் அப்படி என்னதான் வியாபாரம் செய்கிறார்கள் என்று நேரில் பார்த்துவிட வேண்டியதுதான். அந்தச் சாமர்த்தியம் தீயிலிட்டுச் சுட்டாலும் நமக்கு வராது என்று கடலூரில் மீன் பிடித் தொழில் செய்துகொண்டிருந்த என் தாத்தா சொன்னார். அவர் எங்கே சென்று என்ன பார்த்தார் என்று எனக்குத் தெரியவில்லை. கேட்டபோது, ‘அட போடா. அவந்தோல பக்கத்துல நின்னு பாக்குதுக்கே ஆயிரம் வராகன் எடுத்து வெச்சிடத் தோணிப்பிடும். சாமி பறங்கிய பணத்தால செஞ்சிட்டு நம்மள பசுஞ்சாணத்துல செஞ்சிப்பிட்டான்’ என்று வருத்தப்பட்டார். பறங்கிக்கு மீன் விற்கப் போய் பண்ட மாற்றாக என்ன எதிர்பார்த்து ஏமாந்திருப்பார் என்று எனக்குப் புரியவில்லை.

உச்சிப் பொழுதில் நாங்கள் டேனியக்கோட்டைக்கு ஒரு மைல் தொலைவில் ஒரு சாவடித் தடுப்பை வந்தடைந்தோம். சாப்பிட்டுவிட்டுப் போகலாம் என்று நண்பர்கள் சொன்னார்கள். அங்கேயே ஒரு மரத்தடியில் உட்கார்ந்து கட்டைப் பிரித்தோம். நிமிஷத்துக்கொரு பறங்கிக்காரன் குதிரையில் எங்கோ விரைந்தோடிக்கொண்டே இருந்ததைக் கண்டேன். மூட்டை மூட்டையாக ஒவ்வொருவன் எடுத்துச் சென்றதன் உள்ளும் வைர வைடூரியங்கள் குவிந்திருக்கும் என்று நண்பர்கள் ஆர்வமுடன் பேசிக்கொண்டார்கள்.

எனக்கு கவனம் அதில் இல்லாதிருந்தது. சாப்பிடும் செயல் நடைபெற்றுக்கொண்டிருந்தாலும் சிந்தை முழுதும் வேறொரு இடம் தெரியாத இடத்தின் பக்கம் ஒதுங்கியிருந்தது. என் காதுகளில் கேட்ட ஜதியின் ஓசை. அதனோடு இயைந்து அதிர்ந்த சலங்கைகளின் பேரோசை. அது கடலின் ஓசையைக் காணாதடித்துவிடும் போலிருந்தது. நண்பகல் நேரத்தில் எங்காவது நாட்டியம் நடக்குமா? இது புதிதாக அல்லவா இருக்கிறது? ஒருவேளை நாயக்கருக்கு முன்னால் ஆடிக்காட்ட ஒத்திகை நடந்துகொண்டிருக்கலாம் என்று தோன்றியது. பறங்கி பரத நிகழ்ச்சி வைப்பானா? அதுவும் குழப்பமாக இருந்தது.

சட்டென்று எழுந்து சென்று கையைக் கழுவினேன். சத்தம் வந்த இடத்தை நோக்கி அனிச்சையாக நடக்க ஆரம்பித்தேன். சாலைக்கு மேற்கே ஒரு தோப்பு போல் மரங்கள் அடர்ந்து விரிந்ததொரு பாதையில் நான் நடந்துகொண்டிருந்தேன். மரங்களுக்கு நடுவே இங்கொன்றும் அங்கொன்றுமாகச் சில வீடுகள் மட்டுமே இருந்தன. வேலிப் படல் அமைத்துக் கட்டப்பட்ட ஓலைக் குடிசைகள். ஒவ்வொரு படலின்மீதும் முல்லைக் கொடிகள் படர்ந்திருந்தன. ஒவ்வொரு வீட்டைச்சுற்றியும் வெண்டைக்காய் பயிரிடப்பட்டிருந்தது. எலுமிச்சை மரங்கள். செம்பருத்திச் செடிகள். பவழமல்லி. அவை தரையில் உதிர்ந்து வதங்கியிருந்தன.

ஜதி சத்தம் கேட்ட வீட்டை நெருங்கியதும் சற்றுத் தயங்கினேன். உள்ளே போக அச்சமாக இருந்தது. ஆனால் போகவேண்டும் என்னும் அவா கட்டுக்கடங்காமல் இருந்தது. போதையில் கட்டுண்டதுபோல அந்த ஓசை என்னை இழுத்து வந்திருந்தது. எப்போது இந்த ஓசையைக் கேட்க நேர்ந்தாலும் இப்படித்தான் ஆகிவிடும். சுயம் இறக்கிற நிலை.

ஆனால் நான் புழங்கிய சூழலில் என் காதுகளில் விழுந்த இசை வேறு. அதன் ஓசை வேறு. அதன் தாளகதி முற்றிலும் வேறு. எந்தவித இலக்கணச் சட்டகங்களுக்கும் அடங்காத எங்கள் பிராந்தியக் கூத்தின் அடிநாதமும் நடனம்தான். ஆனால் அது நிகழும் கணத்தில் தோன்றுகிற அசைவு. முன் தீர்மானிக்கப் பட்டதல்ல. எழுதி வைக்கப்பட்டதல்ல. சொல்லிக் கொடுக்கப் பட்டதும் அல்ல.

ஆனால் இந்த இசையும் ஓசையும் தாளகதியும் பெட்டிக்குள் இருந்து எடுத்து அழகு பார்க்கிற ஆபரணங்களை ஒத்ததாக இருந்தது. திரும்பவும் பெட்டிக்குள்தான் வைத்தாக வேண்டும்.

பாடலீசுவரர் கோயில் திருவிழாவின்போதெல்லாம் சதிர்க் கச்சேரிகளைக் கண்டிருக்கிறேன். முகம் நிறைந்த பூச்சும் கனம் கொள்ளாத நகைகளும் அணிந்து தேவரடிப் பெண்கள் கோயில் மண்டபத்தில் ஆடுவார்கள். எனக்கு ஆட்டம் தெரியாது. இசை தெரியாது. யார் கண்ணிலும் படாமல் எங்கேனும் ஒரு மூலையில் ஒதுங்கி நின்று அவர்களது பாதங்களையே பார்த்துக் கொண்டிருப்பேன். உயர்ந்து எழுந்து அடங்கி ஒடுங்கி மீண்டும் உயர்ந்து எழும்பும் அலைகளின்மீது லாகவமாகத் துள்ளிப் புரளும் மீன்களைப் போல் அவை குதித்து எழும். முகங்களோ, கண்களோ,

அதன் அசைவுகளோ, உதட்டுச் சுழிப்போ, வேறெதுவோ என்னைக் கவர்ந்ததில்லை. அந்தப் பாதங்கள். அவற்றின் ஒற்றியெடுக்கும் லாகவம்.

வீட்டுக்கு வந்து நள்ளிரவுப் பொழுதில் யாரும் அறியாமல் தனியே என் பாதங்களை அவ்வாறு நிலத்தில் ஒற்றி ஒற்றி உயர்த்திப் பார்ப்பேன். இந்தப் பழக்கம் எனக்கு சிறு வயதில் இருந்தே இருந்து வந்தது. கடலுக்குள் கட்டுமரம் சவிட்டிச் செல்லுகிறபோது அது குதித்து எழும் போதெல்லாம் எனக்குத் தேவரடியார்களின் பாதங்கள் நினைவுக்கு வரும்.

ஒரு கலை. பாதங்கள் தாங்கும் கலை. உடலின் பிற அனைத்து உறுப்புகளும் அதற்குத் துணை புரிகின்றன. ஆரம்பிப்பது மட்டும்தான் தெரியும். மெல்ல மெல்ல வேகமெடுத்து முன்னும் பின்னும் ஒற்றியெடுக்கும் பாதங்களின் ஆசியில் புவி பொலிந்து நிற்கிறது.

என் உணர்வு மறந்து இரவுகளில் எத்தனையோ நாள் நான் ஆடி ஆடித் தீர்த்திருக்கிறேன். பாடலும் தாளமும் மனத்தில் இருக்கும். என் விழிகள் பாதங்களின்மீதே இருக்கும். இது என்ன கலை! இது என்ன உணர்வு! உடல் முழுதையும் இயக்கி, உயிர் மறக்கச் செய்கிற பேரானந்தம்.

நிறுத்தவே மாட்டேன். விடிய விடிய ஆடிக்கொண்டிருப்பேன். மூச்சிறைத்து, தலை சுற்றும்வரை ஆடுவேன். தடுமாறி விழுந்தாலும் கவலையில்லை. உயிரே போனால்தான் என்ன? இது ஓர் அனுபவம். குடித்துத் தீர்க்கிற கள்ளும் தராத பெரும் பரவசம்.

ஒருநாள் தாத்தா நான் ஆடுவதைப் பார்த்துவிட்டார். அவருக்கு வாயடைத்துவிட்டது. வெகுநேரம் நின்ற இடத்திலேயே நிலைகுத்திப் போயிருந்தார். நான் ஆடிக் களைத்து வியர்வையைத் துடைத்துக்கொண்டு திரும்பியபோதுதான் அவர் என்னைப் பார்த்துக்கொண்டிருந்ததே எனக்குத் தெரிந்தது. கொஞ்சம் வெட்கமாகிவிட்டது. என்ன பேசுவது? எதையாவது சொல்லிச் சமாளிக்கத்தான் வேண்டுமா?

அவர் மெல்ல என்னை நெருங்கி வந்தார். என் தோள்களைப் பற்றினார். அவர் கண்களில் நான் அதுவரை காணாத தகதகப்பை அன்று அந்த இரவில் கண்டேன்.

'டேய், நீ கலைஞனாடா? எனக்குத் தெரியல்லியேடா?' என்று சொன்னார்.

எனக்கும்தான் தெரியாது. இதன் பெயர்தான் கலையா? ஆனால் நான் கற்றதில்லை. யாரிடமும் பாடம் கேட்டதில்லை. தாள் பணிந்து சலங்கை அணிந்ததில்லை. அதைத் தொட்டுக்கூடப் பார்த்ததில்லை. அறிந்ததெல்லாம் மீனும் கட்டுமரமும் கடலோரத்து வாழ்வும் வசவுகளும்.

'வளந்த பய. இப்பிடி ஆட்டத்துல மனசக் குடுக்கறியேடா. இது நமக்கெல்லாம் வருமாடா?' என்று தாத்தா கேட்டார்.

'அசந்து போய் நின்னியே தாத்தா?'

'ஆமால்லெ? அசந்துதான் போயிட்டேன். ஒனக்கு வருது. இத காந்தருவ வேதம்னு சொல்லுவாய்ங்க. அதுதானா நீ ஆடுறதுன்னு எனக்குத் தெரியலெ. அதுவாத்தான் இருக்கும்னு தோணுதுடா.'

தாத்தாவால் தான் கண்ட காட்சியை வெகுநாள் தனக்குள் வைத்துக்கொண்டிருக்க முடியவில்லை. பாடுக்குப் போனபோது சக செம்படவர்களிடம் அவர் சொல்லியிருக்கிறார். என் பெயரன் ஆடுகிறான். எப்படி ஆடுகிறான் என்றே தெரியவில்லை. கடலம்மை வரமாய்க் கொடுத்திருக்கிறாள் போலிருக்கிறது.

'எது? தாசிக ஆடுறதா?'

'அந்த மாதிரிதா தெரியுது. இவனுக்கு எப்படி வருதுன்னு புரியலெ.'

இன்னொரு இரவு நான் ஆடிக்கொண்டிருந்தபோது தாத்தா பத்திருபது பேரை அழைத்து வந்து காட்டினார். எனக்கு முதலில் நாணமாகிவிட்டது. அவர்கள் வற்புறுத்தி என்னை ஆடச் சொல்லி வேடிக்கை பார்த்தார்கள். பாடல் என்று ஏதுமின்றி என் மனத்துக்குள் ஒலித்த இசையின் தாளகதிக்கு ஏற்ப நான் சில நிமிடங்கள் அவர்களுக்கு ஆடிக் காட்டினேன்.

'பய தாசி வீட்டுக்குப் போய்வரான் போலருக்குது. ஆனா செம்படவப் பயல எவளும் உள்ள சேக்கமாட்டாளே' என்று யாரோ சொன்னார்கள்.

'சீச்சீ' என்று தாத்தா உடனே அந்தக் கருத்தை மறுத்தார். 'கத்துக்கிட்ட யாருடா இப்பிடி ஆடுறாளுக? ஒருத்திய காட்டு பாப்பம்? இவன் சுயம்புடா. சங்குக்குள்ள பொறந்து வந்திருக்கான் எம்பெயரன். சுட்டெடுத்த சங்கு.'

அந்த வருஷத்து வலசைத் திருவிழாவின்போது நான் முதல் முதலில் செம்படவக் குடிசனத்துக்காக ஒரு சாமம் முழுதும் ஆடிக் காட்டினேன். யாருமே நம்பவில்லை. எப்படி, எப்படி என்று திரும்பத் திரும்பக் கேட்டார்கள். தெரியவில்லை என்று நான் சொன்ன பதில் யாருக்கும் புரியவில்லை.

●

நான் அந்த வீட்டின்முன் நின்றுகொண்டிருந்தேன். எவ்வளவு நேரம் நின்றேன் என்று எனக்குத் தெரியவில்லை. என் சுய உணர்வு முற்றிலுமாக உதிர்ந்துவிட்டிருந்தது.

அப்பியாசம் முடிந்துவிட்டது போலிருக்கிறது. உள்ளிருந்து சில பெண்கள் வெளியே வந்தார்கள். நான் சட்டென்று ஒதுங்கி இன்னும் ஓரமாகப் போய் நின்றுகொண்டேன். அந்தப் பெண்களின் பாதங்களையே உற்றுப் பார்த்துக்கொண்டிருந்தேன். அவர்கள் யாரும் என்னைக் கவனித்ததாகத் தெரியவில்லை. தமக்குள் ஏதோ பேசியபடியே அவர்கள் போய்விட்டார்கள்.

ஒரு தயக்கம். மிகச் சிறிய அளவில் ஒரு அவா. அந்த வீட்டின் வேலிப்படலைத் திறந்துகொண்டு உள்ளே போனேன். வெளியூர் என்பதால் இந்தத் துணிச்சல் வந்திருப்பதாகத் தோன்றியது. என்ன சொல்லிவிடுவார்கள்? பார்த்துவிடலாம்.

துணிச்சலை ஏற்படுத்திக்கொண்டு, 'சாமி..' என்று குரல் கொடுத்தேன். சட்டென்று அதை மாற்றிக்கொண்டு, 'அம்மா' என்று அழைத்தேன்.

'யாரது?'

அதிகாரமாக வெளியே வந்த குரலுடன் அந்த மனிதர் வெளிப்பட்டார். நாற்பது வயதுக்குமேல் இராது அவருக்கு. பார்த்ததுமே சங்கீதக்காரர் என்று எனக்குத் தெரிந்துவிட்டது. தோள் வரை புரண்ட முடியும் சந்தனப் பொட்டும் கடுக்கண் அணிந்த செவிகளும் கழுத்து நிறைய மணி மாலைகளும் அணிந்திருந்தார். கன்னத்தின் ஒருபுறம் வெற்றிலைக் குதப்பலில் வீங்கியிருந்தது.

'யாருடா?' என்றார்.

'கும்புடறேனுங்க. நீங்கதா அவுங்களுக்கு நாட்டியம் கத்துக்குடுக்கறிகளா?' என்று கேட்டேன்.

'வெளிய போ. வெளிய போ முதல்ல. கமலி, சூத்ரன எதுக்கு உள்ள விட்ட?' என்று உள்ளே பார்த்துக் குரல் கொடுத்தார்.

அவள் அவரது மனைவியாக இருக்க வேண்டும். பதறிக்கொண்டு ஓடி வந்தாள். ஒரு வினாடி என் கண்ணிமைகள் என் கட்டுப்பாட்டை இழந்து மெதுவாக மூடித் திறந்தன. ஐயோ, எம்மாதிரியான வடிவம் இது! என் வாலிபம் விடைத்துக்கொண்டு உச்சந்தலையில் படமெடுத்து நின்றதை என்னால் உணர முடிந்தது.

'என்னடா ஒனக்கு? சோறா? ஏய், இருந்தா போட்டு அனுப்பு. மொதல்ல வெளிய போய் நிக்க சொல்லு' என்று சொல்லிவிட்டு அவர் உள்ளே போய்விட்டார். நான் அவளையே பார்த்துக் கொண்டு நின்றேன். அவள் சட்டென்று உள்ளே போனாள். சில நிமிடங்களில் ஓர் இலையில் கொஞ்சம் சோறு வைத்து மூடி எடுத்து வந்து நான் நின்ற இடத்துக்குச் சற்றுத் தள்ளிக் கீழே வைத்தாள்.

நான் குனிந்து அதை எடுத்துக்கொண்டு அவளைப் பார்த்துக் கும்பிட்டேன். அவள் உள்ளே திரும்பப் போன நேரம், 'எனக்கும் நாட்டியங்கத்துக்கணும்' என்று சொன்னேன்.

•

மீண்டும் மீண்டும் நான் தரங்கம்பாடிக்குச் சென்றேன். ஒவ்வொரு முறையும் அந்த வீட்டின் வாசலில் போய் நின்றேன். அவர் என்னைக் கண்டபோதெல்லாம் கல்லை விட்டெறிந்தும், காலணிகளை விட்டெறிந்தும், கட்டையைத் தூக்கி வந்தும் என்னைத் தாக்கினார். ஓடிப் போ சனியனே. இங்கு வந்து கற்க உனக்கு என்ன யோக்கியதை இருக்கிறது?

எனக்கு என்ன நேர்ந்தது என்று எனக்குத் தெரியவில்லை. அவர்மீது எனக்குச் சற்றும் கோபமில்லாமல் இருந்தது. அந்த அடிகளை மிகவும் பொறுமையுடன் நான் ஏற்றுக்கொண்டேன். கையால் மறைத்துத் தடுக்கக்கூட முயற்சி செய்யவில்லை. பல சமயம் ரத்த காயம் உண்டாகும் அளவுக்கு அவர் என்னைத் தாக்கியிருக்கிறார். ஒரு பல்லே ஒருமுறை உடைந்து போனது.

ஆனாலும் நான் அமைதியாக இருந்தேன். இந்தத் துன்புறுத்தல்கூட இல்லாமல் ஒரு வித்தை எங்கிருந்து வந்து ஒட்டும்?

ஒருநாள் வழக்கம்போல் நான் அவர் வீட்டுக்குப் போய் வெளியே நின்று குரல் கொடுத்தேன். செம்படவ நாயே என்று எப்போதும் பாய்ந்து ஓடி வரும் அவர் அன்று வரவில்லை. அவர் குரலும் கேட்கவில்லை.

எனவே மீண்டும் அழைத்தேன். அம்மா, நான் வந்திருக்கிறேன்.

அவள் வெளியே வந்தாள். என்ன என்று கேட்டாள். பதில் எதிர்பார்த்த கேள்வியா அது? என் விருப்பம் அவளுக்குத் தெரியும். என் முயற்சிகளை அவள் அறிவாள். நான் பெற்ற விழுப்புண்களையும்கூட.

சில கணப் பொழுதுகள் கண்ணிமைக்காமல் என்னையே உற்றுப் பார்த்துக்கொண்டிருந்தவளுக்கு என்ன தோன்றியதோ. உள்ளே வா என்று சொன்னாள். எனக்கு வியப்படையவோ, அதிர்ச்சியுறவோ அவகாசம் இருக்கவில்லை. ஒரு அசரீரிக்குக் கட்டுப்பட்டவன் போல நான் முதல்முதலில் அந்த வீட்டுக்குள் அப்போது நுழைந்தேன்.

அங்கே ஒரு வீணை இருந்தது. நடராசர் சிலையும் அதனெதிரே இரண்டு குத்துவிளக்குகளும் இருந்தன. ஒரு விளக்கு மட்டும் எரிந்துகொண்டிருந்தது. சிலைக்கு எதிரே மாக்கோலம் போடப்பட்டிருந்தது.

சொல், என்ன வேண்டும் உனக்கு?

கற்க வேண்டும்.

அவர் கற்றுத்தர மாட்டார். பிறகு?

இல்லை. எப்படியாவது நான் கற்க வேண்டும். எனக்கு ஆட வருவதாக எல்லோரும் சொல்கிறார்கள்.

'அப்படியா? எங்கே, ஆடிக்காட்டு?' என்று அவள் சொன்னாள்.

வாழ்வில் முதல் முறையாக எனக்கு அப்படியொரு துணிச்சல் எப்படி வந்தது என்று தெரியவில்லை. தயங்காமல் அவளிடம் கேட்டேன், 'நீங்க பாடுவிங்களா?'

அவள் அரைக்கணம் யோசித்தாள். என்ன நினைத்தாளோ. வாயிற்கதவை மூடிவிட்டு வந்து 'ம், ஆடு' என்று சொல்லிவிட்டுச் சட்டென்று அமர்ந்து தாளமிட்டுக்கொண்டு பாடத் தொடங்கினாள். என் மானசீகத்தில் நான் அவளையே வணங்கிவிட்டுக் கண்ணை

மூடிக்கொண்டு அந்த இசைக்கு என் பாதங்களையும் கரங்களையும் ஒப்புக்கொடுக்கத் தொடங்கினேன்.

அன்று நான் என்ன ஆடினேன் என்று எனக்குத் தெரியாது. அது ஆட்டம்தானா என்று தெரியாது. அவள் உத்தரவுக்குக் கட்டுப்பட வேண்டும் என்ற எண்ணம் மட்டும் இருந்தது. ஒரு வாய்ப்பு. எப்பிறவியிலும் மறக்க முடியாத ஒரு வாய்ப்பு அமைந்தே விடுமோ என்கிற தவிப்பிலும் பதற்றத்திலும் ஆடியிருப்பேன் என்று நினைக்கிறேன்.

ஒரு பெரும் அலை உலகைச் சூழ்ந்து நிறைத்து அடங்கித் தணிந்தது போல் இருந்தது. பாட்டு நின்றுவிட்டது. நான் ஆட்டத்தை நிறுத்தினேன். அவள் எழுந்துகொண்டாள். எனக்கு உடலெல்லாம் வியர்த்து நடுங்க ஆரம்பித்தது. நான் எங்கே நிற்கிறேன், இதன் விளைவு என்னவாக இருக்கும், யாராவது வந்துவிட்டால், யாராவது பார்த்துவிட்டால் என்ன ஆகும் என்ற பயம் பிடித்துக்கொண்டது. ஒரே ஓட்டமாக ஓடிப் போய்விடலாமா என்று யோசித்த கணத்தில் அவள் சொன்னாள்.

'உனக்கு குரு தேவையில்லை. உனக்குச் சொல்லிக்கொடுக்கும் அளவுக்கு இவர் வித்தை தெரிந்தவர் இல்லை. நீ சுயம்பு.'

அது நான் சற்றும் எதிர்பாராதது. அவள் யோசிக்கவே செய்யாமல் சட்டென்று கரம் குவித்து என்னை வணங்கினாள். அது போதாது என்று நினைத்துவிட்டாளா? என் காலடியில் விழுந்து வணங்க நெருங்கிக் குனிந்தாள்.

ஒரு கணம்தான். என்னால் தாங்கவே முடியவில்லை. அப்படியே அவள் தோள்களைப் பற்றித் தூக்கிவிட்டேன். பற்றிய தோளை விடத் தோன்றவில்லை. அவளும் மறுப்பு சொல்லவில்லை. விலகவும் இல்லை.

என் பாதங்கள் உதறத் தொடங்கின. நினைவில் பற்றி எரிந்துகொண்டிருந்த ஒற்றைக் கங்கு புரண்டு திரண்டு நெற்றியைப் பிளந்துகொண்டு வெளியே வந்தது. அது மிகச் சரியாக அவள் நெற்றியைச் சென்று தாக்கிய கணத்தில் அவளது கணவர் கதவைத் திறந்துகொண்டு வீட்டுக்குள் வந்தார்.

●

அந்தச் சாபம் பழுப்பு நிறத்தில் இருந்தது. அதன் ஓரங்கள் தீயில் பொசுங்கிக் கருகியிருந்தன. சகிக்கமுடியாத துர்நாற்றம் ஒன்று

அதன்மீது வீசிக்கொண்டிருந்தது. அழுகிய பிரேதமொன்று என்னை ஆலிங்கனம் செய்ய எழுந்து வருவதுபோல அது என்னை நோக்கி வரத் தொடங்கியதும் நான் தலை தெரிக்க ஓட ஆரம்பித்தேன். கண்மண் தெரியாத ஓட்டம். காலத்தின் முடிவில்லாப் பெருவெளியில் எனது கால்கள் சக்கரங்களாகி உருளத் தொடங்கியிருந்தன.

ஆனால் என்ன ஓடியும் அந்தப் பழுப்பு நிறச் சாபத்தின் கோரப் பிடியில் இருந்து அகப்படாமல் தப்பிக்க முடியவில்லை. என் தோல்வியை என் விதி என் நெஞ்சத்துக்குள் இறக்கி வைத்தது. நான் அதன் அழுகி, முடைநாற்றமெடுத்த கரங்களுக்குள் என்னை ஒப்புக்கொடுத்தேன். அது என்னை ஆரத் தழுவியது. எனக்கு உடம்பெல்லாம் கூசியது. அந்தத் தழுவல் மெல்ல மெல்ல இறுகியது. எனக்கு மூச்சு முட்டியது. ரத்தமும் சீழும் ஒழுகிய அதன் கரங்களின் வலிமை நம்ப முடியாததாக இருந்தது. இறுக்கி இறுக்கி இறுக்கி என்னை நொறுக்கித் தின்றுவிட்டுச் சக்கையைத் துப்பிவிட்டுப் போனது அது.

பிறகு நான் யாரிடமும் அப்பியாசத்துக்குச் செல்ல எண்ணவில்லை. அவளது சொல் எனக்குப் போதுமானதாக இருந்தது. நான் சுயம்பு.

ஆழிப் பெருங்கடலோரம் நான்கைந்து கட்டுமரங்களை என் குடிசைக்கு வெளியே சேர்த்துக் கவிழ்த்துப் போட்டு, அதன்மீதேறி நின்று ஆடத் தொடங்கினேன். பகல் முடிந்து இரவு வந்து போனது. நாள்களின் நாக்கு நீண்டு காலத்தின் ஆண்டுத் துண்டுகளை விழுங்கின. யார் யாரோ வந்தார்கள். எவரெவரோ என்னை வணங்கிச் சென்றார்கள். இருந்து கற்க விரும்பியவர்களுக்கு நான் என் அசைவுகளில் எதைச் சொல்லிக்கொடுத்தேன் என்று எனக்குத் தெரியாது.

ஒரு கூட்டம் என்னைச் சாமி, சாமி என்று அழைக்க ஆரம்பித்தது. எந்தச் சாமியும் எனக்கு உதவியதில்லை. வரம் தரும் தெய்வங்களின் விருப்பப் பட்டியலில் நான் என்றுமே இருந்ததில்லை. இது யாருக்குப் புரியும்? நான் சபிக்கப்பட்டவன். ஒரு பெரும் பாவி. என் கலையின் மூச்சை என் மூச்சாக இரவல் வாங்கி உயிர் தரித்திருப்பவன். ஓய்ந்து நிற்க விரும்பாத என் பாதங்களின் தடதடப்பில் என் புவி சுழன்றுகொண்டிருந்தது.

நான் கடலுக்குப் போனேன். மீன் பிடித்துத் திரும்பி வந்தேன். வந்ததும் ஆடத் தொடங்கினேன். ஆடிக் களைக்கும்போது

மீண்டும் கடலுக்குள் சென்றேன். அலைகளுக்கு நடுவே கட்டுமரம் நடுநடுங்க என் தாண்டவம் சீற்றமுறும். அதைத் தணிப்பதற்கு என்னோடு உடன் வரும் சினேகிதர்கள் குடுவை குடுவையாக கள்ளைக் குடிக்க வைப்பார்கள். குடித்துவிட்டு மீண்டும் ஆடுவேன். இலக்கணங்கள் தெரியாத, சூட்சுமம் புரியாத ஒரு வித்தையின் விலா எலும்பு என்னிடம் சிக்கிவிட்டிருந்தது மட்டும் புரிந்தது.

நான் சுயம்பு.

'ஆனால் உன் கலையை உலகமறியாது. உன் சண்டாளத்தனத்தின் கரிய நிழலுக்குள்ளேயே அது தன் வாழ்வை முடித்துக்கொள்ளும். என்றென்றும் நீ இரண்டாவதாக நிற்பாய். உன் முதல் வரிசை காலியாகவே இருந்தாலும்.'

அவரது சொற்களை நான் என்றுமே மறக்க மாட்டேன். அவை நியாயமான சொற்கள். அது என் பாவத்தின் சுமைகூலி.

அப்படித்தான் இருந்தது. அப்படியேதான் வாழ்ந்தும் தீர்த்தேன். என்னை வியந்த எந்தச் சபையும் என்னை முன்னால் அழைத்து நிறுத்தியதில்லை. எந்த மன்னனும் என்னைக் கிட்டத்தில் வைத்துக்கொண்டதில்லை. எனக்குச் சீடர்கள் இல்லாமல் போனார்கள். ஆனால் எல்லோரும் என்னை ரகசியமாக ரசித்தார்கள். நான் அழகன். நான் வசீகரமானவன். நான் வித்தை அறிந்தவன். சுயம்பு.

என்னை அறிந்த அத்தனை பேருக்கும் மனத்துக்குள் இவை அனைத்தும் தோன்றும். ஆனால் யாரும் வாய் திறந்து சொன்னதில்லை.

அழகிய நாயகிபுரத்து சமஸ்தானத்தில் ஒருநாள் ஆடிக்காட்ட அனுமதி கேட்டுப் போயிருந்தபோது நாற்பது பேர் கூடி அமர்ந்து ஆடச் சொன்னார்கள். ஜமீனுக்கு என் ஆட்டம் வெகுவாகப் பிடித்துப் போனது. ஒரு சொல். ஒரே ஒரு சொல்லைத்தான் அவரிடம் நான் எதிர்பார்த்தேன். என் உச்சத்தை உவக்கும் ஒரு சொல்.

ஆடி முடித்துக் காத்திருந்தபோது அவர் தனது காரியதரிசியிடம் சொன்னார், 'இவர் நமது சமஸ்தானத்தில் தங்கிக்கொள்ளட்டும். வேண்டிய சகாயம் செய்து கொடுத்துவிட வேண்டியது. வேறென்னவென்று பிறகு பார்க்கலாம்.'

சபை கலைந்துவிட்டது.

அவர் காலமாகி, அவரது மகன் பொறுப்புக்கு வந்தும் எத்தனையோ வருடங்கள் ஓடிவிட்டன. நான் அங்குதான் இருந்தேன். இங்குதான் இருக்கிறேன். வேண்டிய சகாயத்துக்கு என்றுமே குறைவு இருந்ததில்லை.

ஆனால் நான் வேண்டியது அதுவா?

ஒரு நெருக்கடி. ஒரு யுத்தம். ஒரு அவசர காலம். கலைகள் வாழக் கலைஞன் வாழவேண்டும். ஆறு பேரும் நிலவறைக்குச் செல்லுங்கள் என்று ஜமீன் சொன்னார். இதோ வந்திருக்கிறேன்.

இங்கே இரண்டாவது திண்ணை என்னுடையதென்று அறியப்படுகிறது.

அதிகாரம் 8

எலிக் கதை – 1

நான் மூன்றாமவன். எனது நான்காவது பிறவியில் என்னை நவாப் ராஜமாணிக்கம் பிள்ளை என்ற பெயரில் உலகம் அழைக்கும் என்று முதல் பிறப்பின்போது என் தாயின் செவிகளில் ஒரு எலி வந்து சொல்லிவிட்டுப் போனதை அவள் என்னிடம் தெரிவித்திருக்கிறாள். எனக்கு அது தீராத வியப்பு. தெய்வம் தெரிவிக்க விரும்பும் என் எதிர்காலப் பிறப்பின் ரகசியத்தை எதற்காக ஒரு எலியின் மூலம் சொல்லி அனுப்ப வேண்டும்? (வெறுமனே சொல்லி விட்டுப் போகாமல், தான் வந்ததன் அடையாளத்துக்கு அது என் தாயின் காதை வேறு கடித்துவைத்துவிட்டுப் போனதாம்.)

இதை முதல் பிறப்பில் நான் என் தாயிடம் கேட்கத் தவறியிருந்தேன். பெரிய காரணம் ஏதுமில்லை. அந்தப் பிறவியில் எனது வாழ்நாள் ஏழு மாதங்களாக மட்டுமே இருந்தது. பேச்சு வருவதற்கு முன்னால் என்னை அப்போது நோய் கொண்டு போய்விட்டது. ஆனால் ஒரு மந்திரம்போல் அவள் என் காதில் ஓதிய வார்த்தைகள் மட்டும் அப்படியே உள்ளுக்குள் இறங்கிப் படிந்துவிட்டது.

சரி போ, அடுத்தப் பிறப்பில் கேட்டுத் தெரிந்துகொள்ளலாம் என்றால், அப்போது என்னால் என் தாயைக் கண்டுபிடிக்கவே முடியவில்லை. சுமார் முப்பதாண்டுக் காலம் நான் அவளைத் தேடி பாரத வர்ஷம் முழுதும் அலைந்து திரிந்து பார்த்தேன். ஒரு ஒலிக்

குறிப்பு. அல்லது உள்ளுணர்வின் சிறு தளும்பல். நினைவின் பேரடுக்கில் இருந்து பெயர்ந்து விழும் பழைய சித்திரச் சீலையாக என் தாய் என் கண்முன் எதிர்ப்படுவாள் என்று எதிர்பார்த்து அலைந்துகொண்டிருந்தேன். நடக்கவில்லை. எனக்கு முன்னால் அவள் போய்ச் சேர்ந்துவிட்டாள் போலிருக்கிறது என்று எண்ணிக் கொண்டு அலுத்துப் போய் முயற்சியைக் கைவிட்டுவிட்டேன்.

இப்பிறவியில் அது சாத்தியமாகிவிட்டது. ஒரு விசித்திரம் பாருங்கள். சற்றும் எதிர்பாராத விதமாக நான் என் முதல் பிறப்பின் தாய்க்கே இப்போதும் மகனாகப் பிறந்திருந்தேன். உறங்கி எழுந்ததும் ஆலங்குச்சியை எடுத்துக்கொண்டு ஆற்றங்கரைக்குப் போவதுபோல, எனக்குப் பேச்சு வந்த முதல் நாளிலேயே அவளிடம் அதைக் கேட்டேன்.

என் பிறப்பின் ரகசியம் ஏன் ஒரு எலியின் மூலம் வெளிப்படுத்தப்பட்டது?

அவள் சற்றும் யோசிக்கவில்லை. சிறிதாகத் தழும்பாகியிருந்த தன் இடப்புறக் காதின் நுனியைத் தொட்டுக்கொண்டு ஒரு புன்னகையுடன் தன் பதிலை என் சிந்தையில் எழுதி வைத்தாள்: 'அதை நீ ஒரு பூனையிடம்தான் கேட்க வேண்டும்.'

இதற்காகவே நான் நிறையப் பூனை வளர்க்க ஆரம்பித்தேன். அழகிய நாயகிபுரத்து ஜமீந்தார் எனக்கு ஒதுக்கிக் கொடுத்திருந்த குடிலுக்குள் மொத்தம் ஏழு பூனைகள் இருந்தன. அவை எப்போதும் எலிகளைப் போல் எதையாவது குடைந்துகொண்டே இருக்கும். எதன் மீதாவது ஏறி, வேறு எதையாவது உருட்டும். வைக்கிற பாலை சிந்தாமல் அவற்றுக்குக் குடிக்கத் தெரியாது. ஏழு கிண்ணங்களில் நான் வைக்கும் பாலால் வீடெங்கும் எழுபது புள்ளிகள் வைக்கும். என்னிடம் கூத்துக் கலை பயில வரும் மாணவர்களுக்கு அந்தப் பூனைகளை அறவே பிடிக்காது. அதற்கு நான் என்ன செய்ய முடியும்? ஏழில் ஒன்றாவது என் வினாவுக்கு பதில் சொல்லும் என்று எதிர்பார்த்துக்கொண்டிருந்தேன். ஒருவேளை என் வீட்டில் எலித் தொல்லை இருந்தால் அது சாத்தியமாகுமோ என்று அவ்வப்போது தோன்றும். ஆனால் ஏழு பூனைகள் இருக்கும் இடத்தில் எலி எப்படி இருக்கும்?

இந்தப் பேச்சை நான் இப்போது எடுக்கக் காரணம், இந்த நிலவறையில் நான் ஒரு எலியைப் பார்த்துவிட்டதுதான்.

ஒரு திருவோட்டுக் காயைப் போல் நீண்டு பருத்திருந்த அதன் தேகம் யாருக்கும் முதல் பார்வையில் அச்சம் தரக்கூடியது. அந்தப் பெரிய உருவத்துக்குச் சற்றும் பொருந்தாத சிறிய முகம் கொண்டிருந்தது அது. எண்ணெயில் வாட்டும் மிளகு போல அதன் கண்கள் இப்படியும் அப்படியுமாக அலைந்து திரிந்துகொண்டே இருந்தன.

'அதோ எலி!' என்று நான் அலறினேன்.

என் நண்பர்கள் எழுதிக்கொண்டிருந்த தாள்களை அப்படியே போட்டுவிட்டு எங்கே எங்கே என்று திரும்பிப் பார்த்தார்கள். அது அறையெங்கும் ஓடியது. எங்களுடைய இருக்கைகளாகவும் படுக்கைகளாகவும் இருந்த ஆறு திண்ணைகளும் சுவரோரம் நிறுவப்பட்டிருந்தபடியால் எலியானது, திண்ணைகளை ஒட்டியே ஓடியது. காலைத் தொங்கப் போட்டுக்கொண்டு எழுதிக் கொண்டிருந்த ஐந்தாவது மற்றும் ஆறாவது திண்ணை நண்பர்கள் அலறிக்கொண்டு கால்களைத் தூக்கிக்கொண்டார்கள். முதல் திண்ணை நண்பர் பதற்றத்தில் மைக்கூட்டைச் சிதறவிட்டார். தரையெங்கும் மை சிந்திப் பரவிவிட்டது. மையில் புரண்டு எழுந்து ஓடிய எலி வழியெங்கும் அதைத் தீற்றிக்கொண்டே போனது.

'ஐயோ இது விபரீதம். எலி உள்ள இடத்தில் நமது தாள்களை எங்கே வைப்பது?'

நாங்கள் கவலையுடன் யோசித்தோம். எழுதிய தாள்களின்மீது ஒரு துணியைச் சுற்றி தலைக்கு அடியில் வைத்துக்கொண்டு படுப்பதுதான் சரி என்று தோன்றியது.

அன்றிரவு அப்படித்தான் செய்தோம். ஆனால் தாளில் இறங்கிய சொற்கள், தலைக்குள் இருந்த சொற்களுடன் கலந்து ஒரே குழப்பமாகி ஆறு பேருக்குமே தூக்கம் கலைந்து போய்விட்டது. மூன்றாம் சாமம் தொடங்கவிருந்த சமயம் ஜமீந்தாரின் வேலையாள் நிலவறையின் மேற்புறக் கல்லை நகர்த்திக் கயிறு கட்டி சாப்பாடு இறக்கும் சத்தம் கேட்டு அனைவரும் எழுந்துகொண்டோம். எண்பதடி உயரத்தில் திறந்த கற்பிளவை நோக்கிக் குரல் கொடுத்தோம். ஒரு சிக்கல். உதவி வேண்டும்.

நாங்கள் விவரிக்கத் தொடங்கியபோதே அந்த எலி இரண்டாவது திண்ணையின்மீது தாவியேறி ஓடியது. ஏய்.. ஏய்... என்று கத்தியபடியே நண்பர் அதை விரட்டப் போனார். அது அங்கிருந்து ஒரே பாய்ச்சலில் ஆறாவது திண்ணைக்கு இடம் பெயர்ந்து

சுற்றுமுற்றும் பார்த்தது. எங்களுக்கு அச்சமாக இருந்தது. எழுதிக்கொண்டிருந்த தாள்களைத் தவிர, எலியால் நாசமாகக் கூடிய பொருள்கள் எங்களிடம் ஏதுமில்லை. ஆனால் எழுத்து நாசமாகிப் போனால் சகலமும் சீர்குலைந்துவிடும். இதற்காகத்தான் நாங்கள் இங்கே வந்திருக்கிறோம். இது ஒன்றுதான் எங்கள் இலக்கு.

ஒரு நூல்.

முடிவற்ற அதன் பக்கங்களில் எங்கள் கலைகளின் ஜீவனை நாங்கள் இறக்கி வைக்க வேண்டும். சூத்திரங்களல்ல. அதற்கு அப்பால். சூக்குமங்களும் அல்ல. இது ஒரு ஆதார சுருதியின் மையத்தைத் தொட்டுக்காட்டுவது. சொற்களின் வழியே அதை விளங்க வைத்துவிட முடியுமானால் எங்கள் கலை எந்தத் தலைமுறைக்குமான பேரேடாக மறுபிறப்பெடுத்துவிடும். ஒளியின் மையப்புள்ளியைக் கண்டெடுத்துக் குளிப்பாட்டி வைக்கிற வேலை இது. அழுக்கு போகக் குளித்தபின் அதன் உள்ளார்ந்த இருள் மையத்தை நோக்கி எங்கள் கவனம் நகரும். ஒளியில் இருந்து இருளும், அதிலிருந்து மீண்டும் ஒளியும் மாறி மாறி வெளிப்பட்டுக்கொண்டே இருப்பதைத்துலக்கிக் காட்டுகிற பெரும் பணி. சொற்கள் மட்டுமே எங்களுடைய ஆயுதங்களாக இருந்தன.

ஆனால் அந்த ஆயுதத்தைக் கொண்டு எலியை என்ன செய்ய முடியும்?

நண்பர்கள் மாறி மாறி மேலே இருப்பவனுக்குப் பிரச்னையை விளக்கிக் கொண்டிருந்தார்கள்.

‘இங்கே ஒரு எலி வந்துவிட்டது.’

‘என்ன?’

‘எலி.. எலி..’

‘என்ன வேண்டும்?’

‘எலி வந்திருக்கிறது. எப்படி என்று தெரியவில்லை. இதை வைத்துக்கொண்டு எங்களால் எழுத முடியாது.’

‘சரியாகக் கேட்கவில்லை. என்ன வேண்டும்?’

‘இங்கு வந்திருக்கிற எலியை விரட்ட வேண்டும்.’

'சரியாகக் கேட்கவில்லை. படைகள் இன்னும் விரட்டப் படவில்லை. கோல்கொண்டா கோட்டை முற்றுகை இடப்பட்டிருக்கிறது. இன்னும் ஒரு மாதத்தில் சுல்தான் அதை வென்றுவிடுவார் என்று ஒற்றர்கள் சொல்கிறார்கள்.'

'ஐயோ' என்று தலையில் கைவைத்து அமர்ந்தார் முதல் திண்ணைக்காரர்.

'எலி.. எலி..' என்று மீண்டும் கத்தினார் இரண்டாவது நண்பர்.

மேலே இருந்தவனின் முகம் எங்களுக்குத் தெரியவில்லை. எங்களது நிலவறையில் இருந்த வெளிச்சத்தைக் கொண்டு அவனும் எங்களைத் தெளிவாகப் பார்க்க இயலாது. அது மட்டும் சாத்தியமாகியிருந்தால் இரண்டாவது திண்ணைக்காரர் அழகாக அபிநயம் பிடித்துக் காட்டிவிடுவார். ஒரு எலியின் ஓட்டத்தை அபிநயத்தில் வெளிப்படுத்த முடியுமா? பிரச்னை தீர்ந்த பிறகு அவரிடம் நிதானமாகக் கேட்கவேண்டும் என்று நினைத்துக் கொண்டேன்.

ஒரு யோசனை வந்தது. சட்டென்று ஒரு தாளை எடுத்து விறுவிறுவென்று எழுதினேன். முந்தைய தினத்து உணவுப் பாத்திரங்களுக்கு இடையே அதை மடித்து வைத்து 'இதை மேலே அனுப்புங்கள்' என்று சொன்னேன்.

அவன் கயிறை மேலே இழுத்துக்கொண்டான். சில வினாடிகள் எந்த சத்தமும் இல்லை. நிச்சயமாக இந்த எலியை அப்புறப்படுத்த ஒரு நல்ல வழியோடு எங்களை மீண்டும் அழைப்பான் என்ற நம்பிக்கையுடன் நாங்கள் எங்கள் திண்ணைகளுக்குத் திரும்பினோம்.

சற்றும் எதிர்பாராவிதமாக நான்காம் திண்ணை நண்பர் உயிர்க்குலை நடுங்கும்படியாக அலறினார். பீதியுடன் அவர் சுட்டிக்காட்டிய மூலையை நாங்கள் அனைவரும் கண்டோம்.

அங்கு இரண்டு எலிகள் இருந்தன. அடக் கஷ்டமே. ஒன்று என்றல்லவா எண்ணிக்கொண்டிருந்தோம்? அது எப்படி இரண்டானது? தவிர எங்கிருந்து வருகின்றன இந்த எலிகள்?

எனக்குப் புரியவேயில்லை. பிரமை பிடித்தாற்போல் அந்த எலிகளை உற்றுப் பார்த்துக்கொண்டே இருந்தேன். திடீரென்று என் மனத்துக்குள் ஒரு குறிப்பாக ஒரு செய்தி விழுந்தது. அந்த

இரண்டு எலிகளில் ஒன்றைத்தான் என் முதல் பிறவியின் தாய் சந்தித்திருக்கிறாள்.

சட்டென்று எழுந்து அதனருகே சென்றேன்.

‘வேண்டாம், போகாதீர்கள். அது பயந்து ஓட ஆரம்பிக்கும். நமக்குத்தான் சிக்கல்’ என்று அலறினார் ஆறாவது திண்ணைக்காரர்.

நான் அவரைப் பொருட்படுத்தவேயில்லை. எலியை நெருங்கினேன். இரண்டடி இடைவெளியில் நின்றுகொண்டு, ‘சொல், நீதானே என் தாயிடம் என்னைக் குறித்த ஆரூடத்தை வெளிப்படுத்தியது?’ என்று கேட்டேன். இரண்டில் ஒன்று கண்டிப்பாக நடுநடுங்கிப் போய் பதில் சொல்லிவிடும் என்று நினைத்தேன்.

அது இப்படியும் அப்படியும் பார்த்தது. சட்டென்று சுவரின்மீது சரசரவென ஏறி இருபதடி உயரத்துக்குப் போய் நின்றுகொண்டது. ஒரு எலியால் ஒரு கரப்பான்பூச்சியைப் போல, பல்லியைப் போல சுவரின்மீது ஏற முடியுமா என்று எனக்கு வியப்பாக இருந்தது.

‘இப்போது சொல்லப் போகிறாயா இல்லையா? என் அடுத்தப் பிறப்பின் ரகசியம் உனக்கு எப்படித் தெரியும்?’

நான் கத்தினேன். அது இருபதடி உயரத்தில் இருந்தபடி என்னைப் பார்த்து ஹெஹ்ஹெஹ்ஹே என்று இளக்காரமாகச் சிரித்தது. பிறகு சொன்னது.

‘அதை நீ ஒரு பூனையிடம்தான் கேட்க வேண்டும்.’

அதிகாரம் 9

எலிக் கதை – 2

நான் ஜமீந்தாரின் காலுக்கு அடியில் படுத்திருக்கிறேன். என் கண்கள் மூடியிருக்கின்றன. உடலைக் குறுக்கிக்கொண்டு ஒரு மொட்டு போலக் கிடக்கிறேன். நான் உறங்கிக்கொண்டிருக்கிறேன் என்று ஜமீன் நினைக்கிறார். நான் உறக்கமற்றவன் என்பதை அவர் அறியமாட்டார். இந்த நாள்களில் நான் அவருக்குப் பிரியமான தோழனாகியிருக்கிறேன். படுக்கையறை தவிர அவர் போகும் அனைத்து இடங்களுக்கும் என்னைத் தூக்கிச் செல்கிறார். அவரது இருக்கையிலேயே எனக்கும் இடம் கொடுக்கிறார். சமயத்தில் அவர் மடியிலும் என்னை எடுத்து வைத்துக்கொள்கிறார். நிபந்தனையற்ற அவரது அன்பு எனக்கும் மிகவும் பிடித்திருக்கிறது. என் முதுகை அவர் வருடிக் கொடுக்கும்போதெல்லாம் நான் சிலிர்த்துப் போகிறேன். என் கன்னங்களில் என் பிரியத்தைச் சேர்த்து அவர் மேனியில் தேய்க்கிறேன். அவர் மெய்ம்மறந்து போகிறார்.

இது ஒரு உறவு. பிரியம் மட்டுமே இதில் பண்டமாற்று. என்னை வளர்ப்பதில் அவருக்குச் செலவைத் தவிர லாபம் ஏதுமில்லை. நான் எங்கிருந்தோ வந்தவன். அவர் அதைக் குறித்து யோசிக்கவில்லை. நான் எம்மாதிரியான சுபாவம் கொண்டவன் என்று ஆராயவில்லை. என்னால் அவருக்கு ஏதாவது சிக்கல் வருமா என்று எண்ணவில்லை. பார்த்தார். பிடித்தது. வளர்க்கத் தொடங்கியிருக்கிறார்.

நன்றாக இருக்கிறது அல்லவா?

இப்படியான எதிர்பாராத தருணங்களில் ஒரு கவித்துவம் உள்ளது. நான் அதைக் கவனமாக எடுத்து சேமித்து வைப்பேன்.

திரும்பவும் என்னை ஒரு பழம்பொருள் சேமிப்பாளன் என்று நீங்கள் கருதலாம். இல்லை. நானொரு பூனை. எதையும் சேமித்து வைக்க எனக்குச் சொந்தமான இடம் ஏதுமில்லை. என் பாதங்கள் பதிகிற இடமெல்லாம் அந்தந்தக் கணத்தில் எனது இருப்பிடமாக இருந்து அடுத்தக் கணம் என்னை வெளியேற்றிவிடுகிறது. எனவே என்னால் எதையும் சேமித்து வைக்க முடியாது. சில ஞாபகங்களைத் தவிர.

பாடலிபுத்திரத்தில் ஒரு முசல்மான் இருந்தான். அவன் பெயர் ஹஸ்ரத். அவனைக் காட்டிலும் சிறந்த முசல்மான் உலகத்திலேயே இருக்க முடியாது என்பேன். ஆனால் அவன் தொழுது யாரும் பார்த்திருக்க மாட்டார்கள். இந்த உலகத்தில் அவன் கற்காத கலைகளே இல்லை என்பது எனக்குத் தெரியும். ஆனால் அவனுக்குக் கையெழுத்துப் போடத் தெரியாது. பசி, பசி என்று பிசாசு போல் நாளெல்லாம் அலைந்து திரிந்து பிச்சையெடுத்து வந்து ஒரு மலைபோல் குவித்து வைத்து அவன் உண்பதைப் பார்க்கவே பயங்கரமாக இருக்கும். இருபது பேர், இருபத்தி ஐந்து பேர் ஒரு பந்தி போட்டு அமர்ந்து உண்ணக்கூடிய அளவுக்கு உணவை அவன் ஒரே மனிதன் ஒரே வேளைக்குச் சாப்பிட்டுத் தீர்ப்பான். ஆனால் அப்படிச் சாப்பிட்டுவிட்டு அடுத்த பல மாதங்கள் உணவின் வாசனையைக் கூட நுகராமல் அவனால் இருக்க முடியும்.

பாடலிபுரத்து நகரவாசிகள் அவனை ஒரு பைத்தியம் என்று கருதி வந்தார்கள். உண்மையில் அவன் ஒரு யோகி. பல்லாண்டுக் காலம் இமயத்தின் மடியில் அலைந்து திரிந்தவன். எத்தனை எத்தனை யோகிகளுடனும் தவ சிரேஷ்டர்களுடனும் பழகியிருக்கிறான், பயின்றிருக்கிறான் என்பதற்குக் கணக்கே கிடையாது. அவனுக்கு என்னென்ன தெரியும், அவனால் என்னவெல்லாம் முடியும் என்பது என்னைத் தவிர யாருக்கும் தெரியாது.

எனக்கு அவனிடம் ஒரு வேலை இருந்தது. ஒரு சிறிய உதவி தேவைப்பட்டது. அது என்னவென்று சொல்லுகிறேன்.

ஹஸ்ரத்துக்கு வாரணாசியில் கபீர் என்று ஒரு நண்பன் இருந்தான். அவன் ராமானந்தர் என்னும் சன்னியாசியின் மாணவன்.

இரண்டிரண்டு வரிகளில் உயிரை உருக்கும் விதமான கவிதைகள் எழுதி அந்தக் காலத்தில் அவன் மிகப் பிரபலமாக இருந்தான்.

எனக்கு அந்தக் கபீரைச் சந்திக்க வேண்டியிருந்தது. தன் மூளைக்குக் கூடத் தெரியாமல் மனத்துக்குள் ரகசியமாக அவன் எழுதி வைத்திருந்த ஒரு பெரும் காவியத்தை நான் அவன் குரலில் கேட்க மிகவும் ஆசைப்பட்டேன். நீங்கள் நினைக்கும் ராமாயணமல்ல நான் சொல்லுவது. இது வேறு. ராமனைக் காட்டிலும் ஒரு சிரேஷ்டனைக் கபீர் அந்தக் காவியத்தில் சிருஷ்டித்து வைத்திருந்ததை நான் அறிவேன்.

அது ஒரு முசல்மானின் கதாபாத்திரம். அவன் ஒரு சித்தன். ஆனால் பித்தனாக மட்டுமே காட்சியளிக்கும் பிரகஸ்பதி.

இப்போது உங்களுக்குப் புரிந்திருக்கும். சந்தேகமில்லை. தன் நண்பன் ஹஸ்ரத்தை வைத்துத்தான் கபீர் அந்தக் காவியத்தைப் புனைந்திருந்தான். தன் மனத்தில் உருவாகியிருக்கும் படைப்பைத் தாளில் இறக்கி வைக்க அவன் ஏன் காலம் கடத்திக் கொண்டிருக்கிறான் என்று எனக்குப் புரியவில்லை. ஒருநாள் நள்ளிரவுப் பொழுது யாருமற்ற தனிமையில், கங்கைக் கரையில் அவன் நதியைப் பார்த்துப் பேசிக்கொண்டிருந்ததை நான் கேட்டேன்.

‘ஓ, தாயே! இதை எழுத்தில் வடித்து வைக்க நினைக்கும் போதெல்லாம் கண்ணுக்குத் தெரியாத ஒரு கரம் என்னைத் தடுத்துவைக்கிறது. என் காவியத்தின் நாயகன், ராமனைக் காட்டிலும் சிறந்தவனாக இருக்கிறான். சந்தேகப்படுவதற்கு அவனுக்கு மனைவி கிடையாது. விட்டுக் கொடுப்பதற்கு அவனுக்கு தேசம் கிடையாது. கொன்றொழிப்பதற்கு எதிரி கிடையாது. சற்றும் பிசிறுகள் அற்ற ஒரு வாழ்வை அவன் வாழ்ந்து தீர்த்துக்கொண்டிருக்கிறான். புருஷோத்தமன் என்றால் அவன்தான். ஆனால் அவன் அவதாரமல்ல. வெறும் மனிதன். தன் உள்ளொளியைக் கொண்டு இப்புவியை உய்விக்கிற சுத்த ஆத்மா. என் எழுத்தில் அவனை நான் இறக்கி வைத்துவிட்டால் இந்த மண் ராமனைக் கொண்டாட மறந்துவிடும். ராமன் சத்தியத்தின் சின்னம் என்றால் இவன் சாசுவதத்தின் சின்னமாகிவிடுவான். சத்தியம், நிரந்தரத்தன்மையைச் சென்றடைகிற ஒரு தத்துவம். இவனோ, நிரந்தரத்தன்மையாகவே இருப்பவன். ஒரு விதத்தில் இது கடவுள்தன்மைக்குச் சற்று மேம்பட்டதல்லவா...’

எனக்கு மிகவும் வியப்பாகிப் போனது. ராமனைக் காட்டிலும் பெரியவன்! இந்தப் பயல் அப்படி யாரைக் குறித்துப் பாடிவைத்திருப்பான்?

கபீரின் சுவடிகளை நான் ஆராய்ந்து பார்த்தேன். இல்லை. அவன் எழுதவில்லை என்று தெரிந்தது. யாரிடமாவது தனது காவியத்தைக் குறித்துப் பேசியிருக்கிறானா என்று அவனோடு தொடர்புடைய அத்தனை பேரையும் அணுகிப் பார்த்தேன். அதுவும் இல்லை என்று தெரிந்தது. தனது மதிப்புக்குரிய குருநாதர் ராமானந்தரிடம் ஒருவேளை இக்காவியத்தைப் பற்றிச் சொல்லிவைத்திருப்பானோ என்ற சந்தேகத்தில், ராமானந்தர் ஒருநாள் தூங்கிக்கொண்டிருந்தபோது என் வாலில் இருந்து ஒரு சிறு ரோமத்தை எடுத்து அதில் என் மனத்தை வைத்துக்கட்டி அவர் காதுக்குள் நுழைத்து, மூளை வரை நகர்த்தி, சிந்தனையைத் தேடிக் கிளறிப் பார்த்தேன். அங்கும் எனக்கு ஏமாற்றமே மிஞ்சியது.

ஆனால் எத்தனை முயற்சி செய்தும் என்னால் கபீரின் எண்ணத்துக்குள் மட்டும் நுழைய முடியவில்லை. அதனால்தான் நான் ஹஸ்ரத்தைப் பிடித்தேன்.

ஒரு நண்பனால் முடியாதது என்று உண்டா?

நான் முதல்முதலில் ஹஸ்ரத்தைச் சந்தித்தபோது, நல்ல நண்பகல். அவன் தூங்கிக் கொண்டிருந்தான். சரி, எழுந்திருக்கும்வரை காத்திருக்கலாம் என்று முடிவு செய்து அவன் தலைமாட்டில் போய் உட்கார்ந்தேன். அந்தப் பகல் முடிந்து, இரவு தொடங்கிய பிறகும் அவன் உறங்கிக்கொண்டே இருந்தான். நான் பொறுமையாக இருந்தேன். இரவின் சாமங்கள் உதிர்ந்து, மறுநாள் விடிந்தபோதும் அவன் உறக்கம் மட்டும் கலையவேயில்லை.

தொடர்ந்து மூன்று தினங்கள் அவன் தூங்கி முடித்து இறுதியில் நான்காவது நாள் மாலைப் பொழுதில் கண் விழித்து எழுந்தான். எழுந்ததும் அவனுக்குப் பசித்திருக்க வேண்டும்.

உடனே தனது பிச்சைப் பாத்திரத்தை எடுத்துக்கொண்டு வீதியில் இறங்கி நடக்க ஆரம்பித்தான். நான் அவன் பின்னாலேயே போகத் தொடங்கினேன்.

பல இடங்களில் சிறுவர்கள் அவனைக் கண்டதுமே கல்லைத் தூக்கி எறிந்தார்கள். போ போ என்று சத்தமிட்டார்கள். சுருங்கி, அழுக்கேறிய, எண்ணெய்ப் பிசுபிசுப்புள்ள அவன் முகத்தைக்

கண்டதுமே பெண்கள் வீட்டுக் கதவை மூடினார்கள். ஒரு சில வீடுகளில் மிஞ்சிய உணவைக் கொடுக்கவும் செய்தார்கள். கல்லடி பட்ட போதும் சரி; கதவு மூடப்பட்ட போதும் சரி; உணவு கிடைத்தபோதும் சரி. அவனது முகத்தில் எந்த மாற்றமும் இல்லை. வாய் திறந்து அவன் பேசுவதே இல்லையோ என்று எனக்குச் சந்தேகம் வந்துவிட்டது.

ஆனால் அவன் பேசினான். பிச்சை எடுத்துக்கொண்டு உணவுடன் தன் இருப்பிடத்துக்குத் திரும்பியபின் என்னை முதல் முதலில் அவன் திரும்பிப் பார்த்துச் சொன்னான், 'உனக்குப் பசிக்கும் என்று தெரியும். இது உனக்காக வாங்கிவந்த பிச்சைதான். இந்தா, சாப்பிடு.'

திகைத்துவிட்டேன். ஆனால் அதை வெளிக்காட்டிக்கொள்ளாமல் அமைதியாகச் சாப்பிட்டு முடித்தேன். ஹஸ்ரத் எழுந்து சென்று ஒரு மண் வட்டிலில் தண்ணீர் எடுத்துவந்து என் எதிரே வைத்தான். அதையும் நக்கிக் குடித்தேன்.

'பசி அடங்கியதா?' என்று அவன் கேட்டான்.

நான் தலையசைத்ததும் அவன் முகத்தில் தெரிந்த திருப்தி உணர்வு பேரழகாயிருந்தது. 'உன் பசிதான் என்னைத் தூக்கத்தில் இருந்து எழுப்பியது. இனி நான் நிம்மதியாக மீண்டும் தூங்குவேன்' என்று சொன்னான்.

அந்தக் கணத்தில் எனக்கு அனைத்தும் விளங்கிவிட்டது. சந்தேகமில்லாமல் இவனைக் குறித்துத்தான் கபீர் தன் காவியத்தை உருவாக்கியிருக்க வேண்டும். நான் கேட்டு அவன் அதை வெளிப்படுத்தப் போவதில்லை. யார் கேட்டாலும் மூச்சு விடப் போவதில்லை. ஆனால் காவியத்தின் தலைவனே வாய் திறந்து கேட்டால் எப்படிச் சொல்லாதிருப்பான் கபீர்?

என் சொற்களைக் கோத்துக்கொண்டு நான் கேட்டேன்.

'ஹஸ்ரத், எனக்கு உன்னால் ஒரு காரியம் ஆக வேண்டும்.'

அவன் புன்னகை செய்தான். தன் பழுப்பேறிய, அழுக்குப் படிந்த நீண்ட நகங்களைக் கொண்ட கரங்களை நீட்டி என்னைத் தூக்கித் தன் மடியில் இருத்திக்கொண்டான். என் முதுகைக் கோதிவிடத் தொடங்கினான்.

'கேட்கலாமா ஹஸ்ரத்? நீ செய்வாயா?'

‘உன்னை எனக்குப் பிடித்திருக்கிறது. நீ ஒரு அழகான பூனை. உன் பசிக்கு என்னால் உணவுதான் தரமுடியும். இன்னொருவன் உயிரை எப்படி உருவிக் கொடுப்பேன்?’ என்று அவன் கேட்டான்.

•

விடிவதற்கு இன்னும் சில நிமிடங்கள் இருந்த நேரம் நிலவறைவாசிகளுக்கு உணவளிக்கச் சென்றிருந்த ஜமீந்தாரின் வேலையாள் திரும்பி வந்தான். அறை வாசலில் அவன் காத்திருந்ததை நான் பார்த்தேன். ஜமீன் நன்றாகத் தூங்கிக் கொண்டிருந்தார். அவர் எழுந்திருக்கும்வரை அவன் அங்கேயே நின்றுகொண்டிருந்தான். எழுந்ததும் தன் இருப்பை ஒரு சிறு இருமலின்மூலம் காட்டிவிட்டு அவர் கண்ணில் படாமல் ஒதுங்கி நின்றுகொண்டான்.

ஜமீன் கண் விழித்து எழுந்ததும் முதலில் தன் கரங்களைத் தேய்த்துவிட்டுக்கொண்டு அதைச் சில வினாடிகள் உற்றுப் பார்த்தார். பிறகு எழுந்து சென்று பூஜையறையில் உள்ள தெய்வ உருவங்கள் ஒவ்வொன்றையும் பார்த்து வணங்கினார். பிறகு மீண்டும் தன் சயன அறை வாசலுக்கு வந்து அவனைப் பார்த்து, ‘என்ன விஷயம்?’ என்று கேட்டார்.

அவன் கொண்டுவந்திருந்த லிகிதத்தை பயபக்தியுடன் எடுத்து நீட்டினான். அதை வாங்கிப் படித்துப் பார்த்த ஜமீன்தார் சில வினாடிகள் அமைதியாக யோசித்தார். ஒரு முடிவுக்கு வந்து, அறைக்குள் வந்தார். நான் இப்போதும் அதே இடத்தில்தான் படுத்திருந்தேன். என் கண்கள் மூடியிருந்தன. ஆனால் நான் உறங்கவில்லை.

ஜமீன் என்னைத் தூக்கித் தன் வேலையாளிடம் தந்தார். ‘இதை எடுத்துச் சென்று கயிறு கட்டி உள்ளே இறக்கி விட்டுவிடு.’ என்று சொன்னார்.

இப்படியான எதிர்பாராத தருணங்களில் ஒரு கவித்துவம் உள்ளது. நான் அதைக் கவனமாக எடுத்து சேமித்து வைப்பேன்.

அதிகாரம் 10

மயில்களின் கதை

நிலவறைக்குள் நான் இறங்கியபோது அவர்கள் ஆறு பேரும் ஒன்றாகச் சுற்றி அமர்ந்து குடித்துக்கொண்டிருந்தார்கள். பூ வேலைப்பாடுகள் செய்யப்பட்ட ஒரு பெரிய மதுக்குடுவை அவர்களுக்கு நடுவே இருந்தது. சுழற்சி முறையில் ஒவ்வொருவரும் ஒவ்வொரு வாய் மதுவை அருந்திவிட்டுக் குடுவையை அடுத்தவரிடம் நகர்த்தினார்கள். அடுத்தவர் குடித்துவிட்டுத் தனக்கு அடுத்து இருப்பவரிடம் கொடுத்தார். பூமியைப் போல அந்தக் குடுவை ஆறு பேர் கரங்களுக்குச் சுற்றிச் சுற்றி வந்துகொண்டிருந்தது.

ஜமீந்தாருக்கு நன்றி. இறைவன் அவரை நூறாண்டு நலமாக வாழவைக்க வேண்டும். கலைஞர்களின் மீதும் கலைகளின் மீதும் அவருக்குத்தான் எத்தனை மதிப்பு? இப்படிப்பட்ட மனிதர்களுக்கு நாடாளும் வாய்ப்புக் கிடைக்க வேண்டும் என்று ஒருவர் சொன்னார்.

நான் வந்திருக்கும் தகவலை ஒரு சிறு குரலின்மூலம் அவர்களுக்கு வெளிப்படுத்தினேன். அவர்கள் என்னைத் திரும்பிப் பார்த்தார்கள். ஒருவர் சட்டென்று எழுந்து நின்றார். அவரது அசைவில் ஒரு தடுமாற்றம் இருந்தது. இருந்தாலும் சமாளித்துக்கொண்டு நிலவறையின் மேற்புற கற்துவாரத்தைக் காணும் இடத்துக்கு வந்து அண்ணாந்து பார்த்தார். மேலே இருந்து

தொங்கவிடப்பட்டிருந்த கயிறு இன்னும் அங்கேயே ஆடிக்கொண்டிருந்தது. அது ஜமீந்தாரின் உத்தரவு. கயிறு கட்டி என்ன இறக்கினாலும் சில நிமிடங்களுக்கு அதைத் திரும்ப மேலே எடுத்துவிடக் கூடாது. கலைஞர்கள் நிதானமாக யோசித்து ஏதாவது வேண்டுமென்றால் குறிப்பெழுதி அனுப்புவார்கள்.

நிலவறையின் மேற்புறம் நின்றுகொண்டிருந்த ஜமீந்தாரின் ஊழியனைப் பார்த்து அவர் கத்தினார், 'பூனைக்கு நன்றி. ஆனால் இன்றுமுதல் இதற்கும் சேர்த்து நீங்கள் உணவு அனுப்ப வேண்டும்.'

நான் அவரைப் பார்த்துப் புன்னகை செய்தேன். என் அன்பின் நிபந்தனையற்ற ஊற்றுச் சுரப்பில் இருந்து ஒரு துளி. அமர்ந்திருந்த கலைஞர்களின் அருகே வந்தேன். குடிப்பதில் அவர்கள் மும்முரமாக இருந்தாலும் என்னைக் கவனிக்காதிருக்கவில்லை. ஒருவர் என்னைத் தூக்கி மடியில் வைத்துக்கொண்டு, மூன்றாவது திண்ணைக்காரரிடம் சொன்னார், 'நீங்கள் எதிர்பார்த்த பூனை இதுவா என்று பாருங்கள்.'

அவரது கரம் என் கழுத்துக்குள் அளாவிக்கொண்டிருந்தது எனக்குப் பிடித்திருந்தது. அது ஒரு சொகுசு. தவிர அவர் ஒரு ஓவியர். ஒரு பூனையின் கழுத்து ரோமங்களுக்குள் வருடும் அவர் விரல்களுக்கு இடையே ஒரு தூரிகை இருந்தால் என் கழுத்தில் என்ன மாதிரியான சித்திரம் உருவாகியிருக்கும் என்று யோசித்துப் பார்த்தேன். ஒழுங்கில்லாத வெறும் நான்கைந்து கோடுகளாக அவை இருக்க முடியாது என்று தோன்றியது. பாடகன் குளிக்கும்போது பாடுவதில்கூட ஒரு சுருதி சுத்தம் இருக்கும். அது கள்ளக் குரலானாலும்கூட. வரையும் கரங்கள் கிறுக்க விரும்பாது. அது ஒரு பூனையின் கழுத்தாக இருந்தாலும்கூட.

அவரது வருடல் எனக்கு இதமாக இருந்தது. என்னையறியாமல் என் கண்கள் மூடிக்கொண்டன. என் மானசீகத்தில் என் கழுத்திலும் முதுகிலும் அவர் வருடுகிற, அளாவுகிற விரல் சுற்றுகளை வைத்து அவர் மனத்தில் இருந்த சித்திரத்தை யூகிக்க முயற்சி செய்தேன்.

முதலில் அது ஒரு பனை மரம் போலத் தோன்றியது. பிறகு அது பனை மரமில்லை; ஒரு கோபுரம் என்று புரிந்துகொண்டேன். அவர் கலசம் வைத்ததில்தான் அதைக் கண்டுகொள்ள முடிந்தது. அந்தக் கோபுர வாயிலில் இருந்த கதவுகள் மிகப் பிரம்மாண்டமாக

இருந்தன. பிரம்மாண்டம் என்றால் தரை முதல் கோபுர உச்சி வரை உயர்ந்த கதவுகள். கனமான கருங்காலி மரக்கதவுகள். ஓவியர் திட்டிவாசல் வைக்க மறந்துவிட்டார் போலிருக்கிறது. ஒரு கணம் யோசித்தேன். சட்டென்று அந்தக் கதவின்மீது என் நெற்றியைக் கொண்டு பலமாக மோதினேன். கதவு மெல்லத் திறந்து கொண்டது. எனக்குப் போதும். ஒரு வாழைத்தண்டின் கனமே கொண்ட என் தேகம் அதற்குள் நுழைந்துவிடும்.

நான் மெல்ல மெல்ல ஓவியரின் அரவணைப்பில் இருந்து விடுபட்டு அந்தக் கதவுத் திறப்பினுள் என்னைத் திணித்துக் கொண்டு உள்ளே சென்று சத்தமின்றி மீண்டும் கதவை மூடினேன். கோயிலுக்குள் நடக்க ஆரம்பித்தேன்.

கோயில் மிகவும் சிதிலமடைந்திருந்தது. அதன் கற்சுவர்கள் தொன்மத்தின் சாக்குப்பையைப் போர்த்திக்கொண்டு பழுப்பேறிக் கிடந்தன. கரடுமுரடான விதானங்கள் ஒவ்வொன்றும் அச்சமூட்டும் அமைதியைச் சுரந்துகொண்டிருந்தன. நான் மெல்ல உள்ளே நடந்தேன். தூண்களில் இருந்த சிற்ப உருவங்கள் அனைத்தும் எண்ணெய் பூசிக் காய்ந்து கிடந்தன. முன் மண்டப விதானத்தில் படபடவென்று வவ்வால்கள் பறந்தன. அவற்றின் கழிவு பல்லாண்டுக் காலமாக அப்புறப்படுத்தப்படாமல் சன்னிதிக்குள் நுழையும்போதே நெடி மூச்சடைக்க வைப்பதாயிருந்தது.

எங்கும் இருள். எங்கும் துர்நாற்றம். காலத்தின் பிடறி தெரிக்கும் ஓட்டத்தில் கழண்டு விழுந்த திருகாணியைப் போல அந்தக் கோயில் கவனிப்பாரற்றுக் கிடந்தது.

நான் சன்னிதிக்குள் நுழைய முற்பட்டபோது உள்ளே யாரோ பேசும் சத்தம் கேட்டது. சட்டென்று ஓரமாக ஒதுங்கி நின்றேன். இருளில் உள்ளே இருப்பது யாரென்று எனக்குத் தெரியவில்லை. ஆனால் அந்தப் பிரார்த்தனையில் ஒரு கதறல் இருந்தது. பொங்கிப் பொங்கிப் பெருகும் குற்ற உணர்வின் பீறிடல் கருவறையெங்கும் நிரம்பித் ததும்பிக்கொண்டிருந்தது. அழுகையும் ஆவேசமுமாக அவர் சிவலிங்கத்தின் எதிரே நின்று பேசிக்கொண்டிருந்தார்.

முதலில் எனக்கு அவர் எதைக் குறித்து அத்தனை விசனம் கொண்டிருக்கிறார் என்பது புரியவில்லை. துரோகம் என்று சொன்னார். பிறகு நம்பிக்கைதுரோகம் என்று அதைத் திருத்தினார்.

பாவம் என்றும் பிராயச்சித்தம் என்றும் அழுக்கு என்றும் தீட்டு என்றும் அவரது பிரகடனங்களில் உதிர்ந்த சொற்கள் அனைத்துமே அவலச்சுவை நிரம்பியதாக இருந்தன.

பத்து நிமிடங்கள் இடைவிடாது கதறித் தீர்த்துவிட்டு அந்த உருவம் ஒரு செயலை மேற்கொண்டது. அது நான் எதிர்பாராதது. லிங்க ரூபத்தின் எதிரே அந்த உருவம் தன் ஆடைகளைக் களைந்தது. கணப் பொழுதின் பிரளயத்தில் எழுந்த புழுதிப் புயலில் கோயில் தடதடத்தது. வவ்வால்கள் பதறி எழுந்து கொத்தாகக் கருவறையைவிட்டு வெளியே பாய்ந்தன. கதவு படாரென மூடிக்கொண்டது. இருளில் கரைந்த விம்மல் மட்டும் இடையறாது கேட்டுக்கொண்டே இருந்தது.

மீண்டும் கதவு திறந்தபோதும் இருள்தான் எஞ்சியிருந்தது. லிங்கத்தின் பாதங்களில் அந்த உருவம் தலை வைத்துப் படுத்திருந்தது. ஆடையற்ற மேனியின் கருமை, லிங்கத்தின் கருமையினின்றும் வேறுபட்டுத் தெரிந்தது. அதன் முதுகெங்கும் பொட்டுப் பொட்டாக வியர்வை கோத்து வழிந்து கொண்டிருந்ததைக் கண்டேன். ஒரு கணம்தான். சட்டென்று என் பார்வை லிங்கத்தின் திருமுடியில் சென்று நிலைத்தது. பேரண்டப் பெருவெளியில் பாயும் நதியின் முகத்துவாரம்போல் அது திறந்திருந்தது. ஒரு சொட்டு. நதியின் எந்தச் சொட்டு அதுவென்று எனக்குத் தெரியவில்லை.

நிலவறைக்குள் நான் திரும்பி வந்தபோது அவர் மீண்டும் என்னைத் தூக்கித் தன் மடியில் வைத்துக்கொண்டு அளாவ ஆரம்பித்தார். நண்பர்கள் ஆறு பேருமே ததும்பத் ததும்பக் குடித்திருந்தார்கள். அனைவருக்கும் கண்கள் கிரங்கிப் போயிருந்தன. ஐந்தாம் திண்ணைக்காரரான சங்கீத வித்வான் தன்னை மறந்து பாட ஆரம்பித்தார்.

> காமனை எரித்தனை கனற்கண்ணால், அறுமுகன்
> மாமனை அனுப்பினை மலரடிகள் தேடவே
> பூமனைப் புனிதனும் புகழ்முடியைத் தேடினேன்
> ஆமனைநீ, பெருஅத்தனும்நீ...

'ஐயோ' என்று அலறினார் ஓவியர். 'வேண்டாம். பாடாதே. அல்லது வேறு ஏதேனும் பாடு' என்று சொன்னார்.

நானொரு முடிவுக்கு வந்தேன். அன்றிரவு அவர்கள் உறங்கியதும் மீண்டும் அந்தக் கோயிலுக்குப் போகத் தீர்மானித்தேன்.

●

அவர் என்னைக் காட்டிலும் அழகனாயிருந்தார். உடலின் ஒவ்வொரு அவயவமும் அதன் ஆகத் துல்லியமான அளவில் வைத்துக் கட்டப்பட்டது போலிருந்தது. தோளில் சுருண்டு விழுந்து புரண்ட கேசமும் குறுந்தாடியும் அவரது நீண்ட, கூரான நாசியை இன்னும் தூக்கிக் காட்டின. அவர் கண்களில் ஒரு தவிப்பு இருந்தது. எனக்கென்னவோ அது பிறக்கும்போதே இருந்திருக்கும் என்று தோன்றியது. உதடுகள் மெலிதாக இருந்தன. பேசும்போது நாக்கு அடிக்கடி துருத்திக்கொண்டு வெளியே வந்து மறைந்ததைக் கண்டேன். லேசான திக்குவாய். ஆனால் அதுவும் அழகாகவே இருந்தது.

'நான் ஒரு பெண்ணாகப் பிறந்திருந்தால் நிச்சயமாக உங்களைக் காதலித்திருப்பேன்' என்று சொன்னேன்.

அவர் புன்னகை செய்தார். எனக்கு முப்பது காதலிகள் என்று சொன்னார்.

எனக்கு அது வியப்புக்குரிய செய்தியாக இல்லை. இப்படியொரு ஆணழகனை விரும்பாத பெண் யார் இருக்க முடியும்? தவிரவும் ஓவியர். கணப் பொழுது ஒரு பூனையின் முதுகில் விரல்களால் அளாவி, புவி மையத்தைத் தொட்டுக்காட்டிவிடத் தெரிந்த வித்தகர். தூரிகையும் சீலையும் அகப்பட்டால் தன்னிகரற்றத் தாண்டவமே நிகழ்த்திவிடமாட்டாரா!

'உண்மைதான். என் உயிரை என் விரல்களில் நான் முடிந்து வைத்திருக்கிறேன். தூரிகையைத் தொடுகிறவரை மட்டுமே தன்னுணர்வு. கோடுகள் விழத் தொடங்கும்போது என் வாழ்நாளின் கணங்கள் உதிர ஆரம்பித்துவிடுகின்றன.'

நல்ல போதையிலும் அவர் தெளிவாகப் பேசினார். ஆனால் என்னைப் பார்த்துப் பேசவில்லை. கண்கள் பாதி மூடியே இருந்தன. தனது திண்ணையில் அவர் ஒருக்களித்துப் படுத்திருந்தார். நான் அவருக்குக் கீழே தரையில் இருந்தேன். அண்ணாந்து பார்க்க வேண்டியது ஒரு அவஸ்தைதான். ஆனாலும் பொறுத்துக் கொண்டேன்.

பெண்ணைப் போலொரு கலை இல்லை என்று அவர் சொன்னார். எந்த இடத்தில் தொட்டெடுத்தாலும் ருசிக்கும். ஒவ்வொரு இடத்துக்கும் வேறு வேறு மணம். வேறு வேறு சுருதி. வேறு வேறு ஒளி.

அவர் தன்னை மறந்து சொல்லிக்கொண்டிருந்தார். முதலில் போதையில் பேசுவதாகத்தான் நினைத்தேன். இல்லை. அவர் தெளிவாகத்தான் பேசிக்கொண்டிருந்தார். என்றால், அத்தெளிவை உறுதி செய்துகொள்ளலாமே?

'கசப்பின் சுவை உண்டா அதில்?' என்று கேட்டேன்.

'ஏன் இல்லை?' என்று அவர் திரும்பக் கேட்டார். 'திகட்டலின் உச்சம் கசப்பு. திகட்டாத ஒரு கணத்தில் நகர்த்தத் தெரிந்திருக்க வேண்டும்.'

பெண்ணில் அது முடியுமா? எனக்குச் சந்தேகமாக இருந்தது. அவர் புன்னகை செய்தார். 'என்னால் முடிந்தது' என்று சொன்னார்.

'ஒரு மாயவித்தைக்காரன் போல நான் விரும்பிய பெண்களை என்னை நோக்கி என்னால் ஈர்க்க முடிந்தது. அவர்கள் கண்ணெதிரே அவர்களுடைய உருவத்தை நான் சீலைகளில் உயிர்ப்பித்துக் கொடுப்பேன். என் சித்திரங்கள் பேசும். அவை பாடவும் செய்யும். சிரிக்கும், அழும், சிணுங்கும். எல்லாம் செய்யும். தன் ஓவியத்தைத் தன் நிலைக்கண்ணாடியாக அவள் உணரச் செய்வதில் என் வல்லமையை நான் ஒளித்துவைத்திருந்தேன். எனக்கு அவர்களால் பதிலுக்கு என்னதர முடியும், தன் பிரியத்தைத் தவிர? ஒரு முத்தத்தைத் தவிர? அல்லது தன் காதலைத் தவிர? நான் காதலித்தேன். திகட்டுவதற்கு முந்தையக் கணம் வரை காதலித்துக்கொண்டே இருந்தேன்...'

தன் நினைவுகளின் வாசனை மிக்க பக்கங்களைப் புரட்டிக் கொண்டு அவர் பேசியது எனக்குப் பிடித்தது. ஆனால் ஒன்று புரியவில்லை. அந்தக் கோயில். அந்தச் சிவலிங்கம்.

அவர் நெடுநேரம் அமைதியாக இருந்தார். உறங்கிவிட்டாரா என்று எனக்குச் சந்தேகமாக இருந்தது. மெல்ல எழுந்து திண்ணையின்மீது தாவி ஏறினேன். அவர் உறக்கம் கலைந்து விடாதபடிக்கு ஒதுங்கி ஒதுங்கி அவர் முகத்தருகே நகர்ந்து வந்து நின்றேன். அவர் கண்கள் மூடியிருந்தன. ஆம். உறங்கத்தான் தொடங்கியிருந்தார். அருந்திய மது இதைக்கூடச் செய்யாதா என்ன.

நான் அமைதியாக அவர் கேசத்தை என் முகவாயால் கலைத்தேன். எத்தனை அடர்ந்த தலைமுடி இந்த மனிதருக்கு! ஒரு பெண்ணைப் போல.

சட்டென்று அந்தக் காட்டினுள் என் தலையை நுழைத்து அவர் மிச்சம் வைத்த கதையைத் தேடி எடுத்தேன்.

'என்னால் வசீகரிக்க முடிந்த எல்லாப் பெண்களையும் என்னால் நெருங்க முடிந்தது. தொட முடிந்தது. முத்தமிட முடிந்தது. அவர்கள் தேகம் முழுதும் வண்ண வண்ணச் சித்திரங்களால் அலங்கரிக்க முடிந்தது. அவர்கள் தன்னை முழுதும் தரத் தயாராகவே இருந்தார்கள். ஆனால் என் உணர்வெழுச்சியின் உச்சத்தை நான் அங்கே இழக்க அஞ்சினேன். உயிர்த்துளி ஒன்று கலையாகலாம். அல்லது கருவாகலாம். நான் கலையாக்க மட்டுமே விரும்பினேன். வரைந்து முடித்து மீதமிருந்த சாயத்தால் சிவனுக்கு அபிஷேகம் செய்தேன்.'

அதிகாரம் 11

பூரான் கதை

நான் ஒரு கவிஞன். இந்த நிலவறையின் கடைசித் திண்ணை என்னுடையது. இங்கே நான் என் கவிதைகளுடன் குடி வந்து எத்தனை மாதங்களாகின்றன என்ற கணக்கு மறந்துவிட்டது. ஆரம்பத்தில் இரவும் பகலும் பிரித்து உணரக்கூடியவையாக இருந்தன. உறங்கும் நேரமும் விழித்திருக்கும் நேரமும் ஒரு கட்டுப்பாட்டுக்குள் இருந்தது. பல சமயம் வரம்பு மீறிக் குடித்துவிட்டுக் காலமும் இடமும் புரியாமல் கிடந்ததில் அந்தக் கணக்குகள் மறக்க ஆரம்பித்துவிட்டன.

இங்கே நான் செய்வது மூன்று காரியங்கள்தாம். ஒன்று, உண்பது. அடுத்தது எழுதுவது. மூன்றாவது குடித்துவிட்டு உறங்குவது. ஆனால், என் நண்பர்கள் பெரும்பாலான நேரம் ஒருவரோடொருவர் மனம் விட்டுப் பேசிக்கொண்டிருப்பதையே விரும்புவார்கள். ஒரு கட்டத்தில் எங்கள் பேச்சொலி மட்டுமே எங்கள் பாதுகாப்புக் கவசம்போல் தோன்ற ஆரம்பித்தது. பேசாதிருந்தால் நிலவறையின் மேல் தளத்தில் இருந்து ஒரு கரிய பூதம் இறங்கி வந்து எங்களை எந்தக் கணமும் கவ்விக்கொள்ளும் என்று தோன்றியது. குரல்களின் வலைப்பின்னலுக்குள்ளே மட்டுமே எங்களால் சுவாதீனமாக இருக்கவும் இயங்கவும் முடிந்தது. திடீரென்று 'நான் பாடுகிறேன், நீ ஆடு' என்று எனக்கு முந்தைய திண்ணைக்காரர் சொல்லுவார். உடனே இரண்டாம்

திண்ணைக்காரர் தனது சலங்கைகளை எடுத்துக் கட்டிக்கொண்டு நிலவறையின் நடுவெளிக்கு வந்து நிற்பார். நாங்கள் வெற்றிலைப் பெட்டியை எடுத்து வைத்துக்கொண்டு உற்சாகமாகிவிடுவோம். பாடகர் வெகுநேரம் பாடுவார். அவரும் சலிக்காமல் ஆடுவார். இருவரும் களைத்து அமரும்போது நாங்கள் மூச்சுவிடாமல் அவர்களைப் பாராட்டித் தீர்த்துவிட்டு அவர்களுக்கு மதுவை வழங்கி ஆசுவாசப்படுத்துவோம்.

எங்கள் ஓவிய நண்பர் ஒருநாள் ஐந்து பேரையும் ஒரு பக்கச் சுவரோரம் ஒரு நாளெல்லாம் நிர்வாணமாக நிற்கச் சொன்னார். எதற்கு என்று நான் கேட்டேன். 'இந்த நிலவறையின் சுவர்கள் மிகவும் குளிர்ந்துவிட்டன. வெளியே மழை பெய்கிறது என்று நினைக்கிறேன். இரவு நாம் நிம்மதியாகத் தூங்கவேண்டுமானால் அறைக்குச் சற்று கதகதப்பு ஏற்றவேண்டும். எனக்கு வேறு வழியில்லை. உங்கள் நிர்வாணத்தால் நான் இந்த சுவர்களுக்கு ஆடை கட்டப்போகிறேன்' என்று சொன்னார்.

இது எனக்குப் பிடித்திருந்தது. யுத்தம் வந்து முடிந்து அமைதி திரும்பி நாங்கள் இந்நிலவறையை விட்டு வெளியேறும் காலம் ஒன்று வரும்போது அழகிய நாயகிபுரத்து மக்களுக்கு இது ஒரு சுற்றுலாத்தலமாகக் கூடும். தஞ்சை முழுவதிலும் இருந்தே மக்கள் வண்டி கட்டிக்கொண்டு இந்நிலவறையைப் பார்க்க வரக்கூடும். தங்கிச் சென்ற கலைஞர்கள் விட்டுச் சென்றதாக அவர்களுக்கு இருந்துவிட்டுப் போகட்டுமே?

ஆனால் நிர்வாணமாகத்தான் நிற்க வேண்டுமா என்று எழுத்தாள நண்பர் கேட்டார்.

'நிச்சயமாக. நமது ஆடைகளின் அழுக்கை ஆன்மாவின் பரிசுத்தத்தால் மறைப்போம்' என்று ஓவியர் சொன்னார்.

நான் சற்றும் யோசிக்கவில்லை. உடனே எனது அங்கியைக் கழற்றி வீசிவிட்டேன். சில நிமிடங்கள் தயங்கியபின் நண்பர்கள் ஒவ்வொருவரும் அவரவர் ஆடைகளைக் களைந்தெறிந்தார்கள். இறுதியில் ஓவியரும் தனது உடைகளைக் களைந்தார். நாங்கள் ஒருவரையொருவர் பார்த்து சிரித்துக்கொண்டோம். ஒவ்வொரு வரிடம் இருந்தும் அந்தச் சிரிப்பு அடுத்தவருக்குப் பரவியது. வெகுநேரம் நாங்கள் எங்களை மறந்து சிரித்துக்கொண்டே இருந்தோம்.

இந்த ஆடைகள்தாம் எத்தனை போலித்தனம் மிக்கவை! எல்லா உடல்களையும் ஒரே மாதிரி காட்டுவதற்கு அவற்றைத் உருவாக்கும்போதே கற்றுக்கொடுத்து அனுப்பிவிடுகிறார்கள். ஆடையற்ற உடல் ஒவ்வொன்றும் ஒவ்வொரு விதமான தோற்றத்தையே கொண்டிருக்கிறது. வயிற்றுச் சரிவும் மார்புச் சரிவும் ஒரு பெண்ணுக்குத் தரும் அழகை ஆணுக்குத் தருவதில்லை. கட்டுடல் சாத்தியங்கள் கலைஞனுக்கில்லை. எங்களுடைய நடிக நண்பரின் இடுப்பில் இரண்டு பெரும் மடிப்புகள் இருந்தன. புட்டத்துக்கும் அந்த மடிப்புக்கும் இடையே பல்லாங்குழி ஆடலாம்போன்ற அகலத்தில் குழியொன்று காணப்பட்டது. இரண்டாம் திண்ணைக்காரர் அந்தக் குழியைத் தன் சுண்டுவிரலால் மெல்லத் தொட்டார். நடிகர் ஆவென்று அலறித் துள்ளிக் குதித்தபோது நிலவறையில் நாங்கள் வளர்த்துக்கொண்டிருந்த பூனை பயந்து ஒரு திண்ணையின் மீதேறிப் பதுங்கி அமர்ந்துகொண்டது.

முதல் சில நிமிடங்கள் எங்கள் ஒவ்வொருவருக்கும் அந்த அனுபவம் புதிதாக, கூச்சம் தரத்தக்கதாக இருந்தாலும் விரைவில் எங்கள் நிர்வாணம் எங்களுக்குப் பழகிவிட்டது. அதன் வினோத உணர்ச்சியை நாங்கள் மெல்ல மறக்க ஆரம்பித்திருந்தோம். தவிரவும் அது ரசனைக்குரியதாக இருந்தது. தனிமையின் ஆகப்பெரிய வசதி நிர்வாணம்தான் என்று தோன்றியது.

'இது மனத்தின் நிர்வாணம்' என்று மூன்றாம் திண்ணை நண்பர் சொன்னார்.

'ஆம். சட்டென்று குழந்தையாகிவிட்ட மாதிரி இருக்கிறது. இப்படி இருப்பது சந்தோஷமாக இருக்கிறது' என்று இரண்டாமவர் சொன்னார்.

'இங்கு இருக்கும்வரையிலுமேகூட இப்படியே இருந்துவிடலாம் போலிருக்கிறது' என்று பாடகர் சொன்னதும், 'ஓ! பூனைகூடத் தவறாக எடுத்துக்கொள்ளாது. அதுவும் பிறந்த மேனியுடன்தானே இருக்கிறது?' என்றார் ஓவியர்.

நாங்கள் எங்கள் நிர்வாணத்தை ரசித்தபடி அன்றைக்கெல்லாம் ஓவியர் நிற்கச் சொன்ன விதத்தில் நின்றோம். யாரும் சாப்பிடக்கூடப் போகவில்லை. குடிக்கவில்லை. அதை ஒருதவம் போலக் கடைப்பிடித்தோம்.

ஓவியர் ஒருவரது சித்திரத்தை முடித்துவிட்டு அடுத்தவரை வரைய ஆரம்பிக்கவில்லை. நிலவறைச் சுவரின் ஒரு பக்கத்தில் வரிசையாக ஐந்து பேரின் உருவங்களுக்கு இடம் ஒதுக்கினார். ஐந்து பேரையும் ஒரே சமயத்தில் வரையத் தொடங்கினார். நாங்கள் சற்றும் எதிர்பாராவிதமாக அவர் எங்கள் பாதங்களில் இருந்து வரையத் தொடங்கியது புதிதாக இருந்தது.

அது மறக்கவே முடியாத ஒரு பேரனுபவம். எங்கள் ஓவிய நண்பரின் மேதைமையை நாங்கள் மிக நெருக்கத்தில் காணக் கிடைத்த தினம். அவர் சில நிமிடங்கள் எங்கள் ஐந்து பேரையும் மாற்றி மாற்றி உற்றுப் பார்ப்பார். பிறகு சித்திரம் வரையும் சுவர்ப்பக்கம் திரும்பி விடுவார். அதன்பின் பார்த்தது மறந்து மீண்டும் திரும்பவே மாட்டார். அளவெடுத்துக்கொண்ட பகுதியை முற்றிலுமாக ஐந்து பேரின் சித்திரங்களிலும் வரைந்து முடித்துவிட்டுத்தான் திரும்புவார்.

பாதங்களில் தொடங்கி தொடையின் மேற்புறம் வரை வரைந்துவிட்டு எங்களது குறிகளை அவர் உற்று நோக்கத் தொடங்கினார். இயல்பாக நாங்களும் அவரவர் குறிகளைக் குனிந்து பார்த்துக்கொண்டோம். ஆர்வ மேலீட்டில் அடுத்த வருடையதையும் ஒரு புன்னகை அனுமதியுடன் திரும்பிப் பார்த்துக்கொண்டோம். ஒரு பெண்ணைப் பற்றிய நினைவு எழாத தருணங்களில் எல்லா ஆண்களின் குறிகளும் ஓய்வெடுக்கும் ஒரு எருமைக் கன்றைப் போலவே இருக்கின்றன. அதில் ரசிக்க எதுவுமில்லை. ஆனாலும் கூடி நின்று குனிந்து பார்த்துக்கொள்வது ஓர் அனுபவமாகத்தான் இருந்தது.

நான் குனிந்த தலையை நிமிர்த்தி ஓவியர் வரைந்திருந்த என்னுடைய குறியைக் கண்டேன். சற்றே மேடிட்டிருந்த வயிற்றின் நிழலில் அது இளைப்பாறிக்கொண்டிருப்பது போலிருந்தது.

நான் மணமாகாதவன். அதில் விருப்பமும் இருந்ததில்லை. இல்லற வாழ்க்கை என்ற ஒன்றை என்னால் எண்ணிக்கூடப் பார்க்க முடிந்ததில்லை. அது பற்றிய வருத்தமோ ஏக்கமோ என்றுமே எனக்கு இருந்தது இல்லை. என் பெற்றோர் தமது இறுதிக் காலம் வரை என்னைத் திருமணம் செய்துகொள்ளச் சொல்லிக் கேட்டிருக்கிறார்கள். அப்பா ஒரு சமயம் என் கைகளைப் பிடித்துக்கொண்டு கதறியிருக்கிறார். எனக்கென்னவோ அது அத்தனை முக்கியமானதாகத் தோன்றியதே இல்லை. அது என்

சுதந்தரத்தைத் தடுக்கும் என்றோ, கனவுகளைக் கொல்லும் என்றோ, பொறுப்பின் பெயரால் சுமைகளை ஏற்றி வைக்குமென்றோ நான் அஞ்சியவனல்ல.

ஏதோ ஒன்று. வெறுப்பைப் போல. அருவருப்பைப் போன்ற ஓர் உணர்வு. உண்மையில் அது அருவருப்பு கூட இல்லை. தலையெழுத்தே என்று ஒட்டுமொத்த ஆண் குலத்துக்கும் சேர்த்து நான் செய்கிற பிராயச்சித்தம் என்று ஒருநாள் தோன்றியது.

எல்லாம் நினைத்துக்கொள்வதுதான். இந்த உலகில் பெரும் பாலும் காரணங்களற்ற விளைவுகள் மட்டுமே அதிகம் நிகழ்கின்றன. காரணம் கண்டுபிடிக்கப்படாதபோது நமது சிந்திக்கும் திறனைக் குறை சொல்லிவிடுகிறோம். எனக்கு அம்மாதிரியான குழப்பங்கள் ஏதுமில்லை. என்னுடைய முடிவுக்குக் காரணமும் இல்லை. நான் மணமாகாதவன். அதை விரும்பாதவன். அவ்வளவுதான்.

நான் ஏழு வயதாக இருக்கும்போது பதிமூன்று வயது நிரம்பிய எனது சகோதரிக்கு வீட்டில் கலியாணம் செய்து வைத்தார்கள். நான்கு வருடங்களுக்குப் பின் அவள் ஒருமுறை வீட்டுக்கு வந்தாள். அவள் என் அக்காதானா என்று எனக்குச் சந்தேகம் வந்துவிட்டது. என் மனத்தில் இருந்த அவளது உருவம் முற்றிலும் வேறாகியிருந்தது. கண்கள் உள்ளடங்கி, கன்னங்கள் சுருங்கிப் போய், முகம் மிகவும் கறுத்துப் போயிருந்தது. அக்கா என்று நான் பாசத்துடன் ஓடிச் சென்று அவளை அணைத்துக்கொண்டேன். அவள் சிரிக்கத்தான் செய்தாள். ஆனாலும் எனக்கு ஏனோ அவள் அழுவது போலவே தெரிந்தது. அவளை அழைத்து வந்திருந்த அப்பா சிறிது நேரம் பொதுவான விஷயங்களைப் பேசிக் கொண்டிருந்துவிட்டு, என்னை விளையாடப் போகச்சொன்னார். நான் அக்காவை விளையாட வரச் சொன்னதற்கு அவள் பிறகு வருகிறேன் என்று சொன்னாள். நான் வெளியே போய்விட்டேன்.

சில மணி நேரங்களுக்குப் பிறகு நான் வீடு திரும்பியபோது என் அம்மா அழுதுகொண்டிருப்பதைக் கண்டேன். ஆனால் அக்கா அழவில்லை. அம்மாவின் அருகே அமர்ந்து அவளுக்கு ஆறுதல் சொல்லிக்கொண்டிருந்தாள்.

எனக்கு மிகவும் சங்கடமாகப் போய்விட்டது. ஏதோ நடந்திருக்கிறது. நிச்சயமாக அக்காவுக்குத்தான். அவர்கள் பேசிக் கொண்டதில் இருந்து என்னால் அன்று எதையுமே

விளங்கிக்கொள்ள முடியவில்லை. 'அவன் நாசமா போவான். அவன் குறி அழுகிச் சாவான்' என்று அப்பா உக்கிரமாகச் சபித்துக் கொண்டிருந்தார். என்னைக் கண்டதும் சட்டென்று நிறுத்திவிட்டு, 'ஏன் அதுக்குள்ள வந்துட்ட?' என்று கேட்டார்.

●

நான் எவ்வளவு முயன்றும் அக்காவுக்கு என்ன நடந்தது என்று என்னால் தெரிந்துகொள்ள முடியவில்லை. அம்மா, அப்பா, அக்கா மூவருமே அதை என்னிடம் சொல்ல விரும்பவில்லை என்பது புரிந்தது. நான் சிறுவன். சொன்னால் புரியாது என்று நினைத்திருக்க வேண்டும். ஆனால் ஒரு வலியைப் புரிந்துகொள்ள ஒரு முகச் சுளிப்பு போதாதா.

இரண்டு மூன்று நாள் நான் யாரிடமும் எதுவும் கேட்கவில்லை. கூடியவரை வீட்டில் இருக்கும் நேரத்தைக் குறைத்துக்கொண்டு வெளியே என் சிநேகிதர்களுடன் விளையாடிக்கொண்டிருந்தேன். அவர்கள் பேசுவதற்கு நான் தடையாக இருக்கவில்லை. தெரிவிக்க வேண்டிய செய்தி என்றால் எப்படியும் என்னிடம் சொல்லாதிருக்க மாட்டார்கள் என்று நினைத்துக்கொண்டேன்.

அக்கா வீட்டுக்கு வந்து ஒரு வாரம் கடந்திருக்கும். ஒருநாள் நள்ளிரவு எனக்கு விழிப்பு வந்து எழுந்துகொண்டேன். பின்புறம் போய்விட்டு வீட்டுக்குள் நுழையப் போனபோது கிணற்றின் மறுபக்கம் அக்கா தனியே உட்கார்ந்திருந்ததைக் கண்டேன். எனக்குச் சற்று பயமாக இருந்தது. என் அக்காதான். அதில் சந்தேகமில்லை. ஆனாலும் அந்தக் கோலத்தில் அவள் வேறு யாரோ போலத் தெரிந்தாள். ஒரு மோகினியைப் போல. மிகவும் தயங்கி, அவளை நெருங்கி, 'அக்கா..' என்று கூப்பிட்டேன்.

அவள் என்னை இழுத்து அப்படியே அணைத்துக்கொண்டு கதறிவிட்டாள். என்னால் அந்தத் தினத்தை மறக்கவே முடியாது. என்னக்கா, என்னக்கா என்று திரும்பத் திரும்பக் கேட்டுக் கொண்டே இருந்தேன். அக்கா எதையுமே சொல்லவில்லை. ஒரு கட்டத்துக்குமேல் தாங்க முடியாமல், 'எனக்கு எல்லாம் புரியும்க்கா. என்கிட்ட சொல்லுக்கா' என்று சொன்னேன். அவள் அழுவதை நிறுத்திவிட்டு என்னைச் சற்று நேரம் உற்றுப் பார்த்தாள். இருளில் அவளது அழுத கண்கள் ஒரு பாம்பின் கண்களைப் போலப் பளபளத்தன. சட்டென்று சிரித்தாள். 'எனக்காக ஒரு உதவி செய்வியா?' என்று கேட்டாள்.

'கண்டிப்பா செய்யறேன்க்கா. என்னன்னு சொல்லு.'

'எனக்கு அரளி விதை வேணும். அதை அரைச்சி சாப்ட்டா செத்துடலாம்னு சொல்றாங்க. எனக்கு சாகணும்டா' என்று சொன்னாள்.

●

மீண்டும் ஆறு வருடங்களுக்குப் பிறகு அக்கா வீட்டுக்கு வந்தாள். இம்முறை அவள் கர்ப்பஸ்திரியாக இருந்தாள். ஆனால் முன்பு கண்டதைக் காட்டிலும் பெருமளவு உருக்குலைந்து போயிருந்தாள். இம்முறை அப்பா யாரையும் சபித்துக் கொண்டிருக்கவில்லை. அம்மாவும் என்னை வெளியே அனுப்பி விட்டு அவளிடம் தனியே ஏதும் பேசவில்லை. அவள் வந்த தினத்துக்கு இருபது நாள் கழித்து வீட்டில் வளைகாப்பு நடத்தினார்கள். அந்நிகழ்ச்சிக்கு அக்காவின் புகுந்த வீட்டு மனிதர்கள் சிலர் கொங்கு தேசத்தில் இருந்து வந்திருந்தார்கள். மாமாவை அநேகமாக அப்போதுதான் நான் நெருக்கத்தில் கண்டேன் என்று நினைக்கிறேன். பெரிய மீசை வைத்திருந்தார். அவர் முகத்தைத் தாண்டியும் அந்த மீசை வளர்ந்திருந்தது. அவரோ, அவரது உறவினர்களோ எங்கள் யாரிடமும் அதிகம் பேசவில்லை. நிகழ்ச்சி நடக்கும்வரை அமைதியாக ஒரு பக்கம் அமர்ந்திருந்தார்கள். முடிந்தபின் அப்பா அனைவரையும் மரியாதையாகச் சாப்பிட அழைத்தார். அவர்கள் சாப்பிட்டார்கள். பிறகு விடைபெற்றுப் போனார்கள்.

மேலும் மூன்று மாதங்களுக்குப் பிறகு அக்காவுக்குக் குழந்தை பிறந்தது. அது ஒரு ஆண் குழந்தை. அப்பா வண்டித் தலையாரியிடம் பணம் எண்ணிக் கொடுத்து மாப்பிள்ளை வீட்டுக்குத் தகவல் சொல்லி அனுப்பினார். அவர்கள் உடனே கிளம்பி வருவார்களா என்று அம்மாவிடம் நான் கேட்டேன். 'தெரியலடா' என்று அவள் பதில் சொன்னாள். அக்கா திரும்ப எப்போது புறப்பட்டுப் போவாள் என்று கேட்டேன். அதை அவர்கள்தான் முடிவு செய்வார்கள் என்று சொன்னாள்.

அம்மாவும் அப்பாவும் வீட்டில் இல்லாத ஒருநாள் அக்காவின் குழந்தையைக் கொஞ்சிக்கொண்டிருந்தேன். அக்கா அதை ரசித்துப் பார்த்துக்கொண்டிருந்தாள்.

'உன் பிரச்னையெல்லாம் தீந்துடுச்சாக்கா?' என்று மெல்லப் பேச்சுக் கொடுத்தேன்.

‘ஓ, குழந்தையே பிறந்துடுச்சே’ என்று பதில் சொன்னாள்.

அவர்களுக்குள் என்ன பிரச்னை என்று நான் அப்போது கேட்டிருந்தால் நிச்சயமாக அக்கா பதில் சொல்லியிருப்பாள். ஏனோ எனக்குக் கேட்க வேண்டாம் என்று தோன்றியது. அப்பாவோ அம்மாவோ எனக்குச் சொல்லியிருக்கலாம் என்று அவள் எண்ணியிருப்பாள். இருவருமே சொன்னதில்லை. நான் வளர்ந்த பிறகும்கூட.

சட்டென்று எழுந்து சென்று என் பெட்டியைத் திறந்தேன். என் துணிமணிகள், புத்தகங்கள், சீப்பு, கண்ணாடி என்று அதில் என்னென்னவோ இருந்தன. பெட்டியின் அடியில் நான் வெகுகாலத்துக்கு முன்னால் இருந்துவிட்டுப் போகட்டும் என்று வைத்திருந்த ஒரு சிறிய பொட்டலம் அப்படியே இருந்தது. அதை எடுத்து வந்து அக்காவின் முன் பிரித்துக் காட்டினேன்.

‘என்னது?’

‘அரளி விதைக்கா. ரொம்ப வருஷம் முன்ன நீ கேட்ட. நீ ஊருக்குப் போனப்பறம் எங்கெங்கோ தேடி எடுத்துட்டு வந்து வெச்சேன். அப்பறம் இது தேவைப்படலை’

அக்கா என்னை உற்றுப் பார்த்தாள். ‘அதக் குடு’ என்று வாங்கிக் கொண்டாள்.

‘இனிமே எதுக்குக்கா? தூக்கிப் போட்டுடறேன்’ என்று சொன்னேன்.

‘இல்லை. என்கிட்ட இருக்கட்டும். எனக்குத்தான் பிள்ளை பிறந்துட்டானே. இதை அவருக்குக் குடுத்துடுவேன்’ என்று சொன்னாள்.

என் முதல் கவிதையை நான் அன்று எழுதினேன். அதை என் மாமாவின் குறிக்குத்தான் மானசீகமாக சமர்ப்பணம் செய்தேன்.

•

ஓவியர் வரைந்து முடித்திருந்தார். எங்கள் ஐவரின் உருவமும் அந்தக் கருங்கல் சுவரில் தத்ரூபமாக உருவாகியிருந்தன. நாங்கள் அவரைக் கட்டியணைத்து முத்தம் கொடுத்தோம். மதுக் குடுவையை ஐந்து பேரும் சேர்ந்து தூக்கி வந்து அவர் மீது ஊற்றிக் கொண்டாடினோம். அன்றைக்கு ஜமீந்தாரின் பிறந்த நாள் என்று

சொல்லி எங்களுக்கு சிறப்பு விருந்துணவு அனுப்பியிருந்தார்கள். கூடவே இன்னும் இரண்டு பெரிய குடுவைகளில் மது.

நாங்கள் திருப்தியாகக் குடித்தோம். திருப்தியாக உணவு உட்கொண்டோம். வெகுநேரம் என்னென்னவோ பேசி மகிழ்ந்துவிட்டு உறங்கிப் போனோம்.

உறக்கத்தில் எனக்கொரு கனவு வந்தது. கனவில் என் அக்கா வந்து என்னை அழைத்தாள்.

'எழுந்திரு. உடுத்திக்கொள். உனக்கு ஒரு வேலை வந்திருக்கிறது.'

'என்ன?' என்றேன் புரியாமல்.

'உன் மாமா இறந்துவிட்டார்.'

'ஐயோ எப்போது? எப்படி?'

'நான் தான் கொன்றேன். அவர் மரணம் எப்படி நிகழ்ந்தது என்பதைக் கூட அவர்களால் வெளியே சொல்ல முடியாதபடி கொன்றேன்.'

'ஐயோ' என்று மீண்டும் அலறினேன். விழிப்பு வந்துவிட்டது. வெகுநேரம் ஒன்றும் புரியாமல் திகைத்துப் போய் அப்படியே அமர்ந்திருந்தேன். போதை முற்றிலும் தெளிந்து மீண்டும் குடிக்கலாம் என்று தோன்றியது. கொஞ்சம் பதற்றமாக உணர்ந்தேன். எழுந்து சென்று கொஞ்சம் தண்ணீர் எடுத்துக் குடித்தேன். திரும்பியபோதுதான் அதைக் கவனித்தேன்.

ஓவியர் எங்களை வரைந்திருந்த சுவரின் ஓரத்தில், கீழ்ப்புறம் தனியே ஒரு ஆண்குறி வரையப்பட்டிருந்தது. அதன் கீழே பூனை படுத்துத் தூங்கிக் கொண்டிருந்தது.

அதிகாரம் 12

பொன்வண்டுக் கதை

நான் மிகவும் வருத்தத்தில் இருக்கிறேன். வேலை செய்யாத ஒருவன் பெறுகிற கூலி, அவன் நேர்மையாளனாக இருக்கும் பட்சத்தில் அவனுக்கு மிகுந்த குற்ற உணர்வைத் தரும். இந்தக் கலைஞர்கள் என்மீது காட்டும் அன்பை விவரிக்கவே முடியாது. இந்த நிலவறைக்கு நான் வந்த நாளாக இவர்கள் போட்டி போட்டுக்கொண்டு என்னை எடுத்து வைத்துக்கொண்டு சீராட்டுவதும், என்னை ஒரு சக தோழனைப்போல் கருதிப் பேசுவதும் தமது சுக துக்கங்களை என்னிடம் சொல்லிப் பகிர்ந்து கொள்வதும், சமயத்தில் என் அபிப்பிராயத்தைக் கேட்பதுமாக என்னால் என்றென்றைக்கும் மறக்க முடியாதவர்களாக ஆகியிருக்கிறார்கள்.

இந்த நிலவறையில் கூத்துக் கலைஞர் ஒருவர் இருக்கிறார். அவர் பெரிய நடிகர். அவரே கூத்துக்கான பாடல்களை எழுதவும் செய்வார். தான் நடிப்பதுடன்கூட பிறருக்கும் நடிப்புச் சொல்லிக் கொடுத்து நடிக்க வைக்கும் வல்லமை பெற்றவர் அவர்.

அவர் ஒருநாள் என்னிடம் கேட்டார், ‘என் அடுத்தப் பிறப்பில் என் பெயர் நவாப் ராஜமாணிக்கம் பிள்ளை என்பது உண்மையா?’

இதற்கு நான் என்ன பதில் சொல்லுவேன்? இது எனக்குப் பெரிய தர்மசங்கடம். நான் இந்த நிலவறைக்குள் நுழையும்போதே ஒரு

முடிவெடுத்திருந்தேன். எக்காரணம் கொண்டும் பேச்சுக் கொடுக்கக்கூடாது என்பதுதான் அது. ஜமீந்தார் என்னை இங்கே அனுப்பியதற்குக் காரணம், நிலவறைக்குள் இருந்த எலித்தொல்லை. ஆனால் நானும் வந்ததில் இருந்து பார்க்கிறேன், என் கண்ணில் ஒரு எலிகூடத் தென்படவில்லை.

நிலவறை நண்பர்களுக்கே அது பெரிய வியப்பு. 'என்ன ஆச்சரியம்? இந்தப் பூனை வந்தது முதல் எலிகள் இந்தப் பக்கம் எட்டிப் பார்ப்பதே இல்லை' என்று ஓவிய நண்பர் ஒரு நாள் சொன்னார்.

ஆனால் நான் வருவதற்குள் அந்த நாசகார எலிகள் இந்தக் கலைஞர்கள் எழுதி வைத்திருந்த குறிப்பேட்டின் பல பக்கங்களைக் கடித்துக் குதறிவிட்டிருந்தன. அவர்களுக்கு அது சொல்லில் அடங்காத துக்கம். வீணான பக்கங்களைத் திரும்பவும் உட்கார்ந்து எழுதினார்கள். அப்படியும் அவர்கள் தமது புத்தகத்தை எழுத ஆரம்பித்து அதற்குள் கணிசமாக எழுதிவிட்டிருந்தார்கள். எனக்குத் தெரிந்து வேறெந்தக் கலைஞர்களிடமும் நான் இந்த செயல் வேகத்தையும் செய்நேர்த்தியைக் கண்டதில்லை.

பொதுவில் கலைஞர்களிடம் ஒரு சோம்பேறித்தனம் இருக்கும். ஒரு அலட்சியம் இருக்கும். செய்யத் தொடங்கும்போது இருக்கும் உற்சாகம் எந்தக் கணமும் வடிந்துபோய் சோர்ந்து அமர்ந்து விடுவார்கள். திரும்ப ஒரு கணத்தில் பழைய உற்சாகம் பீறிட்டுக் கிளம்பும்போது விட்ட இடத்தில் இருந்து விறுவிறுவென்று காரியமாற்றுவார்கள்.

இவர்கள் முற்றிலும் வேறு ரகம் என்று எனக்கு அந்நிலவறைக்குக் குடிவந்த ஒரு சில தினங்களுக்குள்ளாகவே புரிந்துவிட்டது.

'கலை திட்டங்களற்றது என்று யார் சொன்னது? இந்த உலகில் அதிகபட்ச ஒழுக்கம் கோரும் ஒரே துறை கலைதான்' என்று நாட்டிய நண்பர் சொன்னார். 'கலைஞன் தன்னை ஒழுக்க மீறலில் இருத்திக்கொண்டு, தன் கலையை ஒழுக்கத்தின் அச்சுகளில் வார்த்தெடுக்கிறான்.'

அவர்கள் எழுதுவதில் ஒரு ஒழுக்கம் கடைப்பிடிப்பதை நான் பார்த்தேன். தினமும் வெளியே விடிந்து இரண்டு ஜாமம் கழிந்தபின்பு அவர்கள் உறக்கம் கலைந்து எழுந்திருப்பார்கள். அதுதான் அவர்களுக்கு விடிகாலை. எழுந்ததும் காலைக்கடன் களை முடித்துவிட்டுக் கொஞ்சம் சாப்பிடுவார்கள். உடனே தத்தம்

திண்ணைகளில் தாள்களை எடுத்து வைத்துக்கொண்டு எழுதத் தொடங்கிவிடுவார்கள்.

மூன்று மணி நேரங்களுக்குக் குறையாமல் எழுதுவார்கள். இடையே பேச்சு இருக்காது. விவாதம் இருக்காது. வேறெந்த கவனச் சிதறல்களுக்கும் இடம் தராமல் அவர்கள் எழுதுவார்கள். அதன்பின் சிறிது நேரம் பேசிக்கொண்டிருந்துவிட்டு சாப்பிட உட்காருவார்கள். அது அவர்களுடைய மதியச் சாப்பாடு. உலகுக்கு அது பின்மாலை நேரம் என்பது அவர்களுக்குத் தெரியாது.

உண்டு முடித்தபின் சிறிது நேரம் ஓய்வெடுத்துவிட்டு காலை எழுதியவற்றை எடுத்து வைத்துக்கொண்டு ஒவ்வொருவரும் வரிசையாகப் படிக்க ஆரம்பிப்பார்கள். இப்போது அவர்களுக்குள் விவாதம் நிகழ ஆரம்பிக்கும். ஒவ்வொருவரும் தத்தமது துறை சார்ந்த இலக்கணங்களைத்தான் எழுதினார்கள். ஆனாலும் அடுத்தவர் கருத்துக்குக் காது கொடுக்கும் பெருந்தன்மை அவர்களிடம் இருந்ததைக் கண்டேன்.

பேசி விவாதித்த விஷயங்களைக் குறிப்புகளாக எழுதி வைத்துக் கொண்டு, எழுதியவற்றை மீண்டும் செப்பனிட ஆரம்பிப்பார்கள். அந்தப் பணி இன்னொரு நான்கு மணி நேரத்துக்கு நீளும்.

இப்போது அவர்கள் சோர்ந்துவிடுவார்கள். 'குடிக்கலாமா?' என்று கவிஞர்தான் முதலில் கேட்பார். உடனே ஓவியரோ, நடிப்புக் கலைஞரோ பாய்ந்து சென்று மதுக்குடுவையை எடுத்து வந்து கூடத்தின் நடுவே வைத்துவிடுவார். அது அவர்களுடைய கொண்டாட்ட நேரம். அவர்கள் குடிக்க ஆரம்பித்துக் கண் சொருகிய பிறகுதான் நான் மெல்ல ஒவ்வொரு திண்ணையாகப் போய் அவர்கள் எழுதி வைத்ததை வாசிக்கத் தொடங்குவேன். ஒரு படைப்பை அது உருவாகும்போதே உடன் நின்று வாசிப்பது ஓர் அனுபவம். கருப்பைக்குள் அமர்ந்துகொண்டு தனது இரட்டையைக் காண்கிற சிசுவுக்கு மட்டுமே அது வாய்க்கும். ஆனால் நான் இப்படி வாசிக்கிறேன் என்பது இந்தக் கலைஞர்களுக்குத் தெரியாது. குடிக்கத் தொடங்கியபின்பு அவர்கள் என்னைத் திரும்பிக்கூடப் பார்க்க மாட்டார்கள். அவரவர் வாழ்க்கைக் கதைகள், அவரவர் அனுபவங்கள், கனவுகள், ஏமாற்றங்கள். திரைகள் களைந்து அவர்கள் விவரிக்கும் வாழ்வனுபவங்களைக் கேட்டபடி நான் வாசித்துக்கொண்டிருப்பேன்.

என்னைப் போன்ற ஒரு தரமான வாசகனை இந்த உலகம் இதுநாள் வரை கண்டதில்லை. இதைச் சொன்னால் நீங்கள் நம்பமாட்டீர்கள். வாசிப்பின்மீது எனக்குள்ள அடங்காத வெறியும் ஒருவிதக் கலை வெளிப்பாடே. நான் எழுத்துகளை, சொற்களை, சொற்றொடர்களை, அவை தரும் அர்த்தங்களையல்ல; ஒரு பிரதியை அதில் பொதிந்திருக்கும் மௌனத்தின் ஊடே கடக்கும் மின்னொளியை வாசிப்பவன்.

புரியவில்லை அல்லவா? விளக்குகிறேன். இப்போது உங்கள் குழப்பம் என் வாசிப்பைக் குறித்தோ, என்னைக் குறித்தோ இருக்கும். உண்மையில் அது என் பிறப்பைக் குறித்ததாக இருக்கவேண்டும் என்று நான் சொல்லுகிறேன். நான் எங்கிருந்து வந்திருப்பேன் என்று நீங்கள் யோசிப்பீர்களானால் நீங்கள் தோற்றுவிடுவீர்கள். நான் எதற்காக வந்தேன் என்று ஆராய ஆரம்பிக்கும் அந்த ஒரே ஒருவனுக்காகக் காத்திருப்பதே என் கலை. ஏனெனில் எனது தோற்றம் என்பது என் செயலில் கருக்கொண்டதுதான். நான் இன்னொருத்தர் செய்ததல்ல.

விஷயத்துக்கு வருகிறேன். எனக்கு அவர்கள் எழுதிக் கொண்டிருந்த நூல் மிகுந்த மனக்கிளர்ச்சியை அளித்தது. தினமும் அவர்கள் எழுதி முடித்துவிட்டுக் குடிக்க அமரும் நேரத்துக்காக ஒவ்வொரு மணித்துளியும் நான் காத்திருந்தேன். ஏனெனில், என்னைப் போன்றதொரு கலாரசிகனுக்கு எலியல்ல உணவு. இவர்கள் அன்போடு வைக்கிற பாலும் அல்ல. நான் புறாக்களை உண்பேன். கிளிகள் அகப்பட்டால் கொள்ளைக் குஷியாகி விடுவேன். மைனாக்கள், பட்டாம்பூச்சிகள், புழுக்கள், அரிசிச் சாதம், கோதுமை உணவுகள் - எதுவுமே எனக்கு விலக்கில்லை தான். ஆனால் இந்த உணவுகளால் வாழ்பவனல்ல நான். எதைக் கோரக்கர் உண்டாரோ, அதை அவருக்கு நூறு தலைமுறைகளுக்கு முன்பிருந்தே உண்டு வந்திருப்பவன் நான். இந்த உலகில் உயிரோடு இன்னும் இருக்கும் கடவுளர்கள் உண்ணத் தெரியாமல், செரிக்கத் தெரியாமல் தவிர்த்துவிடும் பேரமுதம் ஒன்றுண்டு. அதுதான் என் உணவு. அதைப் பரவச உணர்வால் உறிஞ்சிக் குடித்துவிட்டு என் நிதானத்தால் நான் செரிமானம் கொள்வேன்.

படித்துப் பார்த்த வரையில் அந்த ஆறு கலைஞர்களில் இரண்டு பேரைத் தவிர பிறருக்கு எழுத்து அத்தனை நன்றாக வரவில்லை. மொழிச் சுத்தம் போதாது. தவிர, சொல்ல வரும் கருத்தைச் சுற்றாமல் சொல்லத் தெரியவில்லை.

அதுசரி. எல்லோரும் எழுத்தாளர்களோ கவிஞர்களோ இல்லை தான். தவிர, ஜமீந்தார் அவர்களிடம் சுவாரசியமான ஒரு காவியத்தைக் கோரியிருக்கவில்லை. ஒரு நூல். பேரேடு. ஆதாரக் கலைகளின் சூட்சுமத்தை விளக்கும் ஒரு கையேடு. எது இருந்துவிட்டால் இந்த மண்ணில் கலை வறட்சி என்பதே இல்லாமல் போகுமோ அது. எதைப் பயின்றால் நித்திய ஆனந்த போதத்தில் திளைக்க முடியுமோ அது. எது கடவுள்களை சிருஷ்டிக்க வல்ல சூத்திரமோ அது.

படிக்கப் படிக்க எனக்கு மீண்டும் மீண்டும் எழுந்த எண்ணம் ஒன்றுதான்.

எனக்கு ஒரு வாய்ப்பிருந்தால் அந்நூலை நான் மீண்டுமொரு முறை உட்கார்ந்து திருத்தி எழுதுவேன்.

ஆறு மொழிகளில் எழுதப்பட்ட ஒரு புத்தகமாக அது இருப்பதைக் காட்டிலும், ஐந்து கடல்களுக்கு மத்தியில் உள்ள பெருநிலப் பரப்பு முழுவதற்கும் பொதுவான வேதமாக்கிவிடுவேன். மொழியற்ற ஒரு நூல். அல்லது மொழிகளைக் கடந்த நூல்.

ஆனால் முடியுமா? நான் ஒரு பூனை. என் விரல்களால் எழுதுகோலைக் கவ்விப் பிடிப்பது சிரமம்.

•

அப்போது நான் காஷ்மீரத்தில் இருந்தேன். எனக்கு அங்கே ஆட்சி புரிந்துகொண்டிருந்த மன்னனால் ஒரு காரியம் ஆகவேண்டி யிருந்தது.

ஒரு சுவடி.

இதே போலத்தான். ஆனால் அன்று தாள் கிடையாது. ஓலைச் சுவடி. பிரம்ம சூத்திரத்துக்கு போதாயன மகரிஷி எழுதி வைத்திருந்த உரைநூல் அது. தத்துவங்களின் வெம்மையை விழுங்கிச் செரித்தாலொழிய கலையின் பேரெழில் உலகத்துக்குள் நுழைய முடியாது என்பது உங்களுக்குத் தெரியுமா?

அது எனக்குத் தத்துவப் பித்து பிடித்திருந்த காலம். நான் விடாமல் அந்த மன்னனையே சுற்றிச் சுற்றி வந்துகொண்டிருந்தேன். அவனோ, ஒரு பெரும் புதையலை எடுத்து அனுபவிக்கத் துப்பில்லாதவனாக அதை பூஜையில் வைத்துக் கும்பிட்டுவிட்டுக்

கதவைப் பூட்டிவிடுகிறவனாக இருந்தான். அவனைச் சுற்றியிருந்த பண்டிதர்கள் அவனுக்கு மேலே இருந்தார்கள். சிறு வயதில் அவர்கள் மனனம் செய்திருந்த வேத வரிகளுக்கும் உபநிடதப் பொருள்களுக்கும் அப்பால் எதையும் புதிதாக உள்வாங்கிக் கொள்ளவோ, அலசி ஆராயவோ அவர்கள் சித்தமாக இல்லை.

எனக்கு அந்த ஓலைச் சுவடி வேண்டும்.

ஒருமுறை பார்க்க. ஒரு முறை படிக்க. போதும். ஒரே ஒருமுறை வாசித்துவிட்டால் எனக்குப் போதுமானது. சொன்னேனல்லவா? நான் எதையும் பரவச உணர்வால் உறிஞ்சிக் குடித்துவிட்டு நிதானத்தில் செரிமானம் செய்துகொள்ளுகிறவன்.

அவனுக்குப் புரியவில்லை. 'நீ ஒரு பூனை. உனக்கு எதற்கு போதாயன விருத்தி?' என்று கேட்டான்.

நான் என்ன பதில் சொல்ல முடியும்? 'நீ ஒரு மன்னன். உனக்கு எதற்கு தேசம்?' என்று கேட்டால் புரியுமா?

நான் பொறுமையாக இருந்தேன். ஆனால் அவன் அரண்மனையை விட்டு நகரவேயில்லை. எனக்குரிய நாள் நிச்சயமாக வரும் என்ற நம்பிக்கை இருந்தது. அது வரவும் செய்தது.

வைணவ சன்னியாசி ஒருவர் தென்னகத்தில் இருந்து வந்திருப்பதாகச் சொன்னார்கள். என்னைப் போலவே அவரும் போதாயன விருத்தியைக் கேட்டுத்தான் அங்கே வந்திருந்தார்.

எனக்கு மிகுந்த ஆச்சரியமும் மகிழ்ச்சியும் உண்டானது. இந்தச் சந்தர்ப்பத்தைத் தவறவிடக்கூடாது என்று அன்று மன்னன் அவைக்கு வருவதற்கு முன்னால் நான் அரசவைக்குள் சென்று மன்னனின் ஆசனத்துக்கு அடியில் உட்கார்ந்துகொண்டேன்.

நண்பகல் நேரம் அவை கூடியது. நெற்றியில் திருமண் தரித்து, கையில் முக்கோல் பிடித்துக்கொண்டு முழங்காலுக்கு மேல் உயர்த்திக் கட்டிய காவி வேட்டியும் மாதக் கணக்கில் சவரம் செய்யாத முகமுமாக அவைக்குள் பிரவேசித்த சன்னியாசி, மன்னனிடம் பணிவோடு கேட்டார். 'எனக்கு போதாயன விருத்தி வேண்டும்.'

'எதற்கு?' என்று அவையில் இருந்த பண்டிதர்கள் கேட்டார்கள்.

இதென்ன வினா? நீ தொட்டுக்கூடப் பார்த்திராத ஒரு பிரதியை ஒரு கிழவன் ஆராய்ந்து எழுத நினைக்கிறான். கொடுத்தனுப்பி வைக்காமல் எதற்கு இந்த அர்த்தமற்றக் கேள்வி?

எனக்குக் கோபம் வந்தது. அடக்கிக்கொண்டேன்.

அந்த சன்னியாசி விடவில்லை. திருவரங்கத்தில் இருந்து அவர் கிளம்பி வந்ததே அந்தச் சுவடிக்காகத்தான். எத்தனை மாத காலப் பயணம்! எத்தனை காத தூரப் பயணம்! எவ்வளவு சிரமங்கள், நெருக்கடிகள்.

அனைத்தையும் எடுத்துச் சொல்லி அவர் பணிவோடு வேண்டினார். இது எனக்கு வேண்டும்.

'அதெல்லாம் முடியாது' என்று பண்டிதர்கள் சொல்லி விட்டார்கள். அது சரஸ்வதி பீடத்தின் சொத்து. காஷ்மீரத்தை விட்டு இடம் பெயர முடியாது. வேண்டுமானால் ஒருமுறை படித்துப் பார்த்துவிட்டுப் போய்த் தொலையுங்கள்.

அந்தக் கிழட்டு சன்னியாசியின் சீடன் ஒருவன் முன்னால் அந்த ஓலைச் சுவடிக்கட்டு கொண்டு வந்து வைக்கப்பட்டது.

நான் சட்டென்று மன்னனின் சிம்மாசனத்தின் அடியில் இருந்து வெளியே வந்தேன். யாரும் கவனிப்பதற்குள் ஒரு பொன்வண்டாக உருவெடுத்துச் சீறிப் பறந்து அந்தச் சீடனின் காதுகளுக்குள் நுழைந்தேன். ஏதோ பூச்சி என்று அவன் விரலை உயர்த்திக் காதுக்குள் விட்டுக் குடைவதற்குள் அவன் தலைக்குள் போய் சவுகரியமாக உட்கார்ந்துகொண்டுவிட்டேன்.

சரி ஆரம்பிக்கலாம் என்று மன்னன் உத்தரவிட்டான். அந்தச் சீடன் தன் எதிரே இருந்த ஓலைச் சுவடிகளைத் தொட்டு வணங்கிவிட்டு எடுத்துப் பிரித்து வாசிக்கத் தொடங்கினான்.

எழுத்தாக, சொல்லாக, சொற்றொடர்களாக அவன் வாசித்துக் கொண்டே வந்த விருத்தியை நான் ஒளியாக உள்ளே தேக்கி வைத்துக்கொண்டேன். என் மகிழ்ச்சி கட்டுக்கடங்காமல் போய் விட்டது. அந்த ஒரு சுவடிக்காக நான் எத்தனை ஆண்டுக்காலம் அந்த மன்னனின் பின்னால் அலைந்திருப்பேன் என்று உங்களால் யூகிக்கவே முடியாது. அத்தனைப் பாடுகளுக்கும் பலன். அவன் பக்கம் பக்கமாகப் படித்துக்கொண்டே போனான். மொத்தம் இருபத்தி ஐயாயிரம் படிகள் அடங்கிய பிரதி அது. வா, வா, கொண்டு வந்து கொட்டு என்று வாங்கி வாங்கி நீவி வைத்தேன்.

என் மானசீகத்தில் ஆனந்தக் கூத்தாடத் தொடங்கினேன். அண்டம் அதிர ஆடினேன். ஆசை தீரத்தீர ஆடிக் களித்தேன். ஆட்ட வேகத்தில் என்னையறியாமல் அவனைவிட்டு வெளியேயும் இறங்கி வந்துவிட்டேன்.

நான் செய்த ஒரே தவறு, ஆனந்தக் களிப்பில் நான் சேகரித்த ஒளிக்கற்றையை அவன் தலைக்குள்ளேயே விட்டுவிட்டு வந்துவிட்டதுதான். திரும்பிச் சென்று எடுத்து வர எனக்கு அவகாசம் கிடைக்கவில்லை. அவனும் அந்த சன்னியாசியும் அன்றே கிளம்பிப் போய்விட்டார்கள்.

●

போதாயன விருத்தியை இழந்தது போல இதை நான் இழக்க விரும்பவில்லை. என்னிடம் இப்போது அவசரம் இல்லை. ஆவேசம் இல்லை. நான் நிதானத்தின் குழந்தையாக இருந்தேன். தவிரவும் நான் என் குறைபாடுகளை அறிந்தவன். ருசித்த உணவை விழுங்க முடியாத அவஸ்தையை என்றேனும் அனுபவித்திருக் கிறீர்களா?

என்னால் கிரகிக்க முடியுமே தவிர எழுத முடியாது.

எழுத முடியாதவன் எழுதி முடிக்கப்படுகிறவரை காத்திருக்க வேண்டியதுதான்.

அதிகாரம் 13

புழுக்களின் கதை

கொள்ளிடம் நிரம்பித் ததும்பிக்கொண்டிருந்தது. ஒரு கர்ப்பிணியைப் போல நீரைச் சுமந்து நகர்த்திச் சென்று கொண்டிருந்த காற்றின் குளுமை வெளியெங்கும் நிறைந்து பரவியிருந்தது. படித்துறையில் நான் படுத்திருந்தேன். இரண்டு தினங்களாக சாப்பிட்டிருக்கவில்லை என்பதால் அடி வயிற்றில் பசி குத்திக் குதறிக்கொண்டிருந்தது. வலி தாளாதபோது ஆற்றுக்கு இறங்கிச் சென்று இரண்டு கை நீரள்ளி அருந்திவிட்டு மீண்டும் வந்து படுப்பேன். கண் சொருகியிருந்தாலும் உறக்கம் இல்லை. உறங்கிவிட முடியுமானால் பசியை மறக்கலாம். உறக்கத்துக்கும் பசிக்குமான ஓயாத யுத்தத்தில் பசியே எப்போதும் வெல்கிறது. தவிர பசி இருக்கும்போது சிந்திக்க முடிவதில்லை. சலிப்பின் சிக்கல் மிகுந்த வலைப்பின்னலுக்குள் ஒடுங்கிக்கொண்டு விடுகிறது மனம். மனம் தளர்ந்து இருக்கும்போது பாடத் தோன்றுவதில்லை.

ஓ. இப்போது மட்டும் வாய்விட்டுப் பாட முடிந்தால் எத்தனை நிம்மதியாக இருக்கும். பாடினால் பசி மறந்துவிடும். ஆனால் குரலெழுப்பிப் பாடுமளவுக்குத் தெம்பில்லை. உடலின் அனைத்து உறுப்புகளும் தளர்ந்து தொங்கிவிட்டாற்போலத் தெரிகிறது. பசிதானா அல்லது உயிரே போய்விடப் போகிறதா?

நான் ஒரு சங்கீதக் கலைஞன். பாடுவது என் வாழ்க்கை. கற்றுக் கொடுப்பது என் தொழில். இந்த நிலவறையின் ஐந்தாம் திண்ணை என் இருப்பிடமாக இருக்கிறது. இங்கு எனக்கு ஐந்து தோழர்கள் இருக்கிறார்கள். வேளைக்கு உணவு இருக்கிறது. வேண்டிய அளவுக்கு மது அருந்த முடிகிறது. சொகுசுக்கு எந்தக் குறைவும் இல்லாதிருக்கிறேன். ஒரு பெரும் பணியைச் சுமந்துகொண்டு இங்கு வந்தவன் நான். அதைச் செய்து முடிக்கும்வரை வேறு சிந்தனையே கூடாது என்று எண்ணியிருந்தேன். ஆனால் நான் கற்றதை எழுத்துக்கு மாற்றும்போதெல்லாம் ஒரு முகம் என் கண்முன் வந்து நின்றுவிடுகிறது. உடனே என் எழுத்து நின்று விடுகிறது. வெகுநேரம் நான் செயலற்றுப் போய்விடுகிறேன். என் நண்பர்கள் என்னை அழைத்தும் உலுக்கியும் என் நினைவுகளை மீட்கிறார்கள். மீண்டும் நான் எழுத ஆரம்பிக்கிறேன்.

ஒருநாள் இருநாளல்ல. ஒவ்வொரு நாளும் எழுதத் தொடங்கினால் இதுவே பெரும் சிக்கலாகிவிடுகிறது. நான் எழுதி வைக்கப் போகிற குறிப்புகளின் ஆன்மாவாக அவர்தான் இருப்பார். அதில் எனக்குச் சந்தேகமில்லை. ஆனால் எழுதி முடிக்கவிடாமல் இப்படி உருவற்ற பேயாக வந்து கையைப் பிடித்துத் தடுத்தால் நான் என்ன செய்வேன்?

பாருங்கள். திருப்தியாக உண்டு முடித்து, ஓய்வெடுத்துவிட்டு எழுத உட்கார்ந்ததும் பசியைப் பற்றி நினைக்கிறேன். ஆற்றங்கரையில் நான் படுத்திருந்த கதையைச் சொல்லத் தொடங்குகிறேன். நான் எழுதுவதற்கும் இதற்கும் சம்பந்த மில்லைதான். ஆனாலும் இந்தக் கதை இல்லாமல் என்னுடைய இந்த நூல் இல்லை. இதற்காகவாவது மனத்தில் இருப்பதைக் கொட்டிவிட விரும்புகிறேன்.

என்ன சொல்லிக்கொண்டிருந்தேன்? ஆம். கொள்ளிடக்கரை. நான் இரண்டு நாள் உண்ணாமல் அங்கே விழுந்து கிடந்த கதை.

உண்மையில் அப்போது எனக்குச் சற்று அச்சமாக இருந்தது. நான் சாக விரும்பவில்லை. எனக்குப் பாடியாக வேண்டும். நான் அப்போது வசித்துக்கொண்டிருந்த தென்னூர் எல்லை தாண்டி, அந்த சமஸ்தானத்தைத் தாண்டி, தேசம் முழுதும் என் குரல் ஒலிக்க வேண்டும் என்ற எண்ணம் ஒரு வெறியாக உருக்கொண்டிருந்தது.

சற்றும் அடங்காத அந்த வேட்கை எனக்கு முதல் முதலில் எழுந்த போது என் வயது பதிநான்கு. மரமேறியாகத் திரிந்து அலைந்து

அரிசியோ நொய்யோ சம்பாதித்து வரும் என் தந்தைக்கு உதவியாகச் சென்றுகொண்டிருந்தேன். அவர் அறுத்துப் போடும் காய்களை உரித்து வைப்பது என் வேலை. சில வீடுகளில் உரித்தவனுக்கு ஒன்றிரண்டு தேங்காய் கொடுத்தனுப்புவார்கள். அப்பா அதை வியாபாரியிடம் கொடுத்துவிட்டு பதிலுக்குப் புளியோ பருப்போ வாங்கி வருவார். உணவற்ற தினங்கள் அவ்வப்போது வந்து போவதுண்டு. ஆனாலும் நாங்கள் பெரிதாக வருந்தியதில்லை. எனக்கு மட்டுமாவது ஒரு குவளை கஞ்சி இருக்கும்படி அம்மா பார்த்துக்கொண்டுவிடுவாள்.

நான் தலையெடுத்து அரைக்காணி நிலம் வாங்கிவிட முடிந்தால் போதும் என்று என் அம்மா எப்போதும் சொல்லிக் கொண்டிருப்பாள். எதையாவது பயிரிட்டு எப்படியாவது வாழ்ந்து விடலாம். ஒன்றுக்கு மூன்றுபேர் இருக்கிற குடும்பத்தில் உழைப்பு ஒரு பிரச்னையாக இருக்காது.

அரைக்காணி நிலம். பெரிய சிரமம் இல்லைதான். இன்றைக்கு ஆரம்பித்தால்கூட இன்னும் சில வருடங்களில் அதை வாங்கும் அளவுக்குச் சம்பாதித்துவிட முடியும் என்று எனக்குத் தோன்றும். தென்னூரில் இருக்கிறவரை சிரமமாயிருக்கலாம். எப்படியாவது தஞ்சாவூருக்குப் போய்விட்டால் பிழைப்புக்க நூறு கதவுகள் அங்கே திறந்திருக்கத்தான் செய்யும். ஒன்றில்லாவிட்டால் இன்னொன்று. அதுவுமில்லாவிட்டால் வேறொன்று. முடியாததில்லை. அப்பா ஏன் அதற்குத் தயங்கிக்கொண்டிருக் கிறார் என்று எனக்குப் புரிந்ததில்லை. நான் கிளம்புகிறேன் என்று சொன்னால் கூடாது என்று அவர் சொல்லப் போவதில்லை. அப்படியே தடுத்தாலும் சொல்லாமல் கிளம்பிவிடுவதும் பெரிதல்ல.

ஆனால் கவனம் ஏனோ அரைக்காணியில் நிற்க மறுக்கிறது. எனக்குப் பாட வேண்டும்.

என் கனவுகளில் எப்போதும் ஒரு பெரிய மண்டபத்தின் நடுவில் நான் ரத்தினக் கற்கள் பதித்த பட்டுச் சமுக்காளத்தில் அமர்ந்திருப்பேன். என் சீடர்கள் எனக்கு நாலடி பின்னால் கைகட்டி நின்றிருப்பார்கள். ஒருவன் கையில் வெற்றிலைச் செல்லம் இருக்கும். இன்னொருவன் வெள்ளிக் கூஜாவில் சீரகம் சேர்த்துக் கொதிக்கவைத்த வெந்நீர் வைத்திருப்பான். அடுத்தவனிடம் விசிறி இருக்கும். எனக்கு வியர்க்கும்போது அவன் நெருங்கி வந்து பின்னால் அமர்ந்து எனக்குச் சாமரம் வீசுவான். என்

அங்கவஸ்திரத்தைத் தொட்டு உயர்த்தி என் நெற்றியில் ஒற்றி எடுப்பான்.

என்னைச் சுற்றிலும் தாள வாத்தியக் கலைஞர்கள் ஓர் அரண்போலச் சூழ்ந்திருப்பார்கள். தம்புராவின் மீட்டலில் நான் வையத்தை வசியம் செய்யத் தொடங்குவேன். ஒரு அடாணா. அடுத்ததாக ஆனந்த பைரவி. எதிர்பாராத கணத்தில் கீழ்த்தொண்டைக்கும் கீழே இறங்கி பூச்சி பிடிக்கிற லாகவத்தில் தோடியைத் தொட்டுத் தூக்கி எடுத்து முக்கால் நாழிகைப் பொழுது ஆலாபனை செய்து காட்டிவிட்டு ராகம் தானம் பல்லவி பாடி முடித்துவிட்டு நான் சிம்மேந்திர மத்தியமத்துக்கு நகர்வேன். அது எனக்குப் பிடித்த ராகம். ஓர் இரவெல்லாம் அதை நான் பாடுவேன். இசையின் அண்டப் பிரபஞ்ச நிலப்பரப்புக்கும் என் கற்பனையின் காட்டுக் குதிரைப் பாய்ச்சலுக்கும் இடையே அப்போது ஒரு போட்டி ஆரம்பிக்கும். குதிரையின் பிடறி பறக்கும் வேகத்துக்கு ஈடு கொடுத்துப் பிரபஞ்சத்தின் எல்லைகளும் தன்னை விரித்துக்கொண்டே செல்லும். செவி கொள்ளாத அற்புதம். அக்காட்சி முடிவற்றது. எல்லைகள் இல்லாதது. நான் கண் திறந்து பார்க்கும்போது என் எதிரே மகாராஜாக்கள் கரம் குவித்து எழுந்து நிற்பார்கள். என் கச்சேரிக்காக எங்கெங்கிருந்தோ வண்டி கட்டிக்கொண்டு வந்திருக்கும் மக்கள் மயிர்க்கூச்செரிந்து போய் சொக்கிச் சரிந்திருப்பார்கள். நான் நிறுத்தியது அவர்களுக்குத் தெரியாது. புவி ஒருமுறை சுழன்று முடித்து அடுத்தச் சுழற்சிக்கு ஆயத்தமானது தெரியாது.

நடக்குமா? என்றைக்கு இது எனக்கு சாத்தியமாகப் போகிறது?

எண்ணிக்கொண்டபடிக்கு எங்கோ வெறித்துப் பார்த்துக்கொண்டு ஒரு கட்டை போலக் கிடப்பேன். என் கண்கள் என்னையறியாமல் பொங்கிப் பெருகிக் கன்னங்களில் வழிந்தோடியிருக்கும். அது பரவசத்தில் வருவதல்ல. ஒரு ஏக்கம். சாத்தியமா இல்லையா என்று அறிய முடியாத ஒரு பேரனுபவத்துக்காகக் காணப்படுகிற வெறும் கனவின் இறுதித் துளி. அது கன்னங்களில் இருந்து இறங்கி மண்ணைத் தொட்டு அரைக்காணியை நிரப்பியிருக்கும்.

எனக்கு ஏன் சங்கீதத்தில் ஆர்வம் வந்தது என்பது எனக்குப் புரிந்ததே இல்லை. நான் பிறந்த சூழ்நிலை, வளர்ந்த விதம் எதுவுமே அதற்கு நெருக்கமாக இருந்ததில்லை. சிறு வயதில் நான் யாருடைய சங்கீதத்தையும் கேட்டது இல்லை. சிறந்த கலைஞர்கள் யாரையும் எனக்குத் தெரியாது. என் தந்தை ஒரு

சிறந்த மரமேறி. குடலை கட்டி, குறுங்கத்தி சொருகிய இடுப்பு தென்னையின் உடலில் படாமல் சரசரவென்று எத்தனை உயரம் வேண்டுமானாலும் ஏறிச் சென்றுவிடுவார். மரத்தடியில் நின்று அண்ணாந்து அவரைப் பார்த்துக்கொண்டே இருப்பேன். கொத்துக் கொத்தாக அவர் வெட்டித் தள்ளும் தென்னங்குலைகள் தரையில் விழும்போது எழும் சத்தம் மட்டுமே புவியின் ஆதார சத்தம் என்று எனக்குத் தோன்றும். பல நாள் இரவு உறங்கும்போதுகூடக் கனவில் தென்னங்கொத்துகள் எனக்குள் உதிர்ந்திருக்கின்றன.

ஒரு மரத்தின் உச்சிக்கு ஏறி நின்று வெட்டி வீழ்த்துவதினும் வீரம் வேறில்லை என்று எண்ணிக்கொண்டிருந்தேன்.

ஒருநாள் என் தந்தை காய் வெட்டப் போன வீட்டுக்குள் இருந்து பாட்டுச் சத்தம் வந்தது. அதுவரை நான் சங்கீதம் கேட்டதில்லை. முதல் முதலில் என் காதுகளில் விழுந்த இசை எனக்கு வினோதமாக இருந்தது. பாடகர் மிகவும் மந்த கதியில், ஒரு குழிக்குள் இருந்து எதையோ எடுப்பது போலக் கீழ்க்குரலில் பாடத் தொடங்கினார். நான் கேட்டுக்கொண்டே இருந்தேன். நான் கவனிக்காத ஒரு கணத்தில் அவரது ஆலாபனை தரைத்தளத்துக்கு வந்து சேர்ந்திருந்தது. அதன் பெயர் ஆலாபனை என்றெல்லாம் எனக்கு அப்போது தெரியாது. எனக்கு அது பிடித்திருந்தது. அவர் ஏதோ ஒன்றைத் தொட முயற்சி செய்வதாகப் பட்டது. மரத்தின் வறட்டு தேகத்தைத் தன் குதிகால்களால் கவ்விப் பிடித்துக் கொண்டு என் தந்தை தாவித்தாவி மேலே எழுந்து போகிற செயலை அவர் குரலைக் கொண்டு முயற்சி செய்வதாகப் பட்டது.

எனக்கு சுவாரசியமாக இருந்தது. மேலே காய் பறித்துக் கொண்டிருந்த என் தந்தையைப் பார்த்தபடியே நான் காதில் விழுந்த சங்கீதத்தில் மூழ்கியிருந்தேன்.

அவர் யாரென்று எனக்குத் தெரியாது. அவரது குரலைக் கொண்டு வயதை யூகிக்க முடியவில்லை. அதை மிருதுவான குரல் என்று சொல்ல முடியாது. ஆனாலும் வசீகரித்தது. மிக நிச்சயமாக அவர்தம் குரலைக் கொண்டு ஒரு முடிவற்ற தென்னை மரத்தின்மீதுதான் ஏறிக்கொண்டிருந்தார். என் தந்தை காய்களைப் பறித்து முடித்துவிட்டுக் கீழே இறங்கிய பின்பு அவர் தொடர்ந்து ஏறிக்கொண்டே இருந்தார். என்னால் அந்த இடத்தைவிட்டு நகர முடியவில்லை. ஒலி என்பதைச் சொற்களாக மட்டுமே அதுநாள் வரை நான் அறிந்திருந்தேன். சொற்களற்ற ஒரு பேருலகைத் தன்

இசையின்மூலம் அவர் எழுப்பிக் கட்டிக்கொண்டிருந்தார். அதில் ஓர் ஒழுங்கு இருந்தது. சுண்டி இழுக்கிற தன்மை இருந்தது. அனைத்துக்கும்மேல் அவரது குரலில் தொனித்த உருக்கம் என் நெஞ்சைத் தொட்டது.

அப்பா கீழே இறங்கி வந்ததும் நான் கேட்டேன், 'எனக்கும் பாடணும்னு ஆசையா இருக்குப்பா.'

பாடேன் என்று அவர் சொன்னார்.

அன்றிரவு வீட்டில் நான் முதல் முறையாகப் பாடிப் பார்த்தேன். அவரைப் போலவே சொற்கள் இல்லாமல் வெறுமனே அகரத்தை வைத்து. எனக்குப் பாடத் தெரியவில்லை என்பது தெரிந்தது. ஆனால் என் குரலை நானே கேட்டது எனக்கு மிகுந்த மகிழ்ச்சியை அளித்தது. உற்சாகமாக இருந்தது. நான் அப்பாவைப் பார்த்தேன். அவர் சிரித்தார். எழுந்து போய்விட்டார்.

மறுநாள் நான் அந்த வீட்டுக்கு மறுபடியும் சென்றேன். அவர் பாடுவார் என்று வெகுநேரம் வெளியே நின்று காத்திருந்தேன்.

சில மணி நேரங்களுக்குப் பிறகு யாரோ இரண்டு பையன்கள் அவர் வீட்டுக்குள் சென்றார்கள். உடனே உள்ளே பாட்டுச் சத்தம் கேட்க ஆரம்பித்தது. எனக்குப் புரிந்தது. அவர் தம் மாணவர்களுக்குப் பாடச் சொல்லிக் கொடுக்கிறார்.

அவர் ஒரு வரியைப் பாடுவார். ஓர் இடைவெளியில் அவரது மாணவர்கள் அவர் பாடியதை அப்படியே திரும்பப் பாடுவார்கள். அதில் அவர் திருத்தம் சொல்லுவார். அவர்கள் மீண்டும் பாடுவார்கள். இம்முறை அவரும் சேர்ந்து பாடுவார். இன்னொரு முறை மாணாக்கர்கள் தனியே பாடுவார்கள். அடுத்த முறை அவரும் சேர்ந்து அவர்களோடு பாடுவார்.

அதன்பின் அடுத்த வரிக்கு அவர்கள் போனார்கள்.

ஆனை உரியணி ஆனைக்கா கோன்பேரே
தானை எனக்கொளத் தரமுயரும் செயமெதிலும்
மானை இடமென மகிழ்ந்தணைக்கும் மாதேவத்
தேனை நுகர்வரம் தித்திக்கும் பெருந்தவமே.

அன்றைக்கெல்லாம் அவர்கள் இந்த நான்கு வரிகளைத்தான் திரும்பத் திரும்பப் பாடிக்கொண்டிருந்தார்கள். எனக்கு அதில் ஒரு சொல்கூடப் புரியவில்லை. மிகவும் வெட்கமாக இருந்தது.

எனக்குத் தெரிந்த, நான் பேசும் மொழிதான். ஆனாலும் புரியவில்லை. ஆனால் மீண்டும் மீண்டும் கேட்டுக்கொண்டே இருந்ததில் சொற்கள் மனத்தில் நிலைத்துவிட்டன. ஆனை உரியணி.

எனக்கு அவரைப் பார்க்க வேண்டும் என்று ஆவலாயிருந்தது. பையன்கள் அன்றைய அப்பியாசத்தை முடித்துவிட்டு வெளியே போனபின்பு அந்த வீட்டின் கொல்லைப்புறப் படிக்கட்டு அருகே சென்று நின்றுகொண்டேன். எப்படியும் அவருக்குப் பசியோ தாகமோ எடுக்கும். அவர் சாப்பிடுவார். சாப்பிட்டுவிட்டுப் பின்பக்கம் வருவார்.

ஒருமுறை. ஒரே ஒருமுறை அவரை நேரில் பார்த்துவிட வேண்டும். நான் எதையும் பேச வேண்டிய அவசியமில்லை. கேட்டுத்தான் தீரவேண்டுமென்ற கட்டாயமில்லை. என் முகம் அவருக்கு என் மனத்தை எடுத்துச் சொல்லும். முடியுமா இது? நடக்குமா?

அவர் கொல்லைப்புறம் வந்தார். நான் சட்டென்று ஒதுங்கி கைகட்டி நின்றேன். என்னை ஒரு பார்வை பார்த்தார். ஒன்றும் பேசவில்லை. வாய் கொப்புளித்துவிட்டு உள்ளே போய்விட்டார். என் தந்தையோடு நான் காய் அறுக்கவும் உரிக்கவும் வரும்போது ஒருவேளை பார்த்திருப்பார் என்று எண்ணிக்கொண்டேன்.

மறுநாள் அந்த வீட்டுக்கு அதேபோலத் திரும்பவும் சென்றேன். அன்றும் அவர் அதே பாட்டைத்தான் பாடினார். பையன்கள் திரும்பப் பாடினார்கள். ஆனால் முதல் நாள் பாடியதில் இருந்து அன்று பாடியது சற்று வேறுபட்டிருந்ததாக எனக்குத் தோன்றியது. ஒரே ராகம்தான். ஒரே வரிகள்தாம். ஆனாலும் அவர் பாடிய விதத்தில் இருந்த மாற்றம் எனக்குத் தனித்துத் தெரிந்தது. குழந்தைக்கு வேறு சட்டை மாட்டி அழகு பார்க்கிற மாதிரி. எனக்குப் பிடித்திருந்தது.

என்னையறியாமல் நான் அன்று காதில் விழுந்த வரிகளை என் கள்ளக் குரலில் பாடிப் பார்த்தேன். நன்றாக இருப்பது போலப் பட்டது. எனக்கு ஒரே உற்சாகமாகிவிட்டது. இன்னொன்றையும் அன்று நான் தெரிந்துகொண்டேன். அர்த்தம் புரியாவிட்டாலும் நான்கைந்து முறை ஒரே வரிகளைத் திரும்பத் திரும்பக் கேட்டுக்கொண்டிருந்தால் அது மனப்பாடமாகிவிடும் என்பது.

அடுத்தடுத்து ஏழெட்டு நாள் நான் விடாமல் அவர் வீட்டின் பின்புறம் சென்று நிற்பேன். உள்ளே வகுப்பு நடக்கும்போது வெளியில் இருந்தபடி நானும் அவர் சொல்லிக் கொடுக்கிற விதத்தில் கள்ளக் குரலில் பாடுவேன். என்னை யாரும் அங்கே நீ யார் என்று கேட்டதில்லை. இங்கு நிற்காதே என்று சொன்னதில்லை. நான் ஒருவன் அங்கு நிற்பதையோ, சங்கீதத்தைக் கவனிப்பதையோ, எனக்கு நானே பாடிப் பார்த்துக் கொள்வதையோ இந்த உலகம் ஒரு பொருட்டாகக் கருதவில்லை என்பது எனக்கு ஆறுதலாக இருந்தது. அவ்வப்போது அவர் கொல்லைப்புறம் வருவார். என்னைப் பார்ப்பார். நான் எப்போதும்போல நாலடி நகர்ந்து கைகட்டி நிற்பேன். அவர் ஒன்றும் பேசாமல் உள்ளே போய்விடுவார்.

இது கொடுத்த நம்பிக்கையில் நான் மீண்டும் மீண்டும் அங்கே போக ஆரம்பித்தேன். அவர் ஏழெட்டு மாணாக்கர்களுக்குச் சொல்லிக்கொடுத்துக்கொண்டிருந்தார். வேறு வேறு நேரங்களில் வேறு வேறு ஆள்கள் வருவார்கள். ஓரிருவர் அவரோடே தங்கியும் இருந்தார்கள் என்பதைத் தெரிந்துகொண்டேன். அவர்களில் ஒருசிலர் என்னைப் பார்த்தால் என்ன வேண்டும் என்று கேட்பார்கள். நான் சட்டென்று கஞ்சி என்று சொல்லிவிடுவேன். உள்ளே போய் என்ன இருக்கிறதோ அதை எடுத்து வந்து எனக்கு ஊற்றுவார்கள். அதை வாங்கிக் குடித்துவிட்டு நகர்ந்து சென்று விடுவேன்.

அவருக்குக் கலியாணம் ஆகவில்லையா, அல்லது மனைவி இறந்துவிட்டாரா என்று எனக்குத் தெரியவில்லை. வீட்டில் அவரது வயதான தாய் மட்டுமே இருந்தார். அந்தப் பெண்மணி பெரும்பாலும் வெளியே வருவதில்லை. எப்போதாவது ஒரு சிறு ஏணியைத் தூக்கி நகர்த்தி வைப்பதுபோல அவர் ஓர் அறைக்குள் இருந்து இன்னொரு அறைக்கு நகர்ந்து போவதைக் கண்டிருக்கிறேன். சுவரைப் பிடித்துக்கொண்டு சுவரோரமே நடந்து போவார்.

எனக்கு அந்த வீட்டுக்குப் போவது மெல்ல மெல்லப் பிடிக்க ஆரம்பித்தது. ஆரம்பத்தில் இருந்த தயக்கமோ, அச்சமோ நாளாக ஆக இல்லாமல் போனது. அங்கு இருந்தவர்களுக்கும் நான் தெரிந்தவனானேன். அவசரத்துக்குத் தோட்டம் வரை ஓடிப் போய் வெற்றிலை பறித்து வரவோ, வேறு சிறு பணிகளுக்கோ என்னைப் பயன்படுத்தத் தொடங்கினார்கள். நான் அவற்றை முகம்

சுளிக்காமல் செய்தேன். அந்த வீட்டின் கொல்லைப்புறத்தை எப்போதும் பெருக்கி சுத்தமாக வைக்கும் பணி என்னைக் கேட்காமலேயே என்னுடையதாகிப் போனது. நான் அதையும் செய்தேன்.

ஒருநாள் அந்த வீட்டில் இருந்த பாட்டிக் கிழவிக்கு உடம்புக்கு முடியாமல் போய்விட்டது. அன்றைக்கு வகுப்பு நடக்கவில்லை. வித்வானும் அவரது மாணாக்கர்களும் கிழவிக்கு அருகிலேயே அமர்ந்து அவளைக் கவனித்துக்கொண்டிருந்தார்கள். வைத்தியர் வந்து பார்த்து மருந்து கொடுத்துவிட்டுப் போயும் அவளது சுரம் தணியவில்லை. அத்தனை பெரும் சூடு தாங்கக்கூடிய உடலல்ல அது என்று வித்வான் புலம்பிக்கொண்டிருந்தார்.

நான் சிறிது யோசித்தேன். உடனே கிளம்பி என் விட்டுக்குப் போனேன். போகிற வழியில் நாலு உத்தாமணி, வல்லாரை இலைகளைப் பறித்துக்கொண்டு போய் அம்மாவிடம் கொடுத்து கஷாயம் வைக்கச் சொன்னேன்.

'யாருக்குடா?' என்று கேட்டாள்.

இப்போது நான் யோசித்தேன். யாருக்கென்று சொல்லுவது? ஒரு சங்கீத வித்வானின் தாய்க்கு உடம்பு சரியில்லை என்று சொல்லலாம். எனக்குத் தெரிந்த மூதாட்டி என்று குறிப்பிடலாம். வேறு என்ன விதமாகவும் சொல்லியிருக்க முடியும். ஏனோ சட்டென்று, 'குருநாதர் அம்மாவுக்கு' என்று சொன்னேன்.

என் அம்மா சில வினாடிகள் பேச்சற்றுப் போனாள். பிரமிப்பும் கவலையும் மேலோங்க என்னையே உற்றுப் பார்த்துக் கொண்டிருந்தாள். பிறகு என்ன நினைத்தாளோ. நான் கொண்டு போயிருந்த மூலிகைகளை அரைத்துக் கொதிக்கவைத்து, தன்னிஷ்டத்துக்கு அதில் வேறு எதையெதையோ சேர்த்துக் கஷாயம் காய்ச்சி ஒரு குடுவையில் ஊற்றிக் கொடுத்தாள்.

நான் அந்த வீட்டுக்குத் திரும்பச் சென்றபோது பாட்டிக் கிழவிக்கு உடம்பெல்லாம் தூக்கிப் போடத் தொடங்கியிருந்தது. வித்வான் செய்வதறியாமல் தவித்துக்கொண்டிருந்ததைக் கண்டேன். கொல்லைப்புற வாசலில் போய் நின்றுகொண்டு 'ஐயா' என்று குரல் கொடுத்தேன்.

அவரது மாணவன் ஒருவன் வெளியே வந்தான். 'என்ன?'

நான் குடுவையை அவனிடம் நீட்டினேன்.

‘என்னது இது?’

‘கஷாயம். இதக் குடுங்க. சரியாயிடும்.’

அவன் தயங்கினான். உள்ளே சென்று வித்வானிடம் விவரம் சொன்னான். சூத்திரன், அவன் வீட்டில் காய்ச்சி எடுத்து வந்திருக்கிறான்.

அவர் என்ன நினைத்தாரோ, அவனிடம் ஏதோ சொல்லி அனுப்பினார். மீண்டும் பின்புறம் வந்த அந்த மாணவன் கையில் இப்போது வேறொரு பாத்திரம் இருந்தது. அதில் ஊற்றச் சொல்லி சொன்னான். நான் கஷாயத்தை அதில் ஊற்றினேன். உள்ளே எடுத்துச் சென்று அதைப் பாட்டிக் கிழவிக்குக் கொடுத்தார்கள்.

நான் வெகுநேரம் அங்கேயே அமர்ந்திருந்தேன். எப்படியும் இரண்டு மணி நேரம் கடந்திருக்கும். வித்வான் வந்தார்.

சட்டென்று எழுந்து ஒதுங்கி நின்று கையைக் கட்டிக்கொண்டேன். என்னைச் சில வினாடிகள் அமைதியாகப் பார்த்துக் கொண்டிருந்தவர், ‘உன் பேர் என்ன?’ என்று கேட்டார்.

நான் சொன்னேன்.

கேட்டுக்கொண்டு மீண்டும் சில வினாடிகள் அமைதியாக யோசித்தார். ‘அம்மா எழுந்துட்டா. உன் கஷாயம் வேலை செஞ்சுடுத்து’ என்று சொன்னார்.

எனக்கு மகிழ்ச்சியாக இருந்தது. ‘சரிங்க ஐயா’ என்று சொன்னேன்.

‘தெனம் வரே இல்லை இங்க?’

இப்போது நான் அமைதியாக இருந்தேன்.

‘பாட்டுக் கேக்க வரியா?’ என்று கேட்டார்.

ஆமாம் என்று சொன்னேன்.

‘பிடிச்சிருக்காக்கும்.’

இதற்கு என்ன சொல்வதென்று எனக்குத் தெரியவில்லை. பேசாதிருந்தேன். அதற்குமேல் என்னிடம் பேச அவருக்கும் ஒன்றும் இருக்கவில்லை. ‘சாப்பிடறியா எதாவது?’ என்று கேட்டார்.

நான் சட்டென்று வேண்டாமென்று தலையசைத்தேன்.

'பின்னே?'

எனக்கு எப்படி அந்தத் துணிவு வந்ததென்று தெரியவில்லை. ஆனால் கேட்டுவிட்டேன். 'நான் பாடுறேன். ஒரு நிமிசம் நின்னு கேப்பியளா?'

●

கடைசி வரை அவர் என்னை வீட்டுக்குள் அழைத்து உட்காரவைத்துச் சொல்லிக்கொடுக்கவில்லை. அதனாலென்ன? நான் நின்று கேட்பதை அவர் தடுத்ததேயில்லை. நான் வர்ணங்கள் பயின்றேன். கீர்த்தனங்கள் கற்றேன். ஆலாபனையின் சூட்சுமம் எனக்குப் புரிந்தது. ஸ்வர சஞ்சாரங்கள் எளிதாகக் கைகூடின. பேய் பிடித்த மாதிரி இரவும் பகலும் பாடிக்கொண்டே இருந்தேன்.

என் தந்தையும் தாயும் எனது சங்கீதப் பித்தை ரசித்தார்கள். என்னைப் பாடச் சொல்லித் திரும்பத் திரும்பக் கேட்டார்கள். அவர்களுக்கு என்ன புரிந்தது என்று எனக்குத் தெரியவில்லை. ஏனென்றால் எனக்கே நான் பாடிய எந்தக் கீர்த்தனத்துக்கும் பொருள் தெரியாது. என் கற்பனையில் சிறகடித்துப் பறந்த பல ராகங்களுக்குப் பெயர் தெரியாது. தாள சூட்சுமம் அறியாதவன் நான்.

ஆனாலும் மனத்துக்குள் ஒரு கணக்கு வைத்துக்கொண்டு பாடினேன். காதில் விழுந்த அவரது சங்கீதம் எனக்கு விளக்கங்கள் தேவையற்ற வித்தையை மௌனமாக எப்போதும் உணர்த்திக் கொண்டே இருந்தது.

ஆறு வருடங்களுக்குப் பிறகு என் தந்தை இறந்து போனார். தொடர்ச்சியாகப் பதினைந்து இருபது நாள் நான் அவர் வீட்டுக்குப் போகாதிருந்தது அப்போதுதான். இடைப்பட்ட காலத்தில் அந்த வீடும் இசையும் அங்கு வந்துபோகும் மனிதர்களும் எனக்குப் பழக்கமாகியிருந்தார்கள். நான் வீட்டின் பின்புறம் சென்று நிற்கிற வழக்கம் மாறியிருந்தது. முன் வாசலிலேயே என்னால் உட்கார்ந்து கேட்க முடிந்தது.

ஒரு உறுதி வைத்துக்கொண்டிருந்தேன். அவராக அழைத்தா லொழிய வீட்டுக்குள் போவதில்லை.

ஆனால் எனக்குத் தெரியும். நானாக உள்ளே சென்றால் அவர் நிச்சயமாகத் தடுக்கமாட்டார். அந்த வீட்டில் நான் உறுப்பினராகவும் இல்லாமல், மாணவனாகவும் இல்லாமல்,

வந்து போகிற விருந்தினனாகவும் இல்லாமல் வெறுமனே அனைவருக்கும் தெரிந்தவனாக இருந்தேன். இது ஒரு வினோதமான சூழ்நிலை. ஆனால் எனக்கு அது ஒரு பிரச்னையாக இருக்கவில்லை.

ஒரு நப்பாசை. என்றைக்காவது ஒருநாள் அவர் என்னைப் பாடச் சொல்லிக் கேட்கமாட்டாரா என்று ஒவ்வொரு நாளும் எதிர்பார்ப்பேன். நான் பயில வருவதும் பாடிப் பார்ப்பதும் அவர் அறியாததல்ல. ஆனால் வாய்விட்டு அவர்முன் நான் பாடியதே இல்லை. அவரது மாணாக்கர்கள் பாடுவார்கள். மொத்தமாகவும் தனித்தனியாகவும். அவர் சிலரைப் பாராட்டுவார். சிலரிடம் உள்ள குறைகளை எடுத்துச் சொல்லுவார். சிலபேரைக் கண்டபடி திட்டியும் பார்த்திருக்கிறேன். 'ஞானசூன்யம்! ஞானசூன்யம்! ஒனக்கெல்லாம் எதுக்கு சங்கீதம்? போய் மரமேறித் தேங்கா பறிச்சுப் போட்டுப் பொழச்சிக்கோ. இல்லன்னா மாட்டுக்குத் தண்ணி காட்டிப் பொழச்சுக்கோ' என்று சொல்லுவார்.

நான் பாடிக் கேட்டால் அவர் என்ன சொல்லுவார் என்பதில் எனக்குச் சந்தேகமே இருக்கவில்லை. ஆனால் நான் மரமேறு வதில்லை என்பதில் மட்டும் மிகவும் உறுதியாக இருந்தேன்.

என் தந்தை இறந்து, குடும்ப வழக்கப்படி சில சடங்குகள் செய்து முடித்துவிட்டுப் பதிமூன்று நாள் ஆனைக்காவில் இருந்த என் தாய்மாமன் வீட்டுக்குப் போய் இருந்தேன். அம்மா எப்படியோ அந்த இழப்பைச் சமாளித்துக்கொண்டு விட்டாள் என்று தோன்றியது. மாமன், அவரது வீட்டுக்குப் பக்கத்திலேயே ஒரு குடிசை போட்டுத் தருவதாகவும் அங்கேயே நாங்கள் தங்கிக்கொள்ளலாம் என்றும் சொன்னார்.

எனக்கு அதில் சம்மதம் இல்லை. அம்மாவை மட்டும் அங்கே விட்டுவிட்டு தென்னூருக்கு அன்றிரவே புறப்பட்டு வந்தேன். என் வீட்டுக்குப் போகப் பிடிக்கவில்லை. அங்கே எனக்கு ஒன்றுமில்லை. நேரே அவர் வீட்டுக்குத்தான் போனேன்.

நான் சென்றபோது மாலை ஆறு மணிக்குமேல் ஆகிவிட்டது. அவரும் சில சிஷ்யர்களும் எங்கோ வெளியே கிளம்பிக் கொண்டிருந்தார்கள். என்னைக் கண்டதும் சீடன் ஒருவன் அவர் காதில் விஷயத்தைச் சொன்னான்.

'அடடா, அப்பா போயிட்டாரா?' என்று அவர் சொன்னார்.

நான் அமைதியாக இருந்தேன். என்ன நினைத்தாரோ, 'என்னோட வா' என்று என்னையும் அழைத்துக்கொண்டு கிளம்பினார்.

தீர்த்தாரப்பன் குளக்கரையில் பண்ணைக்காரர் ஜமா சேர்ந்திருந்தது. சேவகர்கள் மூலைக்கொரு விளக்கு பிடித்துக் கொண்டு நின்றிருக்க, படித்துறையில் பண்ணையும் அவரது சிநேகிதர்களும் வெற்றிலைப் பெட்டிகளுடன் அமர்ந்து சிரித்துப் பேசிக்கொண்டிருந்தார்கள்.

நாங்கள் அங்கே சென்று சேர்ந்ததும் அவர் பண்ணையார் முன்னால் சென்று வணக்கம் சொன்னார்.

'வாரும். இப்படி உக்காந்து பாடறது!' என்று அருகே தயாராக விரிக்கப்பட்டிருந்த சமுக்காளத்தைக் காட்டினார்.

அவர் அரை வினாடி தயங்கினார். என்னை ஒரு பார்வை பார்த்தார். சட்டென்று, 'இன்னிக்கு தொண்டை சரியில்லே. பெரியவர் கூப்ட்டு அனுப்ச்சேளேன்னு கெளம்பி வந்துட்டேன். என் சிஷ்யன் பாடுவான்' என்று சொன்னார்.

யார் யார் என்று அவரது சீடர்கள் ஒவ்வொருவரும் அடுத்தவரைத் திரும்பிப் பார்த்துக்கொள்ள, நான் சற்றும் எதிர்பாராவிதமாக அவர் என் கையைப் பிடித்து இழுத்து முன்னால் தள்ளினார்.

●

வாழ்க்கை விசித்திரமானது. நிகழும் சில சம்பவங்களின் கவித்துவக் குரூரம் என்றென்றைக்கும் மறக்க முடியாததாகி விடுகிறது.

நான் கொள்ளிடக் கரையில் படுத்திருந்தேன். என் பசியை மீறி என் குருவைப் பற்றிய நினைவுகள் பொங்கிப் பொங்கி எழுந்து தணிந்துகொண்டிருந்தன. இன்றைக்குத் தைரியமாக அவரை என் குரு என்று சொல்லுகிறேன். அன்றைக்கு அப்படி என்னால் மனத்துக்குள் நினைத்துக்கொள்ள மட்டுமே முடிந்தது. பழகிய ஆறேழு வருடங்களில் அவர் என்னிடம் பேசியதெல்லாம் ஒரு வரிதான். 'அடடா. அப்பா போயிட்டாரா.'

ஆனால் நாங்கள் பேசிக்கொள்ள அவசியம் இருந்ததாக இப்போதும் எனக்குத் தோன்றவில்லை. அவரிடம் ஒரு கலை இருந்தது. என்னிடம் அதை அறியும் வேட்கை இருந்தது. குரு

தட்சிணையாக அவருக்கு ஒரு குன்றிமணியளவு எதையேனும் கொடுக்கவும் யோக்கியதை இல்லாதவன் நான். அந்தக் காரணத்தாலேயே நான் அவரை நெருங்கிப் பேச அச்சப்பட்டேன். 'வாயேன்' என்று ஒற்றைச் சொல்லில் அவர் என் விருப்பத்தைப் பூர்த்தி செய்திருக்கலாம். நான் கேட்க வேண்டுமல்லவா?

சூத்திரனை வீட்டுக்குள் சேர்க்காத வம்சத்தில் வந்தவர்தான். அது எனக்குத் தெரியும். எனக்கென்னவோ அவர் என்னை சீடனாக மட்டுமே பார்த்தார் என்று தோன்றியது. இல்லாவிட்டால் அத்தனை பெரிய மனிதர்கள் நிறைந்த அந்த குளக்கரைச் சபையில் என்னை அவர் சீடன் என்று அறிமுகப்படுத்திப் பாடச் சொல்லியிருப்பாரா?

அன்றைக்கு நடந்தது பெரிய விஷயமில்லை. அடுத்த நாள் நடந்ததுதான் முக்கியம்.

அப்போது அவரிடம் ஒன்பது மாணவர்கள் படித்துக் கொண்டிருந்தார்கள். குருகுல வாசமெல்லாம் இல்லை. தினசரி வந்து பாடிப் பயின்றுவிட்டு மாலை வீட்டுக்குப் போய்விடுகிற பையன்கள். நான் பார்த்து நான்கைந்து வருடங்களாக அங்கே தொடர்ந்து வந்துகொண்டிருப்பவர்கள். குரு, குரு என்று அவர்மீது உயிரையே வைத்திருந்தார்கள் அவர்கள். பணிவு ஒரு பெரும் அழகு. அவர்கள் அவர் முன்னால் காட்டிய பணிவு கண்கொள்ளாக் காட்சி. என் உடலின் மொழியை நான் அவர்களிடம் இருந்துதான் பயின்றேன்.

அன்றைக்குக் காலை நான் அவர் வீட்டுக்குப் போனபோது அந்த ஒன்பது பையன்களும் அவரவர் பெற்றோரை அழைத்து வந்திருந்தார்கள். வீட்டு வாசலில் அத்தனை பெரிய கூட்டத்தை நான் அதற்குமுன் கண்டதில்லை. அவர்கள் அனைவரும் ஒன்று சேர்ந்து அவரைச் சாடித் தீர்த்துக்கொண்டிருந்தார்கள்.

ஜாதிப் பிரஷ்டம். அந்தச் சொல்லை நான் அன்றுதான் முதல் முதலில் கேட்டேன். புரிந்தது. சங்கடமாக இருந்தது.

இனி இந்த ஊரில் உம்மிடம் பாடம் கேட்க யாரும் வரமாட்டார்கள் என்று கத்தித் தீர்த்துவிட்டு அவர்கள் போனார்கள்.

அவர் அதைப் பெரிதாக எடுத்துக்கொண்டதாகத் தெரியவில்லை. நான் வெளித்திண்ணையில் அமர்ந்திருந்தபோது அவர் என் எதிரே இருந்த இன்னொரு திண்ணையில்தான் உட்கார்ந்திருந்தார்.

என்னிடம் அவர் எதுவும் பேசவில்லை. நானும் ஒன்றும் கேட்டுக்கொள்ளவில்லை.

எவ்வளவு நேரம் அப்படி இருந்தோமோ தெரியவில்லை. பிறகு அவர் எழுந்து உள்ளே போய்விட்டார். அப்போதும் அவர் என்னை உள்ளே அழைக்கவில்லை. நானே போயிருக்க முடியும்தான். ஆனாலும் எதுவோ தடுத்தது. நான் போகவில்லை.

அதன்பின் அந்த வீட்டில் பாட்டுச் சத்தம் கேட்கவில்லை. நான் அங்கு செல்வதும் வாசல் திண்ணையில் காத்திருப்பதும், வெறுமனே திரும்பி வருவதுமாகவே நாள்கள் கழிந்தன. நான் வந்தேனா இல்லையா என்று பார்க்கக்கூட அவர் வெளியே வரவில்லை. படுத்த படுக்கையாகியிருந்த அவரது தாய்க்கு அருகிலேயே அவரும் தனது படுக்கையை விரித்துக்கொண்டு விட்டாரா?

அன்றைக்கு மாலை வரை காத்திருந்துவிட்டு, கிளம்பும்போது ஒரு முடிவுடன் கிளம்பினேன். நாளை நான் வருவேன். நீங்கள் அழைக்காவிட்டாலும் வீட்டுக்குள் வருவேன்.

அதுதான் நடந்தது. என்னை அழைக்க அவர் இல்லாமல் போயிருந்தார். நானேதான் வீட்டுக்குள் செல்ல வேண்டியிருந்தது. தன் மகனின் அருகே அமர்ந்து அந்தப் பாட்டிக் கிழவி அழுவது தெரியாமல் அழுதுகொண்டிருந்தாள். எனக்கு அழத் தோன்ற வில்லை. ஒரு விரக்தி. எங்கோ வலித்தது. ஆங்காரமும் வெறியும் பொங்கிப் பொங்கித் தணிந்துகொண்டிருந்தன. பல்லைக் கடித்துக்கொண்டு வீட்டின் பின்புறம் போனேன். கட்டியிருந்த வேட்டியைத் தார்ப்பாய்ச்சிக் கட்டிக்கொண்டு விறுவிறுவென மரத்தின் மீதேறி வெட்டிப் போட்டேன். இறங்கி வந்து நானே ஓலையைப் பின்னி, பாடை தயாரித்தேன்.

அன்றைக்கு எனக்கு அங்கே நான்கு பேர் கிடைக்காமல் போய் விட்டார்கள். ஒவ்வொரு வீட்டுப் படியேறி விஷயத்தைச் சொன்னபோதும் அவர்கள் அப்படியா என்று கேட்டுக் கொண்டார்களே தவிர, வரவில்லை. அவரது சிஷ்யர்களும் வந்து எட்டிப் பார்க்கவில்லை.

பிறகு நான் மூன்று மரமேறிகளை அழைத்து வந்தேன். பிணத்தை எடுத்த நேரத்தில் வீட்டுக்கு வெளியே யார் யாரோ வந்து சேர்ந்திருந்தார்கள். ஒரே சத்தம். கூச்சல். கொலை விழும் என்றார்கள். என்னை ஓடிப் போய்விடச் சொன்னார்கள்.

என் தந்தையின் குறுங்கத்தி என்னிடம் இருந்தது. அவர் நினைவாக நான் எடுத்து வைத்துக்கொண்ட ஒரே பொருள் அதுதான்.

அதை இடுப்பில் இருந்து வெளியே எடுத்துப் போட்டேன்.

கூட்டம் அஞ்சிப் பின்வாங்கியது. இவர்களுக்காக என் சொற்களை நான் விரயம் செய்ய வேண்டாம் என்று நினைத்தேன். என் நண்பர்களுக்குக் கண்ணைக் காட்டிவிட்டுப் பாடையை எடுத்துக்கொண்டு புறப்பட்டுவிட்டேன்.

மயானத்தில் வெகுநேரம் நான் பாடிக்கொண்டிருந்தேன். என் தொண்டைச் சதையே கிழிந்துவிடுமளவுக்கு உரக்கப் பாடினேன். கட்டை எரியும் சத்தமே என் சுருதியாக இருந்தது. அது எரிந்து அடங்கியபோது நானும் அடங்கிப் போனேன்.

கொள்ளிடத்துக்கு வந்து தலை முழுகிவிட்டுக் கரையில் அமர்ந்தவன்தான். எனக்கு எழுந்திருக்கவும் தோன்றவில்லை. எங்கும் போகவும் தோன்றவில்லை. போவதென்றால் இந்த ஊரைவிட்டு நிரந்தரமாகப் போய்விட வேண்டும். இருப்ப தென்றால் இங்குள்ள அத்தனை பேரையும் காலுக்கடியில் போட்டுத் தேய்க்கிற விதமாக வாழவேண்டும். இரண்டில் எனக்கு எது விதிக்கப்பட்டிருக்கிறது?

மறுநாள் நான் தென்னூர் பண்ணையைச் சந்திக்கப் போனேன். 'செத்துட்டாரா? எப்பொ?' என்று கேட்டார். அவர் அன்று ஊரில் இல்லை என்று நானறிவேன். ஒரு திருமணத்துக்காகப் புதுக்கோட்டை சமஸ்தானத்துக்குப் போயிருந்தார். ஒரு பெரும் கலைஞன். எத்தனையோ பேருக்குச் சொல்லிக் கொடுத்த குரு. அவரது மரணம் இத்தனைக் கேவலப்பட்டு நிகழ்ந்திருக்க வேண்டாம் என்ற என் ஆற்றாமையை அப்போது என் கண்ணீரால் கொட்டிக் கழுவினேன்.

'ஐயமாருங்க அப்படித்தான் தம்பி. நாம தலையிட முடியாது பாரு' என்று சொன்னார்.

ஆனால் ஏதாவது செய்தே தீரவேண்டும் என்று நான் சொன்னேன். அவர் இரண்டு காரியங்கள் செய்தார். குருவின் தாயை இறுதிவரை பராமரிக்க ஒரு வேலைக்காரப் பெண்ணை அனுப்பிவைத்தார். என்னை அவரது ஜமாவின் நிரந்தர வித்வானாக ஆக்கிக் கொண்டார்.

அவரது காலம் வரை நான் அங்கு இருந்தேன். பிறகு அழகிய நாயகிபுரத்துக்கு இடம் பெயர்ந்து சென்றேன்.

சிவஞானம், தென்னூர் பண்ணையைவிடப் பெரும் தனக்காரர். என் சங்கீதத்துக்கு என்ன சம்மானம் தரமுடியும் என்று ஒருமுறை கேட்டுவிட்டே உருகிப் போய் என் கரங்களைப் பற்றிக் கொண்டார்.

நான் அவரிடம் கேட்டது ஒன்றுதான். குரு தட்சிணையை நீங்கள் கொடுங்கள். சமஸ்தானத்தில் சங்கீத ஆர்வமுள்ள அத்தனை பிள்ளைகளுக்கும் நான் சொல்லித் தருகிறேன். ஒரே நிபந்தனை. அந்தணர்களுக்கு அனுமதி இல்லை.

அதிகாரம் 14

கரையான் கதை

கோல்கொண்டா கோட்டை விழுந்துவிட்டது என்று ஜமீந்தார் சீட்டு அனுப்பியிருந்தார்.

எப்படியும் ஒரு மண்டலத்துக்குள் ஔரங்கஜேப் தொண்டை நாட்டைப் பிடித்துவிடுவான். அங்கிருந்து தஞ்சை வந்து சேர அவனுக்கு அதிக அவகாசம் எடுக்கப் போவதில்லை. மராட்டி ராஜா, ராமநாதபுரத்துக்குப் போய் பதுங்கிக்கொள்ள முடிவு செய்திருப்பதாகச் சேதி வருகிறது. வருபவனுக்கு வாசல் கதவைத் திறந்து வைத்துவிட்டுப் போவதா, கழட்டி எடுத்துவைத்துவிட்டுப் போவதா என்பதுதான் மிச்சமிருக்கிற சந்தேகம். நாட்டு வர்த்தமானம் சொல்லிக்கொள்ளும்படி இல்லை. குடிசனங்கள் அச்சத்திலும் பதற்றத்திலும் செய்வதறியாமல் அலைபாய்ந்து கொண்டிருக்கிறார்கள். தானியங்கள் பதுக்கப்படுகின்றன. தங்க, வைர வியாபாரிகள் மூட்டை முடிச்சுகளைக் கட்டிக்கொண்டு மலை தேசத்துக்குப் போய்க்கொண்டிருக்கிறார்கள். கள்ளிக் கோட்டையில் கப்பல் ஏறினால் நாநூறு கல் தொலைவில் ஒரு தீவு வருகிறதாம். படையெடுப்பு முடிகிற வரை அங்கே சென்று இருந்துவிடலாம் என்று பதினாயிரம் வியாபாரிகள் சம்மேளனத்தில் கூடி முடிவெடுத்திருக்கிறார்கள்.

மூன்றாம் திண்ணைக்காரர் ஜமீந்தாரின் லிகிதத்தை வாசித்து முடித்ததும் அவர்கள் அனைவரும் அச்சம் சுரந்து ஒழுகும் முகத்துடன் ஒருவரையொருவர் பார்த்துக்கொண்டார்கள்.

விநாச காலம் வந்தே விட்டது. இதில் பிழைத்திருக்கப் போவது யார்?

சந்தேகமில்லை. துலுக்கன்தான் என்று முதல் திண்ணைக்காரர் சொன்னார். அவர்கள் கண்ணீர் விட்டு அழுதார்கள். ஒருவரை யொருவர் கட்டிப் பிடித்துக்கொண்டு ஆறுதல் சொல்லிக் கொண்டார்கள்.

'ஆனால் வாழ்ந்துட்டோம். பார்க்காதது ஒன்றுமில்லை. சாவு மட்டும்தான் மிச்சம். வந்துட்டுப் போகட்டும் போ' என்று நாலாம் திண்ணைக்காரர் சொன்னார்.

ஒரு ஆட்சி மாற்றத்தின் உண்மையான விளைவுகள் என்னவாக இருக்கும் என்று அவர்களுக்குச் சரியாகத் தெரிந்திருக்கவில்லை. நடக்கப் போவதில்லை என்றாலும் தெரிந்திருக்க வேண்டு மல்லவா? இந்துக்களை மொத்தமாகக் கழுவேற்றிவிடுவான் என்று சங்கீதக்காரர் சொன்னார். கோயில்கள் இடிக்கப்படும் என்றும் வயல்கள் எரிக்கப்படும் என்றும் அனைத்து வீடுகளிலும் உள்ள ஆபரணங்கள், பெண்கள் களவாடப் படுவார்கள் என்றும் சொன்னார்கள். 'குறி அறுத்துடுவானாம்லெ?' என்றார் ஓவியர். ஐயோ என்று சட்டென்று பொத்திக்கொண்டார் இரண்டாம் திண்ணைக்காரர்.

'அறுத்தாலும் அழியாத சின்னமாக இந்தச் சுவரில் இருக்கும்' என்றார் கவிஞர்.

அவர்கள் கலவரத்துடன் சுவரருகே எழுந்து சென்று தங்கள் ஓவியங்களில் இருந்த தத்தமது குறிகளைத் தொட்டுப் பார்த்தார்கள்.

நான் பூனை. நான் அவர்களைப் பார்த்துக்கொண்டிருக்கிறேன். என்னால் அவர்கள் கவலையைப் புரிந்துகொள்ள முடிகிறது. மாதக்கணக்கில் வெளிச்சம் பாராதவர்கள் மனத்தில் எத்தனை யெத்தனை இருட்குகைகள் உருவாகியிருக்கும் என்று உங்களுக்குப் புரியாது. அச்சத்தையும் கலவர உணர்வையும் அவர்கள் மதுவால் வெட்டி வீழ்த்தப் பார்த்தார்கள். ஆனால் அது இன்னும் பேரச்சமாகக் கிளறி அனுப்பிவைத்துக்கொண்டிருந்தது.

சமஸ்தானத்தை மொத்தமாகச் சூறையாடிவிடுவார்கள் அல்லவா? ஜமீந்தார் பிழைப்பாரா?

தெரியவில்லை.

மொத்தமாகக் கொன்று காவிரியில் போட்டுவிடுவானோ?

நகை இருக்குமா சிலை இருக்குமா எனத் தேடி எப்படியும் இந்தக் கோயிலுக்கு வருவான். ஒன்றுமில்லாத கோபத்தில் இடித்து விட்டுப் போய்விடுவான்.

கோயிலை இடித்தாலும் நாம் இருப்போம். இந்த நிலவறையை அவர்கள் யூகிக்க முடியாது.

ஓய், நிதானத்தில் பேசும். இடித்து மூடிவிட்டால் இப்படியே மூச்சு முட்டி சாக வேண்டியதுதான். காற்றுக் குழிகள் யாவும் கல்லடைத்துவிடும்.

மரணம் நிச்சயம். எழுதி முடித்துவிடுவோம்.

ஆம். எழுதி முடிப்போம். ஆனால் இன்று குடிப்போம். இனி குடிக்க நேரமிருக்கப் போவதில்லை.

மறுநாள் முதல் அவர்கள் வெறித்தனமாக எழுத ஆரம்பித்தார்கள். உறக்கம் அவர்களுக்கு மறந்துவிட்டது. உணவின் மீதும் மதுவின் மீதும் நாட்டம் குறைந்துவிட்டது. உற்சாகமான பேச்சுகளும் சிரிப்பொலியும் அங்கே இல்லாமல் போய்விட்டது. மனிதர் களைக் காக்க முடியாத சூழ்நிலையில் மண்ணின் கலைகளை மட்டுமாவது காப்பாற்றிக் கரை சேர்க்க விரும்பிய ஜமீந்தாரின் எண்ணத்தின் தீவிரம் எத்தனை உயர்வானது என்று அப்போது அவர்களுக்குத் தோன்றியது.

நூறு வருடங்கள் கழித்து யாராவது இங்கே அகழ்ந்து பார்க்க வருவார்கள். அவர்களுக்கு ஆறு எலும்புக் கூடுகளும் பிரம்மாண்டமானதொரு புத்தகத்தின் நூற்றுக்கணக்கான மட்கிய பக்கங்களும் கிடைக்கும். அதை வெளியே கொண்டு போய்ப் படித்துப் பார்ப்பார்கள். வியப்பிலும் அதிர்ச்சியிலும் அவர்களுக்குப் பேச்சற்றுப் போகும். பிராந்தியத்து ராஜன் உடனே சில வல்லுநர்களை அழைத்து அந்தப் பக்கங்களைப் பிரதியெடுக்கச் சொல்லுவான்.

இது கலை. இந்த மண்ணில் வாழ்ந்திருந்த கலை. அதன் சூத்திரங்களும் சூக்குமங்களும் இந்தப் பேரேட்டில்

எழுதப்பட்டிருக்கின்றன. இவற்றைப் பற்றி நாம் ஒன்றுமே தெரியாதவர்களாக இத்தனைக் காலம் இருந்து வந்திருக்கிறோம். யாரங்கே. இந்தப் பேரேட்டைப் பாராயணம் செய்யுங்கள். இது சொல்லும் பாடங்களைப் பிள்ளைகளுக்குப் பயிற்றுவியுங்கள். கலைஞர்களை உருவாக்குங்கள். எங்கும் பாடல்கள் ஒலிக்கட்டும். தூரிகைகள் வரைய ஆரம்பிக்கட்டும். காவியங்கள் பிறக்கட்டும். இசை பெருகட்டும். கூத்துக் கலைஞர்களுக்குக் கொட்டகை அமைத்துக் கொடுங்கள்.

நடிப்பிசைக் கலைஞர் அன்றைக்கு மீண்டும் என்னிடம் கேட்டார். 'ஓ பூனையே, தயவு செய்து சொல். அடுத்தப் பிறவியில் நான் நவாப் ராஜமாணிக்கமா?'

நான் அவர் மடியின்மீது ஏறி அமர்ந்துகொண்டேன். அவர் என்னை வருடிக் கொடுத்தார்.

'இந்தப் பூனை நமக்கு அந்நியன். ஆனால் இது வந்ததில் இருந்து நமக்கு இருந்த எலித்தொல்லை ஒழிந்தது. இன்னொரு அந்நியன் இம்மண்ணுக்கு வரப் போகிறான். அப்போது நாமே ஒழிந்து போகப் போகிறோம்' என்று சொன்னார்.

'மன்னர்கள் எல்லோரும் பூனைகளாகிவிட்டால் எவ்வளவு நன்றாக இருக்கும்?' என்றார் ஆறாம் திண்ணைக்காரர்.

அவர்கள் அப்போது குடித்திருந்தார்கள். இல்லாவிட்டால் அதையே நான் வேறு விதமாகத் திருத்திச் சொல்லிக் கொடுத்திருப்பேன்.

ஒரு பூனை ஏன் மன்னனாகிவிடக் கூடாது?

அதிகாரம் 15

எறும்புக் கதை - 2

அவர்கள் எழுதிக்கொண்டிருந்தபோதெல்லாம் நான் உறங்குவது போலக் கிடப்பேன். அவர்கள் உறங்க ஆரம்பித்ததும் நான் அவர்கள் எழுதி வைத்ததை வாசிக்கத் தொடங்குவேன். இது தினசரி நடந்தது. பல மாதங்கள் தொடர்ந்தது. அவர்கள் சலிக்காமல் எழுதிக் குவித்துக்கொண்டே இருக்க, நானும் விடாப் பிடியாக அன்றன்று எழுதியவற்றை அன்றன்றே வாசித்துக் கொண்டிருந்தேன்.

எனக்கு ஒரு வினா இருந்தது. கலையைச் சூத்திரங்களாக்க முடியுமா? குடத்தில் எடுத்து வந்த நீரை நதியென்று குறிப்பிடுவது போலாகிவிடுமல்லவா?

ஆனால் அந்தக் கலைஞர்கள் மிகத் தெளிவாக, மிக மிகத் தீர்மானமாகத் தாம் செய்யும் பணியின் நோக்கத்தை அறிந்திருந்தார்கள். அவர்கள் பாடச்சுவடி ஒன்றை எழுதவில்லை. மாறாக, தமது சுய அனுபவங்களின் சாற்றில் நனைத்த கலை நுட்பங்களை எதிரே இருக்கும் சீடனுக்கு விளக்குகிற தொனி யொன்றைக் கடைப்பிடித்திருந்தார்கள். முதல் திண்ணைக்கார எழுத்தாளர், ஆரம்பிப்பதற்கு முன்னால் இதை மற்றவர்களுக்குச் சொல்லித் தந்திருக்க வேண்டும்.

ஒரு குருவும் ஒரு சீடனும். ஆறு குருநாதர்களும் கணக்கிலடங்காத சீடர்களும். எனக்குப் புரிந்தது. உபநிடதங்களை அவர் முன்

மாதிரியாகக் கொண்டிருக்கிறார். ஒரு கதையின் வடிவம். ஆனால் அது கதையல்ல. ஒரு காட்சி இருந்தாலும் காட்சிக்கு அப்பால் உள்ள பேருண்மையை நோக்கிய நீண்ட நெடும்பயணம். எதைத் தொட்டுக் காட்டப்போகிறார்கள் என்பதில்தான் இருக்கிறது. எதையுமே தொட விரும்பாத முடிவற்ற பயணமானாலும் எனக்குப் பிரச்னையில்லை. நான் வழியில் எறியப்படும் விதைகளை தியானிக்கிறேன். அவை முளைத்து வளரப் போகிற காட்சியை என் மானசீகத்தில் ஓடவிட்டுப் பார்க்கிறேன்.

தன் நினைவில் தொட்ட பெண்ணைத் தன் தந்தை கரம் பிடித்து தம்பி புணர்ந்த காட்சியை மனத்துக்குள் அந்த முதல் திண்ணைக்காரர் எத்தனை முறை தரிசித்திருப்பார் என்று எண்ணிப் பார்த்தேன். தற்கொலை செய்துகொள்வதற்கு பதிலாக அவர் கலைஞனாகிப் போன தருணம்தான் அவருக்கு இப்படியொரு உத்தியைக் கொடுத்திருக்க வேண்டும்.

வாழ்வின் எச்சமாகச் சில தத்துவங்கள் உதிர்கின்றன. அதை உரித்துக் கலையை எடுக்கத் தெரிந்தவர்கள் சொற்பம்தான்.

நான் எழுதி முடிக்கப்பட்ட பக்கங்களைப் புரட்டிக்கொண்டே இருந்தேன். வரி வரியாக நீண்ட அனுபவக் குறிப்புகள் ஒரு புதிய பேருலகுக்கான வாயிலை எனக்குத் திறந்து காட்டின. அது உபநிடதங்களைக் கொண்டு உள்ளே நுழைய முடியாத வாயில். பிரம்ம சூத்திரமோ, கீதையோ, வேறெதுவுமோ எட்டிப் பார்க்க முடியாத வாயில். எனக்குப் புரிந்துவிட்டது.

அது பாதங்களுக்குள் வைத்த பறவையின் கூடு. கூட்டோடு சேர்த்துப் பறக்கத் தக்க பறவைகள் இனி பிறக்க வேண்டியது மட்டும்தான் மிச்சம். அந்தப் பறவை பறக்கத் தொடங்கும்போது மனிதன் சேர்ந்து பறப்பான்.

ஆவேசமும் பரவசமும் பொங்க நான் அந்தப் பக்கங்களை விழுங்கிக்கொண்டிருந்தபோது சட்டென்று ஓர் உருவம் என்னை உற்றுப் பார்த்துக்கொண்டிருந்ததை உணர்ந்தேன். மெல்ல மூடி வைத்துவிட்டுத் திரும்பியபோது நவாப் ராஜமாணிக்கம் பிள்ளை என்னை நோக்கி நெருங்கி வந்தார்.

யார் நீ என்று கேட்டார்.

நான் ஒரு பூனை. இது நிரூபணமே தேவைப்படாத உண்மை.

அவர் பாய்ந்து என் கழுத்தைப் பிடித்துத் தூக்கினார். 'சொல், யார் நீ? எதற்காக இதையெல்லாம் படிக்கிறாய்?'

பேசுவதில்லை என்ற என் விரதத்தை எண்ணிக்கொண்டேன். அமைதியாகவே இருந்தேன். ஆனால் அவரது கரத்தின் பிடி என் கழுத்தை இறுக்கியபோது சற்று வலித்தது. லேசாக நெளிந்தேன். ங்யாவ் என்றேன்.

நீ நடிக்கிறாய். ஆனால் என்னிடம் நடிக்க முடியாது என்று அவர் சொன்னபோது எனக்குச் சிரிப்பு வந்துவிட்டது. என் சிரிப்பு அவரது கோபத்தை மேலும் கிளறிவிட்டது. கடும் சினத்தோடு என்னை அப்படியே தூக்கிச் சுவரின்மீது மோதும்படியாக எறிந்தார்.

அப்பா! எத்தனை ஆக்ரோஷம்! எனக்கு வலித்தது. தரையில் விழுந்து புரண்டு என்னைத் தொகுத்துக்கொண்டேன். நல்லவேளை, எலும்புகள் நொறுங்கியிருக்கவில்லை. ரத்த காயமாக ஏதும் படவில்லை. ஆனால் நல்ல வலி.

அவர் சத்தம் போட்டுத் தன் நண்பர்களை எழுப்பினார். என்ன, என்னவென்று அவர்கள் அலறி எழுந்தபோது, எப்படிச் சொல்வது என்பதில் அவருக்குச் சிறு குழப்பம் ஏற்பட்டிருக்க வேண்டும்.

'அபாயம். இந்தப் பூனை, பூனையே அல்ல. இது நாம் எழுதியதை யெல்லாம் ரகசியமாகப் படிக்கிறது' என்று சொன்னார்.

இப்போது எனக்கு மீண்டும் சிரிப்பு வந்தது. அது ஒரு நீண்ட செவ்வக வடிவ நிலவறை. தடுப்புகள் கிடையாது. நான்கு பெரும் சுவர்களும் சுவரோரத் திண்ணைகளும் மட்டும்தான் அந்த அறையை அறையாக்கியிருந்தன. இதில் ரகசியம் எங்கே வாழ்கிறது? நிர்வாணம் உள்பட அனைத்துமே பகிரங்கமானவை அல்லவா?

'என்ன சொல்கிறீர்கள்?' என்று முதல் திண்ணைக்காரர் கேட்டார்.

'இந்தப் பூனையை நாம் உயிரோடு விட்டுவைக்க முடியாது நண்பரே. இது பூனையல்ல. பேய் அல்லது பிசாசு' என்றார் அந்தக் கூத்துக்கலை வல்லுநர்.

அவர்கள் என்னை உற்றுப் பார்த்தார்கள். நான் பூனையாகத்தான் இருந்தேன். அதுவும் அடிபட்ட பூனை. சுவரில் மோதிய வலி எனக்குத் தீர்ந்திருக்கவில்லை. என் முனகல் எனக்கே மிகவும்

பரிதாபகரமாக தொனித்தபோது அவர்களுக்கு நிச்சயம் அது இரக்கத்தைத்தான் ஏற்படுத்தியிருக்க வேண்டும். தவிர, ஒரு கண்டுபிடிக்கப்பட்ட குற்றவாளியைப் போல் நான் தப்பிக்கவும் முயற்சி செய்யவில்லை. விழுந்த இடத்தில் ஒடுங்கிக் கிடந்தேன். என்னைப் போய் இந்த மனிதர் பேய் என்றும் பிசாசு என்றும் எப்படிச் சொல்லப் போகலாம்? தவிர, பூனையை வேண்டுமானால் கொல்ல முடியும். ஒரு பேயையோ பிசாசையோ இவர் எப்படிக் கொல்வார்?

அவர் தாம் கண்ட காட்சியைத் தம் நண்பர்களுக்குப் பதற்றத்தில் விவரித்துக்கொண்டிருந்தார். ஒரு படிக்கிற பூனை. பக்கங்களை அது புரட்டுகிற லாகவம் ஒரு மனிதன் புரட்டுவதைப் போலவே இருக்கிறது. வெறுமனே புரட்டவில்லை. அது படிக்கிறது. சந்தேகமில்லாமல் அதை நான் பார்த்தேன்.

'பிரமை' என்று பாடகர் சொன்னார்.

'முட்டாள்! அது பிரமையல்ல. நான் பார்த்தேன்' என்று அவர் மீண்டும் சொன்னார்.

'சரி இன்னொரு முறை படிக்கட்டும், பார்க்கலாம்' என்று ஓவியர் தன் படுக்கையை சரி செய்து மீண்டும் படுக்கப் போனார்.

நவாப் பாய்ந்து சென்று அவரைப் பிடித்து எழுப்பினார். 'தயவு செய்து என்னை நம்புங்கள். நான் சொல்வதைப் புரிந்து கொள்ளுங்கள். இது ஆபத்து. மிகப்பெரிய ஆபத்தில் நாம் சிக்கியிருக்கிறோம்.'

'இதில் என்ன ஆபத்து வந்துவிடப் போகிறது? அது படித்தால் படித்துவிட்டுப் போகட்டுமே? ஔரங்கஜேப்பின் வீரர்கள் நமது பிரதியைக் கண்டெடுத்தால், மொழி புரியாமல் கிழித்தெறிந்து விடுவார்கள். ஒரு வாசகராவது நமக்கு இருந்துவிட்டுப் போகட்டுமே' என்று சிரித்தபடி சொன்னார் இரண்டாம் திண்ணைக்காரர்.

நவாப் வெறுப்பின் உச்சத்துக்குச் சென்றுவிட்டார். 'மூடர்களே, உங்களுக்கு ஏன் நான் சொல்வது விளங்கவில்லை? நான் பொய் சொல்லவில்லை. கனவு கண்டு உளறவும் இல்லை. இந்தப் பூனை இதை வாசித்ததை நான் பார்த்தேன். எங்காவது ஒரு பூனை நூல் வாசிக்குமா? அப்படிப் வாசிக்குமென்றால் அது எப்படிப் பூனையாகும்?' என்று அவர் கேட்டார். அவர் கண்கள்

கலங்கிவிட்டிருந்தன. பதற்றத்தில் கை கால்களெல்லாம் நடுங்கிக்கொண்டிருந்தன.

நான் அமைதியாக என்னை ஒடுக்கிக்கொண்டு சுவரோரம் அமர்ந்திருந்தேன். அவர்கள் நம்ப முடியாமல் என்னை மீண்டும் மீண்டும் பார்த்தார்கள். நான்காம் திண்ணைக்காரர் என்னை நோக்கி மெல்ல நடந்து வந்தார். நான் எந்தவித எதிர்ப்பும் காட்டாமல் அப்படியே கிடந்தேன். அவர் என்னைத் தொட்டுத் தூக்கினார். நான் அசையவேயில்லை. எப்போதும்போல் அவர் கன்னத்தில் என் கன்னத்தால் உரசி ங்யாவ் என்றேன்.

'இதுவா வாசித்தது?' என்று அவர் கேட்டார்.

'ஆம். சந்தேகமில்லாமல் இதுதான்.'

'சரி, இப்போது என்ன செய்யலாம்?'

'அதையே கேட்போம். ஓ பூனையே, எங்கள் பேரேட்டில் எவ்வளவு வாசித்தாய்? வாசித்தவரை எப்படி இருந்தது?' என்றார் எழுத்தாளர்.

நான் அமைதியாக இருந்தேன்.

'இது நடிக்கிறது. என்னைவிடத் திறமையாக நடிக்கிறது. நான் விடப் போவதில்லை. இது பூனையல்ல என்று நான் நிரூபிக்கிறேன்' என்று சொல்லிவிட்டு மூன்றாம் திண்ணைக்காரர் பரபரவென்று இங்குமங்கும் தேடினார். எனக்கு அவர்கள் தினமும் பாலூற்றி வைக்கும் கிண்ணத்தை எடுத்து வைத்து அதில் பாலைச் சிறிது ஊற்றினார். பிறகு மதுக்குடுவையை எடுத்து வந்து அதில் இருந்து சிறிதை அந்தப் பாலில் கலந்தார்.

'என்ன செய்கிறீர்கள்?' என்று கவிஞர் கத்தினார்.

அவர் பதில் சொல்லவில்லை. அந்தப் பால் கிண்ணத்தை எடுத்து வந்து என் எதிரே வைத்துவிட்டு, 'அது தொடாது பாருங்கள். அதன் திருட்டுத்தனம் இப்போது உங்களுக்குப் புரியும். இறக்கிவிடுங்கள் அதை' என்று சொன்னார்.

நான் மது அருந்தியதில்லை. எனக்கு அதில் விருப்பமோ, ஆர்வமோ இருந்ததில்லை. தவிர மயங்கிக் கிடப்பது பற்றிய ஒரு அருவருப்புணர்வு எனக்கு எப்போதும் உண்டு. நான் என் விழிப்பில் வாழ்கிறவன்.

இருப்பினும் இது ஒரு பெரும் கலைஞனின் விருப்பம். நான் குடிக்க வேண்டும். பாலில் கலந்திருப்பது மதுவென்று தெரியாமல், பாலாகவே எண்ணிக்கொண்டு குடித்துவிட்டால் நான் வெறும் பூனை.

நண்பரே, குடிக்காதிருந்தாலும் நான் வெறும் பூனையே அல்லவா? இது ஏன் உங்களுக்குப் புரியவில்லை?

நான் பால் கிண்ணத்தை நெருங்கினேன். லேசாக முகர்ந்து பார்த்தேன்.

'யோசிக்கிறது பாருங்கள். அதற்குத் தெரியும். அது ஒரு பித்தலாட்டப் பூனை.'

நான் எங்கே யோசித்தேன்? முதல் முதலாக மதுவின் மணத்தை முகர்ந்து பார்த்தேன். அவ்வளவுதான். சரி, இது ஒரு அனுபவம். என்ன இப்போது? நிலை மறந்து சற்றுத் தூங்கிவிடப் போகிறேன். அவ்வளவுதானே?

நான் அந்தப் பாலைக் குடித்துவிட்டேன்.

மூன்றாம் திண்ணைக்காரர் என்னையே வெறித்துப் பார்த்துக் கொண்டிருந்தார். அவரது நண்பர்களுக்குத் தூக்கம் வந்தது. அவர்கள் படுக்கையில் அமர்ந்து, படுத்துக்கொள்ளத் தயாரானார்கள். நானும் படுத்துவிட்டேன்.

அவர் நகரவேயில்லை. என்னையே உற்றுப் பார்த்துக் கொண்டிருந்தார். இங்கே என்ன நடக்கிறது? நான் கண்ட காட்சி பொய்யில்லை. இந்தப் பூனை படித்துக்கொண்டிருந்தது. அதுவும் வேக வேகமாகப் பக்கங்களைத் திருப்பி. ஏதோ ஒரு தெளிவான நோக்கத்தோடு வந்திருக்கிற பூனை. இதைச் சொன்னால் யாரும் நம்ப மறுக்கிறார்கள். என் நண்பர்களுக்கு நான் எப்படிப் புரியவைப்பேன்?

எனக்கு அவரைப் பார்க்கப் பரிதாபமாக இருந்தது. நான் எளியவன். வெறும் பூனை. என்மீது அவருக்கு ஏன் இவ்வளவு வன்மம்? நான் படித்தது ஒரு தவறா? அதோ அந்தத் தாள்களின்மீது இப்போது எறும்புகள் ஊர்ந்துகொண்டிருக்கின்றன. ஜமீந்தார் அனுப்பி வைத்த கள்ளிப் பெட்டியில் பதுங்கி வந்து சேர்ந்த எறும்புகள் அவை. அவற்றை ஏன் நண்பர் சந்தேகப்பட மாட்டேன் என்கிறார்?

எனக்குச் சட்டென்று ஒரு யோசனை வந்தது. பாவம் என்று உடனே தோன்றினாலும் அவரோடு சிறிது நேரம் விளையாடினால்

நன்றாகத்தான் இருக்கும் என்று பட்டது. அவர் காதுகளில் விழாமல் அந்தத் தாள்களின்மீது ஊர்ந்துகொண்டிருந்த எறும்பு களை அழைத்தேன்.

'நீங்கள் ஊர்ந்துகொண்டிருக்கும் பக்கத்துக்கு, அடியில் உள்ள தாளில் ஒரு சொட்டுச் சர்க்கரை இருக்கிறது. மேலே உள்ள பக்கத்தைத் தூக்கி வீசிவிட்டு இனிப்பை உண்ணுங்கள்.'

சொல்லிவிட்டு வேண்டுமென்றே நான் நண்பர் எழுதி வைத்திருந்த பக்கங்கள் உள்ள திண்ணையைப் பார்த்து ங்யாவ் என்று சொன்னேன். நான் எதிர்பார்த்தபடியே அவர் திரும்பிப் பார்த்தார்.

ஆறு எறும்புகள் சேர்ந்து அந்தப் பக்கத்தைத் திருப்பிக் கொண்டிருந்ததைக் கண்டார். அதிர்ச்சியில் நிலைகுலைந்துபோய் தடாரென்று கீழே விழுந்துவிட்டார்.

எனக்கு உள்ளே போன மது வேலை செய்ய ஆரம்பித்திருந்தது. நானும் உறங்கத் தொடங்கினேன்.

அதிகாரம் 16

கரடிக் கதை

எனக்கு இன்னும் முழுமையாக போதை தெளிந்திருக்கவில்லை. யோசிக்க முடிந்ததே தவிர, கண்ணைத் திறப்பது சிரமமாக இருந்தது. விழிப்புணர்வு பெற்ற பின்பு, கண்ணை மூடிக்கொண்டு படுத்துக் கிடப்பதும் பெரும் பிரச்னை. வேறு வழியில்லை. இன்னும் சற்று நேரம் இப்படியே கிடக்க வேண்டியதுதான்.

ஆனால் அவர்கள் ஆறு பேரும் எழுந்துவிட்டிருந்தார்கள். காலைக் கடன்களை முடித்துவிட்டு எழுதவும் உட்கார்ந்துவிட்டார்கள். ஆனால் எழுதவில்லை. மூன்றாம் திண்ணைக்காரர் மீண்டும் அந்தப் பேச்சை எடுத்தார்.

இரவு நான் கண்ட காட்சி பிரமையல்ல. அந்தப் பூனை படிக்கிறது.

படிக்கத் தெரிந்த பூனையைக் கொண்டாடத் தெரியாத கலைஞர்கள் இருப்பார்களா? இது எனக்கு ஆச்சரியமாக இருந்தது.

ஒரு சமயம் நான் கௌதம புத்தரைச் சந்திக்கப் போயிருந்தேன். அப்போது அவர் புத்தராகவில்லை. அதற்கான முயற்சிகளில் ஈடுபட்டுக்கொண்டிருந்தார். இந்த மனிதன் ஏன் தன்னை இத்தனை வருத்திக்கொள்கிறான் என்று எனக்கு மிகவும் சங்கடமாக இருந்தது. சரியான உணவு கிடையாது. சரியான உறக்கம் கிடையாது. ஒழுங்காகக் குளிப்பது கிடையாது. முள்கள் குத்திக் கிழித்த தேகத்துக்குப் பச்சிலைகள் போடுவது கிடையாது. நாள்

கணக்கில் காடு மேடெல்லாம் அலைந்து திரிந்துகொண்டே இருந்தார். எந்த இடம் சௌகரியம் என்று தோன்றுகிறதோ அங்கே தியானம் செய்ய உட்கார்ந்துவிடுவார். குறைந்தது மூன்று தினங்கள். அதிகபட்சம் பதினேழு தினங்கள் வரை அப்போது அவரது தியானம் போயிருக்கிறது.

ஒரு எதிர்கால புத்தனின் சிந்தனைக்குள் நுழைந்து பார்க்க நான் மிகவும் விரும்பினேன். நானறிந்தவரை இம்மாதிரியான மனிதர்களின் தியானக் கருப்பொருள் பெரும்பாலும் கடவுளாகத் தான் இருப்பார். மிகச் சிலபேர் ஒரு பூனையை தியானம் செய்வார்கள். சித்தார்த்தன் மட்டும்தான் மனித வாழ்வைத் தனது கருப்பொருளாக்கிக்கொண்டவர்.

நிரந்தரமற்ற ஒன்றை தியானம் செய்து நீங்கள் அடையப் போவது என்ன என்று அவரிடம் கேட்க விரும்பினேன். கடவுள் மட்டும் நிரந்தரமா என்ன? இருந்தாலும் நான் கேட்க விரும்பினேன்.

அப்போது அவர் கயாவுக்கு இருபது கல் தொலைவில் அடர்ந்த கானகம் ஒன்றில் எப்படியோ ஒரு சிறு குகையைத் தேடிக் கண்டுபிடித்து, அங்கே அமர்ந்து தியானத்தில் ஈடுபட்டிருந்தார்.

அது ஒரு கரடியின் குகை. அந்தக் கரடி வெளியே போயிருந்த போது புத்தர் அந்த இடத்துக்கு வந்திருக்கிறார். சௌகரியமாக ஒரு குகை கிடைத்ததே என்று உள்ளே போய் உட்கார்ந்துவிட்டார்.

நாளெல்லாம் அலைந்து திரிந்துவிட்டு மாலை குகைக்குத் திரும்பிய கரடி, தனது இருப்பிடத்தில் அந்நியன் ஒருவன் உட்கார்ந்திருப்பதைக் கண்டு முதலில் சற்றுக் கோபப்பட்டது. அதன் உறுமலும் நெருங்கிச் சென்று முகத்தால் இடித்துப் பார்த்த விதமும் சித்தார்த்தனைச் சற்றும் சலனப்படுத்தவில்லை. அவர் தனது தியானத்தில் மிகவும் தீவிரமாக இருந்தார்.

இது கரடிக்கு வினோதமாக இருந்தது. இந்த மனிதன் உட்கார்ந்த வாக்கில் இறந்துவிட்டானோ என்று கருதி அவரது மூக்கருகே வந்து கவனித்துப் பார்த்தது. மூச்சு இருந்தது தெரிந்தது.

ஆக, பயல் சாகவில்லை. ஒரு கரடிக்குப் பயப்படாத மனிதன் இந்த உலகில் இருக்க முடியுமா?

சரி கண் விழிக்கட்டும், கேட்டுக்கொள்ளலாம் என்று நினைத்து அந்தக் கரடி ஒரு ஓரமாகப் போய்ப் படுத்துக்கொண்டுவிட்டது. அலைந்த களைப்பில் தூங்கியும் போனது.

அது கண் விழித்தபோதும் சித்தார்த்தன் தியானத்திலேயேதான் இருந்தார். கரடி இம்முறை சற்று உக்கிரமாகவே குரல் கொடுத்துப் பார்த்தது. அவர் அசையவில்லை. நெருங்கிச் சென்று முன்னங்காலால் ஓங்கி ஓர் அறை விட்டது. அப்போதும் அவரது தவம் கலையவில்லை.

இப்போது கரடிக்கு பயம் வந்துவிட்டது. ஒருவேளை இவன் தேவனாகவோ கந்தர்வனாகவோ இருப்பானோ? கண்ணைத் திறந்து பிடி சாபம் என்று கொடுத்துவிட்டால் என்ன செய்ய?

எதற்கு வம்பு என்று அதற்குமேல் அது சித்தார்த்தனைத் தொந்தரவு செய்யும் எண்ணத்தைக் கைவிட்டது. அன்றைக்கு உணவு தேடிப் போய்விட்டுத் திரும்பி வரும்போது, தனது அழையா விருந்தாளிக்காகச் சில பழங்களை எடுத்து வந்து குகையில் வைத்தது. ஆனால் சித்தார்த்தனின் தவம் கலைந்திருக்கவேயில்லை.

இது என்ன ஆச்சரியம்? இப்படி நாள் கணக்கில் அசையாமல் அமர்ந்திருக்க முடியுமா? ஒருவேளை நாம் வெளியே போயிருக்கும்போது இவரும் எழுந்து போய் சாப்பிட்டு வந்து உட்கார்ந்திருப்பாரோ?

கரடிக்கு அந்தச் சந்தேகம் வந்துவிட்டபடியால், மறுநாள் அது வெளியே போகாமல் குகைக்குள்ளேயே அமர்ந்து சித்தார்த்தனைக் கவனித்துக்கொண்டிருந்தது. ஆனால் அவர் கண்ணைத் திறக்கவும் இல்லை, அசையவும் இல்லை.

இப்படியே ஆறு தினங்கள் ஓடிவிட்டன. கரடிக்கு அலுப்பாகி விட்டது. அவருக்காக எடுத்து வந்திருந்த பழங்களை அது சாப்பிட்டுத் தன் பசியைத் தீர்த்துக்கொண்டது.

ஒருவழியாக ஏழாம் நாள் பிற்பகல் அவரது நிஷ்டை கலைந்து கண் விழித்துப் பார்த்தார்.

கரடி சட்டென்று அவர் எதிரே வந்து நின்று, 'ஐயா, உங்களுக்குப் பசிக்கவே பசிக்காதா? இப்படி ஒரு வாரமாகச் சாப்பிடாமல் எப்படி உங்களால் இருக்க முடிகிறது?' என்று கேட்டது.

கேள்விக்கு பதில் சொல்லுவதா பெரிது? ஒரு கரடி வாய் திறந்து பேசியிருக்கிறது. இது எப்படி சாத்தியம் என்ற வினா அவருக்கு வந்திருக்க வேண்டாமா? அதிர்ச்சியோ, வியப்போ, பதற்றமோ, பயமோ இருக்காதா?

சித்தார்த்தன் சொன்னார், 'இந்த முறை பசிதான் என் தியானப்பொருள். அதனோடு உறவாடிக்கொண்டிருந்ததால் அது என்னை வருத்தவில்லை. எப்படி என்னோடு பேசும்போது நீ ஒரு சாதுவைப் போல் இருக்கிறாயோ அப்படி.'

இந்தச் சம்பவம் நடந்தபோது நான் சாப்பிடுவதற்காக வெளியே போயிருந்தேன். திரும்பி வந்தபோது புத்தர் இதை என்னிடம் சொல்லவில்லை. குகை வாசலில் என்னைச் சந்தித்த அந்தக் கரடிதான் சொன்னது.

'எனக்கு ஏன் அந்த மனிதனைக் கண்டதும் அடித்துக் கொல்லத் தோன்றவேயில்லை என்று புரியவில்லை.'

நான் சொன்னேன், 'கொன்றிருந்தால் உன்னால் பேச முடியும் என்பது உனக்கு இறுதிவரை தெரிந்திருக்காது.'

•

நண்பர்கள் எனக்கு ஒரு வாய்ப்பு வழங்கியிருந்தார்கள். இன்னொரு முறை நான் படிப்பதை யாராவது பார்த்தால் அன்றோடு என் கதை முடிந்துவிடும். அப்படி ஏதும் நடக்காதவரை நான் அந்த நிலவறையில் அவர்களோடு வசித்துக்கொள்ளலாம்.

மூன்றாம் திண்ணைக்காரருக்கு அரை மனம்தான். கையும் களவுமாக என்னைப் பிடித்துக் கொடுக்கும்வரை தான் சொன்னதை யாரும் நம்பமாட்டார்கள் என்பது அவருக்குப் புரிந்திருக்க வேண்டும். பல்லைக் கடித்துக்கொண்டு அவரும் அமைதியாக இருந்துவிட்டார்.

ஆனால் நான் எப்படி அமைதியாக இருப்பேன்? அறிதல் சார்ந்த எனது வேட்கை வெட்கமற்றது. நாகரிகம் காணாதது. தன்னியல்பு துறந்தது. நான் ஒரு காட்டான். எனது திட்டங்களின் நடைமுறை சாத்தியங்களை அடைய எம்மாதிரியான உத்தியையும் நான் கையாளக்கூடியவன்.

அவர்கள் குடிப்பதில்லை என்று முடிவெடுத்திருந்தார்கள். ஆறு நாள் அவகாசமும் அதற்கு விதித்திருந்தார்கள். மூன்றாம் திண்ணைக்காரர் என் மீது வைத்திருந்த குற்றச்சாட்டின் உண்மையை அறிவதற்கு அவர்களுக்கு அந்தக் காலக்கெடு போதும் என்று தோன்றியிருக்கிறது. என் மீது கொலைவெறியில்

இருந்த நண்பர் இந்த முடிவுடன்கூட இன்னொரு யோசனையையும் சேர்த்துச்சொன்னார்.

'நாம் ஒன்றாகத் தூங்கவேண்டாம். ஒவ்வொருவராகத் தூங்குவோம். ஒருவர் உறக்கம் கலைந்து எழுந்தபின் அடுத்தவர் படுக்கச் செல்வோம்.'

'அது சிரமம்' என்று நாட்டியக் கலைஞர் சொன்னார். 'வேண்டுமானால் ஒன்று செய்வோம். ஒவ்வொரு நாளும் ஒருவர் மட்டும் உறங்காதிருப்போம். மற்றவர்கள் உறங்கி விழிக்கும் நேரத்தில் அவர் உறங்கச் செல்லலாம்.'

இந்த யோசனை அவர்களுக்குச் சரியென்று பட்டது. ஒப்புக்கொண்டு தினமும் அவர்களுடைய இரவுப் பொழுதுகளில் ஒருவர் விழித்திருக்கத் தொடங்கினார். ஐந்து பேர் உறங்கும்போது அவர் மட்டும் எழுதிக்கொண்டிருப்பார். நான் என் மூலையில் அமைதியாகப் படுத்துக் கிடப்பேன். நிமிடத்துக்கு ஒருமுறை அவர் என்னைத் திரும்பிப் பார்ப்பார். நான் ஏன் அசையப் போகிறேன்?

விடியும்வரை நிம்மதியாகத் தூங்கிவிட்டு, இரவுக் காவலர் உறங்கப் போகும்போது நான் விழித்துக்கொண்டு எழுவேன்.

முதல் நான்கு நாள்கள் இப்படியே போயின. நான்காம் நாள், மூன்றாம் திண்ணைக்காரர் விழித்திருக்கும் தினமாக இருந்தது. அன்றைக்கு நான் விட்ட இடத்தில் இருந்து மீண்டும் படித்துவிடுவது என்று முடிவு செய்துகொண்டேன். அன்றைய வேலைகளை முடித்துவிட்டு நண்பர்கள் நல்லிரவு வணக்கம் கூறி அவரவர் படுக்கைகளை விரித்துவிட்டார்கள். மூன்றாம் திண்ணைக்காரர் தனது பேரேட்டின் பக்கங்களை விரித்துப் பரப்பி வைத்துக்கொண்டு எழுத ஆரம்பித்தார்.

நான் என் சிறிய விழிகளைத் திறந்து இருளுக்குள் அவரை ஊடுருவிப் பார்த்தேன். மங்கலான அகல் விளக்கு வெளிச்சத்தில் அவர் விறுவிறுவென்று எழுதிக்கொண்டிருந்தார். நான் மெல்ல நகர்ந்து அவர் காலருகே வந்து படுத்துக்கொண்டேன். அவர் குனிந்து பார்த்தார். 'சீ..' என்று வெறுப்புடன் என்னைக் காலால் ஒரு எத்து எத்திவிட்டு, தொங்கப் போட்டுக்கொண்டிருந்த காலை மடித்து வைத்துக்கொண்டு மீண்டும் எழுதத் தொடங்கினார்.

இப்போது நான் என் வேலையை ஆரம்பித்தேன்.

நான் ஒரு பூனை. என் தேகத்துக்குள் நானொரு வாசனைத் திரவியத்தை வைத்திருக்கிறேன். நீங்கள் அதைப் புனுகு என்று சொல்வீர்கள். கஸ்தூரியின் நறுமணத்துக்கு நிகரான மணம் கொண்டது அது. அரைச்சிட்டிகை நீங்கள் அதை முகர்ந்தாலே ஒரு மணி நேரத்துக்கு உங்கள் நாசியில் அது நிற்கும். அப்பேர்ப்பட்ட வாசனையான திரவியம் அது. சர்க்கரையால் இயங்கும் உடல் இயந்திரத்தைக் கொழுப்பால் மாற்றி இயக்கும்போது உற்பத்தியாகும் மணம் அது. நீங்கள் அப்படிச் செய்யும்போதும் உங்கள் சுவாசத்தில் வேறு விதமானதொரு மணம் வரத்தான் செய்யும். ஆனால் ஒரு பூனை உற்பத்தி செய்யும் நறுமணம் போல அது இருக்காது.

நான் என் பல்லாண்டுக்கால புனுகுச் சேகரிப்பின் பெட்டகத்தை மெல்லத் திறந்தேன். என் நாசி, வாய், செவிகள், கண்கள், குதம் வழியே அதைச் சிறிது சிறிதாக வெளியேற்ற ஆரம்பித்தேன்.

விழித்திருந்த நண்பர் முதலில் வாசனை எங்கிருந்து வருகிறது என்று பார்த்தார். அம்மாதிரியான ஒரு நறுமணத்தை அவர் அதற்குமுன் நுகர்ந்ததில்லை என்பதால் திரும்பத் திரும்பத் தன் மூச்சுக்காற்றை வேகவேகமாக உள்ளிழுத்தார். ஒருவேளை நிலவறையின் மேற்புறக் கல் நகர்த்தப்பட்டு, அங்கிருந்து ஏதாவது வாசனை வருகிறதோ என்று எண்ணி, எழுதிக்கொண்டிருந்த தாளை அப்படியே வைத்துவிட்டு எழுந்து சென்று மேலே பார்த்தார். இருட்டில் அவருக்கு அங்கு எதுவும் தெரியவில்லை.

மீண்டும் திரும்பி வந்து தன் திண்ணையில் அமர்ந்தார். இப்போது நான் மேலும் மணத்தைப் பரப்பத் தொடங்கினேன். கூடவே நான் மிகவும் நன்றாக உறங்கிவிட்டது போன்றதொரு பாவனையை வெளிக்காட்டவும் தவறவில்லை. என் சுவாசம் சீராக இருந்தது. நான் படுத்திருந்தேன். நான் விழித்திருக்கிறேன் என்று யாராலும் சொல்ல முடியாத அளவுக்கு உறக்கத்தின் அரிதாரத்தை என்மீது பூசிக்கொண்டிருந்தேன்.

அவருக்கு அந்த வாசனை கிறக்கத்தைத் தர ஆரம்பித்தது. ஒரு கட்டத்தில் எழுத்தைத் தொடர முடியாத அளவுக்கு நான் பரப்பிக்கொண்டிருந்த நறுமணத்தில் அவர் திளைத்துப் போனார். எழுதுகோலைப் போட்டுவிட்டு அப்படியே படுத்துவிட்டார். எனது நறுமணம் அவரை மயக்கத்தின் விளிம்புக்கு இட்டுச்செல்ல ஆரம்பித்தது. இது மதுவின் மயக்கத்தில் இருந்து வேறு விதமான மயக்கம். ஆழ்ந்த, மிக ஆழ்ந்த உறக்கத்துக்கு உங்களைக் கொண்டு

செல்லும். அங்கே கனவுகள் இருக்காது. எனவே திடுக்கிடல் நிகழாது. ஒரு அமைதி. சலனமற்ற நீர்ப்பரப்பைப் போன்ற அமைதி. அப்படியொரு பேரமைதியை நீங்கள் அனுபவித் திருக்கவே முடியாது. ஒரு பூனையால் மட்டுமே சிருஷ்டி செய்ய முடியக்கூடிய அமைதி.

நான் என் வாசனையில் நிறைந்திருந்தேன். அவர் உறங்கிவிட்டார் என்பதை உறுதி செய்துகொண்டு மெல்ல என் தலையைத் தூக்கிப் பார்த்தேன். சத்தமின்றி எழுந்து திண்ணையின் மீது ஏறினேன். நான்கு தினங்களுக்கு முன் நான் பாதி படித்துவிட்டு வைத்தப் பக்கத்தைத் தேடி எடுத்து, அதிலிருந்து மீண்டும் வாசிக்க ஆரம்பித்தேன்.

அன்றிரவெல்லாம் எனக்கு வேட்டைதான். அவரது பிரதியை வாசித்து முடித்துவிட்டு அடுத்தத் திண்ணைக்குச் சென்று அங்கும் படித்தேன். அங்கிருந்து கடைசித் திண்ணை. மீண்டும் முதல் திண்ணை. இரண்டாவது.

நான் நிரப்பிவைத்த நறுமணம் எனது பாதுகாவலனாக இருந்தது. விடிய விடியப் படித்துத் தீர்த்தேன். அந்தக் கலைஞர்களின்மீது மிகப்பெரிய மதிப்பு உருவானது எனக்கு. நான் நினைத்தபடி இந்த ஆறு பிரதிகளையும் ஒரே மொழியில் ஒருங்கிணைத்து, ஒற்றை சுருதியில் வடித்து எடுக்க முடியுமானால் இந்த உலகில் எழுதப் பட்ட ஆகச் சிறந்த பேரிலக்கியம் இதுவாகத்தான் இருக்கும் என்று உறுதியாகத் தோன்றியது.

நான் செய்வேன். நிச்சயமாக இதைச் செய்யத்தான் போகிறேன். இதைக்கூடச் செய்யாவிட்டால் அப்புறம் நான் என்ன பூனை?

அதிகாரம் 17

ஐந்து தலை நாகத்தின் கதை

இன்னொரு கூதிர்க்காலம் முடிந்து வெளியைப் பனிசூழத் தொடங்கியிருந்தது. நிலவறையின் உட்புறச் சுவர்கள் எப்போதும் ஈரம் பூத்திருந்தன. இருளும் ஒளியும் இல்லாத, மட்கிய இலைகளின் நிறமே போன்ற அகல் விளக்குகளின் வெளிச்சமே உலகின் நிரந்தர நிறம் என்று அவர்கள் மனத்தில் பதிய ஆரம்பித்திருந்தது. உடலின் இயக்கம் என்ற ஒன்றை அவர்கள் மறந்திருந்தார்கள். உண்பதும் உறங்குவதும் அமர்ந்து குடிப்பதும் எழுதுவதும் தவிர அனைத்தும் அவர்களுக்கு மறந்துவிட்டிருந்தன. வீடு, வெளியே வாழ்ந்த வாழ்க்கை, நதியோட்டம், பயிர்ப் பசுமை, விதவிதமான மனிதர்கள், அனுபவித்துத் தீராத அவர்தம் குணாதிசயங்கள் அனைத்தில் இருந்தும் கொஞ்சம் கொஞ்சமாகத் தம்மை அவர்கள் உதிர்த்துக்கொண்டிருந்தார்கள். உலகம் நான்கு கருங்கற்சுவர்களால் ஆனது. உலகில் ஆறு திண்ணைகளும் ஒரு பூனையும் உண்டு. உயிர்வாழ்வதற்குத் தேவையான உணவை ஜமீந்தார் அனுப்பிவைப்பார். ஜமீந்தார் இறந்துவிட்டால் நிலத்துக்கு வருவார். அப்போதும் ஒரு பெரிய மூட்டையில் ஆறு பேருக்குத் தேவையான ஆயுட்கால உணவையும் மதுவையும் முடிந்து எடுத்து வருவார்.

அவர்களுக்குத் தோற்றம் சார்ந்த அக்கறைகள் உதிர்ந்திருந்தன. காடென வளர்ந்திருந்த தலை முடி, தாடி மீசைக்குள்

அவர்களுடைய அழகிய முகங்கள் புதைந்து போயிருந்தன. வெட்டப்படாத நகங்களுக்குள் அழுக்கேறிக் கறுத்துக் கிடந்தன. உட்கார்ந்து உட்கார்ந்து குடித்துக்கொண்டும் உண்டுகொண்டும் இருந்ததில் உடல் ஊதிப் பெருத்து பயங்கரமான தோற்றத்தை எய்தியிருந்தார்கள். அழுக்கேறிய அவர்களது அங்கிகள் உடலின் ஒரு பகுதியாகவே மாறிவிட்டிருந்தன. அவர்கள் அணிந்திருக்கும் ஆடைகளைக் கழட்டி வேறொன்றை மாற்றிக்கொள்ளும் வழக்கத்தை விட்டிருந்தார்கள். யார் வந்து பார்க்கப் போகிறார்கள் என்கிற அலட்சியம்.

ஆனால் அலட்சியங்கள் தோற்றம் சார்ந்துதானே தவிர, செயலில் இல்லை. அவர்கள் எழுதிக்கொண்டிருந்தார்கள். வெறிகொண்டு ஒவ்வொரு நாளும் செய்தார்கள். இடைவெளியின்றிச் செய்தார்கள். அவர்கள் எழுதி எழுதிக் குவித்துக்கொண்டிருந்த பக்கங்கள் நிலவறையின் ஒரு பக்கம் மலைபோல் அடுக்கப்பட்டுக் கொண்டிருந்தது. தாள்களும் மையும் தீரத் தீர ஜமீந்தார் அவற்றை அனுப்பிக்கொண்டே இருந்தார்.

முன்னைப் போல் எனக்கு அவர்கள் எழுதுவதை வாசிப்பது இப்போதெல்லாம் சிரமமாக இல்லை. ஒவ்வொரு நாளும் எழுதி முடித்த தாள்களை அவர்கள் எடுத்து வந்து அடுக்கி வைத்துள்ள வரிசையின்மீது வைத்துவிட்டுப் போய்ப் படுப்பார்கள். நான் அவர்கள் உறங்கியதும் அந்தத் தாள்க்கட்டின் பின்னால் வந்து படுத்துக்கொள்வேன். அவர்கள் உறங்கியது நிச்சயமானதும் அந்தப் பேரடுக்கை அப்படியே தலைகீழாகத் திருப்பி வைத்து விட்டால் என் பிரச்னை முடிந்துவிடும். கீழிருந்து ஒவ்வொரு தாளாக உருவியெடுத்துப் படித்துவிடுவேன். எனக்கு முன்னால் இன்னொரு தாள் அடுக்கு இரண்டடி உயரத்துக்கு நிற்கும் என்பதால் அதன் மறைப்பில் நான் படுத்திருப்பதோ, படித்துக் கொண்டிருப்பதோ நெருங்கி வந்து பார்த்தாலொழியத் தெரியாது. படித்து முடித்ததும் மீண்டும் அடுக்கைத் தலைகீழாக ஒரு புரட்டு. அவர்கள் வைத்த மாதிரியே புதிதாக எழுதியது இப்போது மேலே இருக்கும்.

மூன்றாம் திண்ணைக்காரருக்கு என் மீதிருந்த வன்மம் சற்று வடிந்திருந்தது. ஏனென்றால் என்னுடைய அன்றொரு நாள் அஜாக்கிரதை அதன்பின் என்றுமே வெளிப்பட்டு விடாமல் நான் பார்த்துக்கொண்டேன். நான் ஒரு பூனை. எலிகள் வந்தால் அவற்றை நான் கொன்றொழிப்பேன். மற்றபடி வைக்கிற

பாலைக் குடித்துவிட்டு நிலவறையை வெறுமனே சுற்றிச் சுற்றி வருவது ஒன்றே என் வேலை. அவர்களுக்குக் கொஞ்ச வேண்டும் என்று தோன்றினால் என்னை அழைப்பார்கள். நானும் மறுப்புச் சொல்லாமல் சென்று அவர்கள் மடியில் ஏறி அமர்ந்து கொள்வேன். சிறிது நேரம் என்னுடன் விளையாடுவார்கள். பிறகு இறக்கிவிட்டுவிட்டு அவர்கள் வேலையைத் தொடர ஆரம்பித்துவிடுவார்கள்.

இருப்பினும் கூத்துக் கலைஞர் ஒவ்வொரு நாளும் தான் எழுதி முடிக்கும்போது தாளில் ஏதாவது ஒரு ரகசியக் குறியீட்டைச் செய்து வைப்பதை வழக்கமாகக் கொண்டிருந்தார். ஒரு சொட்டு மையைத் தனியே அதில் ஒரு ஓரமாகப் பொட்டு போல வைப்பது அதிலொன்று. அவர் உறங்கியபின் நான் தொட்டு எடுத்தால் என் கால்களில் மைக்கறை படும் அல்லவா? அதை வைத்து என் திருட்டுத்தனத்தைக் கண்டுபிடித்துவிடலாம் என்ற எண்ணம்.

நிலவறைக்கு மேலே உள்ள வழிக்கருப்பன் கோயில் விபூதி ஒரு பிடி பொட்டலமாக வாங்கி வைத்திருந்தார்கள். எழுதி முடித்ததும் அதில் கொஞ்சத்தை எடுத்துத் தாளின்மீது அவர் தூவுவார். நான் அந்தத் தாளை எடுத்தாலே விபூதி கொட்டும், தரையில் சிந்தும், அதை வைத்துக் கண்டுபிடித்துவிடலாம் என்ற உத்தி.

மேலும் ஒரு உத்தியையும் அவர் கடைப்பிடித்தார். அதைச் சொல்லச் சற்றுச் சங்கடமாக இருக்கிறது. இருந்தாலும் நான் சொல்லித்தான் ஆகவேண்டும். சரித்திரமல்லவா? எதுவும் விடுபட்டுவிடக்கூடாது.

தினமும் எழுதி முடித்துவிட்டு அவர் சிறுநீர் கழிக்கப் போவார். நிலவறையியே அதற்கெல்லாம் தனியே ஓர் ஒதுக்குக் குழி அமைக்கப்பட்டிருந்தது. அப்படிச் சிறுநீர் கழித்துவிட்டு வந்து படுத்ததும் அவர் சுயமைதுனம் செய்ய ஆரம்பிப்பார். மற்ற ஐந்து கலைஞர்களும் குறைந்தது மூன்று நாள்களுக்கு ஒருமுறைதான் அந்த வழக்கத்தை மேற்கொள்வார்கள். மூன்றாம் திண்ணைக்காரர் மட்டும் தினமும் செய்வார்.

கவிஞர் ஒருநாள் அவரிடம், ‘தினமும் செய்யாதீர்கள். குறி சுருங்கிவிடும்’ என்று சொன்னார்.

‘அது சுருங்காதிருக்கத்தானே தினமும் செய்கிறேன்’ என்றார் மூன்றாம் திண்ணைக்காரர்.

நிலவறைக்கு வந்த நாள்களில் அவர்களுக்கிடையே இது தொடர்பாகப் பெரும் மனச்சிக்கல் இருந்தது. எப்படிச் செய்வது, எங்கே கொட்டுவது, பார்க்கிறவர் என்ன நினைப்பார் என்கிற தவிப்பு. ஒவ்வொருவரும் அடுத்த அனைவரும் உறங்கி விட்டார்களா என்று நெருங்கிச் சென்று உற்று உற்றுப் பார்த்து விட்டு வந்து தமது திண்ணையில் படுத்துக்கொண்டு இயங்க ஆரம்பிப்பார்கள். நடுநடுவே பயம் வந்து நிறுத்திவிட்டு மீண்டும் எழுந்து சென்று ஒவ்வொருவரையும் பரிசோதிப்பார்கள்.

ஒருநாள் அந்த மனத்தடை உடைக்கப்பட்டது. நடனக் கலைஞர் அனைவரும் விழித்திருந்த ஒரு பொழுதில் சட்டென்று தன் அங்கியைக் கழட்டினார். 'இப்போது நான் கரமைதுனம் செய்யப் போகிறேன். யார் வேண்டுமானாலும் என்னுடன் இணைந்து கொள்ளலாம்' என்று அறிவித்தார்.

முதலில் அவர்கள் கடும் அதிர்ச்சியடைந்தார்கள். ஆனால் யோசித்துப் பார்த்தபோது அதுதான் சரி என்று தோன்றிவிட்டது. காலவரையறையற்ற தலைமறைவு வாழ்க்கை. ஒரு பெரும் செயலைச் செய்து முடித்தாக வேண்டிய இருப்பியல் நெருக்கடிக்கு அவர்கள் உள்ளாகியிருந்தார்கள். தேவைக்கேற்பத் தீர்த்து வைக்கப்படாத சொந்த இச்சைகள், பணியின் வேகத்தைக் கெடுக்கும்.

ஒரு தீர்மானத்துக்கு வந்து அவர்கள் அனைவரும் அன்றைக்கு ஒன்றாகத் தரையில் படுத்துத் தமது குறிகளை நிலவறையின் மேல்தளம் வரை உயர்த்திப் பிடித்தார்கள்.

'கருப்பனுக்குக் கிளர்ந்துவிடப் போகிறது' என்றார் எழுத்தாளர்.

'வேண்டுமானால் இறங்கி வந்து நம்மோடு சேர்ந்துகொள்ளட்டும்' என்றார் நான்காம் திண்ணைக்காரர்.

அன்று அவர்கள் இச்சை தீரத்தீர நான்கைந்து முறை கரமைதுனம் செய்தார்கள். பரவச உச்சத்தில் வினோதமான கூக்குரல் எழுப்பினார்கள். யாருக்கும் கேட்காத ஆழத்தில் எழுப்பப்படுகிற ஒலிகள் புவியில் பத்திரப்படுத்தப்பட்டுப் பாறைகளின் இடுக்கில் பதுக்கிவைக்கப்படும் என்பது அவர்களுக்குத் தெரிந்திருக்க வில்லை.

நான் கேட்டுக்கொண்டிருந்தேன். வேறு வழியில்லை என்பதால். ஆனால் அந்தச் சமயங்களில் என் கண்கள் எப்போதும் மூடியே

இருக்கும். நான் நாகரிகம் தெரிந்தவன். அவர்கள் செய்து முடித்துவிட்டு உறுப்புச் சுத்தி செய்துகொண்டு ஆடைகளை அணிந்து வந்து அமர்ந்த பின்புதான் நான் கண் திறப்பேன்.

இதை எதற்குச் சொல்ல வந்தேன்? ஆம். மூன்றாம் திண்ணைக்காரரின் அந்த நூதன உத்தியைப் பற்றிப் பேச ஆரம்பித்தபோது விஷயம் வேறெங்கோ போய்விட்டது.

எழுதி முடித்ததும் அவர் கரமைதுனம் செய்வார் என்று சொன்னேன் அல்லவா? வெளியேறும் விந்தில் ஒரு சொட்டை எடுத்துத் தன் தாளின்மீது வைப்பார். இதற்காகப் பிரத்தியேகமாக அவர் ஒரு குச்சியைத் தன் படுக்கைக்கு அடியில் வைத்திருந்தார். ஜமீந்தார் அனுப்பிவைக்கும் பழுப்புத் தாள்களைப் போல அவரது விந்தும் கனமானது. அத்தனை எளிதில் கரையாதது.

தப்பித்தவறி அந்தத் தாளை நான் தொட்டெடுத்தால் அவரது பிரதிநிதியாக அதில் உட்கார்ந்திருக்கும் உயிர்த்துளி உருண்டோடிக் காட்டிக் கொடுத்துவிடும்.

கலைஞர்கள்தாம் எத்தனை விநோதமாக யோசிக்கிறார்கள்! எனக்குப் பிடித்திருந்தது. அறியாமையின் பேரழகுக்கு முன்னால் இந்த உலகில் எதுவுமே நிற்க முடியாது.

நான் வாசிக்க எடுக்கும் தாளில் முதலில் அந்தத் துளியைத்தான் வழித்துத் துடைத்தெறிவேன். வாசித்து முடித்தபின் என்னுடைய துளியை அதன்மீது இறக்கிவைத்துவிட்டுப் போய்ப் படுப்பேன்.

•

அன்றைக்கு நள்ளிரவுக்குப் பிறகு உணவு கொண்டு வந்து இறக்கிய ஜமீந்தாரின் வேலையாள் ஒரு நறுக்குச் சீட்டை உடன் சேர்த்து அனுப்பியிருந்தான். மறு நாள் இரவு உணவு வரும்போது ஜமீன் உடன் வருகிறார். மாதக்கணக்கில் நிலவறையில் தங்கி எழுதிக்கொண்டிருக்கும் கலைஞர்களுடன் அவர் ஒரு நாளைச் செலவிடவிருக்கிறார். அவர்களது இருப்பிடத்தை அவர் ஆராய்வார். மேற்கொண்டு தேவைப்படும் வசதிகளைத் தாமே பக்கத்தில் இருந்து பார்த்துச் செய்து தரத் தீர்மானித்திருக்கிறார்.

இந்தக் குறிப்பை வாசித்ததும் அவர்கள் ஆறு பேரும் பரபரப்பாகி விட்டார்கள். மாதக்கணக்கில் சுத்தம் செய்யப்படாதிருந்த

நிலவறையை அவர்கள் உடனே சுத்தம் செய்யத் தொடங்கினார்கள். அழுக்குத் துணிகளைக் கண்ணில் படாமல் ஒரு கூடைக்குள் போட்டு ஓரமாக நகர்த்தி வைத்தார்கள். நிலவறையின் தரையைத் தண்ணீர் ஊற்றிக் கழுவினார்கள். பிறகு சாக்குப் பைகளைப் போட்டு அதைத் துடைத்தார்கள்.

'அந்தச் சுவர் ஓவியங்களை என்ன செய்வது?' என்று இசைக் கலைஞர் கவலைப்பட்டார்.

ஓவியர் யோசித்தார். 'ஏன், அது இருப்பதில் என்ன பிரச்னை? ஜமீன், கலைகளின் ரசிகர். அவருக்கு அந்த ஓவியங்கள் மிகவும் பிடிக்கும். அவர் இங்கு வந்து போவதன் ஞாபகார்த்தமாக அவரையும் இந்தப் பக்கம் வரைந்துவைத்துவிடுகிறேன்' என்று சொன்னார்.

'இருந்தாலும் நமது நிர்வாணம்...'

'இந்த இருட்டு நிலவறைக்குள் நாம் தடுமாறி விழாமல் நிற்க, பிடித்துக்கொள்வதற்கு வேறு கோல் இங்கில்லை. ஜமீனுக்கு இதைப் புரியவைத்தால் வேறு ஏதாவது நல்விளைவு ஏற்படலாம்' என்று இரண்டாம் திண்ணைக்காரர் சொன்னார்.

நான் சட்டென்று விழித்துப் பார்த்தேன். இது அபாயகரமானது. இந்த நிலவறைக்குள் இன்னொரு திண்ணை கட்ட முடியும். இன்னொரு நபர் தங்கவும் முடியும். அதுவல்ல சிக்கல். ஒரு பெண்ணின் வாசனை இங்கு நுழையுமானால் செயல் இறந்துவிடும். ஓராண்டுக் காலம் தாண்டி இவர்கள் எழுதிக் கொண்டிருக்கும் பெரும் நூல் அதன்பின் என்றென்றைக்கும் முடிக்கப்படாமல் போய்விடும். ஆதிப் பெருங்கலைகளின் ஆதார சூக்குமங்களுக்கு நிரந்தரத்துவம் வழங்கும் முயற்சி பெரிது. உடலங்களின் தீராத இச்சைக்கு இந்தப் பக்கங்களைத் தின்னக் கொடுப்பதற்கா இத்தனை பெரிய பிரயத்தனங்கள் மேற்கொள்ளப் பட்டன?

நான் மிகவும் பதற்றத்தில் இருந்தேன். இது நான் எதிர்பாராதது. நான் விரும்பாததும் கூட. என் பெருங்கனவின் அடிக் கல்லைப் பெயர்த்து எடுக்கிற காரியத்தையல்லவா இவர்கள் திட்டமிடு கிறார்கள்? வாழ்வில் இருந்தும் தத்துவங்களில் இருந்தும் கிட்டாத தரிசனங்கள் கலையில் சாத்தியமாகும். இது என் தீர்மானம். அது உயிர்த்திருக்கும் வரைதான் வாழ்வும் தத்துவங்களுமேகூட

ஜீவித்திருக்க முடியும். கலை அவற்றில் இருந்து உருவி எடுக்கப்படுகிற துணைப்பொருளானாலும் கூட.

ஒரு பெண்ணைக் காட்டிலும் பெரிய கலைப்படைப்பு உண்டா என்று முதல் திண்ணைக்காரர் கேட்டார்.

ஒரு கலைஞன் வேறெந்த விதமாகவும் சிந்திக்க முடியாது என்பதை நானறிவேன். பெண்ணைக் குறித்த முற்றுப்பெறாத ஏக்கங்களே பெரும்பாலும் அவன் கலையாக வெளிப்படுவதும் எனக்குத் தெரியும். ஆனால் அந்த ஏக்கங்களின் எச்சம்தான் மனித குலத்தின் ஜீவக் குடிநீர் என்பதை அவன் அறியமாட்டான்.

நான் புவிக்கடியில் ஓடுகிற ஜீவநதியின் சில துளிகளையாவது மேலே கொண்டு வர முயற்சி செய்துகொண்டிருப்பவன். ஒரு துளிக்குள் ஒரு பெருங்கடலை உற்பத்தி செய்ய நினைப்பவன். கரை காணாத அந்தப் பெரும் சமுத்திரத்தின் அலையடிப்பில் வையம் பிரசன்னமாகும். என்றென்றும் உடையாத ஒரு பெரும் மாயக் கண்ணாடித் திரையை மனித குலத்தின் முன்னால் நிறுத்தப் பார்ப்பது எவ்வளவு பெரிய திருப்பணி!

நான் அதைச் செய்ய வந்திருப்பவன். இவர்களோ இரு முலைகளைக் கேடயங்களாகக் கொண்டு என்னை வென்று புறந்தள்ள நினைக்கிறார்கள். எப்படி விட முடியும்?

என் பதற்றத்தின் உச்சம் அன்றிரவு வேலை செய்தது. அன்று நான் அறிவைக் கைவிட்டிருந்தேன். என் ஆற்றல் முழுவதையும் என் விந்துவாக மாற்றி ஓவியர் வரைந்திருந்த ஐந்து பேரின் ஓவியங்களின் மீதும் ஆக்ரோஷமாகப் பீய்ச்சியடித்தேன். நிலவறைச் சுவருக்குள் இருந்து ரகசியமாக ஒரு பிரளயம் உருக்கொண்டாற்போல அது சுவரின் மீது வழிய ஆரம்பித்தது. மெல்ல மெல்லப் பரவி சுவர் முழுவதையும் நனைத்தது. ஓவியரின் நேர்த்தியான கோடுகள் ஒவ்வொன்றின் மீதும் ஒரு நாகம் போல் நெளிந்து இறங்கித் தன் ஆயிரமாயிரம் நாக்குகளை நீட்டி உறிஞ்சத் தொடங்கியது.

நான் பார்த்துக்கொண்டே இருந்தேன். இன்னும் வா, இன்னும் வா என்று என் உயிர்ச் சத்துக்கு உத்தரவிட்டுக்கொண்டே இருந்தேன். அது ஓயவேயில்லை. இரவு முழுவதும் இது நடந்தது. அவர் வரைந்திருந்த ஓவியங்களில் ஒரு சிறு புள்ளியைக் கூட மிச்சம் வைக்காமல் முற்றிலும் அழித்து ஒழித்தபின்புதான் ஓய்ந்தது.

அப்படியே சுருண்டு படுத்துவிட்டேன். இனி நான் உரம்கொண்டு எழுந்திருக்க எத்தனை தினங்கள் ஆகுமோ தெரியாது. அது வரலாறு காணாத பெரும் சோர்வு. உயிரும் உடலும் சுருங்கி நொறுங்கிவிட்டாற்போல் இருந்தது. கிட்டத்தட்ட மரணம்தான். இப்படியாகும் என்று எனக்குத் தெரியும். தெரிந்தேதான் அதைச் செய்தேன்.

காலை அவர்கள் கண் விழித்து எழுந்தபோது நிலவறைச் சுவரைக் கண்டு திகைத்துப் போனார்கள்.

'ஐயோ எங்கே ஓவியங்கள்?' என்று ஓவியர் அலறும் சத்தம் கேட்டு எனக்கு சுய நினைவு திரும்பியது. நான் கண்ணைத் திறக்கவில்லை.

அவர்கள் பாய்ந்து சென்று சுவரைத் தொட்டுப் பார்த்தார்கள். தடவிப் பார்த்தார்கள். நம்பவே முடியாமல் ஒருவரையொருவர் அதிர்ச்சியுடன் பார்த்துக்கொண்டார்கள். பேச்சுக்கு அங்கே இடமின்றிப் போனது.

'என்னவோ நடந்திருக்கிறது. இது நம்ப முடியாத அதிசயமாக இருக்கிறது' என்றார் நடனக் கலைஞர்.

'ஏதாவது இட்சிணி வேலையாக இருக்குமா?' என்றார் கவிஞர்.

'குழம்பாதீர்கள். வெளியே காலநிலையில் ஏதேனும் மாற்றம் ஏற்பட்டிருக்கக்கூடும். நிலவறைச் சுவர்கள் அதனால் ஓதம் கண்டு ஓவியங்கள் கரைந்திருக்கலாம்' என்றார் பாடகர்.

'என்ன பேசுகிறீர்கள்? அப்படிக் கரைந்திருந்தால் தரையெங்கும் வண்ணக் குழம்பு ஓடியிருக்க வேண்டுமே? அப்படி எதுவுமே இல்லையே?' என்று நடனக் கலைஞர் சொன்னார்.

'ஆனால் இதுவரை இல்லாத ஒரு நெடி இப்போது வீசுகிறது. இன்னும் சிறிது நேரம் போனால் அது நம்மை மூச்சடைக்கச் செய்துவிடும்போல் இருக்கிறது.'

அவர்கள் ஒவ்வொருவரும் இழுத்து இழுத்து மூச்சு விட்டார்கள். நெடி. ஆம். அது இருக்கத்தான் செய்யும். நான் ஒன்றும் செய்வதற்கில்லை. ஆனால் மூச்சடைப்பு வருமளவுக்கு அது பாதகம் செய்யாது. என்னால் சிறிது சக்தி சேமித்துக்கொள்ள முடிந்தபின்பு என் பிரத்தியேக நறுமணத்தை வெளியிட்டு இந்த நெடியை இல்லாமல் அடித்துவிடுவேன். ஆனால் அதுவரை இவர்கள் காத்திருக்கத்தான் வேண்டும்.

அந்த அறையில் வெளிச்சம் கிடையாதென்பதால் ஓவியங்களின் மீது சொரிந்த என் விந்துவின் வழிப்பாதையை அவர்களால் தெளிவாகக் காண முடியவில்லை. ஓவியங்கள் மறைந்து விட்டதை மட்டும்தான் அவர்கள் அறிந்திருந்தார்கள். அதை அழிக்கக்கூடிய ஆயுதம் எங்கிருந்து வந்தது என்று அவர்களால் யூகிக்க முடியவில்லை. வெகுநேரம் குழப்பத்துடன் அவர்கள் பேசிக்கொண்டே இருந்தார்கள். திரும்பத் திரும்ப நம்ப முடியாமல் அந்தக் கற்சுவரைத் தொட்டுத் தொட்டுப் பார்த்தார்கள்.

இது என்ன அதிசயம்! எப்படி இது நேர்ந்திருக்கும் என்று ஆற்ற மாட்டாமல் புலம்பிக்கொண்டே இருந்துவிட்டு அவரவர் திண்ணைக்குச் சென்று அமர்ந்தார்கள்.

நான் மூன்றாம் திண்ணையின் அடியில்தான் சுருண்டு படுத்திருந்தேன். என்னால் கண்ணைத் திறக்கவே முடியவில்லை. ஆனாலும் ஒரு பெரும் செயலைச் சாதித்து முடித்த திருப்தி எனக்கு இருந்தது. மிஞ்சிப் போனால் இன்னும் இருபது தினங்களுக்குள் அவர்கள் புத்தகத்தை எழுதி முடித்துவிடுவார்கள் என்பது எனக்குத் தெரியும். நான் வாசித்தவரை ஆறு பேருமே தாம் எழுதிக் கொண்டிருந்ததன் இறுதிக் கட்டத்துக்கு வந்து சேர்ந்திருந்தார்கள். அது முடியும் முன்னால் ஒரு பெண்ணின் வாசனை இந்த நிலவறைக்குள் நுழையாதிருப்பது முக்கியம்.

அவர்கள் எழுதி முடித்துவிட்டு வெளியே வரும்போது நானே அவர்களுக்கு தேவ கன்னியரை நிகர்த்த பேரழகிகளைப் பரிசாகத் தருவேன். முடிவற்ற இன்பத்தின் வாசல்களை அவர்களுக்குத் திறந்து காட்டுவேன். பொன்னும் மணியும் ரத்தினங்களும் இழைத்த மதன மாளிகைகளில் அவர்களைக் கொண்டுபோய்க் குடிவைப்பேன். திகட்டத் திகட்ட இன்பங்களின் பல்வேறு ருசிகளை அவர்களுக்கு அறிமுகப்படுத்துவேன். இந்தப் பிறவியின் திருப்தியில் அவர்கள் என்றென்றும் திளைத்திருக்கும் படிக் கண்டிப்பாகச் செய்வேன்.

என் மனத்துக்குள் நான் அவர்களுக்காக எழுப்ப நினைத்த ஒளி பொருந்திய அரண்மனைகளை தரிசித்துக்கொண்டிருந்தபோது ஒரு கூக்குரல் கேட்டது.

'ஐயோ அதைப் பாருங்கள்!'

எனக்குத் தெரியும். அது ஐந்தாம் திண்ணைக்காரரின் குரல்.

உடனே அவர்கள் பாய்ந்து எழுந்து வந்து மூன்றாம் திண்ணையின் அடிப்புறம் உற்றுப் பார்த்தார்கள். சொன்னேனல்லவா? நான் அங்குதான் படுத்திருந்தேன்.

என்னால் கண்ணைத் திறக்க முடியவில்லை. நான் சோர்ந்திருந்தேன். ஆனால் அவர்கள் என்னைத்தான் சுற்றி நின்று வேடிக்கை பார்க்கிறார்கள் என்பதை உணர முடிந்தது. என்ன ஆகிவிட்டது எனக்கு?

எஞ்சியிருந்த என் சக்தி அனைத்தையும் திரட்டி என் கண்களைத் திறந்தேன். அவர்களது முகங்களில் படர்ந்திருந்த அதிர்ச்சி என்னை மிகவும் குழப்பியது. என் தலையை வளைத்து அதன் பின்னால் கிடந்த என் உடலைப் பார்த்தேன். என் விந்து அழித்த ஓவியங்களில் இருந்த குறிகள் மட்டும் என் மீது முளைத்து நீண்டிருந்தன.

அதிகாரம் 18

உண்ணிக் கதை

நான் பூனை. இந்தக் கதையைச் சொல்லிக்கொண்டு வருகிற நானே இதன் உரிமையாளன் ஆவேன். என் முழு சுய உணர்வோடும் தீர்மானத்தோடும் இப்போது சொல்லத் தொடங்குகிற இந்தப் பகுதிக்கு முன்னால் ஓர் அத்தியாயத்தை நான் சொல்லாமல் தவிர்த்திருக்கிறேன். நியாயமாக அதுதான் அத்தியாயம் பதினெட்டு. இது பத்தொன்பதாக இருந்திருக்க வேண்டும்.

அந்த அத்தியாயத்தில் அப்படி என்ன நடந்தது என்று கேட்காதீர்கள். அதை நான் சொல்ல விரும்பவில்லை. அவலச்சுவை எனக்குப் பிடிக்காதது. கசப்புகளை நான் அறவே வெறுக்கிறேன். வாழ்வின் சகல விதமான சந்தோஷங்களையும் கலை என்னும் மந்திரக் குப்பிக்குள் இருந்து வெளியே எடுத்துச் சொட்டுச்சொட்டாக இப்புவி எங்கும் இட்டு நனைக்க நினைக்கும் என் எண்ணம் பரிசுத்தமானது. இதைச் சரியாகப் புரிந்து கொள்ளாவிட்டால் நஷ்டம் எனக்கில்லை.

இது போதும். விஷயத்துக்கு வருகிறேன். நிலவறைக்கு வந்த ஜமீந்தார் தான் வந்த வேலையை முடித்துக்கொண்டு கிளம்ப ஆயத்தமானார். கோல்கொண்டா கோட்டை ஔரங்கஜேப்பிடம் விழுந்துவிட்டாலும் அதற்குமேல் அவன் படையெடுக்கும் வாய்ப்பு தற்சமயத்துக்கு இல்லை என்று அவரது ஒற்றர்கள் கண்டு

வந்து சொல்லியிருக்கிறார்கள். அது உண்மையா என்று அறிவதற்கு அவர் இன்னொரு குழுவை வடக்கே அனுப்பி யிருக்கிறார். அவர்கள் திரும்பி வந்து என்ன சொல்கிறார்கள் என்று பார்த்துக்கொண்டு அதன்பின் கலைஞர்களை அவர் மேற்கொண்டு நிலவறைக்குள்ளேயே தங்க வைப்பதா அல்லது வெளியே அழைத்துக்கொள்வதா என்பதைக் குறித்து முடிவு செய்வார்.

'எங்கள் பணி இன்னும் ஒரு மாதத்தில் முடிந்துவிடும்' என்று முதல் திண்ணைக்காரர் அவரிடம் சொன்னார்.

ஜமீன் மிகுந்த மகிழ்ச்சியுடன் அவர்கள் ஒவ்வொருவரையும் கட்டியணைத்து விடைபெற்றார். அவர்களுக்கு என்னென்ன வேண்டும் என்று கேட்டுக் குறித்துக்கொண்டார். புதிய ஆடைகள், பல விதமான பலகாரங்கள், இனிப்புகள், மது வகைகள், சிகை திருத்திக்கொள்ளக் கத்திகள், படிகாரம், உடம்புக்குப் பூசிக்கொள்ள எண்ணெய், களிம்புகள் இன்னும் வேண்டிய அனைத்தையும் உடனே அனுப்பிவைப்பதாகச் சொன்னார். வழிக்கருப்பன் கோயில் மேல் தளத்தில் கருவறையில் காத்திருந்த அவரது ஊழியன் அங்கிருந்து கயிறு கட்டி ஒரு தொட்டிலைக் கீழே அனுப்பினான். ஜமீந்தார் அதில் ஏறி அமர்ந்துகொண்டதும் மூன்றாம் திண்ணைக்காரர் சற்று முன்னால் வந்து, 'ஒரு விண்ணப்பம்' என்றார்.

'சொல்லுங்கள்.'

'இப்போது இங்கு எலித்தொல்லை இல்லை. எங்களால் நிம்மதியாக எழுத முடிகிறது. பூனைக்கு இனி இங்கு அவசியமிருக்காது என்று எண்ணுகிறேன்.'

'அப்படியா?' என்றார் ஜமீந்தார்.

நான்காம் திண்ணைக்காரர் காத்திருந்தாற்போல் விரைந்து வந்து என்னைத் தூக்கிச் சென்று ஜமீந்தாரின் மடியில் விட்டார்.

'சரி' என்று அவர் சொல்லிவிட்டு மேலே பார்த்துக் கையசைத்தார். தொட்டில் மெல்ல மெல்ல மேலே எழுந்து போக ஆரம்பித்தது.

நான் மறுத்திருக்க முடியும். போகாமல் அங்கேயே இருந்திருக்க முடியும். இந்த உலகில் நான் நினைத்து, செய்ய முடியாத காரியம் என்ற ஒன்று கிடையாது. ஆனாலும் நான் அமைதியாக இருந்தேன். ஏனெனில், என் இயல்பு அதுதான். ஜைனப்பின் ஓவியத்தை நான் விட்டு வந்ததில் உள்ள அதே நியாயம்தான்

நிலவறையை விட்டு நான் வெளியே வந்ததிலும் உள்ளது. எனக்கு அதைப் பற்றிப் பெரிய வருத்தங்கள் இல்லை. ஆனால் ஒரு சிறு கவலை இருந்தது.

நான் இல்லாத நிலவறையில் அவர்களால் நிம்மதியாக எழுத முடியுமா என்ற கவலை. எனக்கு அவர்கள் எழுதி முடிக்க வேண்டுமென்பது எல்லாவற்றையும்விட முக்கியம். அதற்காக நான் என்ன விதமான தியாகத்தையும் செய்யச் சித்தமாக இருந்தேன். நான் இல்லாதிருப்பதைவிடப் பெரிய தியாகமில்லை என்று அவர்கள் கருதுவார்களேயானால் அதற்கும் தயார். இதோ, வெளியே வந்துவிட்டேனே? இதைவிட வேறென்ன வேண்டும்?

ஆனால் நான் ஒரு சக்தி. ஒரு கிரியா ஊக்கி. பதப்படுத்தப்பட்ட பாலைப் போலக் கலை மனங்களை போஷிக்கத் தெரிந்தவன். நிலவறைக்குள் அவர்கள் சோர்ந்து போகாமல், களைத்து விடாமல், செயல்வேகம் குன்றிவிடாமல் இருப்பதற்கு அவர்களுக்கே தெரியாமல் நான் என்னென்னவோ செய்திருக்கிறேன். அங்கே நிகழ்ந்த நடனங்கள் என்னால் தூண்டப் பட்டவை. அந்தச் சுவர் ஓவியத்தை வரைவதற்கான உத்வேகத்தை ஓவியருக்கு அளித்தது நான். ஒருநாள் கவிஞர் தனது தலைப் பாகையை அவிழ்த்து வைத்துவிட்டு முகம் கழுவ எழுந்து சென்ற போது நான் அதற்குள் புகுந்து மறைந்துகொண்டேன். திரும்பி வந்து அவர் மீண்டும் அதை எடுத்துக் கட்டிக்கொண்டபோது அவர் தலைக்குள் இறங்கி என் சொற்களை அவர் சிந்தை முழுதும் விதைத்துவிட்டு வெளியேறினேன்.

அன்றைக்கெல்லாம் அவர் பாக்களாகப் பாடித் தள்ளிக் கொண்டிருந்தார். அத்தனையும் நெஞ்சை வருடும் காதல் பாடல்கள். இந்த உலகம் இதுவரை கேட்டறியாத மெட்டும் சந்தமும் கொண்ட பாடல்கள்.

கேட்டுக்கொண்டிருந்த ஐந்து நண்பர்களும் சொக்கிப் போய் கவிஞரைத் தூக்கித் தோளில் வைத்துக்கொண்டு நிலவறை முழுதும் சுற்றிச் சுற்றி வந்தார்கள். 'நீ ஒரு மகாகவி!' என்று அவரைக் கொண்டாடிக் களித்தார்கள்.

அன்றைய தினத்தின் உற்சாகம் அவர்களுக்கு அடுத்த பத்து நாள்களுக்குத் தொடர்ந்தது. மறுநாள் நடனக் கலைஞர் சுமார் இரண்டு மணி நேரத்துக்கு ஓர் ஆனந்தத் தாண்டவத்தை நிகழ்த்திக் காட்டினார். போட்டி போட்டுக்கொண்டு அடுத்த நாள் சங்கீத

வித்வான் இரவெல்லாம் பாடிக் களித்துக்கொண்டிருந்தார். புத்தகப் பணியை நிறுத்திவிட்டு எழுத்தாளர் ஒரு நாளெல்லாம் அமர்ந்து ஒரு நாடகத்தை இயற்றித் தர, மூன்றாம் திண்ணைக்காரர் நடிக்க சொல்லிக் கொடுக்க, ஆறு பேரும் சேர்ந்து அதைத் தமக்குத்தாமே நடித்துக் காட்டிப் பரவசப்பட்டுக்கொண்டார்கள்.

அப்போது எழுந்த கைத்தட்டல் சத்தம் தங்களுடைய பிரமை என்று அவர்கள் நினைத்தார்கள். உண்மையில் நான் காலத்தின் அடித்தொடையில் தட்டிக்கொண்டிருந்தேன். அது உலகெங்கும் எதிரொலித்து அந்த நிலவறையை நிரப்பியதை அவர்கள் அறியமாட்டார்கள்.

இவற்றையெல்லாம் நான் சொல்வதற்குக் காரணம், நான் அங்கு இருக்க முடியாமல் ஆகிவிட்டதே என்ற வருத்தமல்ல. என் இல்லாமை அவர்களுடைய இயலாமையாகிவிடப் போகிறதே என்கிற கவலை.

விடுங்கள். வேறு வழியில்லை.

சிறிது காலம் கழித்து, ஓர் இரவு இரண்டாம் சாமம் கழிந்ததும் வழக்கம்போல் ஜமீந்தாரின் வேலையாள் நிலவறைவாசிகளுக்கு உணவும் இதர பொருள்களும் எடுத்துக்கொண்டு கிளம்பும்போது இனிப்புப் பொட்டலத்தோடு சேர்த்து நான் ஒரு உண்ணியை அனுப்பிவைத்தேன். அது என் முதுகில் குடியிருக்கிற ஜீவன். என் நெடுநாள் நண்பனும்கூட. குடைக்கூலி கேட்காமல் இத்தனைக் காலமாக என்மீது வீடு கட்டி வாழ அனுமதித்ததற்கு நன்றி காட்ட அதற்கு ஒரு சந்தர்ப்பம்.

எல்லாம் சரியாக நடக்கிறதா என்று பார்த்து வந்து சொல் என்று அதனிடம் சொன்னேன்.

அந்த உண்ணி திரும்பி வந்து சொன்னதைக் கேட்டதும்தான் நான் வெகுண்டெழுந்தேன். என் ஆத்திரம் கட்டுக்கடங்காமல் போய்விட்டது. நிதானம், நிதானம் என்று திரும்பத் திரும்ப சொல்லிக்கொண்டேன். இருந்தாலும் என்னால் நிதானமாக இருக்க முடியவில்லை. என் உடல் நடுங்கியது. நான் சமநிலையில் இல்லை. கோபமா துக்கமா என்று இனம் காண முடியாத உணர்ச்சியொன்று பொங்கிப் பொங்கித் தணிந்துகொண்டிருந்தது. எதையாவது செய்துவிட மாட்டோமா என்று வெறிகொண்டு அலைந்தேன்.

உண்மையாகத்தான் சொல்கிறாயா என்று மீண்டும் மீண்டும் உண்ணியிடம் கேட்டேன்.

'ஓ பூனையே. எனக்குப் பொய் என்றால் என்னவென்று தெரியாது. நான் உன்மீது வசிக்கிற உயிர். அவர்கள் அப்படித்தான் பேசிக்கொண்டார்கள். ஒரு மாதத்தில் எழுதி முடித்துவிட்டால் அதோடு ஜமீந்தாரின் கரிசனை வடிந்துவிடும். யுத்தம் வந்தாலும் சரி, வராது போனாலும் சரி. எழுதிக்கொண்டிருக்கும் புத்தகத்தை இன்னும் ஓராண்டுக்காவது நீட்டித்துக்கொண்டிருப்பதுதான் சுக வாழ்வுக்கு ஆதாரம் என்று இரண்டாம் திண்ணைக்காரர் சொன்னார். அதை மற்றவர்கள் ஏற்றுக்கொண்டதை நான் கண்டேன்.'

இது துரோகமல்லவா? கீழ்மையல்லவா? ஒரு கலைஞன் எண்ணக்கூடியதா இது? இது பிழைப்புவாதியின் மனோபாவம். பிணந்தின்னிகளின் குணாதிசயம்.

நிலவறைக்குள் செல்வதற்கு முன்னாலும் ஜமீந்தார் அவர்களை நன்றாகத்தான் சம்ரட்சித்துக்கொண்டிருந்தார். மானியங்களுக்குக் குறைவில்லை. நன்கொடைகளுக்குக் குறைவில்லை. அன்பளிப்புகளுக்கும் விருது, பட்டங்களுக்கும் குறைவில்லை. தன் தந்தை சொன்ன ஒற்றை வார்த்தைக்குக் கட்டுப்பட்டு சமஸ்தானத்துக் கலைஞர்களுக்கு எந்தக் கஷ்டமும் இல்லாமல்தான் பார்த்துக் கொண்டிருந்தார். நிலவறைக்கு அவர்கள் போய்ச் சேர்ந்ததில் இருந்து இன்னுமே அதிகம் கவனிக்க ஆரம்பித்தார். செல்லப் பிராணிகளாகத் தாம் வளர்த்துக்கொண்டிருந்த எருமைகளை பலியிட்டது தொடங்கி அவர்களுக்காக ஜமீந்தார் செய்த தியாகங்கள் கணக்கில்லாதவை. அவருக்கும் ஒரு கனவு இருந்தது. சுய லாபம் என்று சொல்லிவிடலாமென்றாலும் அதிலும் தவறில்லை என்றே நான் கருதினேன்.

எக்காலத்துக்கும் நிலைத்து நிற்கப் போகிற கலைகளின் ஆதார சூத்திரங்கள் அடங்கிய பெரும் ஏடு ஒன்று தயாராகிக் கொண்டிருக்கிறது. அதன் முதல் பக்கத்தில் ஜமீந்தாரின் பெயர் இருக்கும். அவரில்லாமல் அந்த முயற்சி இல்லை. அந்தப் பேரேடு நிச்சயமாக இல்லை.

காலத்தில் ஒரு பெயர் நிலைத்திருக்க வேண்டுமென்றால் காற்றில் அது எழுதப்பட்டிருக்க வேண்டும் என்பதுதான் ஒரே விதி.

அவர் காலத்தில் நிலைத்திருக்க விரும்பினார். ஒரு புரவலராக. ஒரு கலைக்காவலராக. ஒரு பெரும் சிருஷ்டியின் ஊற்றுக்கண்ணாக.

என்னால் அவரைப் புரிந்துகொள்ள முடிந்தது. ஒரு சராசரி மனிதன் இதைக்கூட எதிர்பார்க்காமல் பெரும் செயல்களைச் செய்ய விரும்பமாட்டான். ஆனால் மனிதனுக்கு மேம்பட்டவர்கள் என்று நான் கருதிய கலைஞர்களிடத்தில் இப்படியொரு சிறுமை எப்படி ஒட்டிக்கொண்டிருக்க முடியும்? சிறுமை உள்ள இடத்தில் கலை சுரக்குமா? அப்படிச் சுரப்பது அசலான கலையாகத்தான் இருக்குமா?

என் பதற்றம் என்னை மீறிக்கொண்டிருப்பதை உணர்ந்தேன். ஏதாவது செய்தே தீரவேண்டும் என்று தோன்றியது. செய்யா விட்டால் நான் இல்லாமல் போய்விடுவேன்.

வெறியும் வேகமும் கொண்டு ஜமீந்தாரின் அரண்மனை முழுதும் சுற்றிச் சுற்றி வந்தேன். உக்கிராண அறையில் பரணுக்கு மேல் கவிழ்க்கப்பட்டிருந்த பித்தளை அண்டாக்களுக்கு இடையே க்றீச் க்றீச்சென்று சத்தம் கேட்டது.

எலிகள்.

நான் சட்டென்று ஒரு முடிவுக்கு வந்தேன். சத்தமில்லாமல் பரண்மீது ஏறினேன். அந்த எலிகள் எதிர்பாராத கணத்தில் அவற்றின் மீது பாய்ந்தேன். அவை அலறிக்கொண்டு பரணில் இருந்து தாவி கீழே குதித்தன.

நான் விடவில்லை. அவற்றைத் துரத்திக்கொண்டு ஓட ஆரம்பித்தேன். உயிர் பயத்தில் அவை தலைதெரிக்க ஓட ஆரம்பித்தன. நானும் விடாமல் துரத்திக்கொண்டு அவற்றை வழிக்கருப்பன் கோயில் கருவறைக்கு இழுத்து வந்தேன். அவை உள்ளே போகும்வரை துரத்திவிட்டு, வெளியே நின்று கொண்டேன். உள்ளே சிக்கிக்கொண்ட எலிகளுக்கு மேற்கொண்டு எங்கு போவதென்று தெரியவில்லை. அச்சத்தில் அவை கருப்பனைச் சுற்றிச் சுற்றி வந்தன.

எனக்கு அவற்றை எட்டிப் பிடிக்க அரை வினாடி போதும். ஆனால் நான் அதைச் செய்ய விரும்பவில்லை. என் நோக்கம் அதுவல்ல. தவிர, அழையா விருந்தாளியாக நான் உள்ளே போகவும் விரும்ப வில்லை என்பதால் கருவறை வாசலிலேயே நின்று கொண்டிருந்தேன்.

அன்றிரவு ஜமீந்தாரின் பணியாள் நிலவறைக்கு அனுப்ப உணவு எடுத்துக்கொண்டு வந்தான். கருப்பனை நகர்த்திவிட்டு அவன்

கயிறு கட்டி உணவுப் பாத்திரங்களை உள்ளே இறக்கியபோது நான் ங்யாவ் என்று சிறிதாக ஒரு சத்தம் மட்டும் கொடுத்தேன். பயந்து போன எலிகள், பாத்திரங்கள் இறங்கிய கயிற்றைப் பிடித்துக்கொண்டு சரசரவென உள்ளே இறங்கிப் போய்விட்டன.

'ஐயோ எலிகள்!' என்று மறுநாள் அவர்கள் அலறிய சத்தம் எனக்குத் தெளிவாகக் கேட்டது. நான் காத்திருந்தேன். கோயிலை விட்டு எங்கும் நகராமல் அங்கேயே பழி கிடந்தேன்.

இரண்டு நாள். நான்கு நாள். ஒருவாரம் கழிந்தபின் ஒருநாள் ஜமீந்தாரின் ஊழியன் என்னைத் தேடிக்கொண்டு வந்தான். நான் எங்கே போய்விடப் போகிறேன்? அங்கேயேதான் இருந்தேன். ஒருவாறு இதை எதிர்பார்த்துக்கொண்டிருந்தேன் என்பது உங்களுக்குப் புரிந்திருக்கும்.

என்னை ஒரு பூக்குடலையில் இட்டுக் கயிறு கட்டி அவன் நிலவறைக்குள் அனுப்பிவைத்தான். நான் உள்ளே சென்று இறங்கியதும் மூன்றாம் திண்ணைக்காரர் என்னைக் கண்டு அலறினார்.

'ஐயோ அதே பூனை!'

அதிகாரம் 19

மாட்டிக்கொண்ட எலிகளின் கதை

நாங்கள் நிலைகுலைந்து போயிருந்தோம். உதவிக்குக் கூக்குரலிட்டால்கூட ஓடி வர ஆளில்லாத ஒரு பெருங்குழிக்குள் எங்கள் வாழ்வும் கனவும் சமாதியடைந்துவிடுமோ என்று அச்சமாக இருந்தது. இது சரியில்லை, இது ஆபத்து என்று எங்கள் உள்மனம் எச்சரிக்கை ஒலி எழுப்பியபடி இருந்தது. ஆனால் எங்களால் என்ன செய்ய முடியும்?

நாங்கள் தனியாக இருக்கிறோம். ஆறு பேரும் மொத்தமான தனி. இங்கே எங்களுக்கு இடப்பட்டிருக்கும் ஒரே கட்டளை புத்தகத்தை எழுதி முடிப்பது. அதைத்தான் நாங்கள் செய்துகொண்டிருந்தோம். இரவும் பகலும் வெறி பிடித்து எழுதிக்கொண்டிருந்தோம். எங்கள் திறமை என்று நாங்கள் நினைத்ததை, எங்கள் சாதனை என்று உலகம் சொன்னதை, எங்கள் மேதைமை என்று உள்ளுணர்வு சுட்டிக்காட்டியதை, இதுதான் கலை என்று நாங்கள் தீர்மானித்ததை எழுத்தில் வடித்துக்கொண்டிருந்தோம்.

எழுதி முடித்த பக்கங்கள் நிலவறையின் ஒருபுறம் பிரம்ம ராட்சஸைப் போல் எழுந்து நின்றுகொண்டிருந்தன. சமயத்தில் எங்களுக்கே அதைப் பார்க்க அச்சமாக இருக்கும். எவ்வளவு எழுத்துகள், எவ்வளவு சொற்கள்! எங்கள் சிந்தை முழுதும் ஆக்கிரமித்திருந்த அனுபவங்களை சொல் வடிவில் மாற்றி வெளியேற்றிக்கொண்டிருக்கிறோம். முற்றிலும் இறக்கி

வைத்துவிட்டால் எங்கள் எடையில் கணிசமான அளவு குறைந்துவிடும் என்று தோன்றியது. நாங்கள் ஆறு பேரும் ஆறு கோழிச் சிறகுகளாகிவிடுவோம். அப்போது எங்களுக்கு நடப்பதற்குக் கால்கள் தேவைப்படாது. நாங்கள் மிதப்போம். காற்றின் அலையடிப்பில் எங்களால் அப்போது கண்டங்கள் கடந்தும் பயணம் செய்ய முடியும். எல்லைத் தடுப்புகள் எங்களுக்கு இருக்காது. பயணக் களைப்பு இருக்காது. பசி இருக்காது. நாங்கள் இருக்குமிடமே யாருக்கும் தெரியாமல் போய்விடும். ஆனால் எல்லா இடங்களிலும் நாங்கள் மட்டுமே இருப்போம்!

எப்பேர்ப்பட்ட நிலை இது! ஒருவேளை கடவுள் நிலை என்பது இதுவாகவே இருக்கக்கூடும். இறக்கி வைக்கப்படுகிற கனம், தரம் சார்ந்த உயர் மதிப்பீடுகளில் தேறி வருகிற பட்சத்தில் சிறகு வாழ்க்கை சௌகரியமானதாகவே இருக்கும்.

எங்கள் எழுத்து நாங்கள் யார் என்பதை இந்த உலகுக்கு அறிவிக்கும். அதில் எங்களுக்குச் சந்தேகமில்லை. யுகங்கள் தாண்டி இந்த மண்ணில் உயிர்த்திருக்கப் போகிற அனைத்துக் கலைகளுக்கும் ஆதாரம் இதுவாகத்தான் இருக்கும்.

ஆனால் இது நடக்குமா?

இரண்டு எலிகள் வந்திருக்கின்றன. இது நாங்கள் எதிர்பாராதது. பல மாதங்கள் எலியே இல்லாத ஓர் இன்பமயமான வாழ்க்கை எங்களுக்கு அமைந்தது. நாங்கள் நிம்மதியாக எழுதிக் கொண்டிருந்தோம். அந்தப் பூனை இருந்தவரை எலிகள் இந்தப் பக்கம் எட்டிக்கூடப் பார்க்க விரும்பவில்லை என்பதைப் புரிந்துகொண்டோம். ஆனால் பூனை வெளியேறிவிட்டதை எப்படியோ அவை அறிந்துகொண்டுவிட்டன.

இது சிக்கல். மிகப்பெரிய சிக்கல். ஓ, எலிகளே! உங்களைச் சமாளிப்பதைக் காட்டிலும் அந்தப் பொல்லாத பூனையைச் சமாளிப்பது மிகப்பெரிய சிரமம் என்பதை நாங்கள் எப்படிப் புரியவைப்போம்? அது பார்க்க மிகவும் அழகாக இருக்கும். ஒரு கையடக்க சந்தோஷம்தான் அது. இங்கே இருந்தவரை எங்களிடம் மிகுந்த அன்பாகவே நடந்துகொண்டது. அதற்கு எங்களிடம் அச்சம் இல்லை. எங்களுக்கும் அதனிடம் விரோதம் இல்லை. நாங்கள் ஒன்றாக வாழ்ந்தோம். பல மாதங்கள் இங்கேதான் ஒன்றாக இருந்தோம். இறுதிவரை அப்படியே இருந்துவிட

முடியும் என்றுதான் நினைத்திருந்தோம். ஆனால், அது ஒரு பூனையாக மட்டும் இல்லை என்பது தெரியவந்தபோதுதான் நாங்கள் செய்வதறியாமல் திகைத்துவிட்டோம்.

எங்களில் ஒருவர் ஒருநாள் சொன்னார். அந்தப் பூனை நாம் எழுதி வைப்பதையெல்லாம் படித்துப் பார்க்கிறது.

நாங்கள் அதை நம்பவில்லை. பிறகொருநாள் அந்தப் பூனை எங்களைவிட்டுப் போனபின்பு எங்கள் தாளில் இருந்த எழுத்துகளில் சில தரையில் சிந்தியிருந்ததைக் கண்டோம். ஆத்திரத்தில் ஒருநாள் எங்கள் நண்பர் ஒருவர் அந்தப் பூனையைத் தூக்கி சுவரில் அடித்தார். அன்றைக்குத்தான் அதன் கள்ளத்தனத்தை அவர் முதல் முதலில் கண்டுபிடித்திருந்தார். நாங்கள் அதை நம்பவும் ஏற்கவும் தயங்கினோம். ஒரு பூனை படிக்காது என்று நாங்கள் நினைத்தோம். ஆனால் அந்தப் பூனை இந்த நிலவறையைவிட்டுப் போன அன்று சனியன் ஒழிந்தது என்று அறையைக் கூட்டிப் பெருக்கும்போது உதிர்ந்திருந்த அதன் ரோமங்கள் சிலவற்றைக் கண்டோம். நண்பர் சுவரில் அடித்த வேகத்தில் அந்த ரோமங்கள் உதிர்ந்திருக்க வேண்டும். நாங்கள் அந்த ரோமங்களை அள்ளி எடுத்துக் குவித்தபோது அவை சொற்களாகச் சுருண்டுகொண்டதைப் பார்த்தோம். வெலவெலத்துப் போய்விட்டோம்.

அறையெங்கும் மயக்க வாயுவைப் பரப்பி எங்களை உறக்கத்தில் ஆழ்த்திவிட்டு அந்தப் பூனை படித்துக்கொண்டிருந்தது. இது எங்களுக்கு வெகுகாலம் தெரியாதிருந்தது. இதை நாங்கள் உணர்ந்த அன்றுதான் அந்தத் திருட்டுப் பூனை எங்களில் ஒருவர் வரைந்திருந்த சுவர் ஓவியங்களை திட்டமிட்டு அழித்தது. அந்த நோக்கத்தை எங்களால் புரிந்துகொள்ள முடியவில்லை. ஒருவேளை அந்த ஓவியத்தில் தன்னையும் சேர்க்காத கோபமாக அதற்கு இருக்கலாம். ஆனால் ஓவியத்தை அழித்தது போல நாங்கள் எழுதிய புத்தகத்தையும் மொத்தமாக அழித்துவிட்டால் என்ன செய்வது? அத்தனை உழைப்பும் பாழாகிவிடுமே.

அதனால்தான் அந்தப் பூனையை நைச்சியமாக ஜமீந்தாரிடம் கொடுத்தனுப்பிவிட்டோம்.

இப்போது யோசித்துப் பார்த்தால் ஒரு விஷயம் இடறுகிறது. அழிப்பதுதான் நோக்கம் என்றால் அது ஏன் நாங்கள் எழுதியதைப் படிக்க வேண்டும்? படிப்பதில் ஆர்வமுள்ள ஒரு பூனை

பேரற்புதமான ஓவியங்களை எப்படி அழிக்க நினைக்கும்? நிலவறையை விட்டு வெளியேறிவிட்டாலும் அந்தப் பூனை எங்களிடையேதான் சுற்றிக்கொண்டிருந்தது. நாங்கள் எப்போதும் அதைப் பற்றியே பேசினோம். கலைஞர்களை, கலைகளை வளர்க்க நினைக்கும் ஜமீந்தார் எப்படி இப்படியொரு சூனியக்காரப் பூனையை வளர்க்க முடியும்? அந்தப் பூனை எப்படிப்பட்டது என்பது ஜமீந்தாருக்குத் தெரிந்திருக்காது என்று எங்களில் ஒருவர் சொன்னார். ஏதோ ஒரு பெரிய திட்டத்துடன் அது ஜமீந்தாரின் காலடியைத் தனது இருப்பிடமாக்கிக்கொண்டிருக்க வேண்டும். எங்களால் அதை யூகிக்க முடியவில்லை. ஒரு பூனையின் அதிகபட்ச சாமர்த்தியம், சிந்தாமல் பாலைக் குடிப்பது என்று எண்ணியிருந்தோம். அது இல்லை என்று அந்தப் பூனை நிரூபித்துவிட்டது. ஆனால் அதன் சாமர்த்தியங்கள் குவியும் புள்ளி எதுவென்று எங்களுக்குத் தெரியவில்லை. ஒரு ரகசியத் திரைக்குப் பின்னால் தன்னை மறைத்துக்கொண்டு வெளியே ஒரு பூனையைப் போல் வாழ்ந்துவிட்டுப் போயிருக்கிறது.

ஒரு நண்பர் கேட்டார். 'அட அது படித்துவிட்டுத்தான் போயிருக் கட்டுமே? அதை ஏன் நாம் தடுக்க நினைக்க வேண்டும்?'

இன்னொருவர் சொன்னார். 'அது படிக்கப் படிக்க அதன் வால் நீண்டுகொண்டே சென்றதை நான் கவனித்தேன். மூன்று மாதங்களில் குறைந்தது ஏழு அங்குல நீளம் அது வளர்ந்திருந்தது.'

'ஒரு மனிதன் வாசித்தால் அவன் சிந்தனையும் கற்பனையும் விரியும்படி நாம் எழுதிக்கொண்டிருக்கிறோம். ஒரு பூனை வாசிக்கும்போது வாலின் அளவு விரிவடைகிறது. எப்படிப் பார்த்தாலும் நாம் செய்வது ஒரு விரிவாக்கப்பணி' என்று வேறொருவர் சொன்னார்.

மனிதனின் கற்பனை ஒரு பூனையின் வாலை நிகர்த்ததா? புரியவில்லை. புரியவில்லை என்பதைவிட அதை ஏற்க முடியவில்லை என்று சொல்லவேண்டும். நாங்கள் அந்தப் பூனையை வெளியே அனுப்பிவிட்டு நிம்மதியாக எழுதிக் கொண்டிருந்தோம். எந்த இடையூறும் இல்லை. தினமும் ஜமீந்தாரின் ஊழியன் எங்களுக்கு உணவும் இன்ன பிற உபகாரங்களையும் கொண்டு வந்து கயிறு கட்டி நிலவறைக்குள் இறக்கிவைத்துவிட்டுப் போவான். உண்பதும் எழுதுவதும் உறங்குவதும் குடித்து மகிழ்வதுமாக எங்கள் பொழுது இன்பமாகவே சென்றது.

சற்றும் எதிர்பாராத ஒருநாள் நாங்கள் மீண்டும் எலியைப் பார்த்தோம். இரண்டு எலிகள். அதைக் கொன்று ஒழித்து விட்டுத்தான் மறுவேலை என்று நடனக் கலைஞர் ஒரு பெரிய கட்டையைக் கையில் எடுத்துக்கொண்டு ஆயத்தமானார். தட் தட் என்று கட்டையைத் தட்டிக்கொண்டே அவர் எலிகளை நெருங்கினார். சத்தத்தில் மிரண்ட எலிகள் தாவி ஓடத் தொடங்கின. அவர் விடவில்லை. ஒரு சம்ஹார மூர்த்தியைப் போன்ற உக்கிரமுடன் எலிகள் தப்பித்த வழியெங்கும் குறுக்கே பாய்ந்து பாய்ந்து அவற்றைத் தாக்கப் பார்த்தார். சாமர்த்தியக்கார எலிகள் அவரது கட்டையடிக்குத் தப்பித்து நாளெல்லாம் ஓடிக் கொண்டே இருந்தன. தடாலென்று அவை திண்ணைகளின்மீது பாயும். நண்பர்கள் அலறிக்கொண்டு கீழே இறங்கிவிடுவார்கள். பிறகு அவற்றைத் திண்ணையில் இருந்து கீழே விரட்டுவதற்குள் போதும் போதும் என்றாகிவிடும்.

சில நாழிகை நேர முயற்சிக்குப் பிறகு அவர் சோர்ந்து போய் கட்டையைப் போட்டுவிட்டு அமர்ந்துவிட்டார். அடுத்தவர் இப்போது கட்டையைக் கையில் எடுத்துக்கொண்டார். அவர் சிறிது நேரம் எலிகளுடன் போராட்டம் நடத்திப் பார்த்தும் பயனின்றிப் போனது.

வரிசையாக நாங்கள் ஒவ்வொருவரும் எங்களால் முடிந்த அளவுக்கு முயற்சி செய்து பார்த்தோம். ஆனால் ஒரு எலியை வேட்டையாடுவதற்கு நாம் பூனையாக இருந்தாலொழிய முடியாது என்பது எங்களுக்கு அன்று புரிந்தது.

அன்றிரவு நாங்கள் யாரும் தூங்கவேயில்லை. எலி என்ன பாடு படுத்தப்போகிறதோ என்று அச்சத்தோடே அமர்ந்திருந்தோம். ஆனால் இரவு எலிகளின் நடமாட்டம் இல்லை. அவை எங்கோ சென்று பதுங்கியிருக்க வேண்டும். துணிக் கூடைக்குள்ளேயோ, பாத்திரங்களுக்கு இடையிலேயோ, எழுதி வைத்த அல்லது எழுத வைத்திருந்த தாள் குவியல்களுக்கு அடியிலேயோ. இந்த இடங்கள் எதுவுமே இல்லாமல் எலிகள் தங்களுக்கெனப் பிரத்தியேக வளைகளை உருவாக்கி வைத்திருக்கலாம். எங்களால் அதைக் கண்டுபிடிக்க முடியவில்லை. மீண்டும் ஒரு முயற்சி செய்து அவை உறங்கும்போது தாக்கி அழித்துவிடலாமா என்று யோசித்தோம். என்ன காரணத்தாலோ, இரவு என்று மனம் நினைக்கும் பொழுதில் சத்தமெழுப்ப நம்மால் விரும்ப முடிவதில்லை. நடப்பது நடக்கட்டும், எழுந்ததும் பார்த்துக்கொள்ளலாம் என்று படுத்து விட்டோம்.

அடுத்த நாளும் அப்படியேதான் கழிந்தது. நாங்கள் விழித்திருந்த நேரம் முழுதும் அந்த எலிகள் நிலவறை எங்கும் ஓடி ஓடி எங்களை அலைக்கழித்துக்கொண்டே இருந்தன. எத்தனை முயன்றும் எங்களால் அவற்றை அழிக்க முடியவில்லை. ஆறு பேரும் சேர்ந்தேகூட சில சமயம் அவற்றைத் தாக்கப் பார்த்தோம். எங்களுக்குத்தான் சரியாகத் தாக்கத் தெரியவில்லையே தவிர, அவற்றுக்கு மிகச் சரியாகத் தப்பிக்கத் தெரிந்திருந்தது.

அன்றெல்லாம் அந்த எலிகள் ஆடிய கோரத்தாண்டவம் சொல்லத் தரமற்றது. நாங்கள் எழுதி வைத்த தாள்களில் பலவற்றைக் கடித்துக் குதறிப் போட்டுவிட்டன. கவிஞரின் மேல் அங்கி ஒன்றின் அடிப்புறம் முழுவதையும் பற்களால் பிறாண்டி எடுத்து தோரணம் போலாக்கிவிட்டிருந்தன.

'இது சிரமம். இவற்றை வைத்துக்கொண்டு நாம் ஒன்றும் செய்ய முடியாது' என்றார் எங்களில் ஒருவர்.

ஜமீந்தாருக்குச் சீட்டெழுதி அனுப்பலாம் என்று நினைத்தோம். உடனே அந்த எண்ணத்தைத் தவிர்க்கவும் தோன்றியது. இதே போலொரு பிரச்னை வந்தபோதுதான் அவர் ஒரு பூனையை அனுப்பிவைத்தார். பூனை இருந்தவரை எலிப் பிரச்னை இல்லாதிருந்தது. பூனை போதும் என்று நாங்கள் திருப்பி அனுப்பியவுடன் மீண்டும் எலித்தொல்லை. திரும்பவும் பூனையை அனுப்பு என்று கேட்பதா? அல்லது இம்முறை வேறு பூனையை அனுப்புங்கள் என்று சொல்வதா?

இரண்டில் எதைச் சொன்னாலும் அவர் எரிச்சலடைய வாய்ப்பு உள்ளதாக எங்களுக்குத் தோன்றியது.

பூனை விஷயத்தில் அவசரப்பட்டிருக்க வேண்டாம் என்றும் தோன்றியது. நாடக நண்பர் அதை உடனே மறுத்தார். 'இல்லை. அந்தப் பூனை படிக்கிறது. அதுவும் திருட்டுத்தனமாக' என்று சொன்னார்.

படிக்கக்கூடாத ஒரு புத்தகத்தை நாங்கள் எழுதிக்கொண்டிருக்க வில்லை. ஆனால் ஒரு பூனை படிப்பதை ஏனோ எங்களால் ஏற்க முடியவில்லை.

ஒரு வாரம் அந்த எலிகளுடன் நாங்கள் போராடிச் சலித்துப் போனோம். எங்கள் எழுத்து முயற்சி அனைத்தையும் அவை இந்நாள்களில் சின்னாபின்னமாக்கிவிட்டிருந்தன. பல பக்கங்கள் படித்துக்கூடப் பார்க்க முடியாத அளவுக்கு சிதைக்கப்பட்டு விட்டிருந்தன. நண்பர்கள் கண்ணீர் விட்டு அழ ஆரம்பித்தார்கள்.

இரவெல்லாம் நாங்கள் எழுதிய தாள் அடுக்கை எங்கள் பக்கத்திலேயே வைத்து, அதைக் கட்டிப் பிடித்துக்கொண்டு உறங்கினோம்.

இதற்குமேல் பொறுக்க முடியாது என்ற நிலை வந்தபோதுதான் வேறு வழியின்றி ஜமீந்தாருக்கு சீட்டு எழுதி அனுப்பினோம். சிரமத்துக்கு வருந்துகிறோம். மீண்டும் இங்கே எலித்தொல்லை.

அவர் ஒரு பூனையை அனுப்பி வைத்தார். முன்னர் வந்த அதே பூனை.

நாங்கள் அதைக் கண்டதும் முதலில் அதிர்ச்சியடைந்தது உண்மை. ஆனால் விரைவில் அதிலிருந்து வெளிவந்துவிட்டோம். இம்முறை பூனையுடன் சண்டையிடுவதில்லை. மாறாக அது எலிகளைப் பிடித்த மறுகணமே அதை வெளியேற்றிவிடுவது.

ஜமீந்தாருக்குத் தெளிவாக இன்னொரு கடிதம் எழுதி அனுப்பத் தீர்மானித்திருந்தோம்.

ஒரு பூனையின் தேவை இந்த நிலவறைக்கு இருப்பது உண்மைதான். ஆனால் அது எலிகள் வரும்போது மட்டும்தான். எனவே நிலவறையின் மேற்புறம் பூனையை நிரந்தரமாகத் தங்க வைக்க ஏற்பாடு செய்து கொடுங்கள். எலி வந்தால் பூனை உள்ளே வரட்டும். எலியற்ற நாள்களில் பூனைக்கு அவசியமில்லை.

அது எங்கள் ஆறு பேரையும் உற்றுப் பார்த்தது. என்ன நினைத்ததோ, சட்டென்று புன்னகை செய்தது. ங்யாவ் என்று குரல் கொடுத்தது. கண்டதும் அதிர்ச்சி அடைந்தாலும், நாங்கள் எதிர்பார்த்ததற்கு விரோதமாக கூத்துக் கலைஞர் பாய்ந்து அந்தப் பூனையைத் தூக்கி முத்தமிட்டார். என் செல்லமே என்று கொஞ்சினார். பிறகு எங்கள் ஒவ்வொருவர் கரங்களுக்கும் அந்தப் பூனை இடம் மாறியது. நாங்கள் எங்களது நிபந்தனையுடன் கூடிய அன்பை அதன்மீது தாராளமாகச் செலுத்தினோம்.

அன்பான பூனையே, இந்த நிலவறைக்குள் வந்திருக்கும் எலிகளிடம் இருந்து எங்கள் எழுத்தைக் காப்பாற்று. காப்பாற்றிக் கொடுத்துவிட்டு நீ வெளியேறிவிடு. ஏனெனில் எலிகள் நாங்கள் எழுதியவற்றைத்தான் நாசமாக்குகின்றன. நீ எங்கள் சிந்தனையையே கடித்துக் குதறிவிடுகிறாய்.

மானசீகமாக எங்கள் பிரார்த்தனையை முன்வைத்துவிட்டு அதைக் கீழே இறக்கிவிட்டோம். அது ஒரு புலியைப் போல மோப்பம் பிடிக்கத் தொடங்கியது.

அதிகாரம் 20

ஆறு தற்கொலைகளின் கதை

நான் அந்த எலிகளைப் பார்த்துவிட்டேன். அவை தாள்களின் அடுக்குக்கு இடையில்தான் பதுங்கியிருந்தன. எனது வருகை அவற்றுக்குத் தெரிந்திருந்தது. எனவே மூச்சு விடுவதைக் கூட ரகசியமாகச் செய்தபடிக்குத் தம்மை ஒடுக்கிக்கொண்டு இருந்தன.

நான் மெல்ல அவை இருக்குமிடம் நோக்கி நடந்தேன். அவர்கள் ஆறு பேரும் என்னையே பார்த்துக்கொண்டு நின்றிருந்தார்கள். துரோகிகள். இவர்களை நான் எவ்வளவு நம்பினேன்! கலைஞன் கடவுளினும் மேம்பட்டவன் என்று நினைத்திருந்தேன். ஆனால் தேவர்களைக் காட்டிலும் மோசமான ஏமாற்றுப் பேர்வழிகளாக இருக்கிறார்கள். நான் ஒரு தண்டனையை உத்தேசித்திருந்தேன். மிகக் கடுமையான தண்டனைதான். ஆனால் அதற்குக் குறைவான எதுவும் இவர்கள் செய்ய நினைக்கும் பெருந்தவறுக்குப் பொருத்தமானதல்ல என்று தோன்றியது. அந்த நிலவறைக்குள் நான் அதிக நேரம் இருக்க விரும்பவில்லை. அரை நாழிகைப் பொழுதில் நான் வந்த வேலையை முடித்துக்கொண்டு வெளியேறி விட முடிவு செய்து கொண்டேன்.

சில வினாடிகள் அந்தத் தாள் அடுக்குகளையே உற்றுப் பார்த்துக்கொண்டிருந்தேன். ங்யாவ் என்று மெல்லக் குரல் கொடுத்தேன்.

'அது பார்த்துவிட்டது. எலிகளைக் கண்டுகொண்டுவிட்டது' என்று நடனக் கலைஞர் ரகசியக் குரலில் தமது நண்பர்களிடம் சொன்னார். நான் ஒரு கணம் அவரைத் திரும்பிப் பார்த்தேன். என் பார்வையில் முறைப்பு இருந்திருக்க வேண்டும் என்று நினைக்கிறேன். அவர் சட்டென்று அமைதியானார்.

மீண்டும் ங்யாவ் என்று ஒரு குரல் கொடுத்தேன். எலிகள் பரபரப்படைந்தன. அவை இருந்த இடத்தில் இன்னும் பதுங்கப் பார்த்தன.

ஒன்று. இரண்டு. மூன்று.

நான் சட்டென்று எழுதிக் குவிக்கப்பட்டிருந்த அந்தத் தாள்களின் அடுக்கின்மீது சீறிப் பாய்ந்தேன். தாள்கள் சரிந்து கீழே விழுந்தன. எலிகள் தப்பித்து ஓடத் தொடங்கின.

நான் இம்முறை அவற்றைத் தப்பிக்க விடவா வந்தேன்? நிலவறையை அவை இரண்டு சுற்றுகள் ஓடும் வரை ஓடவிட்டு விளையாடினேன். அவை மீண்டும் தாள்களின் அடுக்கு இருந்த இடத்தருகே வந்தபோது ஒரே தாவாகத் தாவி அவற்றின் முன்புறம் சென்று குதித்தேன். குதித்த வேகத்தில் என் வாலை நிமிர்த்தி, பின்னால் இருந்த இரு எலிகளையும் ஒரே சுழற்றில் சுழற்றி எடுத்துக்கொண்டுவிட்டேன்.

இப்போது எலிகளின் முகம் தாள் அடுக்குகளுக்கு நேராகவும் நான் கலைஞர்களைப் பார்த்தவாக்கில் எலிகளுக்கு என் வாலை மட்டும் கொடுத்த வண்ணம் நின்றிருந்தேன். என் கிடுக்கிப் பிடியில் இருந்து தப்பிப்பதற்கு அந்த எலிகள் தமது இறுதிப் போராட்டத்தைத் தொடங்கின. ஆக்ரோஷமான காட்டுக் கத்தலும் எனது பிடியில் இருந்து விடுபடும் வெறியுமாக அவை பற்களுக்கிடையே அகப்பட்ட எழுதிய தாள்களை நொறுக்கத் தொடங்கின.

நான் என் பிடியை மேலும் மேலும் இறுக்கிக்கொண்டே சென்றேன். அவை விடுபட முடியாமல் தவித்தன. பதற்றத்தில் தம் எதிரே இருந்த எழுதிய தாள்களைக் கொத்துக் கொத்தாகக் கடித்துத் தின்ன ஆரம்பித்தன.

அவர்கள் அதிர்ச்சியடைந்தார்கள். 'ஐயோ நமது படைப்பு!' என்று அலறிக்கொண்டு ஓடி வந்தார்கள்.

ஒரு கணம் யோசித்தேன். அவர்கள் அதுவரை என்னிடம் கண்டிராத ஒரு பயங்கரமான ஹூங்காரத்தைச் செய்தேன். அது ஒரு புலியின் உறுமலை நிகர்த்த சத்தம். ஒரு பூனையால் மட்டுமே நிகழ்த்தப்படக் கூடியது. அப்படியொரு உறுமலை அதுவரை கேட்டிராத கலைஞர்கள் அஞ்சிப் போய் ஒதுங்கி நின்றார்கள்.

'பார், நான் சொன்னேனே, இது சாதாரணப் பூனையல்ல. இது ஒரு சாத்தான். ஒரு பூனை இப்படி உறுமுமா?' என்று கேட்டார் மூன்றாம் திண்ணைக்காரர்.

ஒரு சாத்தான் உறுமும் என்று இவருக்கு யார் சொன்னது? எனக்குச் சிரிப்பு வந்துவிட்டது. ஆனால் சிரித்தால் பிடித்திருக்கும் வாலின் பிடி தளரும். எலிகள் தப்பித்துவிடும். நான் என் பிடியை மேலும் இறுக்கினேன். அந்த எலிகள் தமது இறுதிப் பயணத்துக்கு முன்பு அவசர அவசரமாக உண்டுகொண்டிருந்தன. தாள்களின் அடுக்கு வேகவேகமாகக் குறைந்துகொண்டே போனது.

கலைஞர்கள் பதறிக்கொண்டிருந்தார்கள். 'ஐயோ பூனையே, நீ சற்று நகர்ந்துதான் சென்றால் என்ன? அந்த எலிகள் எங்கள் புத்தகத்தை நாசம் செய்துகொண்டிருக்கின்றன.' என்று கத்தினார் ஆறாம் திண்ணைக்காரர்.

என் நோக்கமே அதுதானே? என் கவலையெல்லாம் அவர்கள் ஆத்திரத்தில் பாய்ந்து வந்து ஒன்றிரண்டு தாள்களையேனும் எடுத்துச் சென்றுவிடக் கூடாது என்பதுதான்.

சட்டென்று என் வாலை உயர்த்தி அந்த எலிகளைத் தாள்களின் குவியலின்மீது ஓங்கி அடித்தேன். அவை இன்னும் வேகமாகத் தின்ன ஆரம்பித்தன.

'போச்சு போச்சு. எல்லாம் போச்சு' என்று பதறினார் கவிஞர்.

'எங்கே அது? எங்கே அந்தக் கட்டை?' என்று எழுத்தாளர் கட்டையைத் தேடி எடுத்து வந்து தாக்கப் பார்த்தபோது நான் வெறிகொண்டு அவர் முகத்தின்மீது பாய்ந்தேன்.

'ஐயோ நான் செத்தேன்!' என்று அலறிக்கொண்டு அவர் பின்வாங்க, அடுத்த சில நிமிடங்களில் நான் என் கோரத்தாண்டவத்தைப் பூரணமாக அங்கே நிறைவேற்றினேன். என் வாலில் நான் சுற்றிப் பிடித்திருந்த இரு எலிகளையும் கொண்டு அவர்கள் எழுதி வைத்த தாள்கள் அனைத்தையும் தின்ன வைத்தேன். பொதுவாக எலிகளால் அவ்வளவு தாள்களைக் கபளீகரம் செய்ய முடியாது.

ஆனால் அச்சத்தில் அவை ஒரு காட்டையேகூடத் தின்று தீர்த்துவிட வல்லவை. தவிர இது உயிருக்கான போராட்ட மல்லவா? அவை சிரத்தையாக ஒரு தாள் விடாமல் கடித்துத் தின்று முடித்தன.

இதற்குள் எனது நண்பர்கள் கையில் கிடைத்த பொருள்களை யெல்லாம் என்மீது தூக்கி அடிக்க ஆரம்பித்திருந்தார்கள். நவாப் சாஹிப் கொலைவெறியுடன் பாய்ந்து வந்து என்னை எட்டி உதைத்தார். ஓவியரோ என்கழுத்தைப் பிடித்துத் தூக்கி அப்படியே நெரித்துக் கொல்லப் பார்த்தார். நான் ஒன்றுமே செய்யவில்லை. என் நாக்கை நீட்டி அவர் மூக்கை ஒரு உரசு உரசினேன். அவ்வளவுதான். அருவருப்புணர்வுடன் என்னை பொத்தென்று கீழே போட்டுவிட்டார்.

என்ன ஆனாலும் அவர்கள் எழுதி வைத்த மொத்தத்தையும் அந்த எலிகள் தின்று தீர்க்கும்வரை விடுவதில்லை என்ற வைராக்கியத்துடன் இருந்தேன். அவர்கள் எல்லை மீறும்போ தெல்லாம் என் மிரட்டல் குரலை வெளிப்படுத்தி அவர்களை அடக்கினேன். மற்றபடி வன்முறையை நான் அவர்களிடம் பிரயோகிக்க விரும்பவில்லை. நான் கலைகளின் ஆராதகன். கலைஞர்களின்மீது வன்முறையைப் பிரயோகிக்க விரும்பாதவன்.

ஒரு தாள். ஒரு தாள் விடாமல் எலிகள் தின்றுவிட்டன. அவர்கள் ஆறு பேரும் கையறு நிலையில் அதைக் கண்டு கண்ணீர் வடித்துக்கொண்டிருந்தார்கள். ஐயோ ஐயோ ஐயோ என்று தலையில் அடித்துக்கொண்டு கதறினார்கள்.

நான் நிதானமாக அவர்களை ஒரு பார்வை பார்த்தேன். பிறகு என் வாலை வளைத்து என் வாய்க்கு நேரே கொண்டு வந்தேன்.

'பார் பார்.. எத்தனை நீளமான வால் அதற்கு? எப்படி இத்தனை நீளம் வந்தது அது?' என்றார் முதல் திண்ணைக்காரர்.

'இது பேய். இது பிசாசு. இது ரத்தக்காட்டேரி. இது ஒரு சூனியக்காரன்தான்.. சந்தேகமே இல்லை.'

காப்பாற்றுங்கள். யாராவது வாருங்கள். எங்களைக் காப்பாற்றுங்கள்.

அவர்கள் நிலவறையின் மேற்புற இடைவெளியைப் பார்த்துக் கத்தத் தொடங்கினார்கள். நான் அதை ரசித்தபடி என் வாலில்

கவ்வியிருந்த இரு எலிகளையும் கடித்துத் தின்னத் தொடங்கினேன். ஒரு சொட்டுகூடக் கீழே சிந்தாமல், சிதறாமல் முழுவதும் உண்டு முடித்தேன்.

அவர்கள் பார்த்துக்கொண்டிருந்தபோதே, அவர்கள் கண்ணெதிரே என் முழுச் சக்தியைப் பிரயோகித்து அந்த எண்பதடி உயரத்தைத் தாவி மேலேறிப் போய் நிலவறையின் கதவைப் பிடித்துத் தொங்கினேன்.

ஐயோ என்று திகைத்துப் போய் பேச்சற்று நின்றுவிட்டார்கள் என் நண்பர்கள்.

அன்றிரவு நடுச்சாமம் கடந்ததும் ஜமீந்தாரின் ஊழியன், கலைஞர்களுக்கு உணவு எடுத்துக்கொண்டு வழிக்கருப்பன் கோயிலுக்கு வந்தான். சிலையை நகர்த்திவிட்டு நிலவறையை அவன் திறந்தபோது நான் அவனைத் தாண்டிப் பாய்ந்து வெளியே ஓடினேன்.

இரண்டு நாள் அழகிய நாயகிபுரத்திலேயே சுற்றிக் கொண்டிருந்தேன். நிலவறைக்குள் இருந்த ஆறு கலைஞர்களும் தனிமையும் விரக்தியும் தோல்வியும் தந்த அழுத்தம் தாங்காமல் தற்கொலை செய்துகொண்டார்கள் என்ற செய்தி என்னை எட்டிய பின்னர்தான் ஊரை விட்டுப் புறப்பட்டேன்.

பாகம் 2

அதிகாரம் 1

உருமாற்றம்

உங்களுக்கு பாராவைத் தெரியுமா?

அவன் ஓர் எழுத்தாளன். பெயர் சொன்னாலே தெரிந்துகொள்ளும் படியாக வளர்ந்திருக்கவில்லை என்றாலும் அதற்கான அவனது ஆயத்தங்கள் சரியாக இருந்தன. தேர்ந்த வாசிப்பும் சரியான சிந்தனையும் கைவரப் பெற்றவனாக அவன் என்னை வசீகரித்ததனால்தான் நான் செய்ய நினைத்த செயலுக்கு அவன் சரியாக வருவான் என்று எண்ணி அவனைத் தேர்ந்தெடுத்தேன். தவிர, அவனிடம் ஒரு நூதனமான மொழிப் பிரகாசம் இருந்தது. குறைந்த சொற்களில் எதையும் சரியாகச் சொல்லத் தெரிந்தவனாக இருந்தான்.

இது முக்கியம். முடிவற்ற பெரும்பாதையாகச் சொற்களை உதிர்த்துப் போட்டுக்கொண்டே போவது வாசகனைச் சலிப்பூட்டும். ஒரு சிறு மௌனம் வெளிப்படுத்தும் பேருண்மை களை ஒரு சில சொற்களுக்குள் ஒரு எழுத்தாளன் சொல்லத் தெரிந்திருந்தால் போதுமானது. வேறு வழியில்லை. சொற்கள் தேவைப்படத்தான் செய்கிறது. நான் உத்தேசிக்கும் கனம் மிகுந்த மௌனத்தின் மொழிக்குக் காலம் சாதகமாக இல்லை.

காலத்தை விஞ்ச வேண்டுமென்றால் சிறிது தூரம் காலத்துடன் ஒட்டிச்செல்லத்தான் வேண்டும்.

உதக மண்டலத்துக்குப் போகிற வழியில் ரன்னிமேடு என்ற ஒரு இடம் இருக்கிறது. உலகிலேயே பேரழகு பொருந்திய ஒரு ரயில்வே ஸ்டேஷன் என்றால், அந்த ஊரில் உள்ளதுதான் என்பது என் அபிப்பிராயம். ஆனால் பழைய ஸ்டேஷன். தரையோடு ஒட்டிய, மேற்கூரை இல்லாத நடைமேடையும், நடைமேடையை அடுத்த சிற்றோடையும் பிரம்மாண்டமாக வளர்ந்து கவிந்திருக்கும் மரங்களும், மரங்களுக்கு இடையே முளைவிட்ட சிறு மர வீடுகளுமாக அந்த இடம் ஒரு புராதனமான புதையுண்ட நகரத்தில் இருந்து பெயர்த்து எடுத்து வந்து வைத்த பகுதி போலிருக்கும். ரயிலில் இருந்து இறங்கும் யார் வேண்டுமானாலும் ஒரு பாயைச் சுருட்டுவது போல அந்த ஸ்டேஷனைச் சுருட்டி எடுத்து இடுக்கிக்கொண்டு போய்விடலாம் போல.

அந்த ரயில்வே ஸ்டேஷனை அடுத்த சிற்றோடைக் கரையில்தான் நான் முதல் முதலில் பாராவைச் சந்தித்தேன். அவன் ஒரு நாவல் எழுதுவதற்கான மனநிலையைக் கோத்துக்கொள்ள ஊட்டிக்கு வந்திருந்தான். வாரப்படாத தலைமுடியும் ஆறேழு நாள் சவரம் செய்யாத தாடியும் அழுக்கு உடையும் அவனுக்கு ஒரு வசதி. எந்தக் கூட்டத்திலும் யாரும் தன்னை தனியே பிரித்தெடுத்துக் கூப்பிட்டுவிட முடியாது என்பது அவன் எண்ணம். தனியே வந்து அமர்ந்திருந்தாலும் இன்னொரு மணல் துளியைப் போலவே இருப்போம் என்றும் அவனுக்கு அவ்வப்போது தோன்றும். தனித்திருக்க நினைக்கும்போது குறுக்கிடுவது நாகரிகமில்லை தான். ஆனாலும் எனக்கு அவனிடம் பேசவேண்டி இருந்தது.

நான் அவனருகே சென்று அமர்ந்துகொண்டேன். சலசலத்து ஓடிக்கொண்டிருந்த சிற்றோடையில் அவன் மனம் குவிந்திருந்தது. குவிந்து கிடந்த கூழாங்கற்களைக் தேய்த்துக் கொண்டு ஓடிய நீர். நூற்றாண்டுக் காலமாக அந்தக் கற்களின்மீது நீர் நகர்ந்துகொண்டேதான் இருக்கிறது. இன்றுவரை கரைத்து முடித்தபாடில்லை. நீரின் எல்லைக்கோடுகள் வரையறுக்கப் படுகிற புள்ளியில் கூழாங்கற்கள் அழகு பெறுகின்றன.

நான் அவனையே பார்த்துக்கொண்டிருந்தேன். வெகு நேரம் அவன் வேறெங்குமே திரும்பாமல் ஓடை நீரையே பார்த்துக் கொண்டிருந்தான். பிறகு சோம்பல் முறித்துவிட்டு எழப் போன நேரம் என்னைக் கண்டான். நான் புன்னகை செய்தேன்.

ஒரு அழகிய பூனையை விரும்பாதவர்கள் உண்டா? அவன் என்னை நோக்கிக் கைநீட்டினான். நான் நெருங்கிச் சென்று அவன்

காலை வருடிடேன். என்ன நினைத்தானோ, எழுந்தவன் மீண்டும் அமர்ந்து என்னைத் தூக்கி வைத்துக்கொண்டான்.

நீ பசியோடு இருக்கிறாய் என்று சொன்னேன்.

ஆம். சாப்பிடப் போகவேண்டும். ஆனால் சலிப்பாக உள்ளது என்றான். அவன் ஒரு சொல்லுக்காகக் காத்திருந்தது எனக்குத் தெரியும். அவன் எழுத உத்தேசித்திருந்த நாவலின் முதல் சொல். முத்தெனத் தொடங்கச் சொல்ல சிவபெருமான் நிச்சயம் வரப் போவதில்லை என்பதால் நான் ஆரம்பித்துக் கொடுக்க நினைத்தேன். ஆனால் என்ன அவசரம்? எனக்கு அவன் வேண்டும். அவன் எழுத நினைத்திருந்த நாவலினும் பெரிய பணியொன்று என்னிடம் உள்ளது.

இந்த உலகத்துக்கு நான் தர நினைக்கும் கலைப் பொக்கிஷத்தை அவன் தன் உள்ளுணர்வைக் குவித்துப் புரிந்துகொண்டு விடுவானேயானால் காலத்தின் கல்வெட்டில் அவன் பெயர் ஒருநாள் பொறிக்கப்படும். வியாசனாக வழியற்றவனுக்கு விநாயகனாக என்னால் வழி காட்ட முடியும்.

நான் ஒரு ஆப்பிள் பழத்தை அவனிடம் நீட்டினேன். சாப்பிட்டுப் பசியாறச் சொன்னேன்.

அவன் மறுப்புச் சொல்லாமல் வாங்கிச் சாப்பிட்டான். எழுந்து சென்று ஓடையில் தண்ணீர் அள்ளிக் குடித்தான். இன்னும் இரண்டு கை நீர் அள்ளி முகத்தில் அடித்துத் துடைத்துக்கொண்டு வந்து மீண்டும் அமர்ந்தான். புன்னகை செய்தான்.

பசி தீர்ந்ததா என்று கேட்டேன்.

ஆம்.

ஆனால் நான் உனக்கு ஆப்பிளும் தரவில்லை; நீ எதையும் உண்ணவும் இல்லை.

அப்படியா? ஆனால் நான் சுவையை உணர்ந்தேனே? பழம் மிகவும் ருசியாக இருந்தது.

அது என் குணத்தின் ருசி. அதை நான் ஒரு பழத்தின் வடிவில் உன்னை உணர வைத்தேன்.

அப்படியானால் பசி தீர்ந்த உணர்வு இருக்கிறதே என்றான்.

அது பசிக்கவே தொடங்காதவன் உணர்வு என்று பதில் சொன்னேன்.

மிக விரைவில் நாங்கள் நண்பர்கள் ஆகிவிட்டோம். மூன்று நாள் நான் உதகமண்டலம் முழுவதையும் அவனோடு சேர்ந்து சுற்றினேன். அவன் எனக்கு பிஸ்கட் வாங்கிக் கொடுத்தான். தான் குடித்த டீயில் சிறிதைக் குழித்தட்டில் ஊற்றி எனக்கு வைத்தான். அவன் உணவகத்தில் சாப்பிடச் சென்றபோது கொஞ்சம் சாப்பாட்டை மீதம் வைத்துப் பொட்டலம் கட்டி எடுத்து வந்து என்னை உண்ணச் சொன்னான். இரவுகளில் நான் அவன் தங்கியிருந்த அறையில்தான் படுத்துக்கொண்டேன். கணப்புச் சட்டியின் சூட்டுக்கு அருகே என்னைப் பொருத்திக்கொண்டேன். சூட்டை முழுவதுமாக நான் உறிஞ்சி எடுத்து அவன்மீது படரவிட்டேன். அவனுக்கு அது பிடித்திருந்தது.

ஒரு சொல்லுக்காக நான் காத்திருக்கிறேன் என்று அவன் சொன்னான்.

எனக்குத்தான் தெரியுமே? அவனுக்கான முதல் சொல்லை நான் ஏற்கெனவே தீர்மானித்து வைத்திருந்தேன். ஆனால் இப்போது சொல்லப் போவதில்லை. ஒரு பரிசைப் போல் அவன் எதிர்பாராத கணத்தில் அவன்முன் நான் அதை உதிர்க்க நினைத்தேன். ஆனால் நண்பா, நீ செய்ய வேண்டிய பணி ஒன்று உள்ளது. உன் நாவலைக் காட்டிலும் பெரும் பணி. அதை நீ எனக்காகச் செய்வாயா?

அவனுக்குப் புரியவில்லை. அன்றிரவு முழுதும் நான் எடுத்துச் சொல்லியும் அவனால் அதை விளங்கிக்கொள்ள முடியவில்லை. 'என்னை ஒரு கோனார் நோட்ஸ் எழுதச் சொல்கிறாயா?' என்று கேட்டான்.

இல்லை. இது ஒரு சூட்சுமம். எலிகள் கடித்துத் தின்ற தாள்களில் இருந்த சொற்கள் எலிகளின் வடிவில் எனக்கு உணவாகி யிருக்கின்றன. என் உடலின் ஒவ்வொரு அணுத்துகளுக்குள்ளும் அதுவே பரமாத்ம சொரூபமாகச் சென்று தங்கியிருக்கிறது. என் செயலாகவும் சிந்தனையாகவும் உள்ள ஒரு பெரும் புத்தகத்தின் லட்சக் கணக்கான சொற்களை என் சுவாசத்தின்மூலம் என்னால் வெளியே இறக்கி வைக்க முடியும். அதை மீண்டும் சொல்லின் சட்டகத்துக்குள் பொருத்த வேண்டும்.

அந்தப் புத்தகத்தின் எழுதப்படாத இறுதிப் பகுதிகளை நான் சொல்வேன். அதையும் சேர்த்துத் தொகுத்த ஒற்றை வடிவப் பிரதியை நான் எதிர்பார்க்கிறேன்.

'அதை வைத்துக்கொண்டு நீ என்ன செய்வாய்?' என்று பாரா கேட்டான்.

ஒரு பெரும் கலை வெளி. இந்த மண்ணில் உதித்து வேர்விட்டு வளர்ந்த ஆதிப்பெருங்கலைகளின் வடிவான ஒருங்கிணைப்பில் அது உருவாகும். அது மனிதர்களைப் பற்றிப் பேசும். வாழ்க்கையை விவாதிக்கும். கண்ணீருக்கும் புன்னகைக்கும் இடைப்பட்ட தூரங்களைக் கலையின் விகசிப்பில் காட்சிப் பொருளாக்கும். உள்ளதை இல்லை என்று சொல்லுவதும், இல்லாததை இருப்பதாகக் காட்டுவதும் அல்ல கலை. நினைப்பதைப் படைப்பது கலை. படைப்பதை சாசுவதப் படுத்துவது ஒன்றே கலை.

'திரைப்படத்தை விஞ்சிவிடுமா?' என்றான் பாரா.

செத்தேன். நான் எப்படி இவனுக்குப் புரியவைப்பேன்? கலைக்குத் தொடர்பற்ற ஓர் இயந்திரச் செயல்பாட்டையல்லவா இவன் சிந்திக்கிறான்? நண்பா, நான் முட்டுச் சந்துகளை நோக்கி என் பயணத்தை வகுத்துக்கொள்வதில்லை. முடிவற்ற சாத்தியங்கள் கொண்ட ஒரு பெரும் வெளியை உனக்கு என்னால் காட்ட முடியும் என்று சொன்னேன்.

இப்போது அவன் சுவாரசியமானான். படுக்கையை விட்டு எழுந்து உட்கார்ந்துகொண்டு, 'சரி, சொல் கேட்போம்' என்றான்.

நான் முதலில் அவனுக்கு என்னுடைய கதையைச் சொன்னேன். நிலவறைக்குள் நான் சந்தித்த ஆறு பெரும் கலைஞர்களின் கதையைச் சொன்னேன். நான் விழுங்கிய எலிகளின் கதை. அவை விழுங்கிய சொற்களின் கதை. நூற்றாண்டுகளாக அதைத் தின்று செரிக்காமல் நான் அலைந்து திரிந்துகொண்டிருக்கும் கதை.

'உனக்குத் தெரியுமா? வேறொரு உணவுப் பண்டம் உள்ளே சென்றால் எழுத்துகளும் சொற்களும் உருமாறிவிடுமோ என்ற அச்சத்தில் நான் முன்னூறு வருடங்களாக உணவே உட்கொள்ளாமலும் மலம் கழிக்காமலும் இருந்து வருகிறேன்.'

அவன் திகைத்துப் போனான். நெடுநேரம் யோசித்தபடி அமர்ந்திருந்தான். பிறகு, 'சரி ஆரம்பி. நான் முதலில் கேட்கிறேன்' என்று சொன்னான்.

நான் அந்தப் பேரேட்டின் பக்கங்களை எனக்குள் சேகரித்த விதத்தில் அவனுக்கு எடுத்துச் சொல்லத் தொடங்கினேன். நாற்பது

இரவுகளும் நாற்பது பகல்களும் இடத்தை விட்டு அசையாமல் அமர்ந்து சொன்னேன்.

அவன் தன் நாவலை மறந்தான். அதன் முதல் வரியை, முதல் சொல்லை மறந்தான். உதக மண்டலத்துக்குத் தாம் ஏன் வந்தோம் என்பதை அடியோடு மறந்து போனான். உணவும் உறக்கமும்கூட மறந்து நான் பேசுவதைக் கேட்டுக்கொண்டே இருந்தான். அந்த அறை சொற்களால் நிரம்பிப் போனது. சொற்களின் கனம் தாங்காமல் கட்டடம் மெல்ல அசைந்தது. காற்றின் குளுமையும் சொற்களின் வீரியமும் சரியான எதிரிடை. அவன் தனது குளிருக்கு என் சொற்களையே கொறித்துக்கொண்டான். அதையே போர்வை யாகவும் எடுத்துப் போர்த்திக்கொண்டான். போர்வைக்குள் இருந்துகொண்டு போர்வையையே மென்று தின்னத் தொடங்கி, ஒரு கட்டத்தில் அவன் என் சொற்களால் செய்யப்பட்ட வடிவத்தை எய்தினான்.

நாற்பது தினங்கள்.

எனக்கு மூச்சு வாங்கியது. நண்பா, இதுதான் அந்தப் பேரேடு. எலிகள் கடித்துத் தின்றபடியால் அதன் ஒழுங்கான வடிவத்தில் என்னால் உனக்கு அதைத் தரமுடியவில்லை. ஆனால் சொற்சேதார மின்றிச் சேர்ப்பித்துவிட்டேன். இதை நீ எனக்கு நூலாக்கித் தருவாயா? எழுத்தும் இசையும் நுண்ணோவிய வெளிப்பாடுகளும் நர்த்தனமும் நாடகமும் கவித்துவமும் கலந்த ஒரு இயல். இது திரைப்படமல்ல. நாடகமல்ல. புழக்கத்தில் நீங்கள் கலையென்று எண்ணிக்கொண்டிருக்கும் வேறு எதுவுமல்ல. இது வேறு. இதன் வடிவம் புதிது. இதன் வெளிப்பாட்டு முறை புதிது. தவிரவும் இது எளிமையானது. இந்த உலகில் மாபெரும் கலைச் சிகரங்கள் அனைத்தும் ஏறிச் சுற்றிப் பார்க்க எளியனவாகவே இருந்து வந்திருக்கின்றன. இது அப்படிப்பட்ட ஒன்று. பல்லாயிரக் கணக்கான, பல கோடிக்கணக்கான கலைஞர்கள் இந்த வெளியில் வந்து வசிக்க முடியும். யுகங்களைக் கடந்து மனித மனங்களை இந்தக் கலை வடிவம் ஒருங்கிணைக்கும். காட்சி ரூபக் கலையின் ஆகப்பெரிய சாதனையாக இதுவே நிலைக்கும்.

அவன் சரி என்றுதான் சொன்னான். ஆனால் ஊருக்குக் கிளம்பிச் சென்றதும் முற்றிலும் மாறிப் போனான். நான் எண்ணியிராத விதத்தில் அவனது திட்டம் ஒரு விபரீதத்தன்மை எய்தத் தொடங்கியது. மகத்தானதொரு நூதனக் கலை வடிவத்துக்கான வரைபடத்தை நான் அளித்திருந்தேன். அவன் தனது நாவலுக்காக

யோசித்து வைத்திருந்த கதையை அதில் நொறுக்கிப் போட்டுக் கிளற ஆரம்பித்தான். பதம் சரியாக வந்துவிட்டதாகத் தோன்றியதும் அதை எடுத்துக்கொண்டு ஒரு தயாரிப்பாளரிடம் போனான்.

இரண்டு மணி நேரத் திரைப்படத்தில் என்ன இருக்கிறது? நடுச் சாலையில் இணை கிடைத்த வேகத்தில் புணர்ந்து முடித்து ஓடிவிடுகிற ஒரு நாயின் அவசரம் மட்டுமே அதன் சாரம். கலையின் நீளம் என்பது வாழ்வின் நீளத்தை நிகர்த்த ஒன்றாக மட்டுமே இருக்க முடியும்.

பார்ப்பார்களா என்று தயாரிப்பாளர் கேட்டார்.

பார்க்க வைப்போம் என்று அவன் சொன்னான்.

அவர்கள் ஒரு திட்ட வரைவுடன் ஒரு தொலைக்காட்சி நிறுவனத்தை அணுகினார்கள். ஒரு கதை. ஒரே கதை. ஆனால் ஒவ்வொரு நாளும் அது தொடர்ந்து வரும். தினமும் உண்பதைப் போல, தினமும் உறங்கி எழுவதைப் போல, தினமும் வாழ்வதைப் போல தினமும் பார்த்து ரசிக்க ஒரு கதை. இது முடிவற்றது. வாழ்க்கை முற்றுப் பெறும்போது இதுவும் முற்றுப்பெறும்.

அதுவரை ஒரு பிரத்தியேக அடையாளமில்லாமல் இருந்த தொலைக்காட்சி யோசித்தது. முயற்சி செய்து பார்த்தால் என்ன?

நான் பதற்றமானேன். இது என்ன மடத்தனம்? ஒரு தொலைக் காட்சியால் சாத்தியமாகக்கூடியதா இது? நூறு பணிகளுக் கிடையில் ஒரு பணியாக எப்படி இதனைச் செய்ய முடியும்?

பாரா என்னை சமாதானப்படுத்தினான். இது சரியாக வரும். அமைதியாக இருந்து வேடிக்கை பார். நிறுவன பலமில்லாமல் எந்தக் கலை வடிவமும் மக்களிடம் போய்ச் சேரக் காலம் இப்போதெல்லாம் இடம் தருவதில்லை.

எனக்கு அப்போதும் சந்தேகம்தான். இருப்பினும் அவன் எழுதி முடிக்கிறவரை நான் காத்திருக்க முடிவு செய்தேன். அவன் அப்படித்தான் சொல்லியிருந்தான். 'நீ சொன்ன புத்தகத்தை எழுதி முடிக்க ஒரு வருடம் பிடிக்கும். அந்தப் பணி முடியும்போதே இந்தக் கலை வடிவத்தின் சாத்தியங்கள் நமக்குத் தெளிவாகிவிட இந்தத் தொலைக்காட்சித் தொடர் முயற்சி உதவி செய்யும்.'

அவனுக்கு அந்தத் தயாரிப்பாளர் ஒரு தொகையை முன்பணமாகக் கொடுத்தார். அதுநாள் வரை அவன் பார்த்திராத தொகை. பெரும்

பணம். அருமை. கிள்ளிக் கொடுக்கவும் யோசிக்கும் கலைகளுக்கு இடையே அள்ளிக்கொடுக்க ஒரு கலை வடிவம். இதை விடக்கூடாது என்று முடிவு செய்துகொண்டான். தனது நாவலை முற்றிலும் மறந்துவிட்டு அந்தத் தொடருக்கு அவன் கதை வசனம் எழுத ஆரம்பித்தான்.

நான் மூன்று மாதங்கள் பொறுமையாக இருந்தேன். அவனை அவன் வழியில் விட்டு விட்டு, அமைதியாகக் கவனித்துக் கொண்டிருந்தேன். அந்த மூன்று மாதக் காலத்தில் அவன் எனக்காக எழுத ஒப்புக்கொண்டிருந்த புத்தகத்தின் ஒரு வரியைக் கூட எழுதவில்லை. ஒரு நாளில் பதினெட்டு மணி நேரம் அவன் வசனம் மட்டுமே எழுதிக்கொண்டிருந்தான். ஒவ்வொரு வசனமும் ஒன்றரை பக்கங்களுக்குக் குறையாமல் நீண்டது. ஒவ்வொரு காட்சியும் பத்து நிமிடங்கள் திரையிடப்படக்கூடிய அளவுக்கு வரையறுக்கப்பட்டது.

'இதென்ன அபத்தம்? இது மேடை நாடகத்தினும் மோசமாக உள்ளதே?' என்று நான் கவலைப்பட்டேன்.

'நீ அப்படி நினைக்கிறாய். ஆனால் வாழ்வைப் பிரதிபலிக்கிற கலை வடிவம் வாழ்வைப் போலவே சுவாரசியமற்று இருப்பது தான் வாழ்கிறவர்களோடு நெருங்கிச் செல்ல வழி செய்யும்' என்று பாரா சொன்னான்.

'முட்டாள். வாழ்க்கை சுவாரசியமாக இல்லை என்றால் உனக்கு வாழத் தெரியவில்லை என்று பொருள்.'

'உண்மை. யாருக்கு இங்கு வாழத் தெரிந்திருக்கிறது? வாழத் தெரியாத முட்டாள்களுக்கு மட்டரகமான கலைப்படைப்புகள் போதும்.'

'இல்லை. நீ சரியாக இல்லை. நான் சொன்ன வேலையை நீ செய்யவேயில்லை.'

அவன் புன்னகை செய்தான். 'அன்பான பூனையே, நீ தாள்களில் இலக்கணம் எழுதி வைக்கச் சொல்கிறாய். நீ கொடுத்த சட்டகத்தின் ஓரங்களை நான் என் மானசீகத்தில் நகர்த்திக் கொண்டே போகிறேன். இது முடிவற்ற பெரும் வெளி. எல்லைகள் இல்லாதது. உன் உத்தேசக் கலை வடிவத்துக்கு நான் உயிர் கொடுத்துக்கொண்டிருக்கிறேன். உன் புத்தகம் எதைச் சாதிக்க வேண்டும் என்று நீ எண்ணுகிறாயோ, அதை இந்த

நெடுந்தொடர் சாதித்துக்காட்டும். எழுத்து இதன் அடிப்படை. நீ சொன்ன ஓவிய நுட்பங்கள் இதன் காட்சி ரூபங்களாகும். இதில் இசை இருக்கும். நடிப்பு இருக்கும். நர்த்தனங்கள் இருக்கும். கவித்துவம் இருக்கும். அனைத்தும் இருக்கும். காலத்தின் முடிவற்ற பெரும் பாய்ச்சலில் இது ஒன்றே புழுதி படிந்து மட்கிப் போகாமல் நிலைத்திருக்கும் பார்!' என்று சொன்னான்.

எனக்கு அது நடக்காது என்று தோன்றியது. என் உத்தேசங்கள் புரியாத ஒரு மர மண்டையில் நான் பல லட்சம் சொற்களை ஏற்றிக் குவித்துவிட்டேன். ஒரு எழுதுகோலைப் பிடிக்கிற வசதியற்ற பூனை நான். இயற்கையின் மூளித்தனத்துக்கு இத்தனை பெரிய விலை கொடுக்க வேண்டியிருக்குமா என்று ஆத்திரம் பொங்கியது. ஏதாவது செய்து அவனை பழிவாங்கத் தோன்றியது.

இயல்பில் எனக்குப் பழிவாங்கும் உணர்வெல்லாம் பொதுவாக வராது. நான் தெளிவானவன். கோரக்கரைச் சந்தித்தபோதே அவரது குழந்தைகளின் தற்கொலையை நான் தீர்மானித்து விட்டேன். இது கோரக்கருக்கு வேண்டுமானால் தெரியாதிருந் திருக்கலாமே தவிர என் கட்டுப்பாடு மீறிய நடவடிக்கையல்ல.

ஆனால் இழப்புகளும் ஏமாற்றங்களும் மனிதனைப் போலவே ஒரு பூனையையும் வக்கிரம் கொள்ளச் செய்துவிடுகின்றன. ரொட்டிக்கும் பாலுக்கும் அலையாத ஒரு சிறு மிருகம், உணவுக்கு மட்டுமே அலைகிற மனிதனிடம் உறவாடுவது சிக்கல்தான். நல்லது. இது ஒரு பாடம். இப்போது நான் என்ன செய்ய வேண்டும்?

அந்தத் தொடரின் கோரப் பிடியில் இருந்து பாராவை நான் முற்றிலும் நகர்த்தினால் மட்டுமே அவன் எனது புத்தகத்தை எழுத ஆரம்பிப்பான் என்று தோன்றியது. கொஞ்சம் குரூரமானதுதான். ஆனாலும் வேறு வழியில்லை என்று நினைத்தேன்.

அதிகாரம் 2

தடமாற்றம்

சீதாராமனின் மனைவி மூலம்தான் பாராவுக்கு மயில்சாமியின் பல்லாவரம் முகவரி கிடைத்தது. அவன் மயில்சாமியின் வீட்டுக்குப் போனபோது அவன் துணி துவைத்துக்கொண்டிருந்தான்.

‘உக்காருங்க. கூப்பிடறேன்’ என்று சொல்லிவிட்டு மயில்சாமியின் மனைவி உள்ளே போனாள்.

நெற்றியில் வியர்த்திருக்க, மடித்துக் கட்டியிருந்த கைலியை அவிழ்த்து உயர்த்தி முகத்தைத் துடைத்துக்கொண்டு, மீண்டும் கட்டிக்கொண்டபடி மயில்சாமி ஹாலுக்கு வந்தான்.

‘வாங்க பாரா. நல்லாருக்கிங்களா?’ என்று கேட்டான்.

பாரா புன்னகை செய்தான். ‘எங்களல்லாம் சுத்தமா மறந்துட்டிங்க மயில்’ என்று சொன்னான்.

அவன் பதில் சொல்லவில்லை. ஒரு நாற்காலியை இழுத்துப் போட்டுக்கொண்டு எதிரே உட்கார்ந்துகொண்டான். ‘மனோ, பாரா சாருக்கு சர்க்கரை இல்லாம ஒரு காப்பி’ என்று உள்ளே பார்த்துக் குரல் கொடுத்தான்.

‘எப்படி இருக்கிங்க? டைரக்டர் எப்படி இருக்காரு? வினாயகம் நல்லாருக்காரா? ப்ராஜக்ட் எப்படி போயிட்டிருக்கு?’ என்று மயில்சாமி கேட்டான்.

பாரா சிறிது நேரம் அமைதியாக இருந்தான். 'நான் இப்ப அது பண்றதில்ல மயில்' என்று சொன்னான்.

'ஏன், என்னாச்சு?'

'சரியா வரல. விட்டுட்டேன்.'

மயில்சாமிக்குச் சங்கடமாக இருந்தது. அவனுக்குப் பாராவைத் தெரியும். இருபதாண்டுகளுக்கு முன்னால் தொலைக்காட்சி நெடுந்தொடர் என்றொரு புதிய துறை உருவானபோது பிறந்த முதல் எழுத்தாளன் அவன். மயில்சாமி சென்னைக்கு வருவதற்குப் பலகாலம் முன்பு இருந்தே எழுதிக்கொண்டிருப்பவன். இந்தத் துறையில் அவனளவுக்கு எழுதிக் குவித்தவர்கள் கிடையாது. ஆனால் எந்தத் தொடரிலும் அவன் முழுதாக இருந்ததில்லை. ஆரம்பத்தில் இருப்பான். நூறு எபிசோடுகள் வரை தன் முழுச் சக்தியையும் செலவழித்துச் சிறப்பாக எழுதுவான். பிறகு ஏதேனும் ஒரு காரணத்தால் அதில் இருந்து விலகிவிடுவான்.

அல்லது ஒரு தொடர் ஓடிக்கொண்டிருக்கும்போது இடையில் அவன் அழைக்கப்படுவான். பாதியில் இருந்து நூறு நூற்றைம்பது எபிசோடுகள் எழுதுவான். பெரிய காரணங்களே இல்லாமல் அதே பாதியில் மீண்டும் இல்லாமல் போய்விடுவான்.

அபூர்வமாகச் சில சமயங்களில் ஒரு தொடரை முடித்துக் கொடுக்க அவனைத் தயாரிப்பாளர்கள் அழைப்பார்கள். கடைசி இருநூறு எபிசோடுகள்.

எப்படியானாலும் ஒரு தொடரில் இருநூறு எபிசோடுகளுக்கு அவனுடைய பங்களிப்பு நிச்சயம் இருக்கும். ஆயிரம் அத்தியாயங்கள் தாண்டும் தொடர்களில் இருநூறு என்பது கண்ணில் படாமல் போகிற எண்ணிக்கை. 'அதுக்குமேல அவர் தாங்க மாட்டாருங்க. சொன்ன சீனையே ரிப்பீட் பண்ணுவாரு' என்று எல்லா தயாரிப்பாளர்களும் சொல்வார்கள். அந்த இருநூறு எபிசோடுகளின் காட்சிகளும் முந்தைய தொடர்களில் வந்தவையாக இருக்கும் என்று சொல்பவர்களும் உண்டு.

'இது அட்டைப்பூச்சி சமூகம் மயில். தேவையான அளவுக்கு உறிஞ்சிக்கிட்டு துப்பிடுவாங்க. பழகிடுச்சி' என்று பாரா சொல்லுவான். இடையில் சில வருடங்கள் அவனுக்குத் திரைக்கதை எழுத எங்கும் வாய்ப்புக் கிடைக்காதிருந்தது. அந்நாள்களில் வெறி பிடித்தாற்போல் தினமும் ஏதேனும் ஒரு

கோயிலுக்குப் போய்க்கொண்டிருந்தான். 'வேற யார்ட்ட நான் சண்ட போட முடியும்? என்னை எழுத வெச்சி இங்க அனுப்பித் தொலைச்சவனத்தானே சட்டைய பிடிக்க முடியும்?' என்று உணர்ச்சிமயமாகக் கேட்பான். இந்த வசனத்தைக்கூட அவன் வேறு வேறு வடிவங்களில் நிறைய காட்சிகளில் இடம்பெறச் செய்திருக்கிறான்.

ஒரு வருடத்துக்கு முன்னால் மயில்சாமிக்கு ஒரு தொடரில் பணியாற்றும் வாய்ப்புக் கிடைத்தது. அவனும் பல மாதங்கள் வாய்ப்பின்றி சும்மாதான் இருந்தான். கடுமையான முயற்சி களுக்குப் பிறகு அவனுக்குக் கிடைத்த அந்தத் தொடருக்கு யாரை வசனம் எழுத வைக்கலாம் என்ற பேச்சு வந்தபோது மயில் தற்செயலாகப் பாராவின் பெயரைச் சொன்னான்.

'அவரு ஸ்க்ரீன்ப்ளேதானே பண்ணுவாரு?' என்று தயாரிப்பாளர் சொன்னார்.

'வசனமும் எழுதுவார் சார். இப்ப அவர் வேற எந்த ப்ராஜக்டும் பண்ணலை. கேட்டுப் பாக்கலாம்' என்று மயில்சாமி சொன்னான்.

அது ஒரு பகல் நேரத் தொடர். ஒருநாள் ஒளிபரப்புக்கான பகுதியை மொத்தமாக முப்பத்தி ஐயாயிரம் ரூபாயில் எடுத்துக் கொடுத்து விட வேண்டும் என்று தயாரிப்பாளர் சொல்லியிருந்தார். நடிப்பவர்கள் சம்பளம், இயக்குநர், ஒளிப்பதிவாளர், எழுத்தாளர் தொடங்கிலைட்மேன்சம்பளம் வரை. சாப்பாட்டுச் செலவு முதல் படப்பிடிப்புத் தள வாடகை வரை. அதற்குள் முடிக்காவிட்டால் கட்டுப்படி ஆகாது என்பதற்கு அவர் சொன்ன கணக்குகள் யாருக்கும் அவ்வளவாகப் புரியவில்லை. ஆனால், வாய்ப்பு களற்று சுற்றிக்கொண்டிருப்பதைக் காட்டிலும் கிடைக்கிற வேலையில் ஒட்டிக்கொள்வது நல்லது என்று எல்லோருமே நினைத்தார்கள்.

குறைந்த சம்பளத்துக்கு வேலை செய்ய வரக்கூடியவர்கள் யார் யார் என்று ஒரு பட்டியல் தயாரிக்கப்பட்டது. ஒரு காலத்தில் கொடி கட்டிப் பறந்துவிட்டு இப்போது ஓய்வில் இருக்கும் கலைஞர்களும் தொழில்நுட்பக் கலைஞர்களும் நினைவுகூரப் பட்டபோதுதான் மயில்சாமி பாராவின் பெயரைச் சொன்னான்.

'சரி, பேசிப் பாருங்க' என்று தயாரிப்பாளர் சொன்னார்.

'வசனம் மட்டுமா?' என்று முதலில் யோசித்த பாரா, பிறகு ஒப்புக்கொண்டான். திரைக்கதை எழுதவிருந்த வினாயகம் ஏதோ

ஒரு கட்டத்தில் பாராவின் உதவியாளனாக இருந்தவன் என்பதெல்லாம் அப்போது மயில்சாமிக்குத் தெரியாது. பாராதான் வசனம் எழுதுகிறான் என்று வினாயகத்திடம் சொன்னபோது அவன் சற்றுத் தயங்கினான். 'ஸ்கிரீன் ப்ளே நான் பண்றேன்னு சொன்னிங்களா?' என்று கேட்டான்.

'சொன்னேன் சார்.'

'என்ன சொன்னாரு?'

'நீங்க நல்லா பண்ணுவிங்கன்னு சொன்னார் சார்.'

அதற்குமேல் வினாயகம் ஏதும் கேட்டுக்கொள்ளவில்லை. பூஜையின்போது வினாயகமும் பாராவும் பல காலம் கழித்து சந்தித்த நண்பர்கள்போலக் கட்டியணைத்து நலம் விசாரித்துக் கொண்டார்கள். இந்தத் தொடரை ஒரு சிறந்த வெற்றித் தொடராகத் தங்கள் கூட்டணி ஆக்கிக் கொடுக்கும் என்று தயாரிப்பாளரிடம் சொன்னார்கள்.

'எல்லாரும் திருட்டுப் பசங்க மயில்' என்று பாரா சொன்னான். மயில்சாமியின் மனைவி கொண்டுவந்து கொடுத்த காப்பியை ஆற்றி அருந்தியபடியே அவன் பேசினான். 'ப்ரொட்யூசருக்கு டைரக்டர் மேல சந்தேகம். டைரக்டருக்கு வினாயகம் மேல சந்தேகம். வினாயகம் என்னை மாட்டிவிட்டுட்டு தான் ஒதுங்கிக்கப் பாக்கறாரு. வெறுத்துப் போச்சு மயில். அதான் விட்டுட்டேன்' என்று பாரா சொன்னான்.

மயில்சாமி எதுவும் பேசவில்லை. இந்தத் துறையில் அவன் பார்க்காதது இல்லை. எல்லாத் தரப்பு மனிதர்களையும் நெருக்கமாக கவனிக்கக்கூடிய உயரத்தில் ஒரு திரிசங்குத் தளத்தில் அவன் பணியாற்றிக்கொண்டிருந்தான். ஒரு கட்டத்தில் போதும் என்று முடிவு செய்துவிட்டு, விருகம்பாக்கத்தில் இருந்து பல்லாவரத்துக்கு வீட்டை மாற்றிக்கொண்டு வந்து சேர்ந்திருந்தான். தான் வேலையை விட்டு விலகியதையோ, வீடு மாற்றிக்கொண்டு சென்றதையோ யாரிடமும் அவன் சொல்லி யிருக்கவில்லை. அதற்கு அவசியமில்லை என்று நினைத் திருந்தான். தற்செயலாக ஒருநாள் சந்திக்க நேர்ந்த சீதாராமனின் மனைவிக்குத் தனது புதிய முகவரியைக் கொடுத்ததன் விளைவுதான் இன்றைக்கு இவன் இங்கு வந்திருக்கிறான் என்பது அவனுக்குப் புரிந்தது.

‘விடுங்க சார். இன்னொரு ப்ராஜக்ட் கிடைக்காமலா போயிடும்?’ என்று மயில்சாமி சொன்னான்.

பாரா சிரித்தான். ‘இல்லை மயில். நான் இனிமே சீரியலுக்கு எழுதறதா இல்லை. அலுத்துடுச்சி’ என்று சொன்னான்.

‘சினிமாவுக்குப் போகப் போறிங்களா?’

‘உங்களையும் என்னையும் யாரு சினிமாவுல கூப்புடுறாங்க? அதெல்லாம் ஒண்ணும் இல்ல. ஒரு நாவல் எழுதப் போறேன். அதுவும் உங்களை வெச்சி.’

மயில்சாமிக்கு இது வியப்பாக இருந்தது. தன்னை வைத்து ஒரு நாவல் எழுதும் அளவுக்கு என்ன இருக்கிறது? அவன் வேலை பார்த்த தொடர்களின் டைட்டில் கார்ட்களில்கூட அவன் பெயர் அதிகம் இடம் பெற்றதில்லை. பிரத்தியேக அடையாளங்கள் அற்ற நூற்றுக்கணக்கானவர்களுள் ஒருவனாக அவனும் சில காலம் இருந்திருக்கிறான் என்பதைத் தவிர, ஒரு கதையின் நாயகனாகும் தகுதியெல்லாம் தனக்கு எப்படி வரும்?

பாரா சிரித்தான். ‘எழுதறேன், படிச்சிப் பாருங்க’ என்று சொன்னான். ‘இந்த சீரியல் எனக்குக் கிடைக்க நீங்க காரணமா இருந்திங்கன்றது மட்டும் காரணம் இல்லை மயில். வேலை பார்த்த நாள்ள உங்ககிட்ட மட்டும்தான் வெளிப்படையா பேச முடிஞ்சிது என்னால. நீங்க மட்டும்தான் கடைசிவரை மனுசனா இருந்திங்க.’

மயில்சாமிக்குச் சங்கடமாக இருந்தது. பாரா சாதாரணமாகப் பேசினாலே அவனுக்கு வசனம் சொல்வது போலத்தான் ஒலித்தது. சிரித்து விடுவோமோ என்ற அச்சத்துடனேயே கேட்டுக் கொள்ள வேண்டியிருந்தது. ஆனால் மதனந்தபுரத்தில் இருந்து பல்லாவரம் வரை தேடி வந்து பேசுகிற மனிதனின் உணர்ச்சிக்கு மரியாதை கொடுத்தாக வேண்டும்.

‘சரி, எழுதுங்க’ என்று அவனும் சிரித்துக்கொண்டே சொன்னான்.

•

நான் பூனை. இந்தக் கதையின் உரிமையாளன். என் நெஞ்சைக் கல்லாக்கிக்கொண்டு இந்த இடத்தில் என் கதையைச் சற்றுத் தள்ளி வைக்கிறேன். மீண்டும் மீண்டும் கலைஞர்களிடம் நான்

தோற்றுப்போவது என்னால் சகிக்க முடியாததாக இருக்கிறது. எத்தனை உன்னதமானதொரு புத்தகத்தை எழுத்தில் வடிக்கும் பொறுப்பை நான் பாராவிடம் கொடுத்தேன்! எந்தக் காலத்துக்குமான கலைக்கோபுரங்களை உருவாக்கிக்கொண்டே போவதற்கான எண்ணற்ற சாத்தியங்களை உள்ளடக்கிய ஒரு பேரற்புதம். அவனுக்கு அதன் மகத்துவம் புரியவில்லை. காதில் கேட்ட சொற்களை வைத்துக்கொண்டு உடனே அதைக் காசாக்கிவிடத்தான் வழி தேடினான்.

என் ஆற்றாமை, என் கோபம், என் தோல்வியுணர்ச்சி எல்லா வற்றையும் ஒன்று திரட்டி விதியின் கரிய நிழலுருவமாக அவன்மீது நான் எய்தேன். உண்மையில் அது அவன் விதியல்ல. அவன் ஒரு கலைஞன். பெரும் கலைஞனாக அடையாளம் காணப்பட்டிருக்க வேண்டியவன். அது நடந்துவிடக் கூடாது என்ற முடிவுடன் நான் திட்டமிட்டு என் தீர்ப்பை விதிக்கு முன்னதாக அவன் வாழ்வோடு இணைத்து வைத்தேன். அதன் விளைவாகவே அவன் இருநூறு எபிசோட் எழுத்தாளன் என்று அழைக்கப்பட்டான்.

அவன் எழுத ஆரம்பித்த முதல் தொடரில் இருந்து விலக்கப் பட்டது முதல், மயில்சாமியின் மூலம் கிடைத்த நெடுந்தொடரில் இருந்து அவனாக விலகியது வரை நான் எழுதிய தீர்ப்புதான். ஆனாலும் அவனுக்கு இன்னொரு வாய்ப்பு கிடைக்காமல் போகாது. இன்னொரு இருநூறு எபிசோடுகள். அதன்பின் அதுவும் நிற்கும். வேறொரு நெடுந்தொடருக்கு மாறுவான். அங்கும் இருநூறு. அப்படியே அவன் வாழ்நாளை முடித்துக்கொண்டு விடலாம்.

ஆனால் மயில்சாமியை மையமாக வைத்து நாவல் எழுதப் போவதாகச் சொன்னான் பாருங்கள். அங்குதான் நான் சிதறிப் போனேன். என் நிதானம் முற்றிலுமாக என்னைக் கைவிட்டு விட்டது. நான் ஆணையிட்ட புத்தகத்தை எழுதுவது பற்றி இப்போதுகூட யோசனை வராதவன் ஒரு நாவல் எழுதி என்ன கிழித்துவிடப் போகிறான்?

நெடுந்தொடர் உலகில் ஒரு ஷெட்யூல் டைரக்டரின் வாழ்க்கை. அது வண்ணமற்றது. வடிவமற்றது. வாசனையில்லாதது. தவிர, நான் அளித்த ஒரு மகத்தான கலைவடிவத்தின் மலினப் பதிப்பில் உழன்றுகொண்டிருக்கிற ஒருவனின் கதை.

அவன் மயில்சாமியிடம் சொன்னான், 'நான் இந்த நாவலை எழுதி முடித்ததும் ஒரு பூனைக்கு சமர்ப்பணம் செய்யப் போகிறேன்.'

அழகிய நாயகிபுரத்து நிலவறையில் நான் கடைசியாகக் கொன்று உட்கொண்ட இரண்டு எலிகளுக்குப் பிறகு முன்னூறு ஆண்டுகளாக எதுவுமே சாப்பிடவில்லை என்று சொன்னேன் அல்லவா? அந்த விரதத்தை இவனை உட்கொண்டு முடித்துக் கொள்ளலாம் என்று முடிவு செய்தேன்.

பாரா அந்த நாவலை எழுதி முடிக்கும்வரை அமைதியாகக் காத்திருந்தேன். நான் தடுக்கவில்லை. மாறாக, அவன் எழுதுவதற்கு எந்த இடையூறும் வந்துவிடாமல் அவனை நான் பாதுகாத்தேன். மூன்று மாதங்கள் இரவு பகலாக அமர்ந்து அவன் அதை எழுதினான். கடுமையான முதுகுவலி, தாங்க முடியாத கழுத்து வலி, அடிக்கடிக் கால்கள் மரத்துப் போய் அவதிப்பட்டது, நள்ளிரவெல்லாம் கண்களில் யாரோ நெருப்பு வைத்துவிட்ட மாதிரி பற்றி எரிந்து நீராகக் கொட்டியது - இன்னும் எத்தனையோ உடல் உபாதைகளை சகித்துக்கொண்டுதான் அவன் எழுதினான்.

வேலை பார்த்த தொடரில் இறுதியாகக் கிடைத்த சம்பளம் மட்டும்தான் அவன் கைவசம் இருந்தது. அதைத்தான் சிக்கனமாகச் செலவு செய்து வாழ்ந்துகொண்டிருந்தான். அந்த நாவலை முடித்து வெளியிடுவதன் மூலம் அதுவரை அறியப்படாத ஒரு புதிய உலகத்தின் வாசல்களை வாசகர்களுக்குத் திறந்து வைக்க அவன் திட்டமிட்டிருந்தான். சட்டென்று ஒரு கவனம். இலக்கிய அங்கீகாரம். நான்கு மதிப்புரைகள். இரண்டு பாராட்டு விழாக்கள். மேடைகள், சால்வைகள், செய்தித் தாளில் புகைப்படம்.

தனது இன்னொரு பரிமாணத்தை இந்த உலகத்துக்குக் காட்டு வதற்கு அவன் திட்டமிட்டிருந்ததை நான் அறிவேன். நானும் அதையேதான் உத்தேசித்திருந்தேன். இன்னொரு பரிமாணம்.

சரியாக மூன்று மாதங்கள். அவன் எழுதி முடிக்கப் போகிற நாள் அன்றைக்கு வந்தது. நான் அவன் வீட்டுக்குப் போனேன். நான் உள்ளே நுழைந்தது அவனுக்குத் தெரியாது. தனது நாவலின் கடைசி அத்தியாயத்தை எழுதுவதில் அவன் மும்முரமாக இருந்தான். சுமார் ஒன்றரை மணி நேரம் குனிந்த தலை நிமிராமல் எழுதிக்கொண்டே இருந்தான். பிறகு சோம்பல் முறித்தான். எழுந்து கை கால்களை ஒருமுறை உதறிக்கொண்டான். சிறுநீர் கழிப்பதற்காகக் கழிவறைக்குப் போனான்.

எனக்கு அந்த இடைவெளி போதுமானதாக இருந்தது. மேசையின் மீது தாவி ஏறி, அவன் எழுதிவைத்திருந்த பக்கங்களை அப்படியே அள்ளி எடுத்தேன். என் வெறுமையின், என் வேதனையின், என்

ஆக்ரோஷத்தின் ஆணிவேரை உலுக்கி வெளியே எடுத்தேன். அதை ஒரு தீப்பொறியாக்கி என் கண்களின் வழியே அந்த நாவலின் பக்கங்களின்மீது படரவிட்டேன்.

தீ மெல்லப் பரவ ஆரம்பித்தது. கணப் பொழுதில் வேகமெடுத்தது.

சட்டென்று கதவு திறந்து பாரா வெளியே வந்தான். ஒரு கணம்தான். என்னையும் என் கரங்களில் எரிந்துகொண்டிருந்த அவனது நாவல் பிரதியையும் கண்டு குலைநடுங்கிப் போனான். ஐயோ என்று அடி வயிற்றில் இருந்து அலறிக்கொண்டு பாய்ந்து வந்து அதைப் பிடுங்கப் பார்த்தான்.

நான் அவனைத் தள்ளிவிட்டேன். அவன் விடாமல் மூர்க்கமாக என்னைத் தாக்கத் தொடங்கினான். எனக்கு அவனோடு சண்டை போடுவது பிடிக்கவில்லை. என்னுடன் மோதுமளவுக்கு அவன் தரம் வாய்ந்தவனோ, தகுதி கொண்டவனோ அல்ல. தவிரவும் கலைஞர்களின்மீது நான் எப்போதுமே வன்முறையைப் பிரயோகிக்க விரும்புவதில்லை.

எனவே எரிந்துகொண்டிருந்த தாள்களில் ஒரு பகுதியை உருவி அவனை நோக்கி விட்டெறிந்தேன். அவன் நெருப்பை அணைத்து, பக்கங்களைக் காப்பாற்றும் முனைப்பில் என்னை மறந்துவிட, எரியாது மிச்சமிருந்த பக்கங்களுடன் நான் வெளியேறிச் சென்றுவிட்டேன்.

அடுத்தப் பக்கத்தில் இருந்து நீங்கள் படிக்கப் போவது அதனைத்தான். பாரா எழுதிய மயில்சாமியின் கதை. அது முழு நாவல் அல்ல. ஒரு நாவலின் சில பக்கங்கள் மட்டுமே. அவன் எம்மாதிரியான அத்தியாய வரிசையை உத்தேசித்திருந்தான் என்று எனக்குத் தெரியாது. என்னிடம் எஞ்சிய பக்கங்களை என் இஷ்டத்துக்கு நான் ஒரு வரிசையில் அமைத்துக் கொடுத்திருக் கிறேன்.

முதலில் அதைப் படியுங்கள். ஏன் படிக்கச் சொன்னேன் என்று அப்புறம் சொல்கிறேன்.

பாரா எழுதிய
மயில்சாமி கதைகள்
அல்லது
மலச்சிக்கலில் இருந்து விடுதலை

1. ஆறு ரவுண்ட் பிராந்திக்குப் பின் பூஜை

மயில்சாமி நாலு மணிக்கு அலாரம் வைத்திருந்தான். அது நிச்சயம் அடித்திருக்கத்தான் வேண்டும். சிவமணி கூப்பிட்டானே என்று இரவு குடிக்கப் போனது தவறாகிவிட்டது. இரண்டு ரவுண்ட் என்று முதலில் ஆரம்பித்து, அது நான்காகி, ஐந்தாகி, ஆறில் போய் முடியவே இரவு பதினொன்றரைக்கு மேல் ஆகிவிட்டது. 'வீட்டுக்குப் போயிடுவியா இல்ல இங்கயே படுத்துக்கறியா?' என்று சிவமணி கேட்டான்.

'இல்ல, போயிடுறேன். காலைல வண்டி வந்துரும்' என்று சொல்லிவிட்டுக் கிளம்பினான். அப்படிச் சொல்லிவிட்டுக் கிளம்பியது மகிழ்ச்சியாக இருந்தது. சம்பளம் வருகிறதோ இல்லையோ. காலை ஐந்து ஐந்தரைக்கு வீட்டு வாசலில் வண்டி வந்து ஹார்ன் அடித்துவிட்டால் போதும். அது ஒரு பாதுகாப் புணர்வைக் கொடுத்துவிடுகிறது. வேலை இருக்கிறது. எப்படியும் சம்பளமும் இருக்கும். இம்மாதக் கடைசி. அல்லது அடுத்த மாதக் கடைசி. எப்படியும் வந்துவிடும். சம்பளம் வராமலே போனாலும் தினசரி பேட்டா நிச்சயம். நூறு ரூபாய் பெரிய தொகை இல்லைதான். ஆனால் ஒரு தனி மனிதன் ஒருநாள் வாழ்வதற்கு அது போதுமான தொகையே.

எப்போதாவது பேட்டா பணம் வாங்கியதும் குடித்தால் என்ன என்று நினைப்பான். தினமும் இல்லை. என்றைக்காவது. உடனே அது தவறு என்று தோன்றும். திருமணத்துக்கு முன்பென்றால்

பரவாயில்லை. மணமான ஒருவன் வருகிற சொற்ப வருவாயைக் குடித்துத் தீர்ப்பது சரியில்லை என்று தோன்றும். அது குடிகாரனின் இயல்பு. நான் குடிகாரனில்லை என்று தனக்குத்தானே சொல்லிக் கொள்வான். மனோன்மணியும் அதைத்தான் சொல்லியிருந்தாள். என்றைக்காவது குடித்தால் பரவாயில்லை. தினசரிப் பழக்கமாகி விடக் கூடாது.

நல்ல மனைவி அமைவது ஓர் அதிர்ஷ்டம். துரதிருஷ்டவசமாகப் பெண்களுக்குப் பெரும்பாலும் நல்ல கணவன் அமையாது போய்விடுகிறார்கள் என்று மயில்சாமிக்குத் தோன்றியது. கண்ணுக்கெட்டிய தொலைவில் இவன் நல்லவன் என்று சொல்லத்தக்க ஒருவனைக்கூடத் தான் இன்னும் சந்திக்கவில்லை என்று அடிக்கடி நினைத்துக்கொள்வான். அந்தப் பட்டியலில் கடைசியில் தன்னையும் அவன் சேர்த்துக்கொள்ளத் தவறுவதில்லை.

நடக்க சிரமமாக இருந்தது. கால்கள் அடிக்கடி ஒன்றோடொன்று இடித்துக்கொண்டன. இருந்தாலும் நான் சரியாகத்தான் இருக்கிறேன் என்று மயில்சாமி நினைத்துக்கொண்டான். அனுபவித்துக் குடிக்க வேண்டும்; குடித்துவிட்டு போதையை அனுபவிக்க வேண்டும் என்று ஒவ்வொரு முறையும் நினைத்துக் கொள்வதுதான். ஆனால் எந்நாளும் அது முடிந்ததில்லை. சரியாக இருக்கிறோமா என்ற எண்ணத்திலேயே பெரும்பாலும் போதைப் பொழுதுகள் கழிந்துவிடுகின்றன. அந்த யோசனை விலகிச் செல்லும்போது உறக்கம் வந்துவிடுகிறது. உறக்கம் ஒன்றே விடுதலையாகவும் இருக்கிறது.

'அப்ப எதுக்குக் கருமத்த குடிக்கற? வயிறு நிறைய சோத்த தின்னுட்டுப் படுத்தாலே தூக்கம் வந்துடுமே?' என்று மனோன்மணி சொல்வாள். அதுவும் சரிதான் என்று தோன்றும். ஆனால் ஒப்புக்கொண்டதில்லை. என்றைக்காவது ஒருநாள் போதையை மட்டும் அனுபவிக்கும் விதமான சந்தர்ப்பம் கிடைக்கும் என்றுதான் அவனுக்குத் தோன்றியது. அன்றைக்கு நான்கு மணிக்கு அலாரம் வைக்க வேண்டிய அவசியம் இருக்காது. வண்டி வராவிட்டால் என்ன செய்ய என்ற கவலையும் இருக்காது.

மயில்சாமி வீட்டை அடைந்து பூட்டைத் திறக்கும்போது சிக்கலாகிவிட்டது. அக்கம்பக்கத்து வீடுகள் எதிலும் வாசல் விளக்கு எரியவில்லை. தெரு விளக்கு ஆறு மாதங்களுக்கு முன்பு எரிந்த நினைவு. தவறு செய்துவிட்டோம். கிளம்பும் முன் வாசல் விளக்கைப் போட்டுவிட்டுப் போயிருக்கலாம் என்று

மயில்சாமிக்குத் தோன்றியது. ஆனால் பகலில் கிளம்பும்போது பெரும்பாலும் விளக்கைப் போட்டு வைத்துவிட்டுப் போகத் தோன்றுவதில்லை. மின்சாரம் வீண் என்ற எண்ணம். யாராவது எலக்டிரீஷியனைக் கூப்பிட்டு வாசல் விளக்கின் ஸ்விட்சை வாசலிலேயே மாற்றி வைக்கச் சொல்ல வேண்டும் என்று நினைத்துக்கொண்டான்.

எத்தனை முறை சாவியைச் சரியாக நுழைத்தாலும் அது பூட்டுக்குள் போகாமல் பூட்டின் இடப்புறம் அல்லது வலப்புறமே போய்க்கொண்டிருந்தது. அப்புறம் எப்படி அது சரியாக நுழைப்பதாகும்? இரவு முழுதும் பூட்டைத் திறக்கும் போராட்டத்திலேயே கழிந்துவிடப் போகிறதா? சிறிது நேரம் யோசித்து, பாக்கெட்டில் இருந்து மொபைல் போனை எடுத்தான். அதன் டார்ச் லைட்டைத் தேடிப் போட்டு, அந்த வெளிச்சத்தில் பூட்டைத் திறக்கப் பார்த்தான். இதை முதலிலேயே செய்திருக் கலாம். எலக்டிரீஷியனைக் கூப்பிட்டு ஸ்விட்சை மாற்றச் சொல்ல வேண்டும் என்று தோன்றியதற்கு பதில் இது தோன்றி யிருக்கலாம். குடி இப்படித்தான் வேண்டாத சிந்தனைகளை முன்னால் தள்ளி விடுகிறது. நல்ல சரக்காகக் குடித்தால் ஒருவேளை யோசனை சரியாக வருமோ என்னமோ. நூற்று நாற்பது ரூபாய் சரக்குக்குமேல் என்றைக்குமே ருசி பார்த்ததில்லை. அவ்வளவுதான் முடியும். அவனுக்கும் சரி, அவன் நண்பர்களுக்கும் சரி.

உள்ளே வந்து சட்டை பேண்டைக் கழட்டலாமா அப்படியே படுத்துவிடுவதா என்று சில வினாடிகள் யோசித்தான். அப்படியே படுத்துக்கொண்டான். யார் இருக்கிறார்கள்? யார் கேட்கப் போகிறார்கள்? மனோ ஊருக்குப் போய் இருபது நாள்கள் ஆகின்றன. அவள் இருந்தால் இப்படிப் படுக்க விடமாட்டாள். உடை மாற்றுவதோடுகூட கை, கால், முகம் கழுவி தலைவாரிக் கொண்டுதான் அவளுக்குப் படுக்க வேண்டும். ‘போத கலைஞ்சிரும்டி’ என்று கெஞ்சினாலும் விடமாட்டாள். தன் நாற்றம் தனக்குத் தெரிவதில்லை பெரும்பாலும். அலாரம் வைத்துவிட்டுப் படுத்ததும் மனோன்மணிக்கு போன் செய்தால் என்ன என்று தோன்றியது. சொல்லலாம். நாளை முதல் புதிய ப்ராஜக்ட் ஆரம்பமாகிறது. புண்டரீகாட்சன் சாருடைய கம்பெனி. சம்பளம் அதிகம் தரமாட்டார் என்றாலும் சரியாகத் தந்துவிடுபவர் என்று பெயரெடுத்தவர்.

‘ஆறு மாசம் முன்ன ஆரம்பிக்கறதா சொல்லிட்டுக் காணாமப் போனாரே, அவர்தானே? நடக்கட்டும் பாப்போம்’ என்று சொல்லுவாள். மனோன்மணியை அவனுக்குக் கோபித்துக் கொள்ளவே தோன்றாது. தன்னைக் கணவனாகச் சகித்துக் கொள்ளும் ஒரே காரணத்துக்காக அவள் என்ன சொன்னாலும் அமைதியாகக் கேட்டுக்கொள்ளலாம் என்று நினைப்பான்.

ஆனால் நடக்கிற அனைத்தும் அவள் குத்திக்காட்டுகிறபடியாகத் தான் நடக்கின்றன. திட்டமிட்டபடி எதுவும் நடப்பதில்லை அல்லது யாரோ வகுக்கும் திட்டங்களில் தன் வாழ்க்கையைச் சொருகிக்கொள்ள வேண்டியதிருக்கிறது. அநேகமாக எல்லாருக்கும் இப்படித்தான் இருக்கும். அவரவர் உலகத்தில் அவரவர் உருவமே உச்சவிகாரத் தோற்றம் கொண்டு தென்படுகிறது.

போன் செய்ய வேண்டாம் என்று முடிவு செய்து தலைமாட்டில் போனை வைத்துக்கொண்டு படுத்தான். நாலு மணிக்கு எழுந்தால்தான் சரியாக இருக்கும் என்று தோன்றியது. நிதானமாக டாய்லெட் போய்விட்டு, நன்கு குளித்து, அலங்கரித்துக்கொண்டு, இரண்டு நிமிடம் சாமி படங்களின்முன் கைகூப்பி நின்றால்கூடத் தேவலை. பூஜையறையில் மனோன்மணி ஏராளமான தெய்வங்களின் படங்களை வாங்கி மாட்டிவைத்திருக்கிறாள். ஒன்று மறந்தாலும் இன்னொன்று வரமோ வாய்ப்போ கொடுக்காமல் போய்விடாதென்ற நம்பிக்கை.

‘சும்மா புலம்பிட்டே இருக்காத. இந்த ஃபீல்ட் இப்படித்தான்னு தெரிஞ்சிதானே போன? வாய்ப்பு வர்ற வரைக்கும் அமைதியா இரு. உருப்படியா எதாவது எழுது’ என்பாள் மனோன்மணி. எழுதலாம். அவனிடம் இரண்டு மூன்று கதைகள் இருந்தன. செண்டிமெண்டுகள் நிறைந்த குடும்பக் கதை ஒன்று. அம்மன், பாம்பு, பேய்கள் நிறைந்த ஆன்மிக திகில் கதை ஒன்று. அது வார இறுதித் தொடர்களுக்கானது. எப்போது யார் கேட்பார்கள் என்று தெரியாது. எதற்கும் இருக்கட்டும் என்று யோசித்து வைத்திருந்தான். இன்னொன்று பட்ஜெட் கதை. காலை நேரத் தொடர்களுக்கானது. இரண்டே லொக்கேஷன்களில் நடக்கிற கதை. ஒரு எபிசோடுக்கு ஐம்பதாயிரம் போதும்.

நெடுந்தொடர்களுக்கு இயக்குநர்கள் கதை சொல்ல வேண்டிய தில்லைதான். பெரும்பாலும் கம்பெனிகளே யாரிடமாவது கதை வாங்கி வைத்திருக்கும். ஆனால் நான் இயக்குநர் என்று சொல்லிக் கொண்டு உள்ளே போகவாவது சில கதைகள் கைவசம் இருக்க

வேண்டும். மயில்சாமி யோசித்து வைத்திருந்த கதைகளில் ஒன்றை மனோன்மணியிடம் ஒரு சமயம் சொன்னான். 'நல்லாத்தான் இருக்கு. ஆனா சின்னதா இருக்கே' என்றாள்.

'இது சினாப்சிஸ்தான் மனோ. உக்காந்து எழுதினா சரியா வந்துரும். கான்செப்ட் ஓகேவா சொல்லு.'

'உக்காந்து எழுதவேண்டியதுதானே?'

அவனுக்கு அதற்குத்தான் நேரம் அமையாமல் இருந்தது. வேலை இருக்கும் தினங்களில் இரவு வீடு வரவே பதினொரு மணியாகிவிடும். சாப்பிட்டுவிட்டுப் படுத்தால் பிணம் போலாகி விடுவான். காலை எழுந்ததும் ஓடவே சரியாக இருக்கும். வேலை போய் வீட்டில் இருக்கும் நாள்களில் அடுத்த வேலையைத் தேடவே நேரம் சரியாக இருக்கும். வரிசையாக ஒவ்வொரு ப்ரொடக்?ஷன் மேனேஜரையும் தேடிப் போவான். 'அண்ணே, ஃப்ரீயா இருக்கேண்ணே. எதாவது இருந்தா சொல்லுங்க.'

'ஷெட்யூலுக்குத்தானே? எதாவது ஒரு கம்பெனில போய் உக்காந்துரு மயிலு. அதான் சேஃப் ஒனக்கு. இப்பல்லாம் டைரக்டருங்க வரும்போதே தன்னோட ஷெட்யூல் டைரக்டர்னு ஒருத்தன கூட்டிக்கிட்டுத்தான் வராங்க. வேற ஆளுன்னா கண்டிசனா வேணான்னுடறாங்க.'

தான் ஏன் ஷெட்யூலில் மாட்டிக்கொண்டோம் என்று மயில்சாமிக்குப் புரிந்ததே இல்லை. அது அவன் விரும்பி ஏற்ற பொறுப்பல்ல. தற்செயலாக ஒரு சமயம் கிடைத்த வேலை. 'பத்து நாள்தான் மயிலு. டைரக்டரோட ஆளு கல்யாணம் கட்டிக்கப் போயிட்டான். அவன் வர்ற வரைக்கும் நீ ஷெட்யூல் பாக்கறியா? பத்து நாள் சம்பளம் நான் வாங்கிக் குடுத்துடறேன்' என்றார் அந்த கம்பெனியின் ப்ரொடக்?ஷன் மேனேஜர். ஒன்றுமில்லாமல் இருப்பதற்கு இதைச் செய்யலாம் என்று ஆரம்பித்தது.

ஒன்லைன் கைக்கு வந்ததும் லொக்கேஷன் வாரியாகக் காட்சிகளைப் பிரித்து ஒரு பேப்பரில் எழுதவேண்டும். பிறகு ஒவ்வொரு காட்சிக்கும் யார் யார் நடிக நடிகையர் என்று லைனைப் படித்துத் தனியே எழுதவேண்டும். ஷூட்டிங் தேதியைத் தீர்மானித்துவிட்டு ஒவ்வொருவருக்காக போன் செய்து விவரம் சொல்ல வேண்டும். எல்லோரும் யோசிக்காமல் முதலில் சொல்லும் பதில், 'அன்னிக்கு டேட் இல்லண்ணே' என்பதாகதான் இருக்கும். 'சரி, வேற என்னிக்கி முடியும் சொல்லுங்க' என்று

கேட்டுக் குறித்துக்கொள்ள வேண்டும். முதல் நபரிடம் வாங்கிய தேதியை அத்தனை பேருக்கும் சொல்லி, அவர்களது சம்மதத்தைப் பெற வேண்டும்.

அதன்பிறகு லொக்கேஷன். குறிப்பிட்ட தேதியில் அந்த வீடு இருக்கிறதா என்று கேட்க வேண்டும். வேறு ஏதாவது படப்பிடிக்கு விட்டிருந்தார்கள் என்றால் முடிந்தது கதை. அந்த கம்பெனியின் மேனேஜரைத் தொடர்பு கொண்டு வேறொரு நாளைக்கு மாற்றிக்கொள்ளச் சொல்லிப் போராட வேண்டும். மாதத்துக்கு இருபத்தி ஆறு எபிசோடுகள். பதினைந்து நாள்களில் படப்பிடிப்பை முடிக்க வேண்டும். அதில் எட்டு நாள் இரண்டு யூனிட் படப்பிடிப்பு. மொத்த நடிகைகளின் தேதிகளையும் வாங்கி, இடங்களை உறுதி செய்து எழுதிக் கொடுத்துவிட்டால் வேலை முடிந்துவிடும். ஆனால் என்றைக்குமே இந்த வேலையை முன்னதாகச் செய்து முடிக்க முடிந்ததில்லை.

அசிஸ்டெண்ட் டைரக்டர் சீதாராமன் சொல்லுவான், 'அண்ணே இது டெய்லி. அன்னன்னிக்குத்தான் அன்னன்னைய சாப்பாட்ட சாப்ட முடியும். மொத்தமா ஒரே நாள்ள தின்னுட்டு மாசம்பூரா பட்னி இருக்க முடியாதுண்ணே.'

'ஆனா கம்பெனிங்க ஒத்துக்க மாட்டேங்குதே. ஷெட்யூல மொதல்ல குடு, மொதல்ல குடுன்னு சாவடிக்கறாங்க சீத்தா. குத்துமதிப்பா ஒண்ண போட்டுக் குடுத்துரலாம்னு வையி. ஆனா டெய்லி மாறிட்டே இருக்கும். அதுக்கு நான் விளக்கம் குடுத்துட்டே இருக்கணும். கொல்றாங்கடா.'

'புரியுதுண்ணே.. ஆனா என்ன பண்ணமுடியும்? முன்னல்லாம் எனக்கு எப்ப டேட்டு, எப்ப டேட்டுன்னு ஒவ்வொருத்தியும் போன போட்டு நம்மள நச்சரிச்சிக்கிட்டே இருப்பாளுக. இப்ப யாருமே ஃப்ரீயா இல்லன்றாங்க.'

'நிறைய சேனல் வந்துருச்சில்ல? எல்லாத்துலயும் சீரியல்தானே ஓடுது? வாழட்டும் மச்சான். அவங்களாச்சும் நல்லாருக்கட்டும்' என்று மயில்சாமி சொன்னான்.

அந்தப் பத்து நாள் அவன் போட்ட ஷெட்யூல் அந்த இயக்கு நருக்குப் பிடித்துப் போனது. ஒரு ஷெட்யூல் டைரக்டரை இயக்குநருக்குப் பிடிக்க வேண்டுமானால் சில விஷயங்கள் செய்ய வேண்டும். நாலைந்து தினங்களாவது இயக்குநரின் வீடு இருக்கும் இடத்துக்குப் பக்கத்தில் ஷூட்டிங் வருவது போலப்

பார்த்துக்கொள்வது அதில் ஒன்று. மதியச் சாப்பாட்டுக்கு வீட்டுக்குப் போய்விட்டு, அப்படியே அரை மணி தூங்கி எழுந்து வருவது எல்லா இயக்குநர்களுக்கும் பிடித்தமான காரியம். அந்த நாலைந்து தினங்கள் முடிந்ததும் சட்டென்று இரண்டு நாள் சென்னையைவிட்டுக் குறைந்தது நூறு கிலோ மீட்டர் தள்ளி ஏதாவது ஒரு லொக்கேஷனைப் பிடிக்க வேண்டும். தடா அருவி. ஏலகிரி. குறைந்தபட்சம் மகாபலிபுரம் டூரிசம் ரிசார்ட். நான்கு நாள் நல்ல பிள்ளையாக வீட்டுக்குப் போய் மதிய உணவு உண்டு, குடும்ப விஷயம் பேசிவிட்டுக் கூடவே வேலையும் பார்க்கும் கணவன் அடுத்த இரு தினங்கள் வெளியூர் போகும்போது மனைவியால் அதிகத் தொந்தரவுகள் இராது. அங்கே அவர் நிம்மதியாகக் குடிக்கலாம். உல்லாசமாக இருக்கலாம். அவுட் டோர் என்றால் எளிய காட்சிகள். ஓடுதல். துரத்துதல். பிடித்தல். தற்கொலை முயற்சிகள். அதிலிருந்து காப்பாற்றுதல். வசனம் அதிகமற்ற காட்சிகளில் ஃபுட்டேஜ் வராது. காட்சி அழகைக் காட்டி சமரசம் செய்ய வேண்டிய இடம் அது.

அதைச் சரியாகச் செய்துவிட்டால் மறுநாள் ப்ரேக். மீண்டும் சென்னை. இரண்டு நாள் கம்பெனி விருப்பத்துக்கு எடுத்துக் கொடுத்துவிட்டு மீண்டும் இயக்குநரின் வீட்டுக்குப் பக்கத்தில் உள்ள கோயிலில் ஒருநாள் ஷெட்யூல் போட்டால் தீர்ந்தது.

'மயில்சாமி நல்லா பண்றாப்ல. அவன போட்டுருங்க ஷெட்யூலுக்கு' என்று அந்த இயக்குநர் தமது அடுத்த சீரியலில் ஆரம்பித்து வைத்ததுதான் அது. ஆரம்பித்த சில நாள்களிலேயே கம்பெனி, இயக்குநரை மாற்றிவிட்டது. அதன்பின் நாலைந்து இயக்குநர்கள் அந்த சீரியலை எடுத்தார்கள். மயில்சாமி மட்டும் இறுதிவரை ஷெட்யூல் போட்டுக் கொடுத்துவிட்டு வெளியே வந்தான். அடுத்த சீரியலுக்கு வாய்ப்பு வந்தபோது ஷெட்யூல் டைரக்டராகத்தான் அழைத்தார்கள். நடிகைகளும் தேதிகளும். வெள்ளைத் தாள்களும் விவரக் குறிப்புகளும்.

'எழுதவே தோணமாட்டேங்குது மனோ' என்று ஒருநாள் வருத்தப்பட்டான்.

'எப்படியாச்சும் எழுதிடு. அவ்ளதான் சொல்லுவேன். இப்படியே ஷெட்யூல் போட்டுக்கிட்டிருந்தன்னா, இதேதான் வாழ்க்கைன்னு ஆயிடும். டைரக்டர் ஆகவே மாட்ட நீ.'

அவள் சொன்னதும் சரிதான். ஆறு வருடங்களாக அவன் ஷெட்யூல் மட்டுமே போட்டுக்கொண்டிருந்தான். இப்போதுதான்

சில இயக்குநர்கள் அவனை நம்பி இரண்டாவது யூனிட் எடுப்பதற்கு அனுமதிக்கிறார்கள். ஆக்?ஷன் காட்சிகள். துரத்தும் காட்சிகள். மகாபலிபுரம் டூரிசம் ரிசார்ட். 'நீ எடுத்துரு மயிலு. தலை வலிக்குது. நான் போய் படுக்கறேன்' என்று இயக்குநர் அறைக்குப் போய்விடுவார். அங்கே அவரது தலைவலி சரியாகிவிடும்.

மயில்சாமி என்னென்னவோ யோசித்துக்கொண்டே இருந்தான். பிறகு தனக்கே தெரியாமல் உறங்கிப் போனான். அலாரம் அடித்தது கேட்கவில்லை. அவன் கண் விழித்துப் பார்த்தபோது மணி நாலே முக்கால் ஆகியிருந்தது. ஐயய்யோ என்று அலறிக்கொண்டு எழவேண்டியதாகிவிட்டது. காப்பி போட்டுக் குடித்துவிட்டு டாய்லெட் போக அவகாசமிருக்கப் போவதில்லை. சட்டென்று ஒரு சொம்பு தண்ணீர் மட்டும் எடுத்து மடமடவென்று குடித்தான். போகிற வேகத்தில் அகப்பட்ட ஒரு புத்தகத்தை எடுத்துக்கொண்டு டாய்லெட்டுக்குள் போய் உட்கார்ந்தான்.

சோதனை மாதிரி வரவேயில்லை. காலை எழுந்ததும் டாய்லெட் போகாவிட்டால் அது நாள் முழுதும் நினைவில் போய்க் கொண்டே இருக்கும். மனோன்மணி இருக்கிற தினங்களில் இவ்வாறு நேர்வதில்லை. அவள் சூடாகக் காப்பி போட்டு வைத்துவிட்டுத்தான் எழுப்புவாள். குடிக்கும்போது இதமாக ஏதாவது பேசுவாள். பெரும்பாலும் அவன் யோசித்து வைத்திருக்கும் கதைகளைப் பற்றி. அவற்றில் அவள் செய்ய நினைக்கும் திருத்தங்கள் பற்றி.

'நீ ஏன் எப்பவும் சீரியல் கதையே யோசிக்கற? சினிமாக்கு ஒண்ணு யோசிச்சிப் பாரேன்?' என்று ஒருநாள் சொன்னாள்.

கேட்பதற்கு எத்தனை மகிழ்ச்சியான சொற்கள்! மயில்சாமி ஒரு காலத்தில் சினிமாவுக்கும் கதைகள் யோசித்திருக்கிறான். இரண்டு படங்களுக்கான முழு திரைக்கதையை எழுதியும் வைத்திருந்தான். அதெல்லாம் சொந்த சந்தோஷத்துக்குத்தானே தவிர, செல்லு படியாகாது என்று புரிவதற்குள் அவனுக்கு மீசையில் நான்கு முடிகள் நரைத்திருந்தன. வெளிவராத இரண்டு படங்களில் உதவி இயக்குநராக வேலை பார்த்த அனுபவம் மட்டும் உதவி செய்தது.

அந்நாள்களில்தான் அவன் குடிக்க ஆரம்பித்தான். எப்போதும் அல்ல. எப்போதாவது. சாப்பாட்டுச் செலவு போக கையில் காசு இருந்தால் தோன்றும்.

ஒன்று வாங்கி இரண்டு நாளைக்குத் திருப்தியாகக் குடிக்க முடியும். ஆனால் மூன்றாம் நாளைக்குக் காசு இருக்குமா என்பது சந்தேகம். அன்றெல்லாம் பசியோடு திரிய முடியாது.

ஏனோ கையில் காசு புழங்கிப் பல மாதங்களாகிவிட்டன. உல்லாசம் என்ற ஒன்று இல்லாத வாழ்க்கையாகவே ஓடிக் கொண்டிருக்கிறது. சமயத்தில் தோன்றும். ஒருநாள் உண்ணா விட்டால் என்ன? வெறுமனே குடித்துவிட்டு ஏதாவது யோசிக்க, எழுத வருகிறதா என்று பார்க்கலாமென்று நினைப்பான். பயமாக இருக்கும்.

வெறும் வயிற்றுக் குடி பல சமயங்களில் அவனை ஓயாமல் வாந்தியெடுக்கச் செய்திருக்கிறது. தலை வலி கொன்று எடுத்துவிடும். அதைக் கூடச் சமாளித்துவிட முடியும். அப்படிக் குடித்த மறுநாள் இடது புறம் வயிற்றுக்கும் நெஞ்சுக்கும் இடையே சுரீர் சுரீரென்று வலிக்கும். அது நெஞ்சு வலிதான் என்று பல சமயம் அஞ்சியிருக்கிறான். ஒருநாள் அப்படி வலி அதிகரித்துக்கொண்டே போக, எப்படியும் இன்றைக்கு இறந்துவிடுவோம் என்று தீர்மான மாகப் பட்டது. உடனே ஒரு பேப்பரை எடுத்து வைத்துக்கொண்டு விறுவிறுவென்று கடிதம் எழுதினான்.

அன்புள்ள மனோன்மணி, இன்றுடன் என் வாழ்க்கை முடிகிறது. என்னென்னவோ செய்ய, சாதிக்க நினைத்திருந்தேன். எல்லாம் ஒரு சிறு பாட்டிலுக்குள் சமாதியாகிறது. என்னை மன்னித்துவிடு. உனக்கு என்னைவிட ஒரு நல்ல கணவன் கிடைத்திருக்கலாம். நீ ஆசைப்பட்ட மாதச் சம்பளம், ஆண் குழந்தை, சொந்த வீடு வசதிகள் வாய்த்திருக்கலாம். உன் உறவினர்கள் மத்தியில் கொஞ்சம் கௌரவமாக இருந்திருக்கும். உன் அண்ணன் ஜாடையாகக் குத்திக் காட்டிக்கொண்டே இருக்க அவசியம் இருந்திருக்காது. என்ன செய்ய? யோசிக்காமல் நமது பெற்றோர் நம்மைச் சேர்த்து வைத்துவிட்டார்கள். என்றாவது நல்லது நடக்கும் என்று எண்ணிக்கொண்டே காலத்தை நகர்த்தி விட்டோம். இன்று தெரிந்தது. உனக்கு நடக்கப் போகிற நல்லது, எனது மரணம்தான்.

அதற்குமேல் எழுதக்கூட முடியவில்லை. வலி குத்திக் கிழித்துக் கொண்டிருந்தது. போய் ஒரு ஈசிஜி எடுத்துப் பார்த்துவிடலாம் என்றால் பயமாக இருந்தது. இது நெஞ்சு வலிதான் என்று உறுதியாகத் தோன்றிய கணத்திலேயே, இருக்காது; வெறும் வாயுப் பிரச்னையாகத்தான் இருக்கும் என்றும் தோன்றியது.

என்னவாக இருந்தாலுமே இதயம் சம்பந்தப்பட்ட சிக்கல்களுக்கு உடனே மருத்துவமனைக்குச் செல்ல ஒரு தயக்கம் இருக்கத்தான் செய்கிறது. எதையாவது சொல்லித் தொலைத்துவிட்டால் என்ன செய்வது என்கிற அச்சம். எதுவும் இருக்காது என்று எண்ணிக் கொள்வதில் வருகிற நிம்மதி.

நிம்மதிதானா? ஒருவேளை என்னை நானே ஏமாற்றிக் கொள்கிறேனோ? வலியின் உச்சத்தில் இதயம் செயல்படுவதை நிறுத்தி, இறந்துவிட்டால் நல்லது என்று என்னையறியாமல் அடிமனம் எண்ணத் தொடங்கிவிட்டதா?

என்னென்னவோ யோசித்தபடியே அவன் உறங்கிப் போனான். விழித்தபோது வலி இல்லை. நிம்மதியாக இருந்தது. எழுந்து சட்டையை மாட்டிக்கொண்டு வெளியே போய் ஒரு டீ குடித்தான். விருகம்பாக்கம் மார்க்கெட் வரை நடந்து போய்விட்டுத் திரும்பி வீட்டுக்கு வந்து மறக்காமல் மனோன்மணிக்கு எழுதிய கடிதத்தைக் கிழித்துப் போட்டான். வலியற்ற பொழுதுகள் வாழ்வதற்கென்று ஒதுக்கப்பட்டவை. கொஞ்சம் வாழ்ந்தால்தான் என்ன?

மீண்டும் ஒரு தாளை எடுத்து மனோன்மணிக்குக் கடிதம் எழுதினான். அன்புள்ள மனோன்மணி, ஒரு நல்ல செய்தி. புண்டரீகாட்சன் சார் இன்னும் ஒரு மாதத்தில் ப்ராஜக்ட் ஆரம்பித்துவிடுவார் போலத் தெரிகிறது. சானலில் இருந்து முக்கியஸ்தர்கள் பேசிவிட்டார்கள். அதிகாரபூர்வமாகக் கடிதம் வரவேண்டியதுதான் பாக்கி. அப்படி ஆரம்பித்துவிட்டால் உடனே எனக்கு அட்வான்ஸ் கிடைத்துவிடும். அதிகமில்லை என்றாலும் எப்படியும் இருபத்தி ஐயாயிரமாவது நிச்சயம் கிடைக்கும். அவருக்கு என் கஷ்டம் தெரியும் என்பதே காரணம். பணம் கைக்கு வந்ததும் தகவல் சொல்கிறேன். நீ இங்கே கிளம்பி வந்துவிடலாம்.

இந்தக் கடிதம் நன்றாக இருப்பதுபோலப் பட்டது. கிழித்துப் போடாமல் மடித்து, பர்ஸுக்குள் வைத்துக்கொண்டான்.

ஆனால் புண்டரீகாட்சன் சார் ப்ராஜக்ட் ஆரம்பிக்க மேலும் ஆறு மாதங்கள் இழுத்துவிட்டது. பொதுவாகத் தயாரிப்பு நிறுவனங்கள், தள்ளிப் போவதற்கான காரணத்தை எப்போதும் சொல்லுவதே இல்லை என்று மயில்சாமிக்குத் தோன்றியது. என்றைக்கு அலுவலகத்துக்குப் போனாலும் மறுநாள் ஷூட்டிங் ஆரம்பித்துவிடும் என்று தோன்றும்படியாகவே எப்படி

இவர்களால் உணரச் செய்ய முடிகிறது என்று வியப்பாக இருக்கும். தினசரி அலுவலகத்தைத் திறந்துதான் வைப்பார்கள். யார் வேண்டுமானாலும் வரலாம். உட்கார்ந்து பேசலாம். திட்டங்கள் வகுக்கலாம். தயாரிப்பாளரே சில நாள் திடீரென்று கதை விவாதத்தில் வந்து உட்கார்ந்துவிடுவார். அன்று யாரும் சிகரெட் பிடிக்கக்கூட எழுந்து வெளியே போகமாட்டார்கள். காட்சியைப் பேசிக்கொண்டிருக்கும்போதே அவர் கதாபாத்திரத்துக்கு யார் பொருத்தம் என்று சிந்திக்க ஆரம்பித்து விடுவார். உடனே ப்ரொடக்?ஷன் மேனேஜருக்கு போன் செய்து போட்டோக்களுடன் வரும்படி உத்தரவிடுவார். மாலைக்குள் பட்ஜெட் தயாராக வேண்டும் என்று யாருக்கோ சொல்லுவார். லொக்கேஷன்களின் வீடியோக்களை வரவழைத்து, ஹோம் தியேட்டரில் போட்டுக்காட்டுவார். அவுட் டோர் யூனிட்டுக்குப் பேசுவார். சமையல் காண்டிராக்டரிடம் பேசுவார். டைட்டில் சாங் நரம்புகளைச் சுண்டும்படி இருக்க வேண்டும் என்று சொல்லுவார். யாரை இசையமைப்பாளராகப் போடலாம் என்று கொஞ்ச நேரம் விவாதம் நடக்கும்.

'டைரக்டர் சார், ஒரு சத்தியம் பண்ணிக் குடுங்க. என்ன ஆனாலும் ஏஆர்எஸ் பக்கம் போறதில்ல. நம்ம சீரியல்ல போலிஸ் ஸ்டேஷன் வர்றதில்ல. ஆஸ்பத்திரி வர்றதில்ல. ஜெயில் வர்றதில்ல. கோர்ட் வர்றதில்ல. ஓகேவா?'

இவை இல்லாமல் எப்படி ஒரு நெடுந்தொடருக்குக் கதை பண்ண முடியும் என்ற யோசனையுடன் இயக்குநர் தலையசைப்பார்.

'வாழ்க்கைய சொல்லணும் சார். சராசரி மனுசங்க பொழுது விடிஞ்சி பொழுது போனா போலிஸ் ஸ்டேஷனுக்கா ஓடிக்கிட்டிருக்காங்க? சீரியல்ல மட்டும் எதுக்கு அது?'

'சரி சார்.'

'கதைய வீட்ல புடிங்க சார். ஹால்ல நடக்கட்டும். பெட் ரூம்ல நடக்கட்டும். கிச்சன்ல சீன் வைங்க. மொட்ட மாடில வைங்க. ஜனங்க புழங்கற இடத்துல கத சொல்லுங்க சார்.'

'சரி சார்.'

'வெள்ளிக்கிழமை நாள் நல்லாருக்கு. பூஜைய அன்னிக்கி வெச்சிக்குவமா? நமக்கு டைம் இல்ல சார். டெலிகாஸ்டுக்கு முன்னாடி பத்து எபிசோட் வேணுன்றாங்க. பண்ணிரலாம்ல?'

‘கண்டிப்பா பண்ணிடலாம் சார்.’

‘நம்ம எடிட் சூட்ட பாத்திங்களா? உங்களுக்கு ஓகேவா? டப்பிங்கும் பக்கத்துலயே இருக்குது.’

‘பாத்துட்டேன் சார். ஓகேதான்.’

‘எனக்காக சொல்லாதிங்க. உங்களுக்கு வேற எங்கயாச்சும் பண்ணாத்தான் நல்லாருக்கும்னு தோணிச்சின்னா தாராளமா பண்ணிக்கலாம். ஒரு ப்ரொடக்?ஷன் ஹவுஸ்னா, எடிட்டிங், டப்பிங் நம்ம கட்டுப்பாட்டுல இருக்கணுன்னு ஒரு இது. அதான் சக்ரபாணிய கூப்ட்டு ஐடியா கேட்டு நம்ம வீட்லயே ஒரு செட்டப்ப பண்ணிட்டேன். தெரியுமில்ல? அந்த காலத்துல தூர்தர்ஷன் டிராமாங்களுக்கெல்லாம் அவர்தான் போஸ்ட் ப்ரொடக்?ஷன் ஹெட்.’

‘சரி சார்.’

அந்த வெள்ளிக்கிழமை பூஜையை எங்கே வைத்துக்கொள்ளலாம் என்று மறுநாள் விவாதம் நடந்தது. ‘ரெட்டியார் ஹவுஸ் கிடைக்குதா பாக்க சொல்லு மயிலு. பூஜைய முடிச்சிட்டு அப்படியே ஷூட் போயிட்டோம்னா ரெண்டு நாள் அங்கயே ப்ளான் பண்ணிக்கலாம்.’

‘ஹீரோயின் வீடாண்ணே?’

‘அதில்லய்யா. அந்த மாமா வீடு ஒண்ணு வருதில்ல? அத அங்க வெச்சிக்குவம். ரெண்டு பொண்ணு, ஒரு பையன் மாமாவுக்கு. வில்லேஜ் அட்மாஸ்பியர்ல ஓப்பன் பண்ணிட்டா நல்லாருக்கும்.’

‘ஆனா விலேஜ் பேக்டிராப்ல சீன் எதும் இல்ல சார்’ என்று ஒன் லைனைப் புரட்டிப் பார்த்தபடி சீதாராமன் சொன்னான்.

‘சீன் இல்லன்னா பரவால்ல. நடந்து போறத ரோட்ல காட்னா என்ன, வயக்காட்ல காட்னா என்ன? அதெல்லாம் பரவால்ல’ என்று டைரக்டர் சொன்னார்.

வயற்காட்டில் நடந்து கல்லூரிக்குப் போகிற பெண். வழியில் அவளைத் தடுத்து நிறுத்தி காப்பி ஷாப்புக்கு அழைத்துச் செல்கிற காதலன். அங்கே அந்தப் பெண்ணின் அப்பா தற்செயலாகத் தம் நண்பருடன் வந்துவிடுகிறார். நீதிபதியாகப் பணியாற்றுகிற அப்பா. அவருக்குச் சென்னை உயர்நீதிமன்றத்தில் உத்தியோகம்.

கெருகம்பாக்கம் ரெட்டியார் ஹவுஸில் இருந்து தினசரி அவர் எப்படி உயர்நீதிமன்றத்துக்குப் போவார்?

'எல்லாம் போலாம்யா. டெய்லி நாம இங்க ஷூட்டிங்க்கு வர்றதில்ல? அந்த மாதிரிதான். விடு. கண்டுக்காத' என்று டைரக்டர் சொன்னார்.

மயில்சாமி உடனே அந்த மாமா வீட்டுக் கதாபாத்திரங்களுக்கு யார் யார் பொருத்தமாக இருப்பார்கள் என்று யோசிக்க ஆரம்பித்தான்.

'டேட் இருக்குதான்னு மொத கேட்டுரு மயிலு. தொடர்ந்து மூணு நாள் தேவைப்படும். அப்பறம் மாசம் மூணு நாள்.'

பரபரவென்று ஏழெட்டு நடிகைகளுக்கு போன் செய்து பேசினான். '..ஆமா மேடம். புண்டரீகாட்சன் சார் கம்பெனி. புதுசு மேடம். நல்ல கேரக்டர். த்ரூ அவுட் வர்ற மாதிரிதான் ஸ்கிரிப்டு. நான் மேனேஜர பேச சொல்றேன் மேடம்...'

அன்று மாலை பூஜைக்கும் முதல் மூன்று நாள் படப்பிடிப்புக்கும் அனைத்து ஏற்பாடுகளையும் செய்து முடித்துவிட்டு அவர்கள் கிளம்பியபோது புண்டரீகாட்சன் சார் அழைப்பதாக அவரது அக்கவுண்டண்ட் வந்து சொன்னான். டைரக்டர் கையை உயர்த்தி சட்டையில் முகத்தைத் துடைத்துக்கொண்டு, தலையைக் கோதிவிட்டுக்கொண்டு அவரது அறைக்குப் போனார்.

'நாளைக்கு வருவிங்கல்ல?'

'நிச்சயமா சார். நாள கழிச்சி பூஜன்னா வேல இருக்கும் சார்.'

'அப்ப சரி. நாளைக்கு அட்வான்ஸ் வாங்கிக்கங்க. உங்க அசிஸ்டெண்ட்ஸ் எத்தன பேரு?'

'ரெண்டு பேர் சார். ஷெட்யூல் டைரக்டர் மயில்சாமி தனி.'

'செகண்ட் யூனிட் போடணுன்னா அப்ப வேற பாத்துக்குவமா?'

'அவசியமில்ல சார். மயில் நல்லா எடுப்பான். ஃபாஸ்டாவும் எடுப்பான் சார்.'

'உங்களுக்கு ஓகேன்னா சரி. நாளைக்கு வந்துருங்க.'

'ரொம்ப தேங்ஸ் சார்' என்று சொல்லிவிட்டு டைரக்டர் வெளியே வந்தபோது அவர் முகத்தில் வெகு நாள் கழித்து புன்னகையைப் பார்ப்பது போல மயில்சாமிக்குத் தோன்றியது.

‘என்னாச்சுண்ணே?’

‘கன்ஃபார்ம் மயிலு. நாளைக்கு அட்வான்ஸ் தரேன்னு சொல்லிட்டாரு.’

அன்றிரவு மயில்சாமி டைரக்டருடன் சேர்ந்து குடித்தான். ‘டிஆர்பிதான் மயிலு. நாம ஒண்ணும் ஈவ்னிங் ஸ்லாட் இல்ல. மதிய டைம்தான். மார்க்கெடிங் கம்பெனி மார்க் பண்ற நம்பர்லேருந்து இறங்காம இருந்தா போதும். ஏறணுன்னுகூட அவசியமில்ல.’

‘அது பாத்துக்கலாம்ணே.’

‘பாத்துக்கறது இல்ல மயிலு. செஞ்சாகணும். ஏழு மாசமா இந்தாள்ட்ட தொங்கு தொங்குன்னு தொங்கி இந்த சான்ச வாங்கியிருக்கேன். எப்படியாச்சும் ஐநூறு எபிசோட் தாண்டிரணும். அதுக்குள்ள எந்த பிரச்னையும் வராம இருக்கணும்.’

அன்றைய குடி மகிழ்ச்சியாக இருக்கவில்லை. மாறாக கவலைதான் மிகுந்துவிட்டது. பல மாதங்கள் வேலையில்லாமல் இருந்து இப்போது கிடைத்திருக்கிற வேலை. இது நிலைக்க வேண்டுமே என்கிற கவலை. ‘ஊர்ல இருந்த அரை ஏக்கர் நெலத்த வித்து அஞ்சு மாசம் ஓட்டியிருக்கேன் மயிலு’ என்றார் டைரக்டர்.

‘எல்லாம் இனிமே சரியாயிடும்ணே. சம்பளம் வர ஆரம்பிச்சதும் உங்களுது இல்லன்னு சொல்லி மாசாமாசம் ஒரு அமௌண்ட்டு எடுத்து தனியா வெச்சிருங்க’ என்று மயில்சாமி சொன்னான். அது மனோன்மணி நெடுநாளாக அவனிடம் சொல்லிக் கொண்டிருப்பதுதான். தொடர்ச்சியாக ஒரு சம்பளம். அதிகம் இருக்க வேண்டுமென்ற அவசியமில்லை. உண்டு புழங்கி வாழ்வது போக நினைத்த நேரத்தில் ஒரு சினிமாவுக்குப் போக முடிகிற அளவுக்கு இருந்தால் போதும். சினிமாவுக்கும் போனது போக அதில் ஒரு பகுதியை மிச்சம் பிடித்துவிட வேண்டும். அதை மனோன்மணி பார்த்துக்கொண்டுவிடுவாள். பத்து வருடம் கஷ்டப்பட்டாலும் பரவாயில்லை. தீப்பெட்டி அளவுக்காவது ஒரு வீடு வாங்கிவிட வேண்டும். வாழ்வதன் தொடக்கம் இருப்பது என்றால் இருப்பதன் அடையாளம் ஒரு நெருப்புப்பெட்டி அளவு வீடு.

‘கஷ்டம் மனோ. நானெல்லாம் வீட்ட பத்தி நினைக்கணுன்னா மொத டைரக்டர் ஆகணும். ரெண்டு ப்ராஜக்ட் நல்லபடியா ஓடி

முடிஞ்சாத்தான் ஓரளவு சொல்லிக்கற மாதிரி சம்பளம் கிடைக்கும்.'

'அப்படின்னு நீயே ஏன் நினைச்சிக்கற? மாசாமாசம் சம்பளம் வருதில்ல? அதுல கொஞ்சத்த உன்னுது இல்லன்னு நெனச்சி எடுத்து வச்சிரு. கண்ணுக்கே தெரியாம அது ஒரு பக்கம் வளந்துக் கிட்டே வரும். சட்டுனு ஒருநாள் வாங்கிடலாம்' என்று சொன்னாள்.

கேட்பதற்கு மிகவும் இதமாக இருந்தது. பெண்கள் வாழ்க்கையை சுவாரசியப்படுத்திவிடுகிறார்கள். சிறு கனவுகளில் கூரை வேய்ந்து வைத்துக்கொண்டு நிழலுக்கு ஒதுங்க அழைக்கிறார்கள். கனவுகளுடன் திட்டம் சேரும்போது நடந்துவிடும் போலவே தோற்றமளித்துவிடுகிறது. தோற்றம்தான் என்று தெரிந்தாலும் கொஞ்சம் திளைக்காதிருக்க முடிவதில்லை.

ஆனால் திருமணமான மறு மாதமே மயில்சாமிக்கு வேலை இல்லாமல் போனது. காரணமே சொல்லாமல் அப்போது அவன் வேலை பார்த்துக்கொண்டிருந்த நெடுந்தொடரில் இருந்து இயக்குநரைத் தூக்கிவிட்டார்கள். வேறு இயக்குநர். வேறு டீம். புதிய நடிகைகள். முற்றிலும் மாறுபட்ட புதிய கதைக்களன்.

'மயிலு, ஒன்ன வெச்சிக்கணுன்னுதான் ப்ரொட்யூசர் விருப்பப் பட்டாரு. ஆனா நீ டைரக்டரோட வந்த ஆளு. ஒன்னைய மட்டும் ரீடெய்ன் பண்ணா உங்க ரெண்டு பேத்துக்குள்ள பிரச்னையா யிரும்னு கவலப்படுறாப்ல' என்று இரண்டொரு நாள் கழித்து அந்த கம்பெனியின் மேனேஜர் வந்து சொல்லிவிட்டுப் போனான். வீடு வாங்கும் கனவை மயில்சாமி தாற்காலிகமாக அப்போது தள்ளிப் போட்டான். ஓரிரு மாதங்கள் பார்த்துவிட்டு மனோன் மணியை அவளது அப்பா வீட்டுக்குப் போய் கொஞ்ச நாள் இருந்துவிட்டு வரச் சொல்லி அனுப்பிவைத்தான்.

'எல்லாம் இருக்கறதுதான் மயிலு. என்ன இப்ப? நம்ம யூனியன்ல சான்சே இல்லாம ஆயிரத்தி முன்னூத்திப் பதினேழு பேர் இருக்காங்க. நமக்கு இப்பவாச்சும் ஒரு சான்ஸ் வந்திருக்குதில்ல? அத நெனச்சி திருப்திப்பட்டுப்போம்' என்று இயக்குநர் சொன்னார். வெள்ளிக்கிழமை பூஜைக்கு வேறு என்னவெல்லாம் ஏற்பாடு செய்யவேண்டும் என்று பேசித் தீர்மானம் செய்து கொண்டு அவர்கள் பிரிந்து வீட்டுக்குப் போனார்கள்.

மறுநாள் புண்டரீகாட்சன் சாரின் அலுவலகத்துக்குப் போனபோது சார் இல்லை என்று சொன்னார்கள். திரும்பி வர நான்கு நாள் ஆகும் என்று தெரிந்தது.

'அப்ப பூஜை?' என்றார் இயக்குநர்.

'தெரியலிங்க சார். சார் உங்களாண்ட பேசறேன்னாரு' என்றான் ஆபீஸ் பையன்.

ஒரு மாதம் கழித்துப் பேசினார். இன்னும் மூன்று மாதங்களில் ஆரம்பித்துவிடலாம் என்று சொன்னார். அதுதான் ஆறு மாதமாகியிருக்கிறது.

மயில்சாமி நெடுநேரம் டாய்லெட்டில் அமர்ந்திருக்கும்படியானது. ஆனால் கடைசிவரை வரவேயில்லை. இரவு குடித்ததுவேறு இன்னமும் முழுக்கத் தெளியாதிருந்தது. அது பதற்றத்தைக் கொடுத்தது. கடிகாரத்தைப் பார்த்தான். ஐந்தே கால் ஆகியிருந்தது. சட்டென்று எழுந்து போய்க் குளித்தான். பச்சைத் தண்ணீரை மொண்டு மொண்டு தலையில் கொட்டிக்கொண்டபோது போதை இறங்கிக்கொண்டிருப்பது போலத் தோன்றியது. பூஜையை வைத்துக்கொண்டு இரவு குடித்திருக்க வேண்டாம். என்னமோ பைத்தியக்காரத்தனம். அதுவும் சங்கடமாக இருந்தது.

தலை சீவி, விபூதி வைத்து, சாமி கும்பிட்டுவிட்டு வெளியே வந்து வீட்டைப் பூட்டினான். வாசல் விளக்கைப் போட்டு வைக்கலாமா என்று இப்போது தோன்றியது. நாளெல்லாம் எரியும். எப்படியும் இன்று குடிக்கப் போவதில்லை என்பதால் இரவு பூட்டைத் திறக்கப் பிரச்னை இருக்காது என்று எண்ணிக்கொண்டு காத்திருக்கத் தொடங்கினான்.

ஐந்தே முக்கால் வரை வண்டி வரவில்லை. ப்ரொடக்?ஷன் மேனேஜருக்கு போன் செய்து பார்த்தான். போன் போகவேயில்லை. ஆறு மணிக்கு வேறொரு எண்ணில் இருந்து அழைப்பு வந்தது. 'மயிலண்ணே ஒங்கள நேரா லொக்கேஷன் வர சொல்லிட்டாரு டைரக்டர்' என்று சீதாராமன் சொன்னான்.

'நான் ரெடியா இருக்கேன். இன்னும் வண்டி வரலடா.'

'அது வராதுண்ணே. ஒரு வண்டிதான் சொல்லியிருக்காங்களாம். அது ஆர்ட்டிஸ்ட் பிக்கப்புக்குப் போயிருச்சி.'

பகீரென்றது மயில்சாமிக்கு. ஒரே வண்டியை வைத்துக்கொண்டு எப்படிச் சமாளிப்பது? இரவே தெரிந்திருந்தால் நண்பர்கள்

யாரிடமாவது பைக் வாங்கி வைத்திருக்கலாம். இப்போது யாரைப் போய் எழுப்புவது? கெருகம்பாக்கம் வரை ஆட்டோவில் போவதெல்லாம் வாய்ப்பே இல்லை. இருபது வருடத் தயாரிப்பு நிறுவனம் இந்தப் பிரச்னையை யோசிக்காதா?

வேறு வழியின்றி விறுவிறுவென்று வடபழனி பஸ் ஸ்டாண்டை நோக்கி நடக்க ஆரம்பித்தான். பத்து நிமிடங்கள் நிற்காமல் மூச்சு வாங்க நடந்ததில் வியர்க்க ஆரம்பித்துவிட்டது. புறப்பட்டுக் கொண்டிருந்த பேருந்தில் ஓடிச் சென்று ஏறிக்கொண்டான். டிக்கெட் வாங்கி, ஒரு சீட்டில் வந்து உட்கார்ந்தபோது முற்றிலும் களைத்துப் போனான். குளித்ததும் இருந்த புத்துணர்ச்சி இப்போது இல்லை என்று தோன்றியது. குனிந்து பார்த்தபோது வியர்வையில் சட்டையெல்லாம் நனைந்து, கசங்கி விட்டிருருப்பது தெரிந்தது. பூஜையில் நிச்சயம் போட்டோ எடுப்பார்கள். போனதும் முகம் கழுவி மீண்டும் விபூதி வைக்க வேண்டும் என்று மயில்சாமி நினைத்துக்கொண்டான்.

நீதிபதி வீடு. நீதிபதிக்கு இரண்டு பெண்கள். இரண்டுமே புது முகங்கள். இன்றைக்கெல்லாம் ஒரு காட்சி எடுக்க முடிந்தால் பெரிய விஷயம். இடையிடையே இயக்குநருக்கு வாழ்த்துச் சொல்ல யாராவது வந்துகொண்டே இருப்பார்கள். பூஜை சம்பிரதாயங்களை மீறி, இருபது நிமிட ஃபுட்டேஜாவது கொடுத்தால்தான் தயாரிப்பாளர் திருப்தியாவார். ஆனால் அது முடியுமா என்று அவனுக்கு சந்தேகமாக இருந்தது.

பேருந்து போரூர் பாய்க்கடை நிறுத்தத்தை வந்தடைந்தபோது மயில்சாமி ஜன்னலுக்கு வெளியே எட்டிப் பார்த்தான். பஸ்ஸைப் பிடிக்க இயக்குநர் ஓடி வந்துகொண்டிருப்பது தெரிந்தது. எப்படியும் அவரும் கசங்கிய சட்டையுடன்தான் போட்டோக் களுக்கு போஸ் கொடுக்க வேண்டியிருக்கும். ஏதோ ஒரு வகையில் அது அவனுக்கு ஆறுதலாக இருந்தது.

2. பேய் ஊட்டிவிட்ட பிரியாணி

வடபழனி பஸ் ஸ்டாண்டின் கடைசி வரிசை பெஞ்சில் மயில்சாமி அமர்ந்திருந்தான். மதிய நேரம் என்பதால் ஆட்கள் அதிகம் இல்லை. பேருந்துகளை நிறுத்திவிட்டு டிரைவர்களும் கண்டக்டர்களும் சாப்பிடப் போயிருந்தார்கள். ஒவ்வொரு வரிசை பெஞ்சிலும் யாராவது ஒருவர் படுத்திருந்தார். ஈ மொய்ப்பதைப் பொறுத்துக்கொள்ளலாம் என்றால் மதியத் தூக்கத்துக்கு வடபழனி பேருந்து நிலைய பெஞ்சுகளைவிடச் சிறந்த இடம் வேறு கிடையாது. பின்புறச் சாக்கடை நெடி ஒரு தொல்லைதான். ஆனால் பேருந்து நிலையத்தின் காம்பவுண்டுச் சுவரை ஒட்டி நிற்கும் தள்ளுவண்டி சாப்பாட்டுக் கடைகளில் இருந்து வருகிற வாசனை இந்தச் சாக்கடை நெடியின் வீரியத்தைக் கணிசமாகக் குறைக்கும். சாப்பிட்டு வீசிய எச்சில் இலைகளைக் கவ்விக்கொண்டு நாய்களும் அந்த பெஞ்சுகளின் பக்கம்தான் வரும். ஆனால் பெஞ்சில் இடம் கேட்காது. அருகே இலையை விரித்து அழகாக நக்கி உண்ணும். நாய்கள் தூக்கி வந்துபோடும் அந்த இலைகள் வெகுநேரம் அங்கேயே இருக்கும். எப்போது யார் அவற்றை எடுத்துப் போடுவார்கள் என்று தெரியாது. ஆனால் ஒவ்வொரு நாளும் எச்சில் இலைகளை யாரோ எடுத்துப் போடத்தான் செய்கிறார்கள்.

மயில்சாமி முதல் நாள் மதியத்தில் இருந்து சாப்பிட்டிருக்க வில்லை. அவனிடம் இருந்த முப்பத்தி ஏழு ரூபாய் பணம் சிறுகச் சிறுகக் கரைந்து பன்னிரண்டு ரூபாயாக ஆகியிருந்தது.

டைரக்டரிடம் கேட்கலாம். நூறு ரூபாய் வரை யோசிக்காமல் தரக்கூடியவர்தான். நான்கு நாள் பார்த்துவிட்டு அடுத்த நாள் அவனுடைய பேட்டா பணத்தை அவரே அக்கவுண்டண்டிடம் கேட்டு வாங்கிக்கொண்டுவிட்டு மெசேஜ் அனுப்பிவிடுவார். கேட்கத்தான் வேண்டுமா என்றிருந்தது.

சட்டென்று மூன்று நாள் படப்பிடிப்புக்குத் தடை வரும் என்று அவனோ வேறு யாருமோ எதிர்பார்த்திருக்கவில்லை. செவ்வாய்க்கிழமை ரக்?ஷிதா ஆஸ்பத்திரியில் ஷூட்டிங் போட்டிருந்தது. திருமணத்துக்கு முன்னால் கர்ப்பமாகிவிட்ட தங்கையை வீட்டுக்குத் தெரியாமல் அங்கே அழைத்து வந்து கருக்கலைப்புக்கு ஏற்பாடு செய்கிற அக்காவைச்சுற்றிய காட்சிகள் எடுக்கவேண்டியிருந்தன. தங்கையும் அவளது காதலும். அவள் ஏமாற்றப்பட்டிருக்கவில்லை. ஆனால் காதலன் திடீரென்று துபாய்க்குப் போகவேண்டியதாகிவிட்டது. பெரிய வேலை. நல்ல சம்பளம். வேண்டாம் என்று எப்படி விட முடியும்? நான் போய் வேலையில் சேர்ந்து, இடம் பார்த்து வைத்துவிட்டு வந்து உன் வீட்டில் பேசுகிறேன் என்று சொல்லிவிட்டுப் போயிருக்கிறான். போகிறவன், பேசிவிட்டுப் போய்த் தொலைத்திருந்தால்தான் என்ன?

ஆனால் போனவன் குறைந்தது ஒரு மாதத்துக்கு வரப் போவதில்லை. ஏனென்றால் அவனுக்குக் கால் உடைந்து விட்டது. வேறொரு படப்பிடிப்பில் தற்செயலாக நடந்த விபத்து காரணம். 'எந்திரிச்சி நடக்க ஒரு மாசம் ஆயிடும் மயிலு. முடிஞ்சா சீன் வராம பாத்துக்க சொல்லு. இல்லன்னா போட்டுத்தள்ளிடுங்க' என்று போன் செய்து சொன்னான். மரணத்தை மகிழ்ச்சியுடன் எதிர்கொள்ளக்கூடிய மனநிலை இந்தத் துறையில் உள்ளவர் களுக்கு மட்டும் எப்படியோ சாத்தியமாகிறது. ஒரு சீரியலில் சாகிற மாதிரி காட்சி வந்தால் உடனடியாக இரண்டு சீரியல்களில் புதிய வாய்ப்பு வரும் என்கிற நம்பிக்கையை யாரோ யோசித்து உருவாக்கி வைத்திருக்கிறார்கள். எனவே சாகலாம். தப்பில்லை.

ஆனால் பொதுவாக ஆண்களை யாரும் சாகடிக்க விரும்புவ தில்லை. நெடுந்தொடர்களில் சில நாள் நடிகர்கள் இல்லாமல் போவதைப் பற்றி யாரும் பொருட்படுத்த மாட்டார்கள் என்பதே காரணம். முந்தைய காட்சி வரை நடித்திருக்கும் நபர் அடுத்தக் காட்சியின் தொடர்ச்சியில் இல்லாவிட்டாலுமே பிரச்னை இராது. கடைக்குப் போயிருக்கிறான், ஆபீசுக்குப் போயிருக்கிறான்,

வெளியே போயிருக்கிறான் என்று ஏதாவது ஒரு காரணத்தை ஒரு வரியில் சொல்லிவிட்டுக் கடந்துவிட முடியும். சிக்கலெல்லாம் நடிகைகள் இல்லாமல் போகும்போதுதான் உருவாகும். பெண்கள், பெண்களை விட்டுத்தர விரும்புவதில்லை. வில்லியாக இருந்தாலுமேகூட அப்படித்தான்.

‘இப்ப என்னய்யா செய்யிறது?’ என்றார் இயக்குநர்.

‘ஒண்ணும் பண்ண முடியாது சார். இப்போதைக்கு ஃபாரின் போயிட்டான்னு சொல்லி வெக்கறதுதான் நல்லது. சரவணவேல் எந்திரிச்சி நடக்க ஆரம்பிச்சாத்தான் எதுவுமே செய்ய முடியும்.’

‘அது சரி மயிலு. அந்தப் பொண்ணு கர்ப்பம்னு இல்ல சொல்லியிருக்கு? கதைப்படி திருட்டுக் கல்யாணம். தனிக்குடித்தனம். அதுல படுற கஷ்டம், அவமானம். ரூட்டு அப்பத்தானே ஓட்டும்?’

‘கலைச்சிடலாம் சார். நடக்கப்போற கல்யாணம், பொறக்கப் போற குழந்தைய பத்தின கனவோட அவன் துபாய்லேருந்து திரும்பி வரான். வரும்போது இங்க இவ குடும்ப சூழ்நிலையால கர்ப்பத்த கலைச்சிருக்கா. அதுல ரெண்டு பேருக்கும் பிரச்னை வருது. அவன் விலகிப் போறான். விலகினவனுக்கு தற்செயலா வேற ஒருத்தியோட பழக்கம் வந்துருது... இந்த மாதிரி கொண்டு போயிடலாம் சார்’ என்று மயில் சொன்னான்.

சரி, பாப்பம் என்று யோசித்துக்கொண்டே நகர்ந்து சென்ற இயக்குநர் மதிய உணவு நேரத்தில் ரைட்டருக்கு போன் செய்து பிரச்னையைச் சொன்னார். ஒரு மாதம் அந்தப் பெண்ணின் காதலன் இல்லை. நாளைய எபிசோடில் இருந்தே கதையில் மாற்றம் தேவைப்படுகிறது.

அன்று மாலை திரைக்கதை ஆசிரியர் ஒரு புதிய லைனோடு வந்தார். சம்பந்தப்பட்ட கர்ப்பஸ்திரியின் அக்கா அதுவரை கதையில் ஒரு ஓரமாக நின்றுகொண்டிருந்தாள். சட்டென்று அவளை இழுத்து நடுவே கொண்டு வந்து வைத்திருந்தார். அவளுக்கு இன்னும் ஒரு வாரத்தில் கல்யாணம் நடக்கப் போகிறது. மாப்பிள்ளை வீட்டார் அடிக்கடி வந்து போய்க் கொண்டிருக்கிறார்கள். துணி மணி எடுக்க, நகை எடுக்க என்று தினமும் ஒரு பயணம் இருந்துகொண்டே இருக்கிறது. ஊருக்கெல்லாம் பத்திரிகை வைத்தாகிவிட்டது. இந்த நேரத்தில் நீ கல்யாண மண்டபத்தில் வாந்தி எடுத்துக்கொண்டிருந்தால் நம்

குடும்ப மானம் என்னவாகும் என்று யோசித்துப் பார் என்று உணர்ச்சிமயமாக அவள் தங்கையைப் பார்த்து ஒரு காட்சியில் பேசிவிட்டு நாளைக்கு வந்துவிடுகிறேன் என்று சொல்லிவிட்டுப் போனாள்.

மயிலுக்கு ஆச்சரியமாக இருந்தது. அந்த அக்காவாக நடிக்கும் சுபாஷிணி அப்படியொன்றும் பெரிய நடிகை இல்லை. வீட்டில் ஒரு உறுப்பினராக இருக்கத் தகுந்தவள்தான். ஆனால் ஒரு காட்சியை வழி நடத்துகிற அளவுக்குப் பெரிய திறமைசாலியா என்று சந்தேகமாக இருந்தது. ஒரு காட்சி என்றாலும் பரவாயில்லை. மாற்றப்பட்டிருந்த புதிய கதையமைப்பில் அடுத்த இருபது முப்பது காட்சிகள் அவளை மையமாக வைத்தே நகரும்போல் இருந்தது.

வேறு வழியில்லை. தங்கையின் காதலன் குழந்தையைக் கொடுத்துவிட்டுக் காலை உடைத்துக்கொண்டு துபாய் போய் விட்டான். அவன் வருகிறவரை கதை நகர்ந்தாக வேண்டும். அக்காவைக் கொண்டு நகர்த்த எழுத்தாளர் முடிவு செய்தால் அதை ஏன் என்று கேட்க முடியாது. மதியம் இரண்டு மணிக்குச் சொல்லி ஆறு மணிக்குப் புதிய கதையோடு வருவதற்கு ஒரு சாமர்த்தியம் தேவை. அதை மதித்தாக வேண்டும்.

இயக்குநர் கதையை ஏற்றுக்கொண்டார். 'டயலாக் ரைட்டருக்கு நீங்களே சொல்லிடுங்க சார்' என்று சொல்லி அனுப்பிவைத்து விட்டு சுபாஷிணியை அழைத்தார். தொடர்ச்சியாக மூன்று நாள் தேவைப்படுகிறது. அதன்பின் நான்கு நாள் இடைவெளியில் மீண்டும் இரண்டு நாள்.

வந்துடறேன் சார் என்று சொல்லிவிட்டுப் போனவள் மறுநாள் படப்பிடிப்புக்கு வரவில்லை. மயில்சாமியும் ப்ரொடக்?ஷன் மேனேஜரும் மாற்றி மாற்றி போன் செய்துகொண்டே இருந்தார்கள். அவளுக்கு. அவள் கணவனுக்கு. அவளது அண்ணனுக்கு. அப்பாவுக்கு. தோழிகளுக்கு. எங்கிருந்தும் பதில் இல்லை. வீட்டுக்கு ஆளனுப்பிப் பார்த்தால் வீடு பூட்டியிருப் பதாக வந்து சொன்னார்கள்.

டைரக்டர் தலையில் கைவைத்து அமர்ந்திருந்தார். மணி ஒன்பதைத் தாண்டிவிட்டிருந்தது. இன்னும் முதல் ஷாட் வைக்கவில்லை. அக்கா இல்லாமல் அன்றைய படப்பிடிப்பில் எதுவுமே நடக்கப் போவதில்லை.

'என்னதான்யா ஆச்சாம் அவளுக்கு?' வீட்டில் இருந்து புண்டரீகாட்சன் சார் போன் செய்து சத்தம் போட்டார்.

'தெரியல சார். ரீச் பண்ணவே முடியல. மதியத்துக்குள்ள எப்படியும் பிடிச்சிடுவோம் சார். நீங்க பதட்டப்படாதிங்க' என்று மயில்சாமி சொன்னான். அன்றைக்கு புண்டரீகாட்சன் சாரின் கம்பெனி சரித்திரத்திலேயே முதல் முறையாக இரண்டு அம்பாசிடர்கள் தருவிக்கப்பட்டன. சுபாஷிணி எங்கே இருந்தாலும் பிடித்து இழுத்து வந்துவிட வேண்டும் என்று இரண்டு டிரைவர்களிடமும் சொல்லிவைக்கப்பட்டது. ஒவ்வொரு வண்டியிலும் ஒரு அசிஸ்டெண்ட் டைரக்டரை ஏற்றி அனுப்பிவைத்தார்கள்.

மதியம் மூன்று மணி வரை அவளைத் தேடிவிட்டு இரண்டு வண்டிகளும் காலியாகத் திரும்பி வந்து சேர்ந்தன. அதுவரை தங்கை க்ளோஸ் அப் காட்சிகளை மட்டும் இயக்குநர் எடுத்துக் கொண்டிருந்தார்.

'என்ன ஆச்சு?'

'இல்ல சார். எங்க போனாங்கன்னே தெரியல சார். நேத்து காலைல விடியற நேரத்துலயே அவங்க வீட்ல பெரிசா எதோ சண்ட நடந்துட்டு இருந்ததா பக்கத்து வீட்ல சொன்னாங்க. அந்தம்மா வீட்டுக்காரர் டிவி பொட்டிய தூக்கிப் போட்டு உடைச்சிட்டாராம்.'

'அந்தாளையாச்சும் கண்டுபிடிக்க முடிஞ்சிதா?'

'இல்ல சார். நேத்து சுபாஷிணி மேடம் ஷூட்டிங்க்கு கௌம்பறதுக்கு முன்னாடியே அவரு கோச்சுக்கிட்டு வெளிய போயிட்டதா சொல்றாங்க சார்.'

'அவங்கம்மா வீட்டுக்குப் போய்ப் பாத்தியா?'

'போனேன் சார். அவங்க தெரியலன்றாங்க.'

டைரக்டர் அரை மணி நேரம் தனியே சென்று அமர்ந்து யோசித்துக் கொண்டிருந்தார். மீண்டும் திரைக்கதை ஆசிரியருக்கு போன் செய்து விவரம் சொன்னார். அக்காவை வைத்துக் கதை நகர்த்துவது இயலாது. அவளது கதையே ஒரு மர்மக் கதையாகிக் கொண்டிருக்கிறது. அக்கா - தங்கை இருவரையுமே சில நாள்களுக்குக் கதையில் இருந்து மறைத்து வைக்க முடியுமா?

‘யோசிக்கணும் சார். ரெண்டு நாள் ப்ரேக் விட்டுருங்க. வேற லைனோட வரேன்’ என்று அவர் சொன்னார்.

‘பிரேக் விட முடியாது வினாயகம். கைல எபிசோடே இல்ல.’

‘அப்ப சீன் ஆர்டர் மாத்தி அனுப்பறேன். இந்த சீக்வன்ச ஒருவாரம் தள்ளி வர்ற மாதிரி வெச்சிப்போம்.’

அவர் மாற்றி அனுப்பிய சீன் ஆர்டரை வைத்துக்கொண்டு ஆர்ட்டிஸ்டுகளுக்கு மயில்சாமி போன் செய்தான். எதிர்பாராத திட்ட மாறுதல்களைப் பற்றிக் கலைஞர்கள் பெரிதாகக் கவலைப் படுவதில்லை. எபிசோட் இல்லை என்பதற்கும் அவர்களுக்கும் சம்பந்தம் கிடையாது. ஏற்கெனவே கொடுத்த தேதிகளை மாற்றிக் கேட்பது தயாரிப்பு நிறுவனத்தின் பிரச்னை. தேதி இல்லை என்று சொல்லுவது நடிகர் நடிகையரின் உரிமை.

ஒரு நாள் முழுதும் மயில்சாமி போன் பேசிக்கொண்டே இருந்தான். அன்று அவன் சாப்பிடக்கூட இல்லை. பசியோடும் தலைவலியோடும் நாளெல்லாம் பேசிப் பார்த்தும் அடுத்த இரு நாள்களுக்குப் படப்பிடிப்பு நடத்த சாத்தியமே இல்லை என்றுதான் தோன்றியது. இயக்குநரிடம் இதைத் தெரிவித்தான். அவர் ஒன்றும் பேசவில்லை. எங்கோ வெறித்துப் பார்த்தபடி யோசித்துக்கொண்டே இருந்தார். சட்டென்று, ‘சரி ஜெய்சங்கர்ட்ட சொல்லி அன் ஆர்டர்ல இருக்கற சீன்ஸ எடிட் பண்ணி எபிசோடாக்க சொல்லிரு மயிலு. மூணு நாளைக்கு பண்ணிட சொல்லு. லிங்க்கு மிஸ் ஆகுற இடம் மட்டும் நீ மார்க் பண்ணிக்க. தேவைப்பட்டா இருக்கற ஆள வெச்சி பாபா ஹவுஸ்ல ஒருநாள் போட்டு மேக்கப் பண்ணிடுவோம்’ என்று சொல்லிவிட்டு எழுந்து போனார்.

மயில்சாமி ஒன்லைனை எடுத்துப் பார்த்தான். அன் ஆர்டரில் இருபது சீன்களுக்குமேல் எடுக்கப்பட்டிருந்தன. எபிசோட் தேற்றுவது பெரிய விஷயமில்லைதான். பாபா ஹவுஸ் கால்ஷீட் கூட வேண்டியிருக்காது என்று தோன்றியது. எடிட்டருக்கு நிலவரம் சொல்லிவிட்டு அன்றிரவு அவன் வீட்டுக்கு வந்தபோது சீதாராமன் போன் செய்தான்.

‘அண்ணே, எங்க இருக்கிங்க?’

‘சொல்லு சீத்தா.’

‘சுபாஷிணி தற்கொல பண்ணிக்கிச்சாம்ணே.’

ஐயோ என்று அலறிவிட்டான் மயில்சாமி. 'எப்படா? யாரு சொன்னாங்க? நீ எங்க இருக்க இப்ப?'

'நேத்து நைட்டு பேக்கப் ஆனதும் அது வீட்டுக்கே போகல போலண்ணே. பாரடைஸ்ல ரூம் போட்டுத் தங்கியிருக்குது. போன்கீனெல்லாம் ஸ்விச் ஆஃப் பண்ணிட்டு மருந்து குடிச்சிருக்குது. இப்பத்தான் ஓட்டல்க்காரங்களுக்கு மேட்டர் தெரிஞ்சி போலிசுக்கு சொல்லியிருக்காங்க. பாடிய ஜிஎச்சுக்கு எடுத்துட்டுப் போயிருக்காங்களாம்ணே.'

மயில்சாமிக்கு அதிர்ச்சியைக் காட்டிலும் அப்போது பசி அதிகம் இருந்தது. மதியம் அவன் சாப்பிட்டிருக்கவில்லை. மாற்றி மாற்றி நிறையப் பேருக்கு போன் செய்துகொண்டே இருந்ததில் உணவு நேரம் முடிந்து படப்பிடிப்பு தொடங்கிவிட்டது. மிச்சம் இருப்பதைச் சாப்பிடலாம் என்று ப்ரொடக்?ஷன் பக்கம் போனபோது தயாரிப்பாளர் வந்துவிட்டார்.

'ரெண்டு நாள் சூட்டிங் போடலன்னா பரவால்ல மயிலு. ஆனா என்னா செய்யணுன்னா உக்காந்து அடுத்த செட்டு கதைய ரெடி பண்ணி முடிச்சிருங்க. கைவசம் எப்பவும் இருநூறு சீன் இருக்கணும்.'

'ரைட்டர் ஊருக்குப் போறதா சொன்னார் சார். சனிக்கிழமைதான் வருவாரு.'

'சனிக்கிழமை ஊருக்குப் போகமுடியுமான்னு கேட்டுப் பாரு' என்று சொல்லிவிட்டு நகர்ந்து போனார்.

வினாயகத்துக்கு போன் செய்தபோது, 'ஒரு நிமிசம் லைன்ல இருங்க மயிலு' என்று சொல்லிவிட்டு அவர் வேறு யாருடனோ பேசிக்கொண்டிருந்தார். வேறு ஏதோ கதை விவாதம். தங்கை இல்லாத, அக்காவால் பிரச்னை இல்லாத, கர்ப்பம் கூட இல்லாத இன்னொரு கதை.

மயில்சாமி லைனில் காத்திருந்தான். இரண்டு நாள் கதை விவாதம் வைத்துக்கொள்ளச் சொல்லி தயாரிப்பாளர் சொல்கிறார். திரைக்கதை ஆசிரியர் ஒப்புக்கொண்டால் அடுத்த இரண்டு நாள்களுக்கும் காலை, மதிய உணவுப் பிரச்னை இருக்காது. புண்டரீகாட்சன் கம்பெனி பொதுவாக ஓட்டலில் ரூம் போடுவது கிடையாது. தயாரிப்பு அலுவலகத்திலேயே ஓர் அறையை ஒதுக்கித் தந்துவிடுவார்கள். அம்மாதிரி தினங்களில் மதிய

உணவுக்கு கம்பெனி காசு தராது. அன்றைக்கு அலுவலகத்தின் பின்னாலேயே அடுப்பு மூட்டி சமைப்பார்கள். ஒரு சாம்பார் சாதம். ஒரு பொரியல். பணக்காரர்கள் சிக்கனம் கடைப்பிடிப்பது எப்போதும் பார்க்க வினோதமாக இருக்கும். ஆனால் அதுதான் அவர்களைப் பணக்காரர்களாக வைத்திருக்கிறது என்று மயில்சாமி நினைத்துக்கொண்டான்.

ஒரு நிமிடம் என்று சொன்ன வினாயகம், மூன்று நிமிடங்கள் காக்கவைத்து லைனுக்கு வந்தார்.

‘சொல்லுங்க மயில்.’

‘நாளைக்கும் மறுநாளும் டிஸ்கஷன் வெச்சிகலாமான்னு ப்ரொட்யூசர் கேக்கறாரு.’

‘நான் ஊர்ல இல்லன்னு சொன்னனே.’

‘உங்க டிரிப்ப கொஞ்சம் தள்ளிப் போட முடியுமான்னு கேட்டார் சார்.’

‘முடியாதுன்னு சொல்லிடுங்க’ என்று சொல்லிவிட்டு போனை வைத்துவிட்டார்.

மயில்சாமி தயாரிப்பாளரைத் தேடிச் சென்று விவரத்தைச் சொன்னான். அவர் பார்வை நல்ல விதமாக இல்லை. பொதுவாக அவர் யாரையும் நேரடியாகத் திட்டமாட்டார். மறைமுகமாகக் கூட ஏதும் சொல்லமாட்டார். ஆனால் அவர் விரும்பிய ஒன்று நடக்காதபோது நிச்சயமாக அதற்கு அவரிடம் ஒரு பதில் இருக்கும். அநேகமாக அது அம்மாதச் சம்பளத்தை ஒருவாரம் தள்ளித் தருவதாக இருக்கும். அதுவும் சரியாக வெள்ளிக்கிழமை மாலை ஐந்து மணிக்கு போன் செய்து செக் ரெடி என்று அவரது அலுவலகத்தில் இருந்து சொல்லுவார்கள்.

‘சரி, பாப்போம்’ என்று சொல்லிவிட்டு புண்டரீகாட்சன் சார் காரில் ஏறிப் போய்விட்டார். மறுநாள் மதிய வேளை சாம்பார் சாதம் இல்லாமல் போய்விட்டதே என்று மயில்சாமிக்குக் கவலையாக இருந்தது. அந்தக் கவலையுடனேயே அவன் சாப்பிடும் இடத்துக்குப் போனபோது அன்றைய உணவுக்கடையும் முடிவடைந்திருந்தது. பாத்திரங்களைக் கழுவி அடுக்கிக் கொண்டிருப்பதைப் பார்த்தான். வேறு வழியில்லை. இன்று பட்டினிதான் என்று நினைத்துக்கொண்டு ஒரு பாட்டில் நிறையத் தண்ணீர் குடித்தான். படப்பிடிப்பு நடக்கிற வீட்டுக்கு இரண்டு வீடு தள்ளி வந்து ஒரு மரத்தடியில் கால் நீட்டிப் படுத்தான்.

சுபாஷிணியின்மீது கோபம் வந்தது. கோபப்படுவதற்கு ஒவ்வொரு நடிகையும் குறைந்தது ஒரு காரணம் வைத்திருக்கத்தான் செய்கிறாள். வாழ்க்கையில் இல்லாவிட்டால் ஒழிகிறது. தொழிலில் ஒரு குறைந்தபட்ச நேர்மை வேண்டாமா? அது சோறு போடுகிறதல்லவா?

'இதெல்லாம் அவங்களுக்கு சைடுதாண்ணே' என்று சீதாராமன் சொல்லுவான். பலவற்றை எண்ணிப் பார்க்காதிருப்பதுதான் நல்லது என்று மயில்சாமி சொல்லிவிடுவான்.

அன்று படப்பிடிப்பு பாதியில் நின்றுபோனது. பேட்டா இன்னொரு நாள் சேர்த்து வாங்கிக் கொள்ளலாம் என்று சொல்லிவிட்டு அக்கவுண்டண்ட் எழுந்து போனார். கையில் காசில்லாததால் ஒரு டீ மட்டும் குடித்துவிட்டு மயில்சாமி வீட்டுக்குப் போய்ப் படுத்தான். அடுத்த மூன்று நாள்களுக்கு வேலை கிடையாது. ஓய்வு நல்லதுதான். ஒருநடை ஊருக்குப் போய் மனோன்மணியைப் பார்த்துவிட்டு வரலாம். ஆனால் அதற்கும் பணம் வேண்டும். திரும்பி வரும் பஸ் செலவு பிரச்னை இல்லை. மனோவிடமே பணம் வாங்கிக் கொண்டுவிட முடியும். போவதில்தான் சிக்கல்.

போனால் மாமாவை எதிர்கொள்ள வேண்டியிருக்கும். 'எதுக்கு மாப்ள கஷ்டப்படுறிங்க? பேசாம ஒரு சானல்ல வேலைக்கு சேந்துடுங்களேன்' என்பார். யாரோ தயாராக வேலை வைத்துக்கொண்டு காத்திருப்பது போல. மனோவின் அண்ணன் சென்றமுறை சென்றிருந்தபோது ஒரு யோசனை சொன்னான். அவன் ஒரு லட்சம் முதல் போடத் தயாராக இருக்கிறான். ஆழ்வார் திருநகரில் சிறிய அளவில் ஒரு கேட்டரிங் தொழில் ஆரம்பிக்கலாம். ஆபீஸ் போகிறவர்களுக்கு காலை டிபன். மதிய சாப்பாடு. ஒரு சமையல்காரர். ஒரு உதவியாளன் போதும். சிறியதொரு வாடகை வீடு பிடித்துக்கொண்டால் வாசலில் போர்ட் மாட்டிவிடலாம்.

'நீங்க பாத்துக்கங்க மாப்ள. நான் முதல் போட்டுட்டு ஒதுங்கிக்கறேன். லாபத்துல பாதி பாதி எடுத்துக்குவோம். உங்க ஏரியாவுல இதுக்கு ஒரு தேவை இருக்குதுன்னு தோணுது. நல்ல ஓட்டலுங்களே இல்ல அங்க.'

ஒரு கலைஞன் என்று தன்னை எண்ணிக்கொள்வதை மயில்சாமி கூடியவரை தவிர்த்து வந்தான். டெக்னீஷியன் என்பது சற்றுப்

பரவாயில்லை என்றுதான் தோன்றியது. ஆனால் சமையல்காரன் என்று சொல்லிக்கொள்ள மனம் ஒப்புக்கொள்ளுமா என்று யோசித்தான். மனோவின் அண்ணன் சொன்னதுபோல அவன் குடியிருக்கும் ஆழ்வார் திருநகரில் சொல்லிக்கொள்ளும்படியாக ஒரு நல்ல உணவகம் இல்லைதான். சகாய விலையில் நல்ல சாப்பாடு கிடைக்கிறது என்றால் எத்தனையோ உதவி இயக்குநர்களும் பிற டெக்னீஷியன்களும் தவறாமல் வருவார்கள். ஒரு வருடத்தில் நல்ல லாபமேகூடப் பார்த்துவிடலாம்.

உடனே அவனுக்குத் தான் வேலை பார்த்த ஒரு நெடுந்தொடர் நினைவுக்கு வந்தது. அதிலும் கதாநாயகி கஷ்டப்படுகிறவள்தான். பொறுப்பில்லாத கணவன். படிக்கிற பெண் குழந்தைகள். பள்ளிக்கூட ஃபீஸ் கட்டுவதற்குக் கூட வழியில்லாத நிலைமை. உறவினர்களிடம் கையேந்தி அவமானப்பட்டு ஒரு முடிவுக்கு வருகிறாள். சமையல் அறையில் இருக்கும் கேஸ் அடுப்பையும் இட்லிபானையையும் எடுத்து வந்து வீட்டு வாசலில் வைக்கிறாள். இட்லி ஐம்பது காசு என்று கரும்பலகையில் சாக்பீஸால் எழுதி வைத்துவிட்டுத் தொழிலை ஆரம்பிக்கிறாள்.

ஐம்பது காசுக்கு இட்லியா? நம்ப முடியவில்லையே என்று ஊரே வியந்து வந்து இட்லி சாப்பிடுகிறது. உலகத் தரத்தில் இருக்கும் அந்த இட்லியின் சுவையைப் பற்றிப் போகிற இடங்களில் எல்லாம் மக்கள் பேசுகிறார்கள். கதாநாயகி இரவெல்லாம் இட்லி மாவு அரைக்கிறாள். அதிகாலை அலாரம் வைத்து எழுந்து சட்னிக்கு அரைக்கிறாள். வாளியில் சாம்பார் காய்ச்சி எடுத்து வைத்து, சரியாக ஏழு மணிக்கு வியாபாரத்தைத் தொடங்கி விடுகிறாள். ஐம்பது ஐம்பது காசுகளாகச் சேர்த்தே அவளால் ஒரு பங்களாவும் காரும் வாங்கிவிட முடிகிறது. மகளுக்கு மெடிக்கல் சீட் பெற முடிந்துவிடுகிறது. குடும்பத்தில் திருமணமாகாமல் மிச்சம் இருக்கும் ஒவ்வொருவரையும் தேடித்தேடிப் பிடித்துக் கல்யாணமும் செய்து வைக்க முடிந்துவிடுகிறது.

உழைப்பால் உயரும் உத்தமர்களை மக்களுக்குப் பிடிக்கவே செய்கிறது. தானும் இட்லி கடை வைக்கலாம். விருகம்பாக்கம் மார்க்கெட்டில் சாலையோரம் குந்தி உட்கார்ந்து மீன் விற்கலாம். பேப்பர் போடலாம். வீட்டுத் தரகு வேலை பார்க்கலாம். யோசித்தால் இன்னும் சில சாத்தியங்கள் அகப்படாமல் போகாது. ஒரு லட்ச ரூபாய் முதல் போடத் தயாராக உள்ள மச்சான்கள் பலருக்கு இருக்கமாட்டார்கள். ஆனாலும் ஒரு மனத்தடை உள்ளது. மதமாற்றம் போலத்தான் என்று எண்ணிக்கொண்டான்.

தலை மிகவும் வலித்தது. ஏதாவது சாப்பிட்டால் நன்றாக இருக்கும். திரும்பத் திரும்ப டீ குடித்துக்கொண்டிருப்பது சலிப்பாக இருந்தது. பேருந்து நிலைய பெஞ்சில் காலை நீட்டிப் படுத்தான். இன்று முழு நாள் ஓடியாக வேண்டும். பிறகு நாளை முழு நாள். நாளை மறுநாளும் படப்பிடிப்பு கிடையாது. இந்த மூன்று நாள்களுக்குள் மாற்றுக்கதை தயாராக வேண்டும். வேறு நடிகைகளை வைத்து நகர்த்தியாக வேண்டும். உலகம் சுழல்வது நின்றாலும் ஒளிபரப்பு நிற்க வாய்ப்பில்லை.

தூக்கம் வந்தால் நன்றாயிருக்கும் என்று நினைத்தான். கண்ணை மூடிக்கொண்டு அதற்கு முயற்சி செய்யத் தொடங்கியபோது யாரோ தட்டி எழுப்புவது போலிருந்தது. சட்டென்று எழுந்து உட்கார்ந்தான்.

'சாரி மயில். என்னாலதான் உங்களுக்கு இவ்ளோ கஷ்டம்' என்றபடி சுபாஷிணி அருகே வந்து அமர்ந்தாள்.

மயில்சாமி திடுக்கிட்டுப் போனான். பிரமையா என்று கண்ணைக் கசக்கிக்கொண்டான். ஒருவேளை உறக்கம் வந்து, அதில் கனவாக வருகிறாளோ என்றும் தோன்றியது.

'இல்ல மயில். நான் சுபாஷிணிதான். சூசைட் பண்ணிகிட்டு செத்துட்டேன். இப்ப பேயாத்தான் வந்திருக்கேன்.'

அவனுக்குப் பசி, தலைவலி இரண்டும் மறந்துவிட்டது. 'நீங்களா..? நிஜமாவே செத்துட்டிங்களா?' என்றான். சட்டென்று அவனுக்கே அக்கேள்வி அபத்தமாகத் தோன்றி, 'ஏன் செத்திங்க?' என்றான்.

அந்தப் பேய் சில வினாடிகள் அமைதியாக இருந்தது. அசப்பில் சுபாஷிணி போலவே இருந்தாலும் தோற்றத்தில் சில மாற்றங்கள் இருப்பதாக அவனுக்குத் தோன்றியது. குறிப்பாகக் கண்கள் இருந்த இரு இடங்களிலும் ஒரு புள்ளி மட்டும் இருந்தது. சினிமா பேய்களைப் போல் தலைமுடியைப் பறக்கவிடாமல் அள்ளி முடிந்திருந்தது. வெள்ளைப் புடைவை இல்லை. கடைசியாகப் படப்பிடிப்புக்கு வந்தபோது அணிந்திருந்த அதே காஸ்ட்யூமைத் தான் அணிந்திருந்தாள். பாரடைஸில் ரூம் போட்டுத் தற்கொலை செய்துகொள்ளும் முன் உடை மாற்றவில்லையா?

'வாழ முடியல மயிலு. அதான் முடிச்சிக்கிட்டேன்' என்றாள் சுபாஷிணி.

‘ஐம் சாரி.. உங்க வீட்டுக்காரர் சரியில்லியோ?’

‘அந்தாள் நல்ல மனுஷன்தான். ஆனா என்னோட எல்லாம் வாழமுடியாது’ என்று சொல்லிவிட்டு முந்தானையால் கண்ணைத் துடைத்துக்கொண்டாள். ‘சரி இருங்க. நீங்க ரொம்ப பசியோட இருக்கிங்க’ என்று சொல்லிவிட்டு எழுந்து போனாள். வரும் போது அவள் கையில் ஒரு காகிதப் பொட்டலம் இருந்தது. பிரித்து எதிரே வைத்தாள். பிரியாணி.

மயில்சாமிக்கு ஒன்றும் புரியவில்லை. மாதம் பத்துப் பன்னிரண்டு நாள் ஷூட்டிங் இருக்கும் நடிகைக்கு ஒரு பிரியாணி பொட்டலம் வாங்குவது பெரிய விஷயம் இல்லைதான். பேயான பிறகும் அது சாத்தியமாகுமா?

‘என்னை யார் பாக்க முடியும்? வெளிய அந்தத் தள்ளுவண்டிக் கடைக்குப் போயி நானே எடுத்துப் போட்டுக்கிட்டு வந்தேன். சாப்பிடுங்க முதல்ல.’

மயில்சாமிக்கு சாப்பிடத் தோன்றவில்லை. அதிர்ச்சியும் குழப்பமுமாக அவளையே பார்த்துக்கொண்டிருந்தான். பேய் சட்டென்று நான்கு விரல்களால் பிரியாணியை எடுத்து அவன் வாயருகே கொண்டு வந்தது. ‘முதல்ல சாப்டுங்க மயில். நீங்க பட்டினியா இருக்கற வரைக்கும் நான் நார்மலா இருக்க முடியாது’ என்று சொல்லி ஊட்டிவிட்டது.

‘இல்ல, வேணாம். நானே சாப்பிடுறேன்’ என்று சொல்லிவிட்டு இரண்டு வாய் அள்ளிப் போட்டுக்கொண்டான்.

‘என்னால உங்க எல்லாருக்கும் ரொம்பக் கஷ்டம் ஆயிடுச்சில்ல?’

‘மூணு நாள் ஷூட்டிங் கேன்சல். அன் ஆர்டர்ல இருக்கற சீன்ஸ வெச்சி மேக்கப் பண்ணியிருக்கு.’

‘தெரியும். சட்டுனு கதைல எனக்கு இம்ப்பார்டன்ஸ் குடுத்தது புண்டரீகாட்சன் சாருக்குப் பிடிக்கலை’ என்று சுபாஷிணி சொன்னாள்.

‘சேச்சே. யார் சொன்னாங்க உங்களுக்கு? அவருக்கு இந்த மேட்டரே தெரியாது. இது டைரக்டரும் ரைட்டரும் பேசி எடுத்த முடிவு.’

பேய் சிரித்தது. ‘அப்படின்னு நீங்க நினைச்சிட்டிருக்கிங்க. கதைல எனக்கு இம்பார்டன்ஸ் குடுக்க சொல்லி ரைட்டர்ட்ட சொன்னதே புண்டரீகாட்சன் சாரோட சன்தான்.’

'ஒரு நிமிஷம் இருங்க' என்று சொல்லிவிட்டு பரபரவென்று அந்த பிரியாணியை அவன் சாப்பிட்டு முடித்தான். எழுந்து போய் குப்பைத் தொட்டியில் காகிதத்தைப் போட்டுவிட்டுக் கைகழுவத் தண்ணீர் தேடினான். 'அங்க இருக்கு பாருங்க' என்று பேய் சுட்டிக்காட்டிய இடத்தில் குடிநீர்த் தொட்டி இருந்தது. கையைக் கழுவிக்கொண்டு தண்ணீர் குடித்தான். முகத்தையும் கழுவி, சட்டையால் துடைத்தபடி மீண்டும் பெஞ்சில் வந்து அமர்ந்தான்.

'ரொம்ப தேங்ஸ் மேடம். பசில செத்தே போயிருப்பேன். நீங்க செஞ்சது பெரிய உதவி எனக்கு.'

சுபாஷிணி புன்னகை செய்தாள். பொதுவாக அவள் சிரிக்கும் போது சற்று நன்றாகவே இருக்கும். ஆனால் பேயான பிறகு அவளது சிரிப்பு ரசிக்கும்படியாக இல்லை. ஒன்றிரண்டு பற்களைத் தவிர மற்றவை இல்லாதிருந்தது சற்று அச்சமூட்டும்படியாக இருந்தது. வாயைத் திறக்காதிருந்தால் பெரிய பயமாக இல்லை. அந்தக் கண்ணில் இருந்த புள்ளி ஒரு பிரச்னைதான். ஆனால் சமாளிக்கக்கூடியதாகவே இருந்தது.

'உங்க கால காட்டுங்க' என்று மயில்சாமி கேட்டான்.

'எதுக்கு?'

'பேய்க்குக் கால் இருக்காதுன்னு சொல்லுவாங்களே.'

அவள் மீண்டும் சிரித்தாள். பயமாக இருந்தது. புடைவையைச் சற்றே விலக்கிக் கால்களைக் காட்டினாள். இறக்கும்போது அணிந்திருந்த கொலுசுகூட இருந்தது. தங்க நிறத்தில் நகப்பூச்சு பூசியிருந்தாள். இதையெல்லாம் சீதாராமன் கண்டின்யுடி நோட்டில் எழுதி வைத்திருப்பான். ஆனால் இனி அவற்றால் பிரயோஜனம் இருக்காது.

'டைரக்டருக்குத்தான் ரொம்பக் கஷ்டம் ஆயிருக்கும் இல்ல? இந்த மூணு நாள் நடிச்சிட்டுப் போயிருக்கலாம் நான்.'

'தப்பா நினைக்காதிங்க மேடம். ப்ரொட்யூசரோட பிள்ளையே உங்களுக்கு சப்போர்ட் பண்ணதா சொன்னிங்க. அதுக்குமேல என்ன வேணும்? நல்லா சம்பாதிச்சிட்டுப் போயிருக்கலாம். மிஸ் பண்ணிட்டிங்க.'

அவள் வெகுநேரம் அமைதியாகவே இருந்தாள். பிறகு, 'உங்ககிட்ட சொல்றதுக்கென்ன? இருக்கறது ஒரு கட்டை.

அப்பனுக்கும் வேகணும், பிள்ளைக்கும் வேகணும்னா கஷ்டம் தானே?' என்று சொன்னாள்.

சாப்பிடப் போன டிரைவர்கள் திரும்பி வந்துவிட்டார்கள். பேருந்துகளின் இஞ்சின்கள் சத்தமிட ஆரம்பித்தன. அவள் திருமுல்லை வாயில் போகிற பேருந்தில் ஏறிக்கொண்டாள்.

'கௌம்பினா சரியா இருக்கும். நாலு மணிக்கு என்னை எரிக்கப் போறாங்க. நீங்க வரலியா?' என்று கேட்டாள். மயில்சாமி பதில் சொல்லவில்லை.

ஆனால் அவள் போனதும் தோன்றியது. பிரியாணி கிடைத்தது போல ஒரு குவார்ட்டர் பிராந்தி கிடைத்திருக்கலாம்.

3. மூலத்துக்கு ஆமைக்கறி நல்லது

~

உணவு இடைவேளை முடிந்து படப்பிடிப்பு ஆரம்பித்து பத்து நிமிடங்கள் ஆகியிருந்தன. பதினேழு பக்கக் காட்சி. ஒவ்வொரு வசனமும் குறைந்தது பத்து வரிகள் இருந்தன. பெற்ற தாயைக் குற்றவாளிக் கூண்டில் ஏற்றித் திட்டித் தீர்க்கிற மகளின் நியாயங்கள் பார்க்கிறவர்கள் மனத்தில் குத்தீட்டியாகச் சொருகும் விதத்தில் வசனகர்த்தா எழுதித் தள்ளியிருந்தார். மயில்சாமி மூச்சைப் பிடித்துக்கொண்டு ப்ராம்ப்ட் செய்துகொண்டிருந்தான்.

சனியனை ஒருமுறை கத்திப் படித்தால் போதாது. மாஸ்டர் ஷாட்டுக்கு ஒருமுறை. ஒவ்வொருவருக்குமான க்ளோசப்களுக்கு ஒருமுறை. டூ ஷாட், த்ரீ ஷாட்களுக்கு ஒரு முறை. அவன் என்ன படிக்கிறானோ அதைக் கலைஞர்கள் திருப்பிச் சொல்ல வேண்டும். உணர்ச்சிமயம் சேருமானால் நல்லது.

இயக்குநர் நல்லவர். கூடியவரை நேரமெடுக்கும் கலையலங் காரங்களைத் தவிர்க்கப் பார்ப்பார். டிராலியெல்லாம் பெரும் பாலும் போடமாட்டார். அவருக்கு ஒரு படப்பிடிப்புத் தளத்தில் இரண்டு சோபாக்கள் இருந்தால் போதும். உட்கார்ந்து பேச ஆரம்பித்து, உச்சத்தை நோக்கி நகரும்போது கதாபாத்திரங்கள் எழுந்துவிட வேண்டும். இன்னும் உச்சம் வேண்டுமென்றால் ஒரு பாத்திரம் இன்னொன்றைக் கழுத்தைப் பிடித்துத் தள்ளிக் கொண்டே போய் வெளியே எறிந்துவிடும். அதன்பின் வாசலில் தரையில் விழுந்து கிடக்கிற பாத்திரத்துக்கு ஒரு க்ளோசப். தளர்ந்த

நடையில் அந்தப் பாத்திரம் வீதியில் நடந்து போகும்போது ஒரு தொலைவுக் காட்சி. தொலைக்காட்சித் தொடர்களின் சரித்திரத்தில் இரண்டாவது டேக்கே கேட்காத ஒரே இயக்குநர் அவராகத்தான் இருப்பார் என்று மயில்சாமிக்குத் தோன்றும். உலகம் அழிவதற்கு முன்னால் முப்பது நிமிட ஃபுட்டேஜ் கொடுத்துவிட வேண்டும். உலகமானது தினசரி இரவு ஒன்பது மணிக்கு அழியத் தொடங்கும்.

அவருக்கு ஒரு காட்சி முடிந்த மறுவினாடியே அடுத்தக் காட்சியைக் கலைஞர்களுக்கு விளக்கிச் சொல்லிக் கொடுக்க வேண்டும். ஒரு மேடைப் பேச்சாளரைப் போல் நாளெல்லாம் ஓயாமல் பேசிக்கொண்டே இருப்பது மயில்சாமிக்குக் கஷ்டமாக இருந்தது. மற்ற கம்பெனிகளில் ஷெட்யூல் டைரக்டருக்கு இந்தப் பிரச்னை இருக்காது. அவர்கள் பெரும்பாலும் படப்பிடிப்புத் தளத்துக்கு வெளியே நாற்காலி போட்டு அமர்ந்துவிடுவார்கள். பரீட்சை அட்டையில் சொருகிய வெள்ளைத் தாள்களில் தேதிகளை எழுதி, படப்பிடிப்பு விவரங்களைக் குறிப்பிட்டு, பங்கு பெறும் நடிக நடிகையரின் பெயர்களை எழுதி, சம்பந்தப் பட்டவர்களிடம் ஒப்புதல் வாங்கினால் போதும்.

இங்கே ப்ராம்ப்டிங்குக்கு என்று தனியே ஆள் கிடையாது. அதெல்லாம் மயில் பாத்துக்குவான் சார் என்று தயாரிப்பாளரிடம் இயக்குநர் சொன்னபோதே அவனுக்கு பகீரென்றிருந்தது. ஷெட்யூலையும் பார்த்துக்கொண்டு ப்ராம்ப்ட்டிங்கும் செய்வது சிக்கல். இயக்குநருக்கு அது தெரியாததல்ல. ஆனாலும் வேறு வழியில்லை. பல மாதப் போராட்டத்துக்குப் பிறகு அவருக்குக் கிடைத்திருக்கும் வாய்ப்பு. தவிரவும் மதிய நேரத் தொடர். அதிகம் செலவு செய்ய முடியாது. மயில்சாமியுடன் சேர்த்து இயக்குநருக்கு மூன்று உதவியாளர்கள் என்பதே தயாரிப்பாளருக்கு நெருடிக்கொண்டிருந்தது.

'ஏன் சார், கண்டின்யுடி, காஸ்ட்யூம், டைம் கோட் மூணும் ஒருத்தரே செய்ய முடியாதா? நாம என்ன டிராய் படமா எடுக்கறோம்?' என்று ஒருநாள் கேட்டார்.

'ஒண்ணும் பிரச்னை இல்ல சார். டைம் கோட் இனி நானே எழுதிடுறேன்' என்று டைரக்டர் சொன்னார். அன்றிலிருந்து சட்டை பாக்கெட்டில் சிறியதாக ஒரு நோட்டுப் புத்தகமும் பால்பாயிண்ட் பேனாவும் எடுத்து வர ஆரம்பித்தார்.

தயாரிப்பாளர் இதை எதிர்பார்க்கவில்லை. மயில்சாமி நீங்கலான இருவரில் ஒருவரை நீக்கிவிடலாம் என்பது அவரது எண்ணமாக இருந்தது. ஆனால் யாரை நீக்குவது?

‘கஷ்டம் சார். தயவுசெஞ்சி புரிஞ்சிக்கங்க சார். ரெண்டு பேருன்றதே ரொம்பக் கம்மி. குழப்பம் இல்லாம வேல நடக்கணும் இல்லிங்களா?’ என்று கெஞ்சாத குறையாகக் கேட்டார் இயக்குநர். தயாரிப்பாளர் ஒன்றும் சொல்லவில்லை. அமைதியாக நகர்ந்து போய்விட்டார்.

மயில்சாமிக்கு பயமாக இருந்தது. அந்த ஷெட்யூல் முடிந்து, சம்பளம் வந்ததும் இயக்குநர் குடும்பத்துடன் திருச்செந்தூர் போவதாக இருந்தார். குழந்தைக்கு மொட்டை போட வேண்டிக்கொண்டிருந்தார். அவருக்கு, அவர் மனைவிக்கு, மாமனாருக்கு, மனைவியின் தம்பிக்கு என்று வரிசையாக அவர் பெயர், வயது விவரம் சொல்லச் சொல்ல மயில்சாமிதான் ஒரு தாளில் எழுதி எடுத்துக்கொண்டு போய் ரயில் டிக்கெட் பதிவு செய்தான். ஒரு மாறுதலுக்கு இயக்குநரின் சம்பளத்தை ஒரு வாரம் தள்ளலாம் என்று தயாரிப்பாளர் நினைத்துவிட்டால் பெரிய சிக்கலாகிவிடும்.

அப்படி எதுவும் நடந்துவிடக் கூடாது என்று அவன் வேண்டிக் கொண்டபடி வசனங்களைப் படித்துக்கொண்டிருந்தபோது இடைவிடாமல் போன் அடித்துக்கொண்டே இருந்தது. சைலண்டில் போடப்பட்ட போன். காட்சி முடியும்வரை அதை வெளியே எடுக்க முடியாது. ஆனால் அடிப்பது தெரியும். தொடையில் அதிரும்.

ஒரு வழியாக அந்தப் பதினேழு பக்கக் காட்சியை எடுத்து முடிந்ததும் அடுத்தக் காட்சிக்கான வசன பேப்பரை மயில்சாமி சீதாராமனிடம் கொடுத்துவிட்டுப் பத்து நிமிடங்களில் வந்து விடுவதாகச் சொல்லிவிட்டு வெளியே போனான். போனை எடுத்துப் பார்த்தபோது அதிர்ச்சியாக இருந்தது. ஏழு அழைப்புகள். அனைத்தும் தயாரிப்பாளரிடம் இருந்து வந்தவை.

என்னவாக இருக்கும் என்ற குழப்பத்துடன் அவர் எண்ணுக்குத் திரும்பக் கூப்பிட்டான். அவர் எடுக்கவில்லை. இரண்டு நிமிட இடைவெளி விட்டு மீண்டும் அழைத்தபோது எடுத்தார்.

‘என்ன வேணும் மயில்சாமி?’

இதற்கு என்ன பதில் சொல்லுவதென்று அவனுக்குத் தெரியவில்லை. அவர்தான் அழைத்தவர். எதற்கு அழைத்தார் என்று அவர்தான் சொல்ல வேண்டும். தான் அழைத்ததே அதற்குள் மறந்திருக்குமா?

'சாரி சார். ஷாட் போயிட்டிருந்தது. அதான் போன் எடுக்க முடியலை' என்று மயில்சாமி சொன்னான்.

'புரிஞ்சிக்கிட்டேன். ஒரு காரியம் செய்யறியா? ராத்திரி பேக்கப் ஆனதும் ஆபீஸ் பக்கம் வந்துட்டுப் போ' என்று சொல்லிவிட்டு போனை வைத்தார்.

மயில்சாமிக்கு யோசனையாக இருந்தது. தயாரிப்பாளர் தன்னை அலுவலகத்துக்கு அழைக்க வேண்டிய அவசியம் என்ன? இதுநாள் வரை அவரது நேரடித் தொடர்பு என்பது இயக்குநருடன் மட்டுமாகவே இருந்திருக்கிறது. கதை விவாதங்களில் கலந்து பேசுவது வழக்கம்தான். ஆனால் இப்படித் தனியே அழைத்த தில்லை. என்றைக்குமே. அதற்குத் தேவையும் இருந்ததில்லை. மயிலுக்கு ஏதாவது சொல்ல வேண்டுமென்றால் ப்ரொடக்?ஷன் மேனேஜரிடம் சொல்லுவான். அல்லது அக்கவுண்டண்டிடம் சொல்லுவான். அலுவலகத்தில் உள்ள மற்ற யாருடனும் அவன் தனியே பேசுவது யார் பார்வையிலும் தவறாகத் தெரிய வாய்ப்பில்லை. ஆனால் தயாரிப்பாளர் எதற்கு அவனை அழைக்க வேண்டும்?

இரண்டாவது வினா. இதை இயக்குநரிடம் சொல்லுவதா வேண்டாமா? சொன்னால் அவர் என்ன நினைப்பார்? அல்லது ஏன் சொன்னாய் என்று தயாரிப்பாளர் கேட்டால் என்ன சொல்லுவது? ஆனால் எப்படி யோசித்தாலும் அவன் அலுவலகத்துக்குப் போய் தயாரிப்பாளரைச் சந்தித்துவிட்டு வந்த மறு நிமிடமே செய்தி அனைவருக்கும் தெரிந்து விடத்தான் போகிறது. அவனுக்குத் தயக்கமெல்லாம் இல்லை. தயாரிப்பாளர் என்ன பேசினாலும் அதை வெளிப்படையாக இயக்குநரிடம் சொல்லக்கூடியவன் தான். பிரச்னை, போகப் போவதை சொல்லிவிட்டுப் போவதா, போய் வந்து சொல்லுவதா என்பதில் மட்டுமே.

இரவு வரை இதையே யோசித்துக்கொண்டிருந்தான். ஒன்பது மணிக்கு பேக்கப் ஆனதும் இயக்குநரிடம் சென்றான். 'சார், சீதாராமன் கொஞ்சம் சீக்கிரம் போகணுன்னான். நான் போய் சிப்ப குடுத்துட்டு வீட்டுக்குப் போறேன்' என்று சொல்லிவிட்டுக்

கிளம்பினான். அன்றைக்கு எடுத்த காட்சிகள். தொகுப்பதற்கு எடிட்டிங்கில் கொடுப்பது ஒரு தினசரி வேலை. சீதாராமன்தான் அதைச் செய்துகொண்டிருந்தான். மயில்சாமி வேண்டுமென்றே தான் போவதாகச் சொல்லிவிட்டு சிப்பை வாங்கிக்கொண்டு புறப்பட்டான்.

இது ஒரு வசதி. 'நேத்து சிப்பு குடுக்கப் போனப்ப ப்ரொட்யூசர் கூப்ட்டார் சார்' என்று ஆரம்பித்து நடந்ததை விவரித்துச் சொல்லிவிடலாம். தந்திரங்கள் எப்போதாவது தேவைப் படத்தான் செய்கின்றன. பெரிய லாபங்களுக்கு இல்லா விட்டாலும் சிறு சமாளிப்புகளாகவாவது. தயாரிப்பாளர் அழைத்தது ஏதேனும் எளிய காரணத்துக்காகவும் இருக்கலாம். இன்னும் கொஞ்சம் செலவு மிச்சப் படுத்துவது தொடர்பாகப் பேச நினைத்திருக்கலாம். படப்பிடிப்பு நாள்களை இன்னும் கொஞ்சம் குறைக்க வழியிருக்கிறதா என்று கேட்க எண்ணியிருக்கலாம். அபூர்வமாக அவருக்கு ஒரு 'டிராக்' தோன்றியிருக்கலாம். கதைக்குள் அதை எப்படிச் சொருகுவது என்று கேட்க நினைத்திருக்கலாம். ஒருவேளை -

வேண்டாம். கனவுக்கு இடம் தரக்கூடாது என்று மயில்சாமி நினைத்துக்கொண்டான். இப்போதெல்லாம் உறக்கத்தில் வருகிற கனவுகள்கூட போரடிக்கின்றன. வாளி வாளியாக அடி பம்பில் தண்ணீர் அடிப்பது போன்ற கனவுகள்தான் அவனுக்கு அடிக்கடி வரும். இரவு முழுவதும் தண்ணீர் அடித்துக்கொண்டே இருப்பான். குடம் நிரம்பி வழிந்துகொண்டே இருக்கும். ஆனாலும் அடிப்பதை நிறுத்தத் தோன்றாது. அவனது ஆச்சரிய மெல்லாம் ஒன்றுதான். அப்படி நிரம்பி வழியும் தண்ணீர் எங்கே போகிறது? குழாயின் அடியில் வைத்த வாளிக்கு வெளியே சொட்டு ஈரம் இருப்பதில்லை. ஆனால் தண்ணீர் மட்டும் வழிந்துகொண்டே இருக்கிறது.

இந்தக் கனவு அவனுக்குத் திரும்பத் திரும்ப வந்திருக்கிறது. காலை கண் விழித்து எழும்போது தண்ணீர் அடித்த களைப்பில் சிறிது நேரம் தூங்கலாம் போலிருக்கும். ஆனால் எழுந்துதான் தீரவேண்டும். இரண்டு குடங்களாவது தண்ணீர் அடித்து வைத்துவிட்டுப் போனால்தான் வசதி. மனோ இருந்தால் அவள் கொஞ்சம் அடிப்பாள். இருவருமாகப் பகிர்ந்துகொண்டு தண்ணீர் அடிப்பதில் அத்தனை கஷ்டம் தெரிவதில்லை. ஏனோ கனவில் அந்த உதவியை மனோன்மணி செய்வதில்லை.

தயாரிப்பாளரின் அலுவலகத்துக்கு அவன் போனபோது மணி பத்தாகிவிட்டிருந்தது. அலுவலகத்தில் அனைவரும் வீட்டுக்குப் போய்விட்டார்கள். ஆபீஸ் பையன் மட்டும் ஒரு ஓரத்தில் மடக்கி வைத்த குடைபோல் உட்கார்ந்து இருந்தான். மயில்சாமியைக் கண்டதும், 'இருங்க' என்று சொல்லிவிட்டு மாடிக்குப் போனான்.

மயில்சாமி அந்த அலுவலகத்துக்கு மூன்று மாதங்களாக வந்துகொண்டிருந்தான். ஆனால் மாடிக்குப் போனது கிடையாது. தயாரிப்பாளரின் அறை அங்கேதான் இருக்கிறது. இயக்குநர் போவார். பேசிவிட்டுத் திரும்பி வரும்போது தனக்கு மட்டும் கேட்கிற விதமாகச் சில கெட்ட வார்த்தைகளில் திட்டிக்கொண்டே வருவார். எதிரே யாராவது வந்துவிட்டால் சட்டென்று புன்னகை செய்வார். பணிவாக வணக்கம் சொல்லி, 'ஐயா மேலதான் இருக்காரு' என்று ஆபீஸ் பையனைப் போலவே சொல்லிவிட்டுப் போவார்.

அந்தத் தொடரை ஆரம்பித்த நாள்களில் தயாரிப்பாளரைக் குறித்துப் பேசும்போதெல்லாம் இயக்குநரின் கண் கலங்குவதை மயில்சாமி பார்த்திருக்கிறான். 'இது போதும் மயிலு. வாழ்க்கைல ஒரே ஒரு மனுசன பாத்துட்டேண்டா. உயிரக் குடுப்பேண்டா இவருக்கு' என்று சொன்னார்.

ஒரு வாய்ப்பும் மாதச் சம்பளமும் மட்டுமே உயிரைக் கொடுக்கப் போதுமானதா என்று மயில்சாமிக்கு சந்தேகமாக இருந்தது. இதை அவன் கேட்டபோது இயக்குநர் சிறிது நேரம் பதில் சொல்ல வில்லை. வேறு ஏதேதோ பேசிக்கொண்டிருந்துவிட்டு, சட்டென்று ஒரு கணத்தில் சொன்னார். 'வாய்ப்பும் சம்பளமும் பெரிசில்லதான். ஆனா எந்த சமயத்துல வருதுன்னு ஒண்ணு இருக்கு மயிலு. இப்ப எனக்கு இந்த வேல கிடைக்காம போயிருந்தா என் பொண்டாட்டி என்னை விட்டுட்டுப் போயிருப்பா. ஒம்பது மாசமா மாமனார் காசுல சோறு தின்னுக்கிட்டிருந்தேண்டா!'

உணர்வோடு ஒருவர் கலந்துவிட்டால் மூன்று மாதங்களில் மூதேவி என்று அழைப்பதில் பிழையில்லை போலிருக்கிறது.

ஆபீஸ் பையன் கீழே வந்து தயாரிப்பாளர் அவனை மேலே அழைப்பதாகச் சொல்லிவிட்டுப் போனான். மயில்சாமி மாடிப்படி ஏறி மேலே சென்றான். அறைக் கதவை லேசாகத் தட்டிவிட்டு உள்ளே நுழைந்ததுமே அவனுக்கு திடுக்கிட்டது.

நவ்வ் என்று சத்தமிட்டபடி ஒரு கடுவன் பூனை தயாரிப்பாளரின் தோளில் இருந்து பாய்ந்து இறங்கி மேசை மீது வந்து அமர்ந்தது. கன்னங்கரேல் என்று இருந்தது. பெரிய ஆகிருதி. கண்கள் மட்டும் தணல் போல் தனியே தெரிந்தன.

‘வா மயில்சாமி. உக்காரு’ என்றார் தயாரிப்பாளர்.

‘இருக்கட்டும் சார்.’

‘அட உக்காருய்யா. எவ்ளோ நேரம் நின்னுக்கிட்டே பேசுவ? மரியாத மனசுல இருந்தா போதும்.’

அவனுக்கு உட்கார பயமாக இருந்தது. அவரது தோளில் இருந்து டேபிளுக்குப் பாய்ந்தாற்போல டேபிள் மீதிருந்து அவன்மீது அந்தப் பூனை பாய்ந்துவிட்டால் அவன் அலறிவிடுவான். அது நிச்சயம் தயாரிப்பாளரின் சமநிலையைக் குலைத்துவிடும். அவர் பேச நினைத்த விஷயங்களைப் பேசாமல் போகக்கூடும்.

‘இல்ல பரவால்ல சார்’ என்று மீண்டும் சொன்னான்.

‘உக்காருன்றன்ல?’

வேறு வழியின்றி அவன் நாற்காலியின் விளிம்பில் அமர்ந்தான். கொஞ்சம் நடுக்கமாக இருந்தது. அந்தக் கடுவன் பூனை அவனையே பார்த்துக்கொண்டிருந்தது. அசப்பில் ஒரு கரும்புலியைப் போலவே இருந்தது. மற்ற பிற பூனைகளுக்கு உள்ளதுபோன்ற மென்மையான வால் அதற்கு இல்லை. ஒரு தேவையற்ற கனம் அதில் இருப்பதுபோலப் பட்டது. உடம்பெங்கும் புசுபுசுவென்று முடி இருந்தது. கரேலென்ற முடி. வயிற்றின் கீழ்ப்புறம் மட்டும் சாம்பல் நிறத்தில் ஒரு கோடு போட்டாற்போல ரோமங்கள் நிறம் மாறியிருந்தன.

தயாரிப்பாளர் அதன் முதுகில் தடவிக் கொடுத்தார். முடிக்குள் கையை விட்டு அளாவியபடியே பேசத் தொடங்கினார்.

‘சாப்ட்டியா மயில்சாமி?’

‘இல்ல சார். சிப்பு குடுத்துட்டுப் போக வந்தேன். இனிமேத்தான் சாப்பிடணும்.’

‘தண்ணி போடுவியா?’ என்று கேட்டபடியே டேபிள் டிராவைத் திறந்து ஒரு பெரிய பாட்டிலை எடுத்து மேலே வைத்தார். மீண்டும் குனிந்து ஒரு கிளாசை எடுத்து வைத்தார். சிறிய அளவில் சற்றே

குழிந்த ப்ளேட் ஒன்றை எடுத்து வைத்தார். அதில் மிக்சர் அல்லது சிப்ஸ் பாக்கெட்டைப் பிரித்துக் கொட்டுவார் என்று மயில்சாமி எதிர்பார்த்துக்கொண்டிருந்தபோது அவர் பாட்டிலைத் திறந்து ஒரு வினாடி அதன் வாசனையை முகர்ந்து பார்த்தார். கிளாஸில் பாதியும் அந்த குழிந்த பிளேட்டில் கொஞ்சமுமாக ஊற்றினார்.

அவனுக்கு பயமாக இருந்தது. வாழ்நாளில் என்றுமே அவன் ப்ளேட்டில் வைத்து பிராந்தி குடித்ததில்லை. ஹோட்டல்களில் சிலர் டீயை சாசரில் ஊற்றிச் சாப்பிடுவதைப் பார்த்திருக்கிறான். எப்படியும் இரண்டு சொட்டுகளாவது அவர்கள் சட்டையில் கொட்டிக்கொள்வார்கள்.

'வெங்கடாசலபதி பிராந்தி குடிப்பான். இப்பப் பாரு.' என்று தயாரிப்பாளர் சொன்னார். தன் கிளாசை எடுத்து அந்த ப்ளேட்டில் மோதி, சியர்ஸ் என்று சொல்லிவிட்டுக் குடித்தார். கடுவன் பூனை காத்திருந்தாற்போல அந்த ப்ளேட்டில் வாயை வைத்து உறிஞ்சிக் குடிக்கத் தொடங்கியது. மயில்சாமிக்கு ஆச்சரியமாக இருந்தது. பூனை குடிக்குமா? இது கேள்விப்பட்டதாக இல்லையே? அவன் அந்தப் பூனையையே பார்த்துக்கொண்டிருந்தான். தயாரிப்பாளர் கூப்பிட்டது மறந்து போய்விட்டது.

'புதுசா இருக்கில்ல? ஆனா கண்ணு மண்ணு தெரியாம குடிச்சாலும் ஸ்டெடியா நிப்பான் வெங்கி' என்றார் தயாரிப்பாளர். மயில்சாமிக்கு என்ன சொல்லுவதென்று தெரியவில்லை. கொஞ்சம் சிரிப்பது போலச் செய்தான். அறையில் குளிர் அதிகம் இருந்தது. ஏசி பதினாறில் இருப்பதைப் பார்த்தான். ஐந்து நிமிடங்களுக்கு மேல் தனக்கு அங்கே இருப்பது சிரமம் என்று தோன்றியது. சுற்றிலும் அலமாரிகளில் நிறைய கோப்பைகள், விருதுகள், திரைப்பட டிவிடிக்கள், பொம்மைகள் அடுக்கப் பட்டிருந்தன. ஒரு பெரிய டிவி இருந்தது. அதன் மேற்புறம் நடுவே ஒரு சந்தனப்பொட்டு வைக்கப்பட்டிருந்தது. மயில்சாமிக்கு அந்த அறையே ஓர் அதிசயமாகப் பட்டது. ஒரு மாயாஜாலம்போலப் பணம் பொருள்களாக மாறி நிறைந்திருந்தது. விலை உயர்ந்த தரை விரிப்பு. சுவரே தெரியாத மர வேலைப்பாடுகள். மேலே தொங்கிய சாண்டலியர் விளக்கு. ஒரே ஒரு புகைப்படம் மாட்டப் பட்டிருந்தது. அதில் தயாரிப்பாளர், வெங்கடாசலபதிக்கு முத்தம் கொடுத்துக்கொண்டிருந்தார்.

'சார் எதோ பேசணுன்னு சொன்னிங்க.'

அவர் பதில் சொல்லவில்லை. அமைதியாகக் குடித்துக் கொண்டிருந்தார். சில வினாடிகள் கழித்து, ‘சொன்னேன்ல? ஆமா, சொன்னேன். என்ன பண்றான் உன் டைரக்டர்? வேலதான் பாக்குறானா இல்ல ஒன்ன எடுக்க விட்டுட்டு ஊர் மேயப் போயிடுறானா?’

மயில்சாமி திடுக்கிட்டுப் போனான். இப்படி ஒரு தொடக்கத்தை அவன் எதிர்பார்த்திருக்கவில்லை. சட்டென்று உஷாராகி, ‘அதெல்லாம் இல்ல சார். அவரேதான் எடுக்கறாரு’ என்று சொன்னான்.

‘என்னாத்த எடுக்குறான்? சவசவன்னு எல்லா ஃப்ரேம்லயும் யாரானா பேசிட்டே இருக்காங்க. ஒரு சீனுன்னா அதுல ஒரு பொயட்டிக்ப்யூட்டி வேணாமாய்யா? ஒரு.. ஒரு.. டேக்கிங்ல ஒரு மெச்சூரிடி வேணாமாய்யா? இவன்லாம் எப்படிய்யா டைரக்டர் ஆனான்?’

மயில்சாமிக்குச் சங்கடமாக இருந்தது. இயக்குநர், சீதாராமனையோ மூர்த்தியையோ வெளியேற்ற ஒப்புக்கொண்டிருந்திருக்கலாம் என்று தோன்றியது. தன்னையே கூட அனுப்பியிருக்கலாம். சூழ்நிலை புரியும் யாரும் தவறாக எடுத்துக்கொள்ள மாட்டார்கள். வேலை இருக்காது. சம்பளம் இருக்காது. அது பழகியதுதானே? ஒரு சில மாதங்கள் சமாளித்துவிட்டு வேறு ஏதாவது ஒரு வாய்ப்பைத் தேடிக்கொண்டு போக வேண்டியதுதான்.

‘எழுவத்தஞ்சு லட்ச ரூபா லோன் வாங்கி இந்த ப்ராஜக்ட ஆரம்பிச்சிருக்கேன் மயிலு. ரிட்டன் வர ஆரம்பிக்கவே இன்னும் நாலு மாசம் ஓட்டியாகணும். ஏஜென்சிக்காரன் விளம்பரம் தரமாட்டேன்றான். கேட்டா நம்பர் காட்டுன்றான். ஐநூறு எபிசோடு ஓடி, மங்களம் பாடினப்பறம் வரும்னு நாக்க தொங்கப் போட்டுக்கிட்டு உக்காந்திருக்க சொல்றியா? ஸ்லாட்ட தூக்கி இன்னொருத்தனுக்குக் குடுத்துட்டுப் போயிட்டே இருப்பான் சேனல்க்காரன். எவன் வீட்டு சொத்து பாழாப் போகுது?’

மயில்சாமிக்கு பயமாக இருந்தது. பேச்சு மிகவும் அபாயகரமாகப் போய்க்கொண்டிருப்பது புரிந்துவிட்டது. இப்போது பதில் சொன்னாலும் பிழை. சொல்லாதிருந்தாலும் பிழை. இது அவர் சம்மதம் சொன்ன கதை. அவர் தேர்ந்தெடுத்த நடிகைகள். அவரே தேர்ந்தெடுத்த டெக்னீஷியன்கள். எண்ணி மூன்று மாதத்தில் சரியில்லை என்றால் என்ன அர்த்தம்?

'தபாரு, ரைட்டர்மேல தப்பில்ல. அவரு சரியாத்தான் கத குடுக்கறாரு. இவனுக்கு எடுக்கத் தெரியலய்யா. ஒரு மாஸ்டரு. ரெண்டு க்ளோஸப். ரெண்டு டூஷாட்டு. இவ்ளதானாய்யா சினிமா? நாளைக்கு நான் வரேன் ஸ்பாட்டுக்கு. நான் எடுக்கறேன் பாக்கறியா?'

மயில்சாமி தலை குனிந்து அமர்ந்திருந்தான். தயாரிப்பாளர் இரண்டாவது முறை கோப்பையை நிரப்பிக்கொண்டு வெங்கடாஜலபதிக்கும் ஊற்றினார்.

'எனக்குப் புடிக்கல மயிலு. முப்பது நிமிஷம் ஃபுட்டேஜ் குடுத்துட்டா பெரிய டைரக்டரா? ரெண்டாயிரத்தி ரெண்டுல, பக்கிரிசாமின்னு கேள்விப்பட்டிருக்கியா? அன்னிக்கெல்லாம் அந்தாள அடிச்சிக்க யாருமே கிடையாது இங்க. இருவது நிமிசம் போதும்யான்னு கால்ல விழாத குறையா கெஞ்சினாக்கூட அம்பத்தஞ்சு நிமிசம் ஃபுட்டேஜ் குடுப்பான். ஒவ்வொரு ஃப்ரேமும் கண்ணுல ஒத்திக்கற மாதிரி இருக்கும்.'

பக்கிரிசாமி. இந்தப் பெயரைக் கேள்விப்பட்டிருக்கிறோமா என்று மயில்சாமி யோசித்தான். அவன் துறைக்கு வந்த நாளில் இருந்து அப்படி ஒரு பெயர் புழக்கத்திலேயே இல்லை என்று தோன்றியது. சமூகம் வெகு விரைவில் முன்னோர்களை மறந்துவிடுகிறது.

'போட்டுக் காட்றேன் பாக்குறியா? மடிப்பிச்சைன்னு சீரியல். நம்ம ப்ரொடக்?ஷன்தான். டிஆர்பி என்னான்ற அன்னிக்கி? முப்பத்தியேழு! அவவன் வாய்லயும் வயித்துலயும் அடிச்சிக் கிட்டான். எப்பிட்றா புண்டரீகாட்சா ஒன்னால மட்டும் இவ்ளோ முடியுதுன்னு கேக்காத வாய் இல்ல. இவன் என்னடான்னா ரெண்டே முக்கால், மூணுன்னு டிஆர்பி காட்டிட்டு, அதுக்கே காலருக்கு மேல கர்ச்சிப்ப சுத்திக்கிட்டுத் திரியிறான்.'

மயில்சாமி அமைதியாக இருந்தான். கேட்டுக்கொண்டிருப்பது தெரியவேண்டும். ஆனால் ஏற்பதாகவோ மறுப்பதாகவோ தெரிந்துவிடக்கூடாது. இது ஒரு லாகவம். இது ஒரு சாகசமும் கூட. துரதிருஷ்டவசமாக இப்படியொரு பரீட்சை தனக்கு வந்திருக்க வேண்டாம் என்று அவனுக்குப் பட்டது. எப்போதாவது விரக்தியில் மனோன்மணி இப்படித்தான் நிறுத்தாமல் திட்டிக் கொண்டிருப்பாள். பிறந்த கணம் முதல் பிழைகளுடன் மட்டுமே வாழ்ந்து வருபவன்போல அவனுக்கே தோன்ற ஆரம்பித்துவிடும். தவறியும் பதிலாக ஒரு வார்த்தை சொன்னதில்லை.

கோபங்களுக்கும் ஆதங்கங்களுக்கும் பதில் அவசியமில்லை. பிரதி சொற்களுக்கு அங்கு பெரும்பாலும் வேலை இருப்பதில்லை. காதுகளைச் சற்று இரவல் கொடுத்துவிட்டால் போதுமானது. வெறும் காதுகள்.

'பாரு, நீ ஒரு உருப்படின்னு நான் நம்பறேன். அதனாலதான் ஒன்ன கூப்ட்டுப் பேசுறேன். உண்மைய சொல்லு. உன் டைரக்டர் அந்த தனலட்சுமியோட சுத்திக்கிட்டிருக்கானாமே? நெசமா?'

மயில்சாமி அதிர்ச்சியுடன் நிமிர்ந்து பார்த்தான். 'சார்..?'

'அதான்யா.. ஜனனின்னு பேர மாத்தி வெச்சிக்கிட்டிருக்காளே.. அவதான். ராயபுரம் கல்மண்டபத்தாண்ட அவங்கப்பன் பழைய பேப்பர்கட வெச்சிருந்தான். இண்டு பேப்பர்னா ரெண்டார்ரூவா, தமிழ் பேப்பர்னா ஒண்ணே முக்கார்ரூவா. மார்க்கெட்டுல வர்ற அத்தினி பலான புக்சும் உள்ளார ரகசியமா வெச்சி வித்துக் கிட்டிருப்பான் பரதேசி. சரி நீ எப்படியோ ஒழி, பொண்ணு களையா இருக்கா, நடிக்க அனுப்புய்யான்னு ரெண்டாயிரத்தி ஒம்போதுல நாந்தான் ஒருக்கா பாத்துட்டுக் கேட்டேன். அடுத்த வாரம் நம்ம ஆபீசுக்குக் கூட்டிட்டு வந்தான். நானே மேக்கப் டெஸ்ட் எடுத்தேன். ரெண்டு பக்கம் டயலாக் எழுதிக் குடுத்து பேச சொன்னேன். கால தொட்டுக் கும்பிட்டுட்டு நூத்தியோர் ரூவா அட்வான்ஸ் வாங்கிட்டுப் போச்சி. ஒண்ணா ரெண்டா! இதுவரைக்கும் பதினெட்டு சீரியல்ல நடிச்சிட்டா! ஆனா விசுவாசி மயிலு! மார்க்கெட்டுல புதுசா வந்திருக்கற சானிடரி நாப்கின் வரைக்கும் வாங்கலாமா வேணாமான்னு என்னைய கேட்டு செய்வாடா அவ.'

'சரிங்க சார்.'

'உன் ஆளு - அவனுக்கு என்ன தகுதி இருக்குதுன்னு பொம்பள ஷோக்கு கேக்குது? டைரக்டர்னா பெரிய இவனா? தெறமைய வேலைல காட்ட சொல்லு மயிலு. தூக்கி அடிச்சேன்னா திரும்ப எந்திரிக்க மாட்டான் பாத்துக்க.'

மயில்சாமிக்குக் குளிர் மறைந்து வியர்க்கத் தொடங்கிவிட்டது. நிச்சயமாக ஏதோ பெரிய விபரீதம் நடக்கவிருக்கிறது என்று புரிந்துவிட்டது. ஒரு அசிஸ்டெண்ட் டைரக்டரை நீக்க மறுத்தது இத்தனை பெரிய பிழையாக எடுத்துக்கொள்ளப்படும் என்று அவன் எண்ணியிருக்கவில்லை. அவரிடம் அனுமதி கேட்டுக் கொண்டு டாய்லெட்டுக்குப் போய் வந்தால் நிம்மதியாக

இருக்கும் போலிருந்தது. முட்டிக்கொண்டு நிற்பது போலப் பட்டது. நெளியக்கூட முடியாதிருந்தது.

தயாரிப்பாளர் அதைக் கவனித்தார். மூன்றாவது முறை தன் கிளாசில் மட்டும் சாராயத்தை ஊற்றிக்கொண்டு, ‘வெங்கி ஒனக்குப் போதும்’ என்று சொல்லிவிட்டு அவனிடம் திரும்பினார். ‘ஏன்யா தவிக்கற? உக்கார முடியலியா? பைல்ஸ் கம்ப்ளைண்ட் இருக்குதா?’ என்று கேட்டார்.

மயில்சாமி உடனே இல்லை என்று தலையாட்டினான். மறுப்பது ஒருவேளை பிடிக்காமல் போய்விடுமோ என்று உடனே ஆமாமென்றும் தலையாட்டினான்.

‘என்னோட ஒருநாள் என் தோப்புக்கு வா. முசிறி தெரியுமா முசிறி? திருச்சினாப்பள்ளி ஜில்லா. அருமையான ஊரு. காவேரில தண்ணி தொறந்து உடுறப்ப சொல்றேன். அப்ப வா. ஆத்து வெள்ளத்துல ஆமைங்க அடிச்சிகிட்டு வரும். அதப் புடிச்சி சமைச்சித் தின்னா என்ன மாதிரியான பைல்ஸ் கம்ப்ளைண்ட் இருந்தாலும் சரியாப் போயிடும்.’

‘சரிங்க சார்.’

‘நெசமாத்தான் மயிலு. மூலத்துல உள் மூலம், வெளி மூலம்னு ரெண்டு விதம் உண்டு. வெளி மூலம்னா வெளிய வந்து தக்காளிப் பிஞ்சாட்டம் தொங்குறது. உள்மூலம்னா ஆய் போற இடத்துல சிமிட்டி வெச்சி பூசின மாதிரி அடைச்சிக்கிட்டு கெடக்குறது. ரெண்டுமே கொல வலிதான். ஆனா உள்மூலம் ரொம்ப டேஞ்சர். கண்டுக்காம விட்டா ஆளையே சாப்ட்டுரும்.’

‘சரிங்க சார்.’

‘வெள்ளப் பாறன்னு ஒரு ஆம ரகம் இருக்குது. உள் மூலத்துக்கு அதோட கறிதான் கரெக்டான மருந்து. நைட்ல சாப்டணும். ஆமக்கறியப் போய் திம்பானான்னு கேக்காத. அதெல்லாம் சாப்ட்டுப் பார்த்தா விடமாட்ட. நீ வா முசிறிக்கு.’

மயில்சாமிக்கு என்ன சொல்வதென்று தெரியவில்லை. தான் உட்கார்ந்திருந்த விதம் உண்மையிலேயே ஒரு மூல வியாதிக்காரனைப் போலத் தன்னைக் காட்டியிருக்கிறது என்பது மட்டும் புரிந்தது. அது நிச்சயமாக உள் மூலமாகத்தான் இருக்கும் என்று அவர் எப்படிக் கண்டுபிடித்தார் என்பதுதான் கடைசிவரை புரியவில்லை.

மேலும் அரை மணி நேரம் தயாரிப்பாளர் அவனோடு என்னென்னவோ பேசிக்கொண்டிருந்தார். அந்தக் கால நடிகைகளைக் குறித்து. அவர்களது அம்மாக்களைக் குறித்து. தன் மனைவிக்கு வந்திருக்கும் கழுத்து வலியைக் குறித்து. தனக்கு உறக்கமில்லாமல் இருப்பது குறித்து.

'இண்டஸ்டிரில என்கிட்ட உதவி வாங்காத பய ரொம்ப கொஞ்சம் மயிலு. கேக்கறவனுக்கெல்லாம் அள்ளிக் குடுத்திருக்கேன். ஆனா யார்ட்டயும் திருப்பிக் கேட்டதில்ல.. அதையெல்லாம் சேத்திருந்தாலே இந்த லோன வாங்காம இந்த ப்ராஜக்ட பண்ணியிருப்பேன். எழுவத்தஞ்சு லட்சம். எவன் வீட்டுக் காசு? இன்னும் பத்து பைசா மார்க்கெடிங் பணம் வரல. வருமான்னும் தெரியல.'

'அதெல்லாம் வந்துரும் சார்' என்றான் மயில்சாமி.

'என்னத்த வந்து? கங்காதரன் தூக்கிட்டுப் போயி எவ தொடைக்கு நடுவுலயாச்சும் சொருகி வெப்பான் எல்லாத்தையும். வெறுத்துப் போச்சிடா' என்று சொன்னார்.

இதுவும் மயிலுக்கு அதிர்ச்சியாக இருந்தது. கங்காதரன் அவரது மகன். இரண்டு முறை திருமணமாகி, இரண்டு முறையும் அவனுக்கு விவாகரத்தான விஷயம் மயில்சாமிக்குத் தெரியும். பெரிய மனிதர்களால் இம்மாதிரியான இயற்கைச் சீர்கேடுகளைப் பெரும்பாலும் தவிர்க்க முடிவதில்லை.

தயாரிப்பாளர் மெல்ல தன் நாற்காலியில் இருந்து எழுந்து கொண்டார். 'உக்கார முடியல. வலி கொல்லுது குண்டில… வெங்காயத் தலகாணி வெச்சிக்கன்னான் டாக்டரு. அத ஒண்ண செய்ய சொல்லணும்' என்றபடியே எழுந்துகொண்டார். மயில்சாமி காவிரி வறண்டிருப்பது பற்றிக் கவலைப் பட்டபடி அவரோடு எழுந்து வெளியே வந்தான்.

'சார், உங்க பூனை…'

'பூனைன்னு சொல்லாத. வெங்கி. அவன் அங்கயேதான் கெடப்பான். சரக்கு போட்டிருக்கான்ல? நல்லா தூங்குவான், நீ வா' என்று சொன்னார்.

இருவரும் கீழே வந்தபோது டைரக்டர் அங்கே காத்திருந்ததைக் கண்டு மயில்சாமி திடுக்கிட்டான். மணி பதினொன்றரை ஆகியிருந்தது. இந்நேரத்தில் இவர் எதற்கு இங்கே

வந்திருக்கிறார்? அவனுக்கு உடம்பெல்லாம் நடுக்கமெடுக்கத் தொடங்கிவிட்டது. அந்த இரவுப் பொழுதில் தயாரிப்பாளரோடு தன்னைச் சேர்த்துப் பார்த்தது நிச்சயமாக இயக்குநருக்கு நல்லவிதமாகத் தோன்றியிருக்காது என்று பட்டது. ஆனாலும் அவர் காட்டிக்கொள்ளவில்லை.

தயாரிப்பாளரைக் கண்டதும் சட்டென்று எழுந்து டைரக்டர் வணக்கம் சொன்னார். மயிலைப் பார்த்து ஒரு புன்னகை செய்தார். மயில்சாமிக்கு நடுக்கம் நிற்கவில்லை.

'வாங்க டைரக்டர் சார். முடிஞ்சிதா இன்னிக்கி?'

'ஆமா சார். நல்லா வந்திருக்கு சார்.'

'நீங்க அதெல்லாம் நல்லாத்தான் பண்ணுவிங்க. எனக்குத் தெரியாதா?' என்று தயாரிப்பாளர் சொன்னார். மயில்சாமிக்கு மூத்திரப் பையைச் சுற்றி யாரோ சிமெண்டு போட்டு அடைத்தாற் போலானது. வலித்தது. ஆனால் ஆமைக்கறி இந்த வலிக்கானது அல்ல. அது மூல நோய்க்கு மட்டும்தான். ஆமைக்கறி சாப்பிடு வதற்காக மூல நோயை வரவழைத்துக்கொள்ள முடியுமா என்று தெரியவில்லை.

தயாரிப்பாளர் இன்னும் ஒரு சில சொற்கள் இயக்குநரை மகிழ்விப்பது போலப் பேசினார். இயக்குநர் நன்றி கலந்த புன்னகை சிந்தியபடி இருந்தார். சட்டென்று தன் பாண்ட் பாக்கெட்டில் கையைவிட்டு ஒரு பொட்டலத்தை எடுத்தார். அது மயில்சாமி அதுவரை பார்த்திராத ஒரு நூதனமான பிஸ்கட் பொட்டலம்.

'இந்தாங்க சார். வெங்கிக்குப் பிடிச்ச சைட் டிஷ். இன்னிக்கி தற்செயலா கிடைச்சிது' என்று நீட்டினார்.

தயாரிப்பாளர் உற்சாகமாகிவிட்டார். 'அட, தேடிக்கிட்டிருந் தேன்யா இத. கெடைக்காமலே இருந்திச்சி. செல்லம் இதப் பாத்தான்னா உசிர விட்டுடுவான். கொண்டா கொண்டா' என்று ஆசையுடன் வாங்கிக்கொண்டார். அதை முகர்ந்து பார்த்தார். தடவிப் பார்த்தார். சட்டென்று மயில்சாமியிடம் நீட்டி, 'மேல போய் வெங்கிக்கு குடுத்துட்டு வந்துரேன்' என்று சொன்னார்.

மயில்சாமி அந்த பிஸ்கட் பொட்டலத்தைப் பிரித்தபடி மாடிக்குப் போனான். அந்தச் சிறிய பொட்டலத்துக்கே இருநூறு ரூபாய் விலை போட்டிருந்தது. விருப்பப்பட்டு இயக்குநர் அதைக் காசு

கொடுத்து வாங்கியிருப்பார் என்று அவனால் நம்ப முடியவில்லை. இது எத்தனையாவது பொட்டலமோ, அதுவும் தெரியவில்லை. ஆனால் ஓர் இயக்குநராகச் செயலாற்றுவது தான் எண்ணியிருப்பதைக் காட்டிலும் சற்று சிரமமானது என்பது மட்டும் புரிந்தது.

மயில்சாமி மாடிக்குச் சென்று அறைக்கதவைத் திறந்தபோது அந்தப் பூனை மேசையின்மீதே இன்னமும் அமர்ந்திருந்ததைக் கண்டான். நெருங்க அச்சமாக இருந்தது. அவனை அது முறைத்துப் பார்த்தது. தரையிலேயே ஒரு பக்கமாக அந்த பிஸ்கட் பொட்டலத்தைப் பிரித்து வைத்துவிட்டு, அதனைப் பார்த்து, 'உஸ்.. உஸ்' என்று கைநீட்டி அழைத்தான். சட்டென்று அது நாயை அழைக்கிற உத்தியோ என்று சந்தேகம் வந்துவிட்டது. பூனையை எவ்வாறு அழைப்பது என்று யாரிடமாவது கேட்க வேண்டும் என்று நினைத்துக்கொண்டான். ஆனால் வெங்கடாசல பதியை அழைக்கும் விதத்தைக் குறித்துத் தயாரிப்பாளரே சொல்லித் தந்தால்தான் உண்டு.

மீண்டும் ஒரு முறை 'உஸ்.. உஸ்..' என்று பிஸ்கட்டைக் காட்டி அழைத்துப் பார்த்தான். அது முறைத்துப் பார்த்ததே தவிர எழுந்திருக்கவில்லை. சட்டென்று தன் அழைப்பு விதம் மரியாதைக் குறைவாக எடுத்துக்கொள்ளப்பட்டுவிடுமோ என்ற பயம் வந்தது. உடனே, 'சாரி சார்' என்று சொல்லிவிட்டு அவசரமாக வெளியேறினான்.

4. முதிர்கன்னியின் மகள்

எழும்பூர் அருங்காட்சியகத்துக்கு வெளியே உயரமான படிக்கட்டுகளில் ஒன்றில் அவள் அமர்ந்திருந்தாள். தலைமுடி சற்றுக் கலைந்திருந்தது. கட்டியிருந்த புடைவையில் நிறைய சுருக்கங்கள் இருந்தன. ஒரு கையில் வாட்சும் மறு கையில் ஏதோ கோயில் கயிறும் கட்டியிருந்தாள். கழுத்தில் இருந்த மெல்லிய செயினைப் பார்த்தபோது அவளுக்குத் திருமணமாகி விட்டதென்று சிவமணி சொன்னது ஏனோ மயில்சாமிக்கு நினைவு வந்தது.

'வணக்கங்க' என்று அருகே போய்ச் சொன்னான். 'நான் மயில்சாமி. உங்ககிட்ட போன்ல பேசியிருந்தேன்.'

'வணக்கம் சார். டைரக்டர் வரலிங்களா?' என்று கேட்டாள்.

இதற்கு என்ன பதில் சொல்லுவதென்று மயில்சாமிக்குத் தெரியவில்லை. இயக்குநர் வந்து பார்ப்பார் என்று நிச்சயமாக சிவமணி சொல்லியிருக்க மாட்டான். ஆனால் ஏனோ வாய்ப்புத் தேடும் பெண்கள் இயக்குநர்களிடம் மட்டுமே பேச விரும்புகிறார்கள்.

'இல்லிங்க. நான் ஷெட்யூல் டைரக்டர்தான். சிவமணி என் ஃப்ரெண்டு. நீங்க நடிக்கறதுல இண்டிரஸ்டடா இருக்கறதா சொன்னான்.'

அவள் ஒரு கணம் ஏதோ யோசித்தாள். பிறகு, தன் கையில் இருந்த ஆல்பத்தை அவனிடம் கொடுத்தாள். 'ப்ரொஃபஷனல் ஆல்பம் எப்படி செய்யறதுன்னெல்லாம் எனக்குத் தெரியாது சார். என் ஃப்ரெண்டு கேமரால எடுத்த படம் இதெல்லாம். சரியா இல்லன்னா சொல்லுங்க. வேற எடுத்துத் தரேன்' என்று சொன்னாள். மயில்சாமி அதைப் பார்க்கவில்லை. அவளை நேரில் பார்த்த வினாடியே, அந்தக் கதாபாத்திரத்துக்கு அவள் பொருத்தமாக இருப்பாள் என்று தோன்றிவிட்டது. ஆர்வத்தில் பாதியளவு திறமை இருந்தால்கூடப் போதும். சமாளித்து விடலாம்.

'உங்க வீடு எங்கங்க இருக்குது?' என்று கேட்டான்.

'சேத்துப்பட்டு சார். வன்னியர் தெரு ரெண்டாவது சந்து. வீட்டு வாசல்ல ஒரு லைட் போஸ்ட் இருக்கும். ஒயர் தொங்கிட்டிருக்கும்.'

'ஒரு அவசர ஆத்திரத்துக்கு வண்டி அனுப்பி அழைத்து வரச் சொல்ல இத்தனை விவரங்கள் போதும் என்று மயில்சாமி நினைத்தான். ஆனால் அவள் தேர்வாக வேண்டும். அதுதான் முக்கியம்.

'எங்கயோ வேல பாக்கறதா சிவமணி சொன்னான்..'

'இங்க பாந்தியன் ரோட்ல ஒரு டிபார்ட்மெண்டல் ஸ்டோர்ஸ்ல வேலை சார். அதனாலதான் இங்க பாக்கலாமான்னு கேட்டேன். எனக்கு பர்மிஷனெல்லாம் தரமாட்டாங்க சார். ஹாஃபடே லீவ் வேணா எடுக்கலாம். ஆனா சம்பளம் பிடிச்சிக்குவாங்க.'

'ஓ. மேரேஜ் ஆயிருச்சிங்களா?'

அவள் பதில் சொல்லவில்லை. யோசித்ததாகவும் தெரியவில்லை. ஒரு வினா கேட்கப்பட்டதற்கான எந்த அறிகுறியும் அவள் முகத்தில் இல்லை. கேட்டிருக்க வேண்டாமோ என்று மயில்சாமிக்குத் தோன்றியது. ஆனால் இந்தப் பெண்ணின் புகைப்படத்தைக் கொண்டுபோய்க் கொடுத்ததும் தயாரிப்பாளர் முதல் கேள்வியாக அதைத்தான் கேட்பார். இத்தனைக்கும் தாலியோ வேறு அடையாளங்களோ அவருக்குத் தேவையில்லை. ஒரு பெண்ணின் முகத்தைப் பார்த்தே அவளுக்குத் திருமணம் ஆகிவிட்டதா இல்லையா என்று சொல்லிவிடக் கூடியவர் அவர். அது எப்படி முடிகிறது என்று மயில்சாமிக்குப் புரிந்ததே இல்லை. இதுவரை ஏழெட்டு சம்பவங்கள் அப்படி ஆகிவிட்டன. ஒருமுறை கூட அவர் சொன்னது தவறியதே இல்லை. ஆனாலும் கேட்கும் முதல் கேள்வி திருமணமாகிவிட்டதா என்பதாகத்தான் இருக்கும்.

‘உங்களுக்குக் கல்யாணம் ஆயிருந்தாலும் பிரச்னை இல்லிங்க. நாங்க இப்ப தேடிக்கிட்டிருக்கறது ஒரு முதிர் கன்னி கேரக்டருக்குத்தான். உங்க ஃபேஸ் அதுக்குப் பொருத்தமா இருக்கும்னு சிவமணி சொன்னான். எனக்கும் அப்படித்தான் தோணுது. ஆனா ப்ரொட்யூசர் கேக்கறப்ப உண்மைய சொல்லியாகணும்.’

‘ஆயிருச்சிங்க’ என்று அவள் இப்போது பதில் சொன்னாள். ‘ஒரு பொண்ணு இருக்கா. ஃபோர்த் ஸ்டேண்டர்ட் படிக்கறா.’

‘நல்லதுங்க. இந்த ஆல்பம் என்கிட்ட இருக்கட்டும். நீங்க நாளைக்கு ஆபீஸ் வர முடியுமா?’

‘என் பொண்ண கூட்டிட்டு வரலாங்களா?’ என்று அவள் கேட்டாள். மயில்சாமிக்கு அவளைப் பார்க்கப் பாவமாக இருந்தது. கணவன் சரியில்லாத பெண்கள் ஏதாவது செய்து சம்பாதித்தாக வேண்டியிருக்கிறது. சரியில்லாத கணவனுக்கும் சேர்த்து சமைத்தாக வேண்டியிருக்கிறது. கஷ்டம்தான். ஆனாலும் பிடித்தே செய்கிறார்கள் என்று மயில்சாமிக்குத் தோன்றியது. அவனுக்கு இம்மாதிரி வேறு சில பெண்களைத் தெரியும். விவாகரத்தாகிப் பிரிந்து போன கணவனின் மருத்துவச் செலவுக்குப் பணம் அனுப்பிக்கொண்டிருந்த நடிகை ஒருத்தியை அவன் அறிவான்.

அவன் யோசிப்பதாக அவளுக்குத் தோன்றிவிட்டது. ‘இல்லிங்க. அவளுக்கு நாளைக்கு ஸ்கூல் இல்லை. வீட்ல தனியா விட்டுட்டு வர முடியாது. பாத்துக்க அங்க ஆள் கிடையாது. அதனாலதான் கேக்கறேன்.’

‘கூட்டிட்டு வாங்க, பிரச்னை இல்லை. ஆனா நடிக்க வர்றப்பவும் கூட்டிட்டு வருவிங்களா? ஏன் கேக்கறேன்னா இது நைன் டு நைன் ஒர்க். சமயத்துல நைட்டு ஷூட்டிங் எக்ஸ்டெண்ட் ஆகும்.’

அவள் யோசித்தாள். சட்டென்று ‘எத்தன நாள் ஷூட்டிங் இருக்கும்?’ என்று கேட்டாள்.

கதையில் ஒரு புதிய பாத்திரம் நுழைந்திருந்தது. ஒரு முதிர் கன்னி. வீட்டை விட்டு வெளியேறும் கதாநாயகிக்கு அடைக்கலம் கொடுக்கும் பெண். தற்கொலை வரை சென்றுவிடும் கதாநாயகியை அதிலிருந்து மீட்டு வேறொரு புதிய வாழ்வின் பக்கம் திருப்புகிற கதாபாத்திரம். மேலோட்டமான பார்வையில் இன்னொரு கதாநாயகிப் பாத்திரம் என்றே சொல்ல முடியும்.

பொதுவாக இம்மாதிரி திருப்பங்கள் கதையில் வரும்போது கதாசிரியரோ, இயக்குநரோ, தயாரிப்பாளரோ அவர்கள் மனத்தில் உள்ள பெண் யாரையாவது சிபாரிசு செய்வது வழக்கம். பெரிய ரோல். ஒழுங்காக நடிக்கத் தெரிந்த நடிகையாக இருப்பது முக்கியம். ஆனால் இம்முறை தயாரிப்பாளர் தெளிவாகச் சொல்லியிருந்தார். 'சும்மா சும்மா புது கேரக்டர் வந்துட்டே இருந்தா பட்ஜெட் கட்டாதுய்யா. எழுநூத்தம்பது ரூபாய்ல ஒண்ணு புடிக்க சொல்லு. முன்னப்பின்ன இருந்தாலும் பரவால்ல. என்னத்தப் போட்டாலும் ரேட்டிங் என்னமோ மூணுதான்.'

ஒரு வாரம் எங்கெங்கோ எழுநூற்றைம்பது ரூபாய்க்கு ஆள் தேடினார்கள். பல கம்பெனிகளின் ப்ரொடக்?ஷன் மேனேஜர் களிடம் கேட்டுப் புகைப்படங்கள் தருவித்துப் பார்த்தார்கள். பலபேரை அலுவலகத்துக்கு நேரில் வரச் சொல்லிப் பேசினார்கள். தயாரிப்பாளரே நாலைந்து பெண்களிடம் பேசிப் பார்த்துவிட்டு, ஒத்து வரவில்லை என்று சொன்னார். படப்பிடிப்பை இதற்கு மேலும் தள்ளிப் போட முடியாது என்ற சூழ்நிலையில் தற்செயலாகத்தான் மயில்சாமி சிவமணியிடம் இந்த விவகாரத்தைப் பற்றிச் சொன்னான். ஒரு பெண் வேண்டும். பார்க்க லட்சணமாகவும் முதிர் கன்னி போலவும் தெரிய வேண்டும். ஆனால் எழுநூற்றைம்பது ரூபாய்க்கு மேல் சம்பளம் தர முடியாது.

'இருக்கா மயிலு. ரத்னான்னு பேரு. சேத்துப்பட்ல வீடு அவளுக்கு. முப்பத்திரெண்டு முப்பத்தி மூணு வயசு இருக்கும்னு நினைக்கறேன். ஒரு டிபார்ட்மெண்டல் ஸ்டோர்ல வேல பாத்துக்கிட்டிருக்கு அந்தப் பொண்ணு.'

'அப்படின்னா வேணாம் சிவா. அங்க அந்தப் பொண்ணுக்கு நல்ல சம்பளம் இருக்கும்.'

'இல்ல மயிலு. கம்மி சம்பளம்தான். புருசங்காரன் சரியில்ல போல. பொண்ண வெச்சிக்கிட்டு கஷ்டப்பட்டுக்கிட்டிருக்கு. சின்ன வயசுல நடிப்பு ஆசை இருந்திருக்கும்னு நினைக்கறேன். இப்ப எதுனா சான்ஸ் கிடைச்சா டிரை பண்ணிப் பாக்கலான்னு நினைக்குது.'

'உனக்கு நேரடியா தெரியுமா?'

'தெரியும். நாலஞ்சு தடவ பாத்து பேசியிருக்கேன். என்கிட்ட அவளே சொன்னதாலதான் சொல்றேன்.'

‘இல்ல. கல்யாணம் ஆன பொண்ணுன்ற. புருஷன் சரியில்லன்ற. பொண்ணு குழந்தை வேற இருக்குன்ற. வந்து மாட்டிக் கிட்டமேன்னு நினைச்சிட்டா..’

‘அப்படியெல்லாம் யோசிச்சா நமக்குக் கட்டுப்படி ஆகாதுடா. நமக்கு ஆள் தேவை. அவளுக்கு நடிக்க ஆசை. ஒத்து வருதா, பேசி விட்டுட்டு நீ நகந்துடு’ என்று சிவமணி சொன்னான்.

ஆனால் அவளை நேரில் பார்த்தபோது மயில்சாமிக்குத் தயக்கம் அதிகரிக்கவே செய்தது. இந்தப் பெண்ணுக்கு இந்தத் துறையைப் பற்றி எதுவும் தெரியாது என்று முதல் பார்வையிலேயே அவனுக்குப் புரிந்துவிட்டது. ஆனால் நடிப்பில் ஆர்வம் இருந்தது. ‘சின்ன வயசுலேருந்து ஆசை சார்’ என்று சொன்னாள்.

‘வீட்ல ஒண்ணும் சொல்ல மாட்டாங்கல்ல?’

‘என் வீட்டுக்காரர கேக்கறிங்களா? அவர் இப்ப என்னோட இல்ல சார்.’

‘உங்க அப்பா, அம்மா, கூடப் பொறந்தவங்க.. அவங்க யாரும் ஒண்ணும் சொல்லமாட்டாங்கல்ல?’

‘அதெல்லாம் நான் பாத்துக்குவேன் சார்.’

‘எதுக்கு கேக்கறேன்னா, சினிமான்னா வேறம்மா. மொத்தப் படமே எழுவது சீன் தான். இங்க ஒரு மாசத்துக்கு நூத்துப் பத்து சீன். ஒரு சீரியல்னா குறைஞ்சது மூணு வருஷம் போகும். இன்னிக்கு ஷூட்டிங் வந்துட்டு அடுத்த வாரம் வீட்ல வேணான்னு சொல்றாங்கன்னு சொல்லிட்டிங்கன்னா கஷ்டமாயிடும்.’

‘அந்த மாதிரி ஆகறப்பதான் இவருக்கு பதில் இவர் போடுவிங்களா சார்?’ என்று கேட்டாள். மயில்சாமிக்கு சிரிக்கத் தோன்றவில்லை.

மறுநாள் அவள் அலுவலகத்துக்கு வந்து இயக்குநரைப் பார்த்தாள். மகளை அழைத்து வந்திருக்கவில்லை. பக்கத்து வீட்டுப் பெண்ணிடம் பார்த்துக்கொள்ளச் சொல்லிவிட்டு வந்ததாகச் சொன்னாள்.

‘இதுக்கு முன்ன நடிச்சிருக்கியாம்மா?’ என்று இயக்குநர் கேட்டார்.

‘இல்ல சார். ஆனா என்ன மாதிரி ரோல்னாலும் பண்ணிடுவேன்.’

இயக்குநர் வசன பேப்பர்களை எடுத்துப் புரட்டினார். ஒரு பக்கத்தைத் தனியே எடுத்து அவளிடம் கொடுத்து, படித்துப் பார்த்துவிட்டு நடித்துக் காட்டச் சொன்னார். அவள் அந்தத் தாளை முழுவதும் படித்தாளா என்று தெரியவில்லை. ஆனால் எப்படியோ காட்சியின் தன்மையைப் புரிந்துகொண்டுவிட்டாள். சிறிது நேரம் கண்ணை மூடிக்கொண்டு அமைதியாக இருந்துவிட்டு, 'நான் ரெடி சார்' என்று சொன்னாள்.

'பேசும்மா.'

அவள் பேசவில்லை. சட்டென்று அவள் கண்ணில் இருந்து கரகரவென்று நீர் வழிந்தது. பார்வை எங்கோ நகர்ந்து சுழன்று வந்து தரையைப் பார்த்தது. பேச வாயெடுத்து அடக்கிக் கொண்டாள். மீண்டும் பேச ஆரம்பித்து, முடியாமல் வெடித்து அழுது விட்டாள்.

மயில்சாமி அதிர்ந்து போனான். இயக்குநர் உட்கார்ந்திருந்த நாற்காலியில் இருந்து எழுந்துவிட்டார்.

'சாரி சார். சாரி சார்.. தப்பா செஞ்சிட்டனா? ஓப்பனிங் இப்படி இருக்கலான்னு தோணிச்சி சார்.'

அதற்குமேல் அவள் வசனம் பேசிக்காட்ட வேண்டிய அவசியம் இருக்கவில்லை. இயக்குநர் மேனேஜரைக் கூப்பிட்டு சம்பளம் பேசி, கையோடு தேதி வாங்கிவிடச் சொன்னார். 'ரொம்ப தேங்ஸ் மயிலு. மொக்கையா எதாவது வந்தா எப்படிடா சமாளிக்கப் போறோம்னு கவலப்பட்டுக்கிட்டிருந்தேன். இவ வெறும் ஆர்ட்டிஸ்ட் இல்லய்யா. பர்ஃபாமர்' என்று சொன்னார்.

மயில்சாமியே அவளிடம் இருந்து அப்படியொரு நடிப்பை எதிர்பார்த்திருக்கவில்லை. எப்போதாவது நிகழும் அதிசயம் இப்போது நிகழ்ந்திருக்கிறது என்று நினைத்துக்கொண்டான்.

'மேடம் வாங்க' என்று மேனேஜர் அவளைத் தனியே அழைத்துக் கொண்டு போனார்.

'மயிலு நீ கூடப் போ. நாளைக்கு மறுநாள் ஷூட்டிங். தொடர்ந்து நாலு நாள் வரவேண்டியிருக்கும்னு சொல்லு. கையோட ரைட்டருக்குப் பேசி இந்த கேரக்டருக்கு நல்லா அழுத்தமா சீன் பண்ண சொல்லு. இவ டிஆர்பி டிக்கெட்டுய்யா' என்று இயக்குநர் சொன்னார்.

ஒரு விதத்தில் மயில்சாமிக்கு மகிழ்ச்சியாக இருந்தது. அரை மனத்துடனும் சந்தேகத்துடனும்தான் அவன் ரத்னாவை அழைத்து வந்திருந்தான். அவளுக்குள் இப்படி ஒரு திறமை இருக்கும் என்று நினைத்துப் பார்க்க முடியவில்லை.

மேனேஜர் அவளுக்கு அறுநூறு ரூபாய் சம்பளம் என்றும் நூற்றைம்பது ரூபாய் கன்வேயன்ஸ் என்றும் பேசினார். மயில்சாமிக்கு ஆத்திரமாக வந்தது. ஏதாவது சொல்லி விடுவோமோ என்று பயமாகவும் இருந்தது. முதல் முதலாக அந்தத் தொடரில் உயர்தரமான நடிப்பை வழங்கக்கூடிய ஒரு பெண் வந்து சேர்ந்திருக்கிறாள். அவளுக்கு அறுநூறு ரூபாய் சம்பளம்!

ஆனால் அவள் திருப்தியுடன் தலையசைத்ததைக் கண்டு அவன் அடங்கிப் போனான்.

'நாளன்னிக்கி ஷூட்டிங்மா. காலைல எட்டரைக்கு ஸ்பாட்ல இருக்கணும். பிக்கப்பெல்லாம் கிடையாது. நீங்களேதான் வரணும்.'

'சரிங்க சார்.'

'மூணு சாரி கொண்டு வந்துருங்க. இங்க எல்லாமே ஓன் காஸ்ட்யூம்தான். கொஞ்சம் பளிச்சினு எடுத்துட்டு வாங்க.'

'சரிங்க சார்.'

கிளம்பும்போது அவள் மயில்சாமியிடம் வந்து நன்றி சொன்னாள். 'உங்கள என் லைஃப்ல மறக்க மாட்டேன் சார்.'

'நீங்க திறமைசாலிங்க. உங்க திறமைதான் உங்களுக்கு இந்த சான்ஸ வாங்கிக் குடுத்திருக்கு. நல்லா பண்ணுங்க' என்று மயில்சாமி சொன்னான்.

அவள் எதற்கோ சற்றுத் தயங்கினாள்.

'சொல்லுங்க?'

'இல்ல.. மூணு சாரி கொண்டு வர சொல்லி அவரு சொன்னாரு. என்கிட்ட புதுசா எதுவும் இல்ல. கடைக்குப் போய் வாங்கினாத்தான் உண்டு. ஆனா கைல காசு இல்ல.'

'ஒரு நிமிஷம் இருங்க' என்று சொல்லிவிட்டு மயில்சாமி அக்கவுண்டண்டிடம் போனான். பிரச்னையைச் சொல்லி

அவளுக்குக் கொஞ்சம் அட்வான்ஸ் கொடுக்கச் சொல்லிக் கேட்டான்.

‘யோவ், எழுநூத்தம்பது ரூவா ஆர்ட்டிஸ்டுக்கெல்லாம் அட்வான்ஸ் குடுக்கற வழக்கம் கிடையாதுய்யா!’

‘பாக்க பாவமா இருக்கு சார். உண்மைலயே கஷ்டப்படற பொண்ணு. சட்டுனு நாளைக்கு மூணு சாரி வாங்கணுன்னா என்ன செய்வாங்க? ப்ரொட்யூசர்ட்ட வேணா நான் பேசுறேன்.’

அவர் ஏதோ முணுமுணுத்தார். பிறகு மூவாயிரம் ரூபாய் எண்ணிக் கொடுத்தார். ‘இவ்ளதான் முடியும். மொத சம்பளத்துல மொத்தமா பிடிச்சிருவேன்னு நீயே சொல்லிடு.’ என்று சொன்னார்.

மயில்சாமி அந்தப் பணத்தை வாங்கி வந்து அவளிடம் கொடுத்தான். ‘இந்தாங்க. மூவாயிரம் குடுத்தாங்க. ரொம்ப காஸ்ட்லியா வாங்காதிங்க. சிம்பிளாவே இருக்கட்டும். கலர் மட்டும் ப்ரைட்டா பாத்துக்கங்க.’ என்றான்.

‘ரொம்ப நன்றி சார்’ என்று சொல்லிவிட்டு அவள் கிளம்பிப் போனாள்.

மறுநாள் மயில்சாமிக்கு ஷூட்டிங் இல்லை. அலுவலகத்தில் காலை கதை விவாதம் இருந்தது. ஆனால் எழுத்தாளரின் சித்தப்பா தவறிவிட்டதாக மதியம் போன் வந்ததால் அவர் கிளம்பிப் போய்விட்டார். அலுவலக சாம்பார் சாதத்தைச் சாப்பிட்டுவிட்டு மயில்சாமி ஏதாவது படத்துக்குப் போகலாம் என்று நினைத்தான். நான்கு நாள் பேட்டா பணம் இருந்தது. அந்த மாத சம்பளம் அன்று மாலை கிடைத்துவிடும் என்று அக்கவுண்டண்ட் சொல்லி யிருந்தார். மாலை வரை அங்கே எதற்கு இருக்க வேண்டும் என்று நினைத்து, இயக்குநரிடம் சொல்லிவிட்டு வெளியே வந்தான்.

வடபழனி பேருந்து நிலையத்தை அவன் அடைந்தபோது கையில் இரு துணிக்கடைப் பைகளுடன் ரத்னா நின்றிருப்பதைக் கண்டான். அவளுடன் அவள் மகளும் இருந்தாள். அவனைக் கண்டதும் ரத்னா பரபரப்பாக ஓடி வந்து, ‘வணக்கம் சார்’ என்று சொன்னாள்.

‘புடைவை எடுத்துட்டிங்களா?’

‘பாக்கறிங்களா?’ என்று சட்டென்று அங்கேயே கவரைத் திறந்து புடைவைகளை எடுத்துக் காட்டினாள்.

'நல்லாருக்குங்க. உள்ள வெச்சிக்கங்க' என்று திருப்பிக் கொடுத்தான். 'உங்க பொண்ணா? பேர் என்னம்மா?'

'சுப்புலட்சுமி' என்று அந்தக் குழந்தை சொன்னது. 'ஃபோர்த் படிக்கறா சார். ஆக்டிங்ல என்னைவிட இண்டிரஸ்ட் ஜாஸ்தி இவளுக்கு' என்று ரத்னா சொன்னாள். 'எதாவது குழந்தை ரோல் இருந்தாக்கூட சொல்லுங்க சார்.'

அவனால் வெகுநேரம் அவளோடு நின்று பேசிக்கொண்டிருக்க முடியவில்லை. போய்விடலாம் என்று தோன்றியது. உடனே, ஓடிவிடலாம் என்றும் தோன்றியது.

'நாளைக்கு எட்டரைக்கு ஸ்பாட்டுக்கு வந்துடுங்க. மேனேஜர் பேசுவாரு. அட்ரஸ் கேட்டுக்கங்க' என்று மட்டும் சொல்லிவிட்டு வேகமாக சாலையைக் கடந்து எதிர்ப்பக்கம் போனான். சினிமாவுக்கு இனிமேல் போக முடியாது என்று தெரிந்தது.

குடிக்க முடிவு செய்து கடையை நோக்கி நடக்க ஆரம்பித்தான்.

5. ரூம் போட்டு டிஸ்கஷன்

மாமல்லபுரத்தில் உள்ள சுற்றுலாத் துறை தங்கும் விடுதியில் சில விசேஷ வசதிகள் உண்டு. முதலாவது, அங்கு சென்று தங்கிவிட்டால் நீங்கள் யாருக்கும் போன் செய்து பேச முடியாது. சென்னைக்கு அருகே தொலைத் தொடர்புச் சாத்தியம் இல்லாத ஓர் இடம் உண்டு என்பதை நம்புவதற்குச் சிரமமாகத்தான் இருக்கும். ஆனால் அதுதான் உண்மை. இந்தக் காரணத்துக்காகவே கதை விவாதங்களைத் தயாரிப்பாளர்கள் மாமல்லபுரம் சுற்றுலா விடுதியில் வைத்துக்கொள்ள விரும்புவார்கள். இரண்டு நாள் போய் உட்கார்ந்தால் தொந்தரவுகள் இன்றி இருநூறு முன்னூறு காட்சிகள் பிடித்துக்கொண்டு வந்துவிட முடியும். சென்னையில் இருந்து யாரும் அழைத்து, புதிய பிரச்னைகளைக் கொண்டு கற்பனைக் குதிரைக்குக் கடிவாளமிட முடியாது.

கடற்கரையை ஒட்டி நிறைய மரங்கள் வளர்த்து, நடு நடுவே அறைகள் கட்டி வைத்திருப்பார்கள். தனிக் குடில்கள் கடலைப் பார்த்தாற்போல் இருக்கும். இரண்டடுக்கு அறைகள் நீச்சல் குளத்தை ஒட்டி அமைந்திருக்கும். எதுவானாலும் அறைக் கதவைத் திறந்து வைத்தால் தண்ணீரைப் பார்க்க முடியும். மரங்களும் தண்ணீரும் சூழ்ந்த ஓர் இடத்தில் அமர்ந்து கதை பேசினால் காட்சிகள் செழிப்பாக வரும் என்று தயாரிப்பாளர்கள் நினைப்பார்கள். அதே இடத்துக்கு வந்து எதிர்காலத் திட்டங்களைத் தீட்டினால் வாழ்க்கை நன்றாக இருக்கும் என்று காதலர்களும் நினைப்பார்கள்.

திட்டம் தீட்டுவதோ, காட்சிகளை உருவாக்குவதோ சிரமமானதல்ல. ஆனால் அங்கே உணவு மிகவும் மோசமாக இருக்கும். சுற்றுலா விடுதி விவாதங்கள் பெரும்பாலும் தோல்வியில் முடிவதற்கு அங்கே கிடைக்கும் உணவுதான் காரணம் என்று மயில்சாமிக்குத் தோன்றும். வெளியே சில உணவகங்கள் உண்டு. அங்கு சென்று வாங்கி வருவதென்றால் அது ஒரு தனி வேலை. ஒருமுறை போய் வருவதற்குக் குறைந்தது ஒரு மணி நேரம் ஆகும். விடுதிப் பணியாளர்கள் யாரும் அந்த வேலையைச் செய்ய முன்வரமாட்டார்கள். பெரும்பாலும் டீயை மட்டும் குடித்துக்கொண்டு கதை பேச முடிவு செய்யும்போது அது விரைவில் அலுத்துவிடும். 'கதை அப்பறம் பேசலாம்யா. இப்ப குடிக்கலாம்' என்று காலைப் பொழுதுகளிலேயே ஆரம்பித்து விடுவார்கள்.

அந்த விடுதிக்குள்ளேயே ஒரு பார் உண்டு. ஆனால் அங்கே சென்று யாரும் குடிக்க மாட்டார்கள். வாங்கி வரச் சொல்லி அறைக்குள் வைத்துத்தான் குடிப்பது வழக்கம். இரவு நேரமென்றால் கடலோரம் சென்று அமர்ந்து குடிப்பது சொகுசாக இருக்கும். உப்புக்காற்றில் கைகளெல்லாம் விரைவில் பிசுபிசுக்கத் தொடங்கிவிடும். தொட்டுக்கொள்ள சரியாக ஏதும் அமையாமல் போய்விட்டால் வெறும் விரலை நக்கிக்கொண்டேகூடக் குடித்துவிட முடியும்.

அந்த முறை கதை விவாதம் மாமல்லபுரம் சுற்றுலா விடுதியில் தான் என்று இயக்குநர் சொன்னபோது, 'வேண்டாமே சார்' என்று மயில்சாமி சொன்னான். கதாசிரியரும் அங்கே வேண்டாம் என்றுதான் நினைத்தார். 'பேசவே முடியாது சார் அங்க. உருப்படியா கதை தேத்தணுன்னா பேசாம என் ஆபீசுக்கு வந்துடுங்க' என்று சொல்லிப் பார்த்தார்.

'நான் ஒண்ணும் செய்ய முடியாது வினாயகம். ப்ரொட்யூசர் முடிவு பண்ணிட்டாரு. நாளைக்குக் காலைல கிளம்பறோம்' என்று இயக்குநர் சொன்னார்.

'வண்டி வந்துடும் இல்ல? போன தடவை மாதிரி பஸ்ல போக சொன்னாங்கன்னா என்னால முடியாது' என்று கதாசிரியர் ஜாக்கிரதை உணர்வுடன் கேட்டார்.

'சொல்லிட்டேன் சார். நீங்க, நான், மயில் மூணு பேரும் கார்ல போயிடுறோம். சீதாராமன், மூர்த்தி, ப்ரொடக்?ஷன் தனபால்

மூணு பேரும் பஸ்ல வந்துடுவாங்க. டயலாக் ரைட்டர் இந்த டிஸ்கஷனுக்கு வரல. வீட்ல ஒய்ஃபுக்கு உடம்பு சரியில்லன்னாரு. நாம பேசிட்டு வந்து அவருக்கு அப்டேட் பண்ணிடலாம்.'

'ஓ..'

'நாளைக்கு சாயங்காலம் ப்ரொட்யூசர் வரேன்னு சொல்லியிருக்காரு.'

'சாப்பாடு கேவலமா இருக்கும் சார் அங்க. வேற ரிசார்ட்லயாவது போட சொல்லுங்களேன்.'

'செய்ய மாட்டாங்க சார். இவங்களுக்கு இந்த இடம்தான் பட்ஜெட் கட்டுப்படியாகும்.'

'நாந்தான் வெளியூர் டிஸ்கஷனே வேணான்னு சொல்றனே? இங்கயே பேசிக்குவமே?'

'ப்ரொட்யூசர்ட்ட பேசிப் பாருங்க சார்' என்று சொல்லிவிட்டு இயக்குநர் போனை வைத்துவிட்டார்.

கதாசிரியர் பெரும்பாலும் தயாரிப்பாளருடன் பேசுவதைத் தவிர்க்க நினைப்பார். தொலைபேசியில் பேசுவது என்றால், முக்கால் மணி நேரத்துக்குக் குறைந்து அவர் போனை வைக்கமாட்டார். ஒவ்வொரு அழைப்பிலும் தனது நிறுவனம் உருவாகி வளர்ந்து வந்த கதையில் ஆரம்பித்து, தனது முந்தைய தொடர்களின் வெற்றிகளைப் பற்றி விவரிக்கத் தொடங்குவார். பிறகு, பதினைந்து ஆண்டுகளுக்கு முன்னால் படப்பிடிப்புகள் எப்படி நடக்கும், கதை விவாதங்கள் எப்படி நடக்கும் என்றெல்லாம் எடுத்துச் சொல்லிவிட்டுத் தனது சொந்தக் கஷ்டங்களைக் குறித்து சிறிது நேரம் பேசுவார். பையன் சரியில்லை. அவனது தொடர்புகள் நாளுக்கு நாள் கவலையளித்துக்கொண்டே போகின்றன. எனக்காவது பின்னாடி பிரச்னை. உட்காரத்தான் சிரமம். அவனுக்கு முன்னாடி ஏதாவது சிக்கலாகிவிட்டால் உயிர் வாழ்வதே சிரமமாகிவிடும். ஒரே மகன். சொன்னாலும் கேட்பதில்லை. பணத்தைக் காட்டி வளர்த்தால் இதான் பிரச்னை. தோளுக்கு மேல் வளர்ந்தவனை அடித்துத் திருத்துவதெல்லாம் முடியாத காரியம்.

இவ்வளவும் பேசிய பிறகு விஷயத்துக்கு வருவார். 'சரி சொல்லுங்கள். என்ன விஷயம்?' என்று கேட்பார். அதிகபட்சம் அதற்கு அவர் ஒரு நிமிடம் அல்லது இரண்டு நிமிடங்கள்தான்

ஒதுக்குவது வழக்கம். கதாசிரியர் பேச வந்த விஷயத்தைக் கேட்டுக்கொண்டு, ‘சரி யோசிக்கறேன்’ என்று சொல்லிவிட்டு போனை வைத்துவிடுவார். அநேகமாக அதை யோசிப்பதற்கு அவருக்கு நேரம் கிடைக்காது.

மயில்சாமியின் பிரச்னை, மூன்று நாள்களுக்குள் அவன் அடுத்த ஷெட்யூலைத் தயார் செய்ய வேண்டும். இந்த மாதம் முதல் தினசரி இரண்டு ஷெட்யூல்கள் படப்பிடிப்பு நடத்தியாக வேண்டும் என்று தயாரிப்பாளர் சொல்லியிருந்தார்.

‘ரெண்டு லொக்கேஷன், ரெண்டு யூனிட் முடியாது சார். கீழ, மேல உள்ள மாதிரி ஒரு வீடு பிடிச்சிக்கங்க. நீங்க கீழ ஷூட் பண்ணுங்க. மயில் மேல செய்யட்டும். எனக்கு வேண்டியதெல்லாம் டெய்லி எழுவது நிமிஷ ஃபுட்டேஜ். இன்னொரு லொக்கேஷன் இனிமே கிடையாது’ என்று சொல்லிவிட்டுக் கிளம்பிவிட்டார்.

இயக்குநர் வெகுநேரம் பேச்சற்றுப் போய் அமர்ந்திருந்தார். மயில்சாமிக்குச் சிக்கல் புரிந்தது. கதை முக்கியமாக மூன்று வீடுகளில் நடந்துகொண்டிருக்கிறது. மூன்றும் வெவ்வேறு பின்னணி உள்ள குடும்பங்கள். ஒரு ஏழைக் குடும்பம். ஒரு பணக்காரக் குடும்பம். மூன்றாவது, ஏழைக் குடும்பத்துக் கதாநாயகி இடம் பெயர்ந்திருந்த புதிய கதாபாத்திரத்தின் வீடு. அது ஒரு போலிஸ் குவார்ட்டர்ஸ். கதைப்படி அந்தப் பெண் ஒரு கான்ஸ்டபிள்.

தயாரிப்பாளருக்கு அந்தப் பின்னணியே முதலில் பிடிக்கவில்லை. ‘எதுக்குங்க போலிஸ்காரிங்கள எல்லாம் காட்றிங்க? தொழில மாத்துங்க விநாயகம். அவள ஒரு எல்.ஐ.சி. ஏஜெண்டா ஆக்கிடுங்க. இல்லன்னா மக்கள் தொகை கணக்கெடுப்பு அதிகாரி. ஜனங்களுக்கு நெருக்கமா யோசிங்க விநாயகம்.’

ஒரு புதிய கதாபாத்திரம் போலிஸ்காரியாக இருப்பதில் தயாரிப்பாளருக்கு என்ன பிரச்னை என்று மயில்சாமி யோசித்தான். போலிஸ் குவார்ட்டர்ஸ் ஸ்டாக் ஃபுட்டேஜ் இருக்கிறது. வீட்டுக்குள் நடக்கிற காட்சியை எந்த ஒரு சிறு அறைக்குள்ளும் எடுத்துக்கொள்ள முடியும். பெரிய செலவு பிடிக்காத ஏற்பாடுதானே என்று கதாசிரியரிடம் கேட்டான்.

‘அப்படி இல்ல மயிலு. அந்த வீடும் இல்லாம இருந்தா நல்லாருக்கும்னு நினைக்கறாரு. எல்.ஐ.சி ஏஜெண்டுன்னோ, சென்சஸ் ஆபீசர்னோ சொன்னோம்னா பெரும்பாலும் ரோட்ல சீன்

வரும். டெய்லி ஒம்போது மணிக்கு யூனிட் வெச்சி ஷூட் ஆரம்பிக்கறதுக்கு முன்ன யூனிட் இல்லாம ஒவ்வொரு சீனா எந்த ரோட்ல வேணா வெச்சி எடுத்து முடிச்சிடலாம் இல்ல?'

வாஸ்தவம்தான். தினசரி ஒரு காட்சி வீதம் பதினைந்து நாள்களுக்குச் செலவே இல்லாமல் பதினைந்து காட்சிகள் எடுக்க முடிந்தால் அது கணிசமான லாபம். பதினைந்து காட்சிகள் என்றால் குறைந்தது மூன்று முதல் நான்கு எபிசோட் வரும். ஆனால் எல்.ஐ.சி. ஏஜெண்டோ, மக்கள் தொகை கணக்கெடுப்பு அதிகாரியோ குளித்து, சாப்பிட்டு, படுத்துத் தூங்க மாட்டார்களா? தவிர அந்த அதிகாரி, கதாநாயகிக்கு அடைக்கலம் கொடுக்கப் போகிறவர். அடைக்கலத்தை வீதிகளில் எப்படித் தர முடியும்?

'அவரு சொன்னா கேக்கமாட்டாரு மயிலு. அவர் வழிலயே போற மாதிரி போய்த்தான் நாம நினைக்கறதையும் அப்பப்ப செஞ்சிக்கணும். கேட்டா பட்ஜெட்டுன்னுவாரு. மத்தியான ஸ்லாட்டுன்னுவாரு.'

இதைத் தவிரவும் அவர்கள் பேசித் தீர்ப்பதற்கு வேறு சில பிரச்னைகள் இருந்தன. தினமும் இரண்டு யூனிட் படப்பிடிப்பு என்றால் வெறும் நூறு காட்சிகளை வைத்துக்கொண்டு ஷெட்யூல் போட முடியாது. கைவசம் முன்னூறு காட்சிகள் இருந்தாக வேண்டும். தயாரிப்பாளர் போகிற போக்கில் இன்னொரு விஷயம் சொல்லிவிட்டுப் போயிருந்தார்.

'டைரக்டர் சார், அடுத்த மாசம் நான் அமெரிக்கா போறேன். திரும்பி வர ஒரு மாசம் ஆகும். போறதுக்கு முன்ன ரெண்டு மாசத்துக்குரிய மொத்த எபிசோடையும் எடுத்து வெச்சிட்டுப் போயிடலான்னு பாக்கறேன். உங்களுக்கும் குடும்பத்தோட செலவு பண்ணக் கொஞ்சம் லீவு கிடைக்கும்ல?'

இது அனைவருக்குமே அதிர்ச்சியாக இருந்தது. இந்த மாத எபிசோடுகள், அடுத்த மாதத்துக்கான எபிசோடுகளைச் சேர்த்து இம்மாதமே எடுப்பதென்றால் மாதம் முழுதும் படப்பிடிப்பு நடத்தி, ஒவ்வொரு நாளும் எழுபது நிமிட ஃபுட்டேஜ் எடுத்தால் தான் முடியும். பொதுவாக புண்டரீகாட்சன் சார் மாதத்தில் பதிமூன்று அல்லது பதினான்கு தினங்கள் மட்டுமே படப்பிடிப்பு நடத்துவார். அதற்குள் தேவையான காட்சிகளை எடுத்து வைத்துவிட வேண்டியது அவசியம்.

ஆனால் தற்போதைய திட்டப்படி பார்த்தால் அந்தப் பதிமூன்று அல்லது பதினான்கு நாள்கள்கூடக் கிடையாது. ஒரு மாதத்துக்கு வெறும் பத்து நாள் படப்பிடிப்பு.

'இன்னும் குறைப்பார் மயிலு. ஏழு நாள்ள செய்ய சொல்லுவாரு. யூனிட்டுக்கு ஒன்னவர் ஃபுட்டேஜ் கேக்கலன்னா எம்பேர மாத்தி வெச்சிக்கறேன்' என்று கதாசிரியர் சொன்னார்.

'ஒரு வாரத்துலல்லாம் எப்படி சார் முடியும்?' என்று மயில்சாமி கேட்டான்.

'முடியத்தானே போகுது? நீங்களும் எடுக்கத்தானே போறிங்க? அப்ப புரியும் பாருங்க' என்று சொன்னார். நாலைந்து கம்பெனி களுக்கு எழுதப் போகிற எழுத்தாளர்களுக்கு இயக்குநர்களைக் காட்டிலும் அதிகம் தெரிந்திருக்கிறது. கதையில் சரியாக வெளிப் படுத்தத் தவறினாலும் அவர்கள் மனிதர்களைச் சரியாகவே படித்து விடுகிறார்கள். தக்க நேரத்தில் நண்பர்களுக்கு எச்சரிக்கை செய்யவும் அவர்கள் தவறுவதில்லை.

அவர்கள் மாமல்லபுரம் சுற்றுலா விடுதிக்குப் போய்ச் சேர்ந்தபோது மணி பகல் பன்னிரண்டாகியிருந்தது. காலை ஆறு மணிக்கு வருவதாக இருந்த கார் பிக்கப்புக்கு வரவே எட்டரை மணியாகிவிட்டபடியால், 'டிபன் சாப்ட்டுட்டே போயிடலாங்க' என்று கதாசிரியர் சொன்னார். ப்ரொடக்‌ஷன் தனபாலை பஸ்ஸில் போகச் சொல்லிவிட்டபடியால் ஓட்டல் பில்லுக்கு இயக்குநர் பணம் தர வேண்டியிருந்தது. அவருக்கு அது பிடிக்கவில்லை என்பது அவர் முகத்திலேயே தெரிந்தது. சாப்பிட்டுவிட்டு அவர்கள் கிளம்ப ஒன்பதரை மணியாகி, விடுதி அறைக்கு வந்து சேரப் பன்னிரண்டானது.

'என்ன சார் பேசப் போறோம்?' என்று இயக்குநர் கேட்டார்.

'பேசுவோம் சார். என்ன அவசரம்? மூணு நாள் இங்கதான இருக்கப் போறோம்? நிதானமா பேசுவோம். லஞ்ச் என்னன்னு கேளுங்க. இப்ப சொன்னாத்தான் ரெண்டு மணிக்குக் கொண்டு வருவான். அப்படியே மினரல் வாட்டர் ரெண்டு பாட்டில் சொல்லிடுங்க.'

அறையில் இண்டர்காம் வேலை செய்யவில்லை. சீதாராமன் மெனு கார்ட் கேட்பதற்காக எழுந்து போனான். இயக்குநர் தலையணையை எடுத்துவிட்டுக் கட்டிலில் குப்புறப்படுத்து,

தலைக்குக் கைவைத்துத் தூங்கத் தொடங்கினார். மயில்சாமி, கதாசிரியருடன் சிறிது நேரம் பேசிக்கொண்டிருந்தான்.

'மத்தியான ஸ்லாட்டு பேஜார் மயிலு. எதாவது பண்ணி ஒரு ஈவ்னிங் ஸ்லாட்ட புடிச்சிடணும். செங்குட்டுவன கேட்டுப் பாருங்க. ஒரு நாளைக்கு பதினேழு நிமிஷ ஃபுட்டேஜ்தான் தராராம். எடுக்கறது ரெண்டே சீன். நிறுத்தி, அழகா, கவித மாதிரி எடுக்கறாங்க அங்க. கம்பெனி ஒத்துக்குது அதுக்கு.'

மயில்சாமிக்கும் கவிதைபோல் எடுப்பதில் ஆர்வம் உண்டு. அவன் திட்டமிட்டு வைத்திருந்த கதைகளுள் ஒன்று அப்படி எடுப்பதற்கு மிகவும் தோதானது. ஒரு வாய்ப்புக் கிடைத்தால் நிரூபிப்பதில் பெரிய பிரச்னை இல்லை அவனுக்கு. ஆனால் அந்த வாய்ப்பு எப்போது வரும் என்றுதான் தெரியவில்லை.

'நீங்க இத பண்ணிட்டே இருங்க மயில். நான் அஜந்தாவுல பேசிட்டிருக்கேன். என் கதைதான் ஒண்ணு உள்ள போயிருக்குது. சேனல் ஓகே சொல்லிடுச்சின்னா உடனே ஆரம்பிச்சிடுவாங்க. ஆரம்பிக்கறப்பவே முடியலன்னாலும் அஞ்சாறு மாசத்துல எப்படியாவது உங்கள உள்ள இழுத்துப் போட்டுடறேன்' என்று கதாசிரியர் சொன்னார்.

பல கதாசிரியர்கள் மயில்சாமியிடம் இதேபோல் சொல்லி யிருக்கிறார்கள். அவனுக்குத் தெரிந்து சிலர் அதற்காகத் தீவிரமாக முயற்சியும் எடுத்திருக்கிறார்கள். என்ன காரணத்தாலோ அவனுக்கு என்று ஒரு வாய்ப்பு அமையாமலேயே இருக்கிறது.

'போல்டா பேசணும் மயில். நீங்க பேசவே மாட்டேங்கறிங்க. வேலைய மட்டும் சரியா செஞ்சா போதும்னு நினைக்கறிங்க. ஆனா இங்க பேசுறவன்தான் ஜெயிக்கறான். தூங்குறார் பாருங்க... உங்காளுக்கு எப்படி இந்த சான்ஸ் கிடைச்சிதுன்னு நினைக்கறிங்க?'

'தெரியல சார்.'

'பேச்சுதான். இந்த ஸ்லாட்டுக்கு டிஆர்பி மூணா? நான் அஞ்சு டிஆர்பி குடுக்கறேன்னு ப்ரொட்யூசர்ட்ட சொன்னாரு. இதே மாதிரி எப்படின்னுதான் அவரும் கேட்டாரு. அதுக்கு என்ன பதில் சொல்லியிருப்பாருன்னு நினைக்கறிங்க?'

'தெரியல சார்.'

‘அதெல்லாம் கேக்காதிங்க. எண்ணி ஆறாமாசம் நம்ம டிஆர்பி அஞ்சு காட்டும். காட்டலன்னா நான் பொட்டிய கட்டிக்கிட்டுப் போயிட்டே இருப்பேன்னு டேபிள அடிச்சி சொன்னாரு மயிலு. நான் பக்கத்துலதான் இருந்தேன் அப்ப. மெரண்டுட்டாரு ப்ரொட்யூசரு.’

‘நிஜமாவா சார்?’

‘யோசிச்சிப் பாருங்க. அஞ்சு டிஆர்பி இதுல மேட்டரே இல்ல. என்ன ஆனாலும் ஆறு மாசம்னு இவருக்கு ஒரு கமிட்மெண்ட் ஆகுதில்ல? ப்ரொட்யூசருக்கும் ஒரு நப்பாசை இருக்கும்ல? அட அஞ்சு வேணாம்யா. நாலு வந்தா போதுமே? அதக் காட்டியே ஸ்லாட்ட இன்னும் நல்ல ரேட்டுக்கு வித்துட முடியும்ல?’

‘அதுவும் கரெக்ட்தான் சார்.’

‘அதான் விஷயம். இவருக்கு என்ன, மாசம் அறுவதாயிரம் சம்பளம். ஆறு மாசம்னா என்ன ஆச்சு? ஆறாறு முப்பத்தாறு. டிடிஎஸ் போக மூணு லட்சம் நிக்குதே? செலவு போக மிச்சத்த வெச்சிக்கிட்டே இன்னொரு மூணு மாசம் வாழ்ந்துடலாம்ல?’

இயக்குநருக்கு அறுபதாயிரம் சம்பளம் என்பதே மயில்சாமிக்கு அன்றுதான் தெரிந்தது. கடுமையாகக் கோபப்பட்ட நாள்களிலும் தயாரிப்பாளர் அதை ஏன் அவரிடம் காட்டாமல் இருக்கிறார் என்பதற்குக் காரணமும் புரிந்தது. ஆறு மாதங்கள். நல்ல அவகாசம்தான். தொடர் ஆரம்பித்து நான்கு மாதங்கள் முடிந்துவிட்டது என்பது மயில்சாமிக்கு நினைவு வந்தது. ஆனால் மூன்று என்ற எண்ணைத் தாண்டி டிஆர்பி போனதில்லை. இரண்டே கால். இரண்டரை. இரண்டே முக்கால். மூன்று. மூன்று புள்ளி ஒன்று. மீண்டும் இரண்டரை.

‘கஷ்டம் மயிலு. என்ன முக்கினாலும் இந்த ஸ்லாட்ல இவ்ளதான் தேறும்’ என்று இயக்குநர் அடிக்கடி சொல்லியிருக்கிறார். அது ஒரு தெளிவு. உண்மையறியும் தேர்ச்சி. அந்தத் தெளிவும் தேர்ச்சியும் நிச்சயம் ஏழாவது மாதத்திலும் தொடரும் என்று மயில்சாமி நினைத்துக்கொண்டான்.

இரண்டரை மணிக்கு சாப்பாடு வந்தது. கதாசிரியர் இயக்குநரை உறக்கத்தில் இருந்து தட்டி எழுப்பினார். ஊர்க்கதை பேசியபடி சாப்பிட்டு முடிக்க மூன்றே முக்கால் ஆகிவிட்டது. இயக்குநர் முகம் கழுவிக்கொண்டு வந்து உட்கார்வதற்குள் கதாசிரியர்

இரண்டு தலையணைகளைச் சேர்த்து தலைக்கு வைத்துக்கொண்டு படுத்தார். 'டயர்டா இருக்குது. ஒன்னவர் தூங்கறேன் சார். எந்திரிச்சதும் ஆரம்பிச்சிடலாம்' என்று சொல்லிவிட்டுத்தான் தூங்கத் தொடங்கினார்.

மாலை வருவதாகச் சொல்லியிருந்த தயாரிப்பாளர் தனது மகனுடன் இரவு எட்டு மணிக்கு வந்தார். வரும்போதே ஒரு ஷாம்பெய்ன் பாட்டிலுடன் வந்திருந்தார். 'கதையெல்லாம் நாளைக்குப் பேசிக்கலாம் சார். இன்னிக்கி என் சன் பர்த் டே' என்று அவர் சொன்னதும் அனைவரும் சட்டென்று கலகலப்பாகி விட்டார்கள். இது எதிர்பாராதது. பிறந்த நாளல்ல. அதைக் குழுவினருடன் கொண்டாடலாம் என்று அவர் நினைத்தது. பணம் போடுகிற முதலாளி மகிழ்ச்சியாக இருக்கிறார் என்று தெரிந்தால் அம்மகிழ்ச்சியை முடிந்தவரை அதிகரித்துத் தரப் பார்ப்பது நல்லது. பெரிய லாபங்கள் இல்லாவிட்டாலும் சிறிய நஷ்டங்கள் உடனடியாக வராதிருக்க அது உதவும்.

இயக்குநரும் கதாசிரியரும் தயாரிப்பாளர் மகனைக் கட்டிப்பிடித்து வாழ்த்துச் சொன்னார்கள். மூர்த்தியையும் தனபாலையும் தனியே கூப்பிட்டுப் பேசி அவசரமாக அனுப்பி, ஒரு கேக் வரவழைத்து வெட்டினார்கள். இயக்குநர் ஹேப்பி பர்த் டே டு யூ என்று நிறுத்தி நிதானமாகப் பாட்டுப் பாடினார். தயாரிப்பாளர் மகனை நட்போடு அணைத்து முத்தம் கொடுத்தார். என்ன யோசித்தாரோ. தன் விரலில் போட்டிருந்த மோதிரத்தைக் கழட்டி தயாரிப்பாளர் மகனின் விரலில் அணிவித்தார்.

'ஐயோ இதெல்லாம் எதுக்கு சார்?' என்று அவன் வெட்கப்பட, 'இருக்கட்டும் சார்' என்று இயக்குநர் சொன்னார். தயாரிப்பாளர் மிகுந்த சந்தோஷமாகிவிட்டார். தனது டிரைவரை அனுப்பி அனைவருக்கும் எம்.ஜி.எம்மிலிருந்து பிரியாணி வாங்கி வர வைத்தார். இரவு பத்து மணிக்கு பிரியாணி சாப்பிட்டு முடித்ததும் காலை வருவதாகச் சொல்லிவிட்டுத் தயாரிப்பாளர் கிளம்பினார்.

'வீட்டுக்கா போறிங்க சார்?'

'ஆமா. எனக்கு இங்கல்லாம் சரிப்பட்டு வர்றதில்லே' என்று சொன்னார்.

'ரொம்ப லேட் ஆயிருச்சே சார்.'

'என்ன லேட்டு? ஒரு மிதி மிதிச்சா ஒன்னவர்ல சென்னை. இவன் டிரைவ் இன் தியேட்டர்ல இறங்கிக்கறேன்னான். இறக்கி

விட்டுட்டுப் போனேன்னா நிம்மதியா தூங்கிட்டு காலைல எழுந்து வரேன்' என்றவர் ஒரு இடைவெளி விட்டுச் சொன்னார், 'பர்த் டே பேபி இல்லே? ஒருநாள் சந்தோஷமா இருக்கட்டும்னு டென் தௌசண்ட் ப்ரசண்ட் பண்ணியிருக்கேன்.'

முப்பத்தி ஏழு வயதில் ஒரு மனிதன் வெட்கப்படுவதை மயில்சாமி அன்று பார்த்தான். தவறில்லை. ஓரிரவுக் கொண்டாட்டத்துக்குப் பத்தாயிரம் ரூபாய் அனுமதிக்கும் தந்தை எல்லோருக்கும் கிடைத்துவிடுவதில்லை. அதுவும் ஷாம்பெய்ன் அருந்தி, பிரியாணி உண்டு முடித்த பின்பு அந்தப் பத்தாயிரத்துக்கு என்ன செலவிருக்க முடியும் என்று யோசிக்காத தந்தை.

அதற்குமேல் சிறிது நேரம் கதை பேசிவிட்டு அனைவரும் படுத்துவிட்டார்கள். மயில்சாமிக்குத் தூக்கம் வரவில்லை. எழுந்து கடலை நோக்கிப் போனான். இருளும் காற்றும் அலைச் சத்தமும் ஒரே அலைவரிசையைச் சேர்ந்திருப்பதாகத் தோன்றியது. ஈர மண்ணின் வாசனை அந்தச் சூழ்நிலைக்குப் பொருத்தமாக இருப்பதுபோலப் பட்டது. அப்படியே படுத்துக் கிடக்கலாம். யாரும் எழுப்பப்போவதில்லை. எழுந்து சென்று ஆக வேண்டிய காரியமும் ஏதுமில்லை.

அவன் படுக்க நினைத்த கணத்தில் ஒரு பெண்ணின் அழுகைச் சத்தம் கேட்டது. திடுக்கிட்டுத் திரும்பிப் பார்த்தான். தொளதொளவென்று ஒரு ஜிப்பாவும் ஜீன்ஸ் பேண்டும் அணிந்த பெண் தலைவிரி கோலமாகக் கையில் ஒரு பீர் பாட்டிலுடன் தள்ளாடியபடியே கத்திக்கொண்டு வந்தாள். அவளது கோபமும் அழுகைக் குரலும் அலைச் சத்தத்துக்கு எதிரிடையாக இருந்தன.

'இதோ பார், சொல்வதைக் கேள். நீ நினைப்பது போலெல்லாம் இல்லை' என்றபடியே அவளைப் பின்தொடர்ந்து ஓர் இளைஞன் வந்துகொண்டிருந்தான். அவனும் குடித்திருந்தான் என்று மயில்சாமிக்குத் தெரிந்தது. ஆனால் அவன் கையில் பீர் பாட்டில் இல்லை.

'வராதே. என் பின்னால் நீ வருவது எனக்குப் பிடிக்கவில்லை. நீ ஒரு அயோக்கியன். தேவடியாள் மகன். உன்னைப் பார்க்கவே அருவருப்பாக இருக்கிறது' என்று அவள் கத்தினாள்.

தனது தாயைப் பற்றி அவனுக்குப் பெரிய அபிப்பிராயம் இல்லையோ என்னவோ. அவளைச் சமாதானப்படுத்துவது ஒன்றே நோக்கம்போல் தொடர்ந்து கெஞ்சிக்கொண்டிருந்தான்.

'என்னை நம்பு. நான் தவறு செய்யவில்லை. ஷாலினி வேண்டுமென்றே நான் போதையில் இருக்கும்போது என் அறைக்குள் நுழைந்து என் நிர்வாணத்தைப் படமெடுத்து உனக்கு அனுப்பிவிட்டாள். அவளை நான் முகர்ந்து பார்த்ததுகூடக் கிடையாது' என்று அவன் சொன்னான்.

'ஃபக் யூ' என்று சொல்லிவிட்டுக் கையில் இருந்த பீர் பாட்டிலை அவனை நோக்கி விசிறி அடித்தாள் அந்தப் பெண்.

மயில்சாமிக்குச் சட்டென்று அவனது அம்மாவின் ஞாபகம் வந்து விட்டது. அவள் பல சமயம் அவனது அப்பாவைக் கண்டபடி திட்டியிருக்கிறாள். கையில் கிடைப்பதையெல்லாம் தூக்கித் தூக்கி அடிப்பாள். மடேர்மடேரென்று தன் தலையிலும் அடித்துக் கொண்டு அழுவாள். ஆனால், கோபத்தின் உச்சத்தில் சபிக்கும் போதுகூட நாசமாப் போ என்று சொல்லமாட்டாள். நாசமத்துப் போ என்றுதான் சொல்லுவாள்.

ஆணுக்கும் பெண்ணுக்குமான உறவின் சிடுக்குகளையே தனது பெரும் ரகசியமாகச் சேமித்து வைத்திருக்கிறது காலம். ஒரே ரகசியம்தான். ஆனால் ஒவ்வொரு முறையும் அது வேறு வேறு நபர்களின் வழியே வெளிப்படும்போதும் காட்டுகிற பரிமாணம் வேறு வேறாகத்தான் இருக்கிறது. நாசமற்றுப் போகச் சொல்லி மயில்சாமியின் அம்மா ஒவ்வொரு முறை சபித்தும் அப்பா நாசமாய்த்தான் போனார். அவர் இறந்தபோது இரண்டு வேறு வேறு ஊர்களில் இரண்டு வேறு வேறு பெண்கள் மௌனமாக அழுதுகொண்டிருந்த விவரமெல்லாம் அவனுக்கு மிகவும் பின்னால்தான் தெரிந்தது. அம்மாவுக்கு அந்த மரணம் பெரும் விடுதலையாக இருந்திருக்கும். ஆனால் அவளும் அழத்தான் செய்தாள்.

'தூங்கலியா மயில்சாமி?' டைரக்டரின் குரல் கேட்டதும் அவன் சட்டென்று எழுந்துகொண்டான்.

'சார்..'

'உக்காரு' என்று அவரும் அருகே அமர்ந்தார். ஒரு சிகரெட்டைப் பற்ற வைத்துக்கொண்டு அவனுக்கும் ஒன்று கொடுத்தார்.

'அதுங்களத்தானே கவனிச்சிக்கிட்டிருக்க? ரெண்டும் ஃபுல் போதைல இருக்குதுங்க.'

'ஆமா சார்.'

‘பணக்கார வீட்டுப் பசங்க மயிலு. தெனம் குடி. தெனம் செக்ஸு. தெனம் சண்டை. தெனத்துக்கும் ஆள மாத்திடுவாளுக’ என்று இயக்குநர் சொன்னார்.

‘ஆனாலும் ஒரு பொண்ணோட கதறல் குலை நடுங்க வெச்சிடுது சார். ஏமாந்துட்டோம்ன்ற நெனப்பு மாதிரி வேற வலியே இல்லன்னு தோணுது.’

அவர் சிறிது நேரம் அமைதியாகக் கடலையே பார்த்துக் கொண்டிருந்தார். பிறகு சொன்னார். ‘அந்த வலி ஆம்பளைங் களுக்கும் உண்டு மயிலு.’

அவர் அழுகிறாரோ என்று மயில்சாமிக்குச் சந்தேகமாக இருந்தது. இருட்டில் அதைச் சரியாகப் பார்க்க முடியவில்லை. ஆனால் குரல் ஒடுங்கிவிட்டிருந்தது. அவனுக்கு எப்படி அவன் அம்மாவின் நினைவு வந்ததோ, அதே மாதிரி இயக்குநருக்கும் அந்தச் சம்பவம் யாருடைய நினைவையோ கிளறி விட்டிருக்க வேண்டும். அலையடித்து மூடி மூடிச் சென்றாலும் துக்கத்தின் சுவடுகள் மீண்டும் மீண்டும் தெரியத்தான் செய்கின்றன.

‘விரக்தியோட உச்சத்துலதான் மனுசன் தப்பு பண்ண ஆரம்பிக்கிறான். ஆனா தப்பு அவன திரும்பி விரக்திலதான் கொண்டு போய்த் தள்ளுது’ என்று இயக்குநர் சொன்னார்.

மயில்சாமிக்கு இயக்குநரின் குடும்பத்தைத் தெரியும். அவரது மனைவி, நகர வாழ்க்கைக்கு வந்து பல வருடங்களாகியும் கிராமத்து மொழியையும் பிற அடையாளங்களையும் விடாமல் வைத்திருக்கும் பெண். அவளுக்கு சினிமா தெரியாது. சீரியல் பார்ப்பாள் என்றாலும் அது எடுக்கப்படும் விதத்தைக் குறித்தெல்லாம் யோசிக்கத் தெரியாது. ‘வீட்டுக்காரரு வேலைக்குப் போயிருக்காருங்க’ என்று வெகுளியாகச் சொல்லுகிற பெண். வேலையில்லாத நாள்களில் ‘கம்பெனி மூடிட்டாங்க போல’ என்று சொல்லுவாள். வாய்க்கு ருசியாகச் சமைத்துப் போட்டு, வீட்டுக் கவலைகளை அவரிடம் காட்டாமல் சாமர்த்தியமாகச் சமாளித்துக்கொண்டு போகிறவள் என்று அவரே மயில்சாமியிடம் சொல்லியிருக்கிறார். இரண்டாயிரத்துப் பதினொன்றில் அவர் பணியாற்றிய நெடுந்தொடர் ஒன்று வெற்றிகரமாக நாநூறு எபிசோடுகளைக் கடந்தபோது வாழ்வின்மீது அவருக்குச் சிறு நம்பிக்கை வந்தது. அந்த வருடம் அவருக்கு ஒரு குழந்தை பிறந்தது. அவரது கிராமத்தில் மூலைக்கு

மூலை 'பிரபல இயக்குநர்' என்று அவர் போட்டோவோடு பேனர்கள் வைத்து குழந்தைக்குக் காதணி விழா நடத்தினார்கள். மயில்சாமி அந்த நிகழ்ச்சிக்குப் போயிருந்தான். மொத்தக் கூட்டத்தில் இயக்குநர் மட்டும் பட்டு வேட்டி, பட்டுச் சட்டை அணிந்து நெற்றியில் சந்தனம் இட்டு வித்தியாசமாகக் காட்சியளித்தார்.

'இந்த கெட்டப் உங்களுக்கு நல்லாருக்கு சார்' என்று மயில்சாமி சொன்னான்.

'கல்யாணத்துக்கு எடுத்த டிரெஸ்ஸு மயிலு. அப்பறம் வேட்டி கட்ட சான்சே கிடைக்கல' என்று சொல்லிவிட்டுச் சிரித்தார்.

பின்பொரு சமயம் மயில்சாமி அவரை வேட்டியில் பார்த்திருக்கிறான். அப்போது அவன் வேறொரு இயக்குநரிடம் வேலை பார்த்துக்கொண்டிருந்தான். இரவு படப்பிடிப்பு முடியத் தாமதமாகிவிட்டது. யூனிட் வண்டிகள் ஏதும் இல்லாமல் நடந்தே வீட்டுக்குப் போயாக வேண்டிய சூழ்நிலையில் வளசரவாக்கத்து சாலைகளில் அவன் விரைந்துகொண்டிருந்தபோது, வழியில் ஒரு வீட்டு வாசலில் கேமரா, விளக்குகளை வண்டியில் ஏற்றிக் கொண்டிருப்பதைக் கண்டான். அருகே வந்தபோது அது இவருடைய படப்பிடிப்பு என்று தெரிந்தது. ஒரு மரியாதைக்கு உள்ளே போய்ப் பார்த்து வணக்கம் சொல்லிவிட்டு வரலாம் என்று நினைத்து படப்பிடிப்புத் தளத்துக்குள் நுழைந்தான்.

யூனிட்டில் அனைவரும் போய்விட்டிருந்தார்கள். செட் அசிஸ்டெண்டுகள் பிராபர்ட்டி பொருள்களை எடுத்துப் பெட்டியில் போட்டுக்கொண்டு வந்து வண்டியில் ஏற, வண்டியும் கிளம்பிவிட்டது. இயக்குநரின் பைக் அங்கே இருப்பதைப் பார்த்துவிட்டுத்தான் மயில்சாமி உள்ளே போனான். அது பெரிய வீடு. ரிச் ஹவுஸ் என்று சொல்லுவது வழக்கம். ஹாலில் இருந்து மாடிக்குச் செல்ல மரப்படிக்கட்டுகள் உண்டு. கீழே உள்ளதைப் போலவே மாடியிலும் பெரிய ஹால் ஒன்று உண்டு. அதன் இரு புறமும் இரண்டு படுக்கையறைகள். ஒரு புறம் சுவரோரம் செயற்கைப் பாறைகள் அமைத்துத் தண்ணீர் சிந்தும் ஏற்பாடு செய்யப்பட்டிருக்கும். அதன் எதிரே சிம்மாசனம் போலத் தோற்றம் தரும் சோபாக்கள் போடப்பட்டிருக்கும். பணக்கார வில்லன்கள் சதித்திட்டம் தீட்டவும் அதைத் தனது அடியாள் களிடம் விவரிக்கவும் அந்த இடம் பொருத்தமாக இருக்கும். கற்பு சார்ந்த பிரச்னைகள் வரும்போது கதாநாயகிகள் தனியே வந்து

குமுறி அழுவதற்கும் வாகான இடம். குனியாமல் பிடித்துக் கொண்டு நிற்கும் உயரத்தில் மரப்பிடிகள் போட்ட பால்கனித் தடுப்பு ஒன்று அங்குண்டு. செயற்கைப் பாறைத் தண்ணீர் சுரப்பின் பக்கமிருந்து கேமராவைச் சற்று கீழிருந்து இயக்கினால் சிம்மாசனங்கள் சரிவது போலக் காட்ட முடியும். இருக்கவே இருக்கிறது, கதாநாயகியின் கண்ணீர்.

மயில்சாமி மாடிக்குப் போனபோது அந்த சோபாவில் இயக்குநர் அமர்ந்திருந்தார். வேட்டிதான் கட்டியிருந்தார். பச்சைக் கறை போட்ட மல் வேட்டி. அவரது மடியில் ஒன்றிரண்டு கனகாம்பரப் பூக்கள் உதிர்ந்து கிடந்தன. மயிலைக் கண்டதும் சட்டென்று மலர்ச்சியாகி, 'வா மயிலு' என்று எழுந்து வரவேற்றார். பூக்கள் கீழே விழுந்தன.

'நல்லாருக்கிங்களா சார்?' என்று மயில் விசாரிக்கத் தொடங்கிய போது பக்கத்து அறைக்குள் இருந்து அந்தத் தொடரில் நடிக்கும் பெண் ஒருத்தி வெளியே வந்தாள். அவள் ஒப்பனையைக் கலைத்திருக்கவில்லை. ஆனால் தலைமுடி, உதட்டுச் சாயம் எல்லாமே சற்றுக் கலைந்திருந்தன. 'கௌம்பறேன் சார்' என்று இயக்குநரிடம் சொல்லிவிட்டு அவள் படியிறங்கிச் சென்றபோது படியிலும் ஒன்றிரண்டு கனகாம்பரப் பூக்கள் உதிர்ந்தன.

'ஃபர்ஸ்ட் நைட் சீனா சார் இன்னிக்கு?' என்று மயில் கேட்டான்.

'ஆமாய்யா. வாரத்துக்கு ஒரு பெட் ரூம் சீன் எடுத்துக்கிட்டுத்தான் இருக்கோம். எவன் பொண்டாட்டியோட சேர்ந்தான்? ஒவ்வொரு சீனுக்கும் எதோ ஒரு காரணத்த சொல்லி, தள்ளித்தான் படுக்க வெக்குறோம்' என்று இயக்குநர் சொன்னார். நடக்காத முதலிரவுகளும் சேராத கணவன் மனைவியும் தொடர்களின் அத்தியாவசியங்களாகிப் பலகாலமாகின்றது. இன்றைக்காவது நடந்துவிடுமா என்கிற எதிர்பார்ப்பு இருந்துவிட்டால் போதும். எதிர்பார்ப்புத்தான். நடந்தாக வேண்டியது அவ்வளவு முக்கியமல்ல. கனகாம்பரப் பூக்கள் எதிர்பார்ப்புகளின் அடையாளங்களாகக் காலம் காலமாக உதிர்ந்துகொண்டேதான் இருக்கின்றன.

மயில்சாமிக்கு யார் மீதும் விமரிசனங்கள் இருந்ததில்லை. அவன் துறைக்கு வந்த நாள்களில் இருந்த பதற்றமும் அதிர்ச்சியும் அதிர்ச்சி மதிப்பும் நாள்பட மங்கிக்கொண்டே போயின. ஒழுக்க மீறல் என்ற ஒன்று இல்லை என்றே சமயத்தில் தோன்றியது.

ஒழுக்கம் என்பதே மனம் தீர்மானிக்கும் எல்லைதான் அல்லவா? ஒருமுறை குளித்துவிட்டாலோ, குடித்துவிட்டாலோ எல்லாம் சரியாகிவிடுகிறது.

ஆனால் குடித்துவிட்டு புலம்பத் தோன்றிவிட்டால்தான் பிரச்னை. அது சகிக்க முடியாதது. அருவருப்பானது. தனது செயல் தனக்கே பிடிக்காது போவது போன்ற அவலம் வேறில்லை. அதனால்தான் அவன் நினைப்பான். ஒழுக்க மீறலில்கூட ஒரு லயம் வேண்டும். ஒழுக்கமோ மீறலோ அல்ல. லயமே முக்கியம்.

கடல் காற்று இப்போது இன்னும் குளிர்ந்து இருந்தது. பாதங்கள் விரைப்படையத் தொடங்கியதை மயில்சாமி உணர்ந்தான். நெடு நேரமாக அமர்ந்திருந்ததும் கஷ்டமாக இருந்தது. 'கொஞ்சம் நடக்கலாமா சார்?' என்று இயக்குநரிடம் கேட்டான். இருவரும் எழுந்துகொண்டார்கள்.

'வாழ்க்கைல ஒரே ஒரு பெரிய சஸ்பென்ஸ் என்ன தெரியுமா மயிலு? ஏன் நாம ஒண்ண விரும்பறோம்ன்றதுக்கு நமக்கு சரியான காரணமே தெரியாது. அது ஏன் இன்னொருத்தனுக்கு மட்டும் கிடைக்குதுன்றதுக்கு மட்டும் கரெக்டா காரணம் தெரிஞ்சிடுது' என்று இயக்குநர் சொன்னார். கட்டியிருந்த கடிகாரத்தில் மணி பார்த்தார். 'ரெண்டரை மணி இருக்கும் சார்' என்று மயில்சாமி பார்க்காமலே சொன்னான். இயக்குநர் சிறிது நேரம் அமைதியாக நடந்துகொண்டிருந்தார். யோசனையா, வெறும் மௌனமா என்று தெரியவில்லை. அவரே பேசட்டும் என்று மயில்சாமி காத்திருந்தான். பேசாவிட்டாலும் பிரச்னை இல்லை. கொஞ்ச நேரம் நடந்தாலாவது தூக்கம் வருகிறதா பார்க்கலாம் என்று தோன்றியது. சட்டென்று இயக்குநர் பேச ஆரம்பித்தார்.

'அவன் என்ன படம் பாக்குறதுக்கா பிரார்த்தனாவுக்குப் போறான்? அங்க அவ ஜனனி வந்திருப்பா. இவன் கார்ல உக்காந்திருந்தா சிக்கல்னு அவள கார் எடுத்துட்டு வர சொல்லியிருக்கான். இவன் அப்பன் கார்ல போய் இறங்கிக்கிட்டு, அவ கார்ல ஏறி ஓட்டி முடிச்சிருப்பான்' என்று சொன்னார்.

மயில்சாமிக்குத் தூக்கிவாரிப் போட்டுவிட்டது. ஒன்றுமே பேசத் தோன்றவில்லை.

'இந்த மனுசன் என்னிக்குமே உருப்பட மாட்டான் மயிலு. பெத்த புள்ள ஊர்மேயத் துணை போற தகப்பன் எப்படி உருப்படுவான்? அவன் தொழில் எப்படி உருப்படும்? ரெண்டு கட்டி வாழாதவன்,

மூணாவதா ஒண்ண கட்டி மட்டும் வாழ்ந்துடவா போறான்?' என்று கேட்டார்.

மயில்சாமி இப்போதும் அமைதியாகவே இருந்தான். இயக்குநர் மட்டும் விடாமல் பேசிக்கொண்டே இருந்தார்.

'அவ என்னை விரும்பினா மயிலு. அவளேதான் வாயவிட்டுக் கேட்டா. உங்கள கல்யாணம் கட்டிக்கறேன்னு சொன்னா. நான் கல்யாணம் ஆனவந்தான். ஒரு புள்ள பெத்தவந்தான். இவள கட்டிக்கிட்டா அது என் பொண்டாட்டிக்கு செய்யிற துரோகம் தான். ஆனா வாழ்க்கைல நிறைய அடிபட்ட ஒரு பொண்ணு வலிய வந்து கட்டிக்கறேன்னு சொன்னா அதுக்குக் காரணம் ஆசை இல்ல. ஒரு பாதுகாப்பு தேடுறான்னு அர்த்தம். நாம சரியா இருப்போம்னு அவ மனசுக்குப் பட்டிருக்குது. ஒரு ஆம்பளைக்கு இது ஒரு கௌரவம் இல்லியா? ஒரு பொண்ணு மதிக்கறதவிட வேற என்ன கௌரவம் இருக்க முடியும் மயிலு?'

'அப்பறம் எப்படி சார் அவ கங்காதரனோட போவா?' என்று மயில்சாமி கேட்டான்.

'எல்லாம் இந்தாளு ப்ரொட்யூசர் பண்ண வேல. எம்புள்ளைய கட்டிக்க. உம்பேர்ல ஒரு வீடு எழுதி வெக்கறேன்னு சொல்லியிருக்காரு.'

நியாயம்தான். பாதுகாப்புத் தேடும் பெண்ணுக்குப் புருஷனைவிட வீடு சிறந்தது. சொந்த வீடு. பூட்டு யாரிடமாவது இருந்தாலும் சாவி அவளிடம் இருக்கும் என்று மயில்சாமிக்குத் தோன்றியது.

வெகுதூரம் நடந்து வந்துவிட்டாற்போலிருந்தது. 'போகலாமா சார்?' என்று கேட்டான்.

'வேற வழி?' என்றார் இயக்குநர்.

6. தெய்வக் குற்றம் என்றால் என்ன?

சீத்துமலை சுயம்பு முத்துமாரி அம்மன் கோயிலுக்கு மயில்சாமி வந்து சேர்ந்தபோது மழை தூறிக்கொண்டிருந்தது. அவன் யூனிட் வண்டியில் வரவில்லை. வேங்கை வாசலில் உள்ள மாமனார் வீட்டுக்குப் போகிறேன் என்று சிவமணி சொன்னதால், அவனோடு பைக்கில் வந்துவிடுகிறேன் என்று சொல்லி யிருந்தான். சிவமணியின் மைத்துனிக்கு சீமந்தம் வைத்திருந்தார் கள். அவன் வேலை பார்த்துக்கொண்டிருந்த கம்பெனியில் ஒருநாள் விடுமுறை சொல்லிவிட்டு அன்று காலை மனைவியுடன் கிளம்புவதாக இருந்தான். எதிர்பாராத திட்ட மாறுதல்களால் அவன் மனைவி முதல் நாள் மாலையே வேங்கை வாசலுக்கு பஸ் பிடித்துப் போய்விட்டதால், நான் தனியாகத்தான் போகிறேன் என்று மயில்சாமியிடம் சொன்னான். ‘அப்படின்னா ஒன்னோடவே வந்துடறேண்டா. என்னை ஸ்பாட்ல இறக்கி விட்டுட்டுப் போயிடு’ என்று மயில்சாமி அவனோடு புறப்பட்டான்.

அன்றைக்குத்தான் சிவமணி முதல் முறையாக மயில்சாமியிடம் சொன்னான், ‘குழந்தை பெத்துக்கறத தள்ளிப் போடாத மயிலு. நாம டைரக்டர் ஆகுறோம், ஆகாம போறோம். நம்மள கட்டிக்கிட்டவங்க என்ன பாவம் பண்ணாங்க? உன் ஒய்ஃப கேட்டுப் பாரு. புள்ள பொறக்கறது நீ டைரக்டர் ஆகுறதவிடப் பெரிசுன்னு சொல்லுவாங்க.’

மயில்சாமி அதைப் பற்றி யோசிக்காமல் இல்லை. வாய்ப்பே இல்லாமல் தனியாக நண்பர்களுடன் தங்கியிருந்த நாள்களில்

அவன் இறந்து போகவில்லை. வாய்ப்புகள் வரத் தொடங்கி, விட்டு விட்டாவது வேலை கிடைத்து, சொற்ப வருமானத்தில் ஒருவேளை, இரண்டு வேளை உண்டுகொண்டிருந்தபோதும் உயிரோடுதான் இருந்தான். ஒரு தைரியத்தில் திருமணம் செய்துகொண்டு மனோன்மணியுடன் குடும்பம் நடத்த ஆரம்பித்த பிறகு எத்தனையோ வாரங்கள் கையில் பத்து ரூபாய் கூட இல்லாமல் கழிந்திருக்கிறது. அப்போதுகூட இறக்கவில்லை. இப்போது தொடர்களுக்கு இரண்டாவது யூனிட் படப்பிடிப்பு நடத்த முடிகிறது. அது இல்லாத தினங்களுக்கு இருக்கவே இருக்கிறது ஷெட்யூல் போடுகிற வேலை. பெரிய வருமானம் இல்லைதான். ஆனால், வருமானம் என்ற ஒன்று இருக்கத்தான் செய்கிறது. ஒரு குழந்தை கூடுதலாகக் குடும்பத்தில் சேர்ந்தால் என்ன பெரிய சிக்கலாகிவிடும்?

'எனக்குப் பிரச்னை இல்ல. நீதான் பயப்படற' என்று மனோன்மணி சொல்லியிருந்தாள்.

அது பயம்தானா என்று அவனுக்குச் சந்தேகமாக இருந்தது. வெளியே காட்டிக்கொள்ளாவிட்டாலும் ஒரு பாதுகாப்பற்ற உணர்ச்சி தன்னைத் தொடர்ந்து துரத்திக்கொண்டே இருப்பதாக அவன் நினைத்தான். திசை தெரியாத பெருவெளியில் நடக்கிற போது காலடியில் சிறியதாக உருவாகும் சுய நிழல் ஆயிரம் கரங்களும் பல்லாயிரம் பெருந்தலைகளுமாகப் பல்கிப் பெருகி, ஆவேசமாகத் தன்னையே பிடித்துத் தள்ளுவது போன்றதொரு காட்சி அவனுக்கு உண்டானது. பிடித்துத் தள்ளுவதும் தடுக்கி விழுவதும் புதிதல்ல. எழுந்துகொள்ளும்வரை நீ போய் உன் அப்பா வீட்டில் இரு என்று மனோன்மணியை அனுப்பிவைக்க முடியும். அவள் அதற்கு முகம் சுளிப்பதில்லை. ஆனால் ஒரு குழந்தையுடன் சேர்த்து அனுப்பி வைக்கிற சூழ்நிலை வந்தால் நிச்சயம் இறந்துவிடுவோம் என்று அவனுக்குத் தோன்றியது.

'இதெல்லாம் வேண்டாத பயம். அப்படியே ஒரு மாசம், மூணு மாசம் அங்க போய் இருந்தாலும் எங்கப்பா சொத்து ஒண்ணும் கரைஞ்சி போயிடாது. செய்யட்டுமே? மொத்தமா எங்கண்ணனே ஆண்டு அனுபவிக்கறதுக்கு நானும் கொஞ்சம் தின்னுட்டுப் போறேன். என்ன இப்ப?' என்று மனோன்மணி கேட்டாள்.

அவனுக்குத் மனோன்மணி ஒரு தீராத வியப்பாக இருந்தாள். தன்னிடம் எது அவளைக் கவர்ந்தது என்று அவனுக்குப் புரிந்ததே இல்லை. எதற்குமே முகம் சுளிக்காத ஒரு பெண் இருக்க முடியுமா!

பிசிறுகளைத் தவிர வேறு எதுவுமே இல்லாத ஒரு வாழ்க்கையை ரசித்து வாழ முடியுமா! அவளுக்கு நல்லதாக ஒரு சுடிதார்கூட வாங்கித் தந்ததில்லை என்று மயில்சாமி அடிக்கடி நினைத்துக் கொள்வான். அவள் வைத்திருக்கும் பெரும்பாலான உடைகள் அவள் அப்பா வீட்டுக்குப் போய்விட்டு வரும்போதெல்லாம் வாங்கி வந்த உடைகள்தான்.

'உன்னை நான் ரொம்ப சித்ரவதை பண்றேன்னு தோணுது மனோ' என்று ஒருநாள் மயில்சாமி சொன்னான்.

'உனக்குத் தோணிச்சின்னா நான் என்ன செய்ய முடியும்? ஆனா நான் சந்தோஷமாத்தான் இருக்கேன். நீ என்ன செய்யறன்றது எனக்கு முக்கியமே இல்ல. உன்னோட இருக்கறதே சந்தோஷம் தான். போதுமா?' என்று சொன்னாள்.

அவனுக்கு சங்கடமாக இருந்தது. மனோன்மணி ஒரு பேச்சுக்கு எதையும் சொல்பவள் அல்ல என்பது தெரியும். இருந்தாலும் எளிய மகிழ்ச்சிகளைக் கூடத் தரமுடியாத கணவனையும் ஒருத்தி விரும்ப முடியுமா! தெரியவில்லை. குழப்பமாக இருந்தது. சிறிது நேரம் அமைதியாக இருந்துவிட்டு மீண்டும் கேட்டான், 'என்னோட இருக்கறது சந்தோஷம்னா, அடிக்கடி ஊருக்கு அனுப்பறேனே, அப்ப?'

அவள் யோசிக்கவேயில்லை. 'அதுவும் சந்தோஷம்தான். அப்பா அம்மாவோட இருப்பேன் இல்லே? அந்த சந்தோஷம். திரும்பி வரும்போது, திரும்ப உன்னோட இருக்கப் போற சந்தோஷம்.'

அவனுக்கு என்ன சொல்வதென்று தெரியவில்லை. அழலாம் போல் இருந்தது. ஆனால் மனோன்மணியின் முன்னால் அதுவரை அழுததில்லை. அது அவளை மிகவும் பாதிக்கும் என்று தோன்றியது. கவலைகளுக்கும் கண்ணீருக்கும் துக்கத்துக்கும் இடம் தரக்கூடாது என்று எல்லோரும் அவள் அளவுக்குத் தீர்மானமாக இருப்பதில்லை. வாழ்வின் ஒவ்வொரு கணத்திலும் வாழ முடிவது கொடுப்பினைதான். கண்டிப்பாக அது தனக்கில்லை என்று மயில்சாமி நினைத்தான்.

'இப்ப என்ன? புள்ள பெத்துக்காம இருக்கோமேன்னு கவலையா இருக்கா?' என்று மனோன்மணி கேட்டாள்.

'கண்டிப்பா கவலைதான் மனோ. ஆனா அசட்டு தைரியத்துல எதையும் செய்ய விரும்பல நான். இப்ப வர்ற பன்னெண்டாயிரம்

நம்ம ரெண்டு பேர் செலவு, வீட்டு வாடகைக்கு சரியா இருக்கு. இதுல சிக்கல் வர்றப்ப நீ உங்கப்பா வீட்டுக்குப் போயிடுற. அது ஒரு சங்கடம்தான்னாலும் அதுதான் நம்மள காப்பாத்திக்கிட்டிருக்கு. அப்படி இருக்கறப்ப, ஒரு குழந்தைன்றது பெரிய செலவு. சமாளிக்கணும்ல?'

அவள் ஒரு கணம் உற்றுப் பார்த்தாள். 'அப்படியா தோணுது உனக்கு? குழந்தைன்றது பெரிய சந்தோஷம். லூசு' என்று சொல்லி விட்டுப் போய்விட்டாள்.

மயில்சாமி இதை சிவமணியிடம் சொன்னான். 'கஷ்டப்பட வேண்டி வருமோன்னு அவ நினைக்கவே விரும்பலைடா.'

'புரியுது மயிலு. அது ஒரு மைண்ட் செட். ஆனா, எல்லா பொண்ணுங்களும் இப்படித்தான் இருப்பாங்கன்னு நினைக்காத. எனக்குப் புள்ள பொறந்தப்ப, ஒண்ணு நீ சினிமாவ விட்டுட்டு வா; இல்லன்னா மாசம் முப்பதாயிரம் சம்பாதிச்சிக் குடுன்னு என் ஒய்ஃப் சொன்னா. திணறிட்டேன் தெரியுமா?'

'எப்படி சமாளிச்ச?' என்று மயில்சாமி கேட்டான்.

'எனக்கு வேற வழி தெரியலடா. வண்ணாரப்பேட்டை நிர்மலாகிட்ட விஷயத்த சொன்னேன். சம்பளம் கிடையாது; பிரியாணி மட்டும் வாங்கித் தருவேன்; ஆனா ஒன் அவர் என்னை லவ் பண்ற மாதிரி நடிக்கணும்னு சொல்லி, வடபழனி முருகன் கோயிலுக்குக் கூட்டிட்டுப் போனேன். அங்க என்னையும் அவளையும் சேத்து வெச்சி என் பொண்டாட்டி பாத்தா. வீட்ல ஒரே சத்தம். ஒரே சண்டை. நிம்மதியா வேல பாக்க விட்டன்னா ஒழுங்கா இருப்பேன்; இல்லன்னா இப்படித்தான் எதாவது ஏடாகூடமா ஆகும்னு மிரட்டி வெச்சேன். இன்னிய வரைக்கும் அதான் உதவுது' என்று சொன்னான்.

'தப்பா இருக்கேடா? கொஞ்சம் வில்லத்தனமா தெரியுது.'

'வேற என்ன செய்யிறது மயிலு? பதினெட்டு வயசுலேருந்து ஆசைப்பட்டுக்கிடிருக்கேன். சினிமாதான் முடியல, சனியன் இதுலயாச்சும் ஒரு கார்டு வாங்கிட மாட்டமான்னு இருக்காதா? கொழந்த பொறந்துருச்சின்றதுக்காக எப்படி விட முடியும்?' என்று கேட்டான்.

மயில்சாமிக்கு எதுவும் பேசத் தோன்றவில்லை. போக்குவரத்து நெரிசல் இல்லாமல் சாலையில் விரைவாகப் போக முடிந்தது

மிகவும் ஆறுதலாக இருந்தது. எதிர்க்காற்றில் கன்னங்கள் குளிர்ந்தன. எதிர்பாராமல் ஓரிரு தூறல் விழுந்ததை அவன் கவனித்தான். பிரச்னை இல்லை. மழையே வந்தாலும் இன்று கோயிலுக்குள்தான் ஷூட்டிங் என்று நினைத்துக்கொண்டான். இருட்டான கோயில். ட்யூப் லைட்டை எரியவிட்டால் இருட்டை இன்னும் கூராகச் சுட்டிக்காட்டும்படியாக இருக்கிற இடம். புராதனம் என்ற அந்தஸ்தை அழுக்கைச் சேகரித்து வைப்பதில் தக்கவைத்துக்கொள்கிறார்களோ என்று தோன்றியது. உடனே, பிறந்தது முதல் தன் மனமும் அப்படியொரு கிடங்காகத்தான் இருக்கிறது என்று நினைத்தான். ஆனால் விளக்குப் போட்டு ஒட்டடைகளை ஆராய்வதில்லை. அது ஆகிவந்தது. அது இருப்பது.

பைக் பல்லாவரம் தாண்டும்போது சிவமணி மீண்டும் கேட்டான். 'பதில் சொல்லுடா. இன்னும் எதுக்கு தள்ளிப் போட்டுக் கிட்டிருக்க?'

'காலங்கார்த்தால இப்ப எதுக்கு அந்தப் பேச்சு? சீக்கிரம் போ, நேரம் ஆயிடுச்சி' என்று மயில்சாமி சொன்னான்.

'காரணத்தோடதாண்டா கேக்கறேன். நீ சுயம்பு முத்துமாரி கோயிலுக்குத்தான போறே? அங்க வேண்டிக்கிட்டுத்தான் எனக்கு குழந்தை பொறந்தது. ஷூட்டிங் இருக்கவே இருக்கு. எதுக்கும் போய் ஒரு கும்பிடு போட்டு வெச்சிட்டு வந்துடு.'

சுயம்பு முத்துமாரி. அவளை மயில்சாமிக்கு நாலைந்து வருடங்களாகத் தெரியும். படப்பிடிப்புக்கு அனுமதி கொடுக்கும் கோயில்கள் நகரில் வெகு சொற்பம். ஒவ்வொரு முறையும் நகரத்துக்கு இருபது கிலோ மீட்டர்கள் வெளியே அலைந்துதான் தேடிப் பெற வேண்டியிருக்கிறது. அப்படி அனுமதிக்கும் கோயில்களிலேயே குளக்கரை வசதியுடன் இருக்கும் கோயில்கள் ஒன்றிரண்டு மட்டும்தான். அதில் இந்தக் கோயிலும் ஒன்று.

'குளத்த யூஸ் பண்ணிக்கலாங்க. ஆனா திதி குடுக்கற சீனெல்லாம் வரக்கூடாது' என்று சொல்லியிருந்தார்கள். குளக்கரையில் பொங்கல் வைக்கிற காட்சிகள் எல்லாம் தொடர்களில் வராது. ஆனால், இறந்தவர்களுக்குத் திதி கொடுத்துத்தான் தீரவேண்டும். பிண்டம் வைத்துத்தான் ஆகவேண்டும். கூடாது என்றால் எப்படி?

மயில்சாமிதான் முதல் முதலில் அந்தப் பிரச்னைக்கு ஒரு தீர்வு கண்டுபிடித்தான்.

‘ரெண்டு கேமரா சொல்லிடுங்க. கோயிலுக்குள்ள ஒரு சீன் வெச்சிருங்க. ஊர்க்காரங்க எல்லாரும் சீன்ல வர்ற மாதிரி பண்ணிடுவோம். கோயில் டிரஸ்டி, மேனேஜர், வாட்ச்மேன் எல்லாரையும் புடிச்சி ஃப்ரேமுக்குள்ள நிப்பாட்டுங்க. நான் குளத்தங்கரைல ஒரு ஐயர மட்டும் உக்கார வெச்சி மூணு உருண்டை புடிச்சிட்டு வந்துடுறேன். அவைலபிள் லைட் போதும்’ என்று சொன்னான்.

மானிட்டர் கிடையாது. இரண்டாவது டேக் கிடையாது. மேக் அப், டச் அப் எதுவும் கிடையாது. சும்மா குளத்தில் இறங்கி வேடிக்கை பார்ப்பது போல உட்கார வைத்து எதிரே ஒரு இலையைப் போட்டு மூன்று பிண்டங்களை வைத்து பத்து வினாடிகளுக்கு கேமராவை ஓட்டி எடுத்து விட்டால் முடிந்தது. பிறகு நிதானமாகக் குளத்துக்கு ஒரு ஷாட். இறங்குபவனுக்கு ஒரு ஷாட். குளிக்க ஒரு ஷாட். முழுகி எழுந்திருக்கும்போது ஒரு ஷாட். ஏறி வர ஒரு ஷாட். ஈரம் சொட்டும் வேட்டிக்கு ஒரு க்ளோஸ் அப். தவறி யாருக்கும் சந்தேகம் வந்துவிடாதிருக்க அங்கப் பிரதட்சிணம் செய்ய வைத்து ஒரு ஷாட் எடுத்துக்கொண்டால் சரியாகிவிடும்.

‘இது தப்பில்லியா மயிலு? தெய்வக் குத்தம்யா’ என்று எடுத்து முடித்த பிறகு இயக்குநர் கேட்டார்.

‘எடுக்கலன்னாத்தான் சார் தெய்வக் குத்தம்’ என்று சொல்லிவிட்டு மயில்சாமி நகர்ந்து போனான். அந்தக் காட்சி ஒளிபரப்பான பிறகு நிறைய இயக்குநர்கள் அவனுக்கு போன் செய்து அதை எப்படி எடுத்தார்கள் என்று கேட்டுத் தெரிந்துகொண்டார்கள். அண்டம் சமைத்த அம்மனுக்குப் பிண்டம் ஒரு பிரச்னையாக இராது என்று அதே முறையைப் பின்பற்றத் தொடங்கினார்கள்.

டிரஸ்டியும் மேனேஜரும் கவனிக்காவிட்டாலும் சுயம்பு அங்காளம்மன் அதையெல்லாம் கவனிக்காமல் இருந்திருக்க மாட்டாள். இப்போது அவளிடம் சென்று பிள்ளை வரம் கேட்டால் அது நியாயமாக இருக்குமா என்று மயில்சாமிக்கு சந்தேகமாக இருந்தது.

கோயிலுக்கு அவன் வந்து சேர்ந்தபோது மழை தூறிக் கொண்டிருந்தது. நல்லவேளை குளக்கரைக் காட்சி ஏதும் இன்றைக்கு இல்லை என்று மயில்சாமி நினைத்துக்கொண்டான். உள்ளே எடுக்க வேண்டிய காட்சிகள் மட்டும் மூன்று இருந்தன.

'மூணு சீனுக்காக ஒரு நாள் போடாத. ரைட்டர்ட்ட சொல்லி கோயில்லயே வெச்சி இன்னும் மூணு சீன் கேளு. ஆறா எடுத்துட்டு வந்துடுங்க' என்று தயாரிப்பாளர் அவனிடம் சொல்லியிருந்தார். இதைக் கதாசிரியரிடம் சொன்னபோது, 'புதுசால்லாம் சேக்க முடியாது மயில். வேணா ஒண்ணு செய்ங்க. ரோடு சீன் என்னன்ன இருக்கு பாருங்க. அத கோயில்னு மாத்திக்கங்க' என்றார்.

மயில்சாமி ஒன் லைனை எடுத்துப் பார்த்தான். சாலைக் காட்சிகளுக்குப் பொதுவாகப் பஞ்சமே இருக்காது. குடித்துவிட்டு சாலையோரம் விழுந்திருக்கும் ஒருவனை எழுப்பித் தெளிய வைத்து ரேஷன் கடைக்குப் போகச் சொல்கிற மனைவி. கூரியர்காரனின் சைக்கிள் ட்யூபில் இருந்து காற்றைப் பிடுங்கிவிட்டு ஓடுகிற சிறுவன். ஓடுகிற வழியில் ஒரு ஸ்கூட்டர் மோதி அவன் ரத்த காயமாகிவிடுகிறான். கதாநாயகி அவனை ஆஸ்பத்திரிக்கு எடுத்துச் செல்வாளா அல்லது சாகக் கிடக்கும் அப்பாவின் கடைசி ஆசையைத் தீர்த்து வைக்கப் போவாளா? இன்னும் ஒரு காட்சி இருந்தது. பிக் பாக்கெட் அடித்துவிட்டு ஓடுகிற கயவனைத் துரத்திச் செல்லும் இரண்டு வாலிபர்கள். இருவரில் யாருக்குக் குற்றவாளி அகப்படப் போகிறான்? வாழ்வில் அந்த இரண்டு பேருமே ஒரு பெண்ணைக் காதலிக்கப் போகிறார்கள் என்பதை முன்னறிவிப்புச் செய்யும் உணர்ச்சிமய மான காட்சி. பின்னால் வரப் போகிற மோதல்களின் முன்னோட்டமாக அந்தக் காட்சியை அமைத்திருந்தார் கதாசிரியர். ஆனால் திருடன் அபகரித்துச் சென்ற பர்ஸில் ஒரு சாய்பாபா படத்தைத் தவிர வேறெதுவும் இருக்காது. இதுவும் குறியீடுதான். அனுமதிக்கப்பட்ட நீள அகலங்களுக்குள் அடங்கக்கூடியவர் அவர் மட்டும்தான்.

இதில் திருடனைப் பிடிக்கும் காட்சியைக் கோயிலுக்குள் வைத்து விடலாம் என்று மயில்சாமிக்குத் தோன்றியது. இயக்குநரிடம் போய்ச் சொன்னான். 'லைட்டு சொல்லிடு மயிலு' என்று சொல்லிவிட்டு அவர் டிபன் சாப்பிடப் போனார்.

மயில்சாமிக்கும் பசித்தது. இன்னும் நடிகைகள் ஒப்பனை முடிந்து வந்தபாடில்லை. கோயிலை ஒட்டி ஒரு வீட்டில் பேசி வைத்து ஓர் அறையை மட்டும் ஒருநாள் வாடகைக்கு எடுத்திருந்தார்கள். ஆறு காட்சிகளுக்கு ஆறு முறை புடைவை மாற்ற வேண்டும். ஒவ்வொரு முறை புடைவை மாற்றவும் அவர்களுக்குக் குறைந்தது இருபது நிமிடங்கள் பிடிக்கின்றன. புடைவை மாற்றி

முடித்து வெளியே வருவதற்குள் யாராவது தொலைபேசியில் அழைத்து விடுகிறார்கள். அப்படி வருகிற அழைப்புகளின் தன்மை எப்போதும் ஒரே மாதிரி இருப்பதில்லை. நல்ல விதமான அழைப்பு என்றால் ஒரு டேக்கில் முடிந்துவிடும். ஏதாவது மனச்சங்கடம் தரக்கூடிய அழைப்பு என்றால் சிக்கல்தான்.

இயக்குநருக்கு ரீடேக் என்பது பிடிக்காது. அது நேர விரயம் என்று நினைப்பார். வந்து நின்று பேசி முடித்து நகர்ந்துகொண்டே இருக்க வேண்டும் அவருக்கு. முப்பது நிமிடங்கள் கொடுத்துக் கொண்டிருந்த ஃபுட்டேஜை இந்நாள்களில் அவர் முப்பத்தி ஆறு நிமிடங்களாக்கியிருந்தார். ஏறாத டிஆர்பி உருவாக்கும் மனக்கசப்புகளை இப்படிச் செய்துதான் சமன்படுத்த வேண்டும்.

கலைஞர்கள் வருவதற்குள் தானும் சாப்பிட்டு விடலாம் என்று மயில்சாமி முடிவு செய்து கோயிலுக்குப் பின்புறம் உள்ள மரத்தடிக்குச் சென்றான். தூறல் சற்றுப் பெரிதாகி இருந்தது போலப் பட்டது. ஆனால் அதை யாரும் பொருட்படுத்தவில்லை. அரை வட்ட வடிவில் பிளாஸ்டிக் நாற்காலிகள் போட்டு அமர்ந்து டெக்னீஷியன்கள் சாப்பிட்டுக் கொண்டிருந்தார்கள். காலடியில் இரண்டு காலண்டர் தாள்களை மடித்து வைத்த பெஞ்சில் உயரமான கேரியர்கள் பிரித்து வைக்கப்பட்டிருந்தன. இட்லி, பொங்கல், வடை. பல நூறு வருடங்களாக அந்தப் பலகாரங் களுக்கு ஒரே விதமான ருசியும் மணமும் தக்கவைக்கப் பட்டிருந்தது. பலநூறு வருடங்களாக எடுக்க எடுக்கக் குறையாத ஒரே பாத்திரத்தில் இருந்து அவை உற்பத்தியாகி வந்து கொண்டிருப்பதாக மயில்சாமிக்குத் தோன்றும். பசிக்குத்தான் சாப்பிடுவது. வேறெதையும் நினைப்பதில்லை.

மூடியில்லாத உயரமான பாட்டில்களில் ப்ரொடக்?ஷன் அசிஸ்டெண்ட் தண்ணீர் கொண்டு வந்து வைத்துவிட்டுப் போனான். நான்கு குழிகள் உள்ள தட்டு. ஏந்தி அமர்ந்தால் வரிசையாக ஒருவன் அதில் தண்ணீர் விட்டுக்கொண்டே போனான். இது வேறு தண்ணீர். குடிக்க முடியாதது. கழுவிக் கொட்டிவிட்டு உண்ணும் மரபு ஒன்று உள்ளது. அதற்காகப் பயன்படுத்தப்படுவது.

மயில்சாமி ஒரு இட்லி சாப்பிட்டு முடித்தபோது மூர்த்தி அருகே வந்தான்.

'அண்ணே, இந்துஜா உங்ககிட்ட பேசணுன்னுது.'

‘என்ன?’ என்று மயில்சாமி கேட்டான்.

‘தெரியலண்ணே. நீங்க சாப்பிடப் போயிருக்கிங்கன்னு சொன்னேன். ஒரு நிமிஷம் வந்துட்டுப் போக முடியுமான்னு கேக்குது.’

மயில்சாமி தட்டை நாற்காலியிலேயே வைத்துவிட்டு, கையைக் கழுவிக்கொண்டு கோயிலை அடுத்த வீட்டை நோக்கிப் போனான். சிறிது நேரம் தூறலில் அமர்ந்திருந்ததில் இஸ்திரி போட்ட சட்டை ஈரமாகிக் கசங்கிவிட்டிருந்தது. கர்ச்சிப்பை எடுத்து முகத்தைத் துடைத்தபடி வீட்டுப் படி ஏறி உள்ளே போனான்.

சிறிய ஓட்டு வீடு. முன்புறம் ஒரு திண்ணையும் குனிந்து நுழையும் வாயிலும் கொண்ட வீடு. உள்ளே முற்றம் இருந்தது. முற்றத்துக்கு இரு புறமும் அறைகள் இருந்தன. பின்புறம் சமையலறையும் அதனைத் தாண்டி ஒரு கிணறும் இருந்தது. கிணற்றங்கரையில் துணி துவைத்து முற்றத்தில் உலர்த்தியிருந்தார்கள். தரையில் சொட்டியிருந்த ஈரத்தில் சிவப்புச் சாயம் தெரிந்தது.

‘யாருங்க வேணும்?’ என்று வீட்டுக்காரர் கேட்டார்.

‘இல்ல.. நான்.. ஷூட்டிங் ஆளு. ஆர்ட்டிஸ்ட பாக்க வந்தேன்’ என்று சொல்லிவிட்டு, அறைக்கதவைத் தட்டினான்.

‘உள்ள வாங்க சார்’ என்று இந்துஜாவின் குரல் கேட்டது. மயில்சாமி உள்ளே சென்றதும், ‘கதவ மூடிடுங்க சார்’ என்று சொன்னாள். அவன் கதவை மூடிவிட்டு, ‘என்ன’ என்று கேட்டான்.

‘சீன், கோயிலுக்கு வெளிய வெச்சிக்க முடியுமா சார்?’

‘ஏன்?’

அவள் சற்றுத் தயங்கினாள். மயில்சாமிக்குப் புரிந்துவிட்டது. உடனே கோபம் வந்தது.

‘நேத்தே சொல்ல மாட்டியா? இப்ப வந்து தாலியறுத்தா டைரக்டருக்கு எவன் பதில் சொல்றது?’

‘திட்டாதிங்க சார். நேத்தெல்லாம் ஒண்ணுமில்லை. இப்பத்தான்.’

அவன் தலையில் அடித்துக்கொண்டான். அன்றைக்கு எடுக்க வேண்டிய ஆறு காட்சிகளுள் நான்கில் அவள் இருந்தாள். கர்ப்ப கிரகத்துக்குள் இருக்கும் அம்மன் சிலைக்கு எதிரே நின்று யாரோ

ஒரு நபருடன் பேசுவது போல சுவாதீனமாகப் பேசிச் சண்டையிட வேண்டிய காட்சி ஒன்று. கோயிலுக்கு வரும் பெண்களிடம் மடிப்பிச்சை ஏந்தி உருக்கமாகப் பேச வேண்டிய காட்சி ஒன்று. அங்கப் பிரதட்சிணக் காட்சி ஒன்று. சன்னிதியில் நின்று பூகட்டிப் போட்டுத் தன் தங்கைக்குக் குழந்தை பிறக்குமா பிறக்காதா என்று தெரிந்துகொள்ள வேண்டிய காட்சி ஒன்று.

‘இன்னிக்கு கோயில் சீன்னு நேத்தே தெரியும்ல? மாத்திரை கீத்திரை தின்னுத் தொலைக்க வேண்டியதுதான?’

அவள் கண்கள் கலங்கிவிட்டன.

‘சினிமாவா எடுக்கறோம்? இன்னிக்கி இல்லன்னா நாளைக்கு வெச்சிக்கலாம், இல்ல ஒரு வாரம் தள்ளி வெச்சிக்கலான்னு பேக்கப் பண்ணிக்கிட்டு போறதுக்கு? டைரக்டர்ட்ட போய் சொல்லிப் பாரு. கையோட ஆர்ட்டிஸ்ட மாத்துன்னுவாரு.’

‘ப்ளீஸ் சார்! நீங்கதான் சார் உதவி பண்ணணும். மாத்திரை போடக்கூடிய நிலைமைல இருந்தா கண்டிப்பா போட்டிருப்பேன் சார். போன மாசம் பன்னெண்டாம் தேதிதான் ஆச்சு. முன்ன ரெண்டு நாள் பின்ன ரெண்டு நாள் மாறலாமே தவிர இப்படி எட்டாந்தேதியே ஆகும்னு எதிர்பாக்கல சார்.’

‘எழவே இத ஏன் என்கிட்ட சொல்லிட்டிருக்க? யூனிட் வந்து இறங்கியாச்சு. உள்ள லைட் பண்ணிட்டிருக்காங்க. டிபன் கொட்டிக்கிட்டல்ல? லஞ்ச்சுக்கு ஆர்டர் போயிடுச்சி. அஞ்சு ஆர்ட்டிஸ்ட், பதினஞ்சு ஜூனியர் ஆர்ட்டிஸ்ட், டைரக்டர், கேமரா மேன் அத்தன பேரும் வந்துட்டாங்க. இப்ப நீ நடிக்க வரமாட்டேன்னு சொன்னா செருப்பால அடிப்பாங்க.’

அவள் நெடுநேரம் அழுதுகொண்டே இருந்தாள். ப்ளீஸ் சார், ப்ளீஸ் சார் என்று திரும்பத் திரும்பக் கெஞ்சிக் கொண்டிருந்தாள்.

மயில்சாமிக்கு ஒன்றும் புரியவில்லை. நிச்சயமாகக் காட்சிகளை மாற்ற வாய்ப்பில்லை. வேறு நடிகர்கள், வேறு காட்சி என்று போகலாமென்றால் காம்பினேஷன் ஆர்ட்டிஸ்டுகளிடம் இனிமேல் பேசித்தான் வரவழைக்க வேண்டும். அதைக் கூடச் சமாளித்துவிடலாம். அன்று எடுக்க வேண்டிய ஆறு காட்சிகளுள் இரண்டு காட்சிகள் மறுநாளே ஒளிபரப்பாக வேண்டியவை. அதைத் தள்ளிப் போட முடியாது. கோயில் கிடைக்காமல் ஊரெல்லாம் தேடித் திரிந்து ஒரு வழியாக இந்தக் கோயில்

கிடைக்க ஒருவாரம் தாமதமாகிவிட்டது. ஒரு நடிகைக்காக இன்றைய படப்பிடிப்பை ரத்து செய்தது தெரிந்தால் தயாரிப்பாளர் பேயாட்டம் ஆடுவார். விளைவு எப்படி இருக்கும் என்று யூகிப்பது சிரமம்.

என்ன செய்யலாம் என்று யோசித்தான். நிமிர்ந்து பார்த்தபோது அவள் தன்னையே பார்த்துக்கொண்டிருப்பதைக் கண்டான்.

'அழுது முடிச்சியா?'

'சார்..'

'ஒண்ணு சொல்றேன் புரிஞ்சிக்க. செண்டிமெண்டெல்லாம் நாமே உருவாக்கிக்கறதுதான். மேல் மருவத்தூர் போயிருக்கியா? அங்கயும் அம்மன்தான். இதவிட சக்தி வாய்ந்த அம்மன்.'

'தெரியும் சார். கேள்விப்பட்டிருக்கேன். ஆனா போனதில்ல.'

'இன்னிக்கு இங்க நடிச்சிக் குடுத்துட்டு நாளைக்கு பஸ்ஸ புடிச்சிப் போ. ஒண்ணும் சொல்லமாட்டாங்க, ஒண்ணும் ஆகவும் ஆகாது.'

'பயமா இருக்கு சார்.'

'நான் ஒண்ணும் பண்ண முடியாது இந்து. நீதான் முடிவெடுக்கணும். பண்றேன்னு சொன்னன்னா சைலண்டா போய் ஷாட் வெச்சிடலாம். வேணான்னு நினைச்சன்னா, மொத்தமா இன்னிக்கி ஆட்டத்த கலைக்கணும். யோசிச்சி வை. டைரக்டர்ட்ட போய் சொல்லிட்டு வரேன்' என்று சொல்லிவிட்டு எழுந்து வெளியே போனான்.

அன்றெல்லாம் வானம் தூறல் மட்டுமே போட்டுக் கொண்டிருந்தது. பெரிய மழை எப்போதும் வந்துவிடும் என்று நாள் முழுதும் எதிர்பார்த்தும் இறுதிவரை வரவேயில்லை. கோயிலைச் சுற்றிய இடமெங்கும் மண் நசநசத்தது. ஈரச் சுவர்களில் அழுக்கு வழிந்தது. உள்ளேயும் வெளியேயுமாகப் போய்ப் போய் வந்ததில் கோயில் தரையெங்கும் திட்டுத் திட்டாகச் சேறு படிந்திருந்தது. முழுவதும் கழுவித் தள்ள எப்படியும் இரண்டு மணி நேரம் பிடிக்கும் என்று மயில்சாமி நினைத்தான். அது காய்வதற்கு மேலும் சில மணி நேரங்கள் ஆகக்கூடும். ஆனால் மேனேஜரோ இதர கோயில் சிப்பந்திகளோ அதை ஒரு பொருட்டாகக் கருதவில்லை. 'இதெல்லாம் பரவால்ல சார். நாங்க

பாத்துக்கறோம். கோயிலுக்குள்ள சினிமாக்காரங்க சிகரெட்டு புடிக்காம இருந்தா போதும்' என்று சொன்னார்கள்.

மாலை படப்பிடிப்பு முடிந்து கிளம்பும்போது இயக்குநர் அவனைக் கூப்பிட்டார். 'தப்புதான் மயிலு. எதாவது பரிகாரம் இருக்குதான்னு யாரையாச்சும் கேட்டுப் பாப்பமா?'

மேக் அப்பைக் கலைப்பதற்காக ஓட்டு வீட்டுக்குள் இந்துஜா போய்க்கொண்டிருப்பதை மயில்சாமி பார்த்தான். 'ஒரு நிமிஷம் வந்துடறேன் சார்' என்று சொல்லிவிட்டு வேகமாக அவளை நோக்கி ஓடினான்.

'சொல்லுங்க சார்' என்று அவள் திரும்ப, 'ஒரு நிமிஷம் உள்ள வா' என்றான்.

அறைக்குள் வந்ததும் மயில்சாமி கதவை மூடினான். சட்டென்று அவள் காலில் விழுந்தான்.

பெரிய குற்ற உணர்ச்சியெல்லாம் தனக்கு ஏன் இல்லை என்று வீட்டுக்குப் போகிற வழியில் யோசித்துக்கொண்டே இருந்தான். குழந்தை பிறக்கிற விஷயத்தில் சுயம்பு முத்துமாரி தனக்கு உதவப் போவதில்லை என்று மட்டும் உறுதியாகத் தோன்றியது.

7. காந்தி ஜெயந்திக்குக்
குடிப்பது பற்றிய குறிப்புகள்

மனோன்மணி ஊரில் இருந்து வந்திருந்தாள். இரண்டு ஊறுகாய் பாட்டில்கள், உரித்த தேங்காய் பதினைந்து, செக்கில் ஆட்டிய எண்ணெய் ஐந்து கிலோ, ஒரு மூட்டை நிறையக் காய்கறிகள், ஜாடியில் கருவாடு, சர்க்கரை ஐந்து கிலோ, ரவை ஒரு பையில், பி காம்ப்ளக்ஸ் மாத்திரைப் பட்டை நான்கு, பழைய துணிகளைப் போட்டு வாங்கிய பாத்திரங்கள் சில என்று அவள் கொண்டு வந்து வைத்திருந்தவற்றை மயில்சாமி பார்த்தான். அடுத்த ஒரு மாதத்துக்காவது அடிப்படைப் பிரச்னைகள் பெரிய அளவில் இருக்காது என்று தோன்றியது. எதிர்பாராத விதமாக அவன் வேலை பார்த்துக்கொண்டிருந்த நெடுந்தொடர் சில வாரங்களாக மூன்று புள்ளி ஐந்து என்ற ரேட்டிங்கில் ஓடிக்கொண்டிருந்தது. தொடர்ச்சியாக இரண்டு யூனிட் படப்பிடிப்பு, தினமும் எண்பது நிமிடங்களுக்குக் குறையாமல் ஃபுட்டேஜ் என்று தயாரிப்பாளர் மகிழ்ச்சியடைவதற்குச் சிலவற்றைத் தர முடிந்திருந்தது.

அதனால், 'இனிமே நீ ஊருக்குப் போகவேண்டிய அவசியம் இருக்காதுன்னு நினைக்கறேன் மனோ' என்று மயில்சாமி சொன்னான்.

'உனக்கு எதாவது இங்கிரிமெண்ட் கிடைச்சிருக்கா?'

'இங்கிரிமெண்ட்டா!' என்று மலைத்துப் போய்விட்டான். பிறகு, 'இப்ப போயிட்டிருக்கறதுல உடனடியா பெரிய பிரச்னை எதுவும்

வராதுன்னு நினைக்கறேன். வர்ற சம்பளம் ஒழுங்கா வரும்' என்று சொன்னான்.

'சரி' என்று மனோன்மணி சிரித்தாள். 'சாயங்காலம் எதாவது சினிமாக்கு போலாமா?' என்று கேட்டாள்.

மயில்சாமிக்கு மகிழ்ச்சியாக இருந்தது. குறிப்பிட்ட காரணம் இல்லாவிடினும் ஒரு சில சொற்களில் அம்மகிழ்ச்சியை அவளால் தந்துவிட முடிவதை எண்ணிக்கொண்டான். அன்றைக்கு காந்தி ஜெயந்தி. படப்பிடிப்பு கிடையாது. வேறு முக்கியமான வேலைகளும் எதுவுமின்றி வீட்டில் இருந்தான். மனோன்மணி ஊரில் இருந்து வந்து இறங்கியதில் இருந்து அவள் பின்னாலேயே சுற்றிக்கொண்டிருந்தான். அவள் சமைக்கும்போது அருகே அமர்ந்து காய்கள் நறுக்கினான். பாத்திரம் துலக்கும்போது கழுவிக் கொடுத்தான். துணிகளை அவள் துவைத்துத் தர, மொட்டை மாடிக்கு எடுத்துச் சென்று காயப் போட்டுவிட்டு வந்தான். சிறு மதியத் தூக்கத்துக்குப் பிறகு ஒரு சினிமாவுக்குப் போவது நாளைச் சரியாக நிறைவு செய்யும் என்று தோன்றியது.

'ஒண்ணு செய்வோமா? படம் முடிஞ்சதும் ராத்திரி ஓட்டல்ல சாப்பிடலாம்.'

அதற்கும் அவள் சரி என்று பதில் சொன்னாள்.

ஆனால் நான்கு மணிக்கு ப்ரொடக்?ஷன் மேனேஜர் தனபால் போன் செய்தான். 'மயிலு வீட்ல இருக்கியா?'

'ஆமாண்ணே. ஒய்ஃபோட படத்துக்குப் போறேன்.'

'இன்னொரு நாளைக்கு வெச்சிக்க. இன்னிக்கி ரொம்ப முக்கியமான ஒரு வேலை. ஆறு மணிக்கு ரெடியா இரு. நான் வந்து பிக்கப் பண்ணிக்கறேன்' என்று தனபால் சொன்னான்.

மனோவிடம் இதை எப்படிச் சொல்வது என்று மயில்சாமிக்குச் சங்கடமாக இருந்தது. இன்னொரு நாள் என்பது என்றைக்கு வரும் என்று தெரியாது. என்றைக்காவது வரத்தான் செய்யும். ஆனால் இன்றைய தினத்தை அன்று வாழ முடியாது.

'என்னன்னு தெரியலடி. தனபால் சரியா சொல்லல. ஆனா போகணும்' என்று தயங்கியபடி சொன்னான்.

'ராத்திரி சாப்ட வந்துடுவ இல்ல?' என்று மனோன்மணி கேட்டாள்.

'அப்படித்தான் நினைக்கறேன். பாக்கறேன். சீக்கிரம் கிளம்பறதா இருந்தா போன் பண்றேன். ஓட்டலுக்காவது போவோம்' என்று சொல்லிவிட்டு முகம் கழுவிக்கொண்டு சட்டையை எடுத்து மாட்டிக்கொண்டான்.

ஆறு மணிக்கு தனபால் கம்பெனி அம்பாசிடரில் வந்தான். 'ஏறிக்க' என்று கதவைத் திறந்துவிட்டான். வண்டி கிளம்பியதும் 'என்னண்ணே விஷயம்?' என்று மயில்சாமி கேட்டான்.

'பூந்தமல்லி போறோம் மயிலு. ப்ரொட்யூசர் ஒரு வீடு வாங்கியிருக்காரு. சூட்டிங்குக்குத்தான் குடுக்கறாரு.'

'சரி அதுக்கு என்ன இப்ப இவ்ளோ அவசரம்?'

'எனக்கு என்னய்யா அவசரம்? எல்லாரையும் வரசொல்லுன்னு அவர் சொன்னத உன்னாண்ட சொன்னேன். பார்ட்டி அரேஞ்ச் பண்ணியிருக்காரு மயிலு.'

'பார்ட்டியா?' என்றான். உடனே மனோன்மணிக்கு போன் செய்து இரவுச் சாப்பாடு வேண்டாம் என்று சொல்ல வேண்டும் என்று நினைத்துக்கொண்டான். மதியம் சமைத்ததில் மிச்சம் கொஞ்சம் இருந்ததை எடுத்து வைத்தபோது அவன் பார்த்தான். ஆனால் மனோவுக்கு அது போதுமா என்று சந்தேகமாக இருந்தது. உனக்கு மட்டும்தான் சாப்பாடு என்று சொன்னால் அவள் புதிதாக ஏதும் சமைக்கமாட்டாள். பார்ட்டியில் சாப்பிட்டுவிட்டு வீட்டுக்குப் போய் அவளுக்காகவும் கொஞ்சம் உண்ண முடியாது. இது என்ன கஷ்டம்!

'அவருக்கு ரொம்ப நாளா இந்த யோசன இருந்திருக்கு மயிலு. லொக்கேஷன் வாடகைலயே சொத்து அழிஞ்சிடும்னு தோணிடுச்சி போல. ரெண்டாயிரத்து ஐநூறு ரூபாய்க்கு வீடு விட்டுக்கிட்டிருந்தவனெல்லாம் இன்னிக்கி ஏழாயிரம் எட்டாயிரம்ன்றான். மதிய சீரியலுக்கு அதெல்லாம் கட்டுப் படியாவுமா? அதான் மனுசன் யோசிச்சிருக்காரு. சொத்துக்கு சொத்தாச்சு; தொழிலுக்குத் தொழிலாச்சு.'

'அதெல்லாம் சரிண்ணே. கதைக்கு பொருந்தணும் இல்ல?' என்று மயில்சாமி கேட்டான்.

'பொருந்தற மாதிரி கத பண்ணிக்கிட்டா போச்சு. என்ன இப்ப? நீயா எழுதப் போற?' என்று தனபால் சொன்னான்.

பூந்தமல்லி பேருந்து நிலையம் தாண்டி திருப்பெரும்புதூர் சாலையில் வண்டி போய்க்கொண்டிருந்தது. 'என்னண்ணே, பூந்தமல்லின்னு சொன்னிங்க?'

'பின்கோடு அதான் மயிலு. கொஞ்சம் உள்ள போகணும்.'

ஆறு மணிக்குக் கிளம்பிய வண்டி ஏழு மணியைத் தாண்டியும் போய்க்கொண்டே இருந்தது. எப்படியும் சில நிமிடங்களில் நகரி வந்துவிடும் என்று மயில்சாமிக்குத் தோன்றியது. தன் ஒருத்தனுக்காக கார் அனுப்பி வைத்திருப்பார்களா என்று அவன் ஆச்சரியப்பட்டான். தனபாலிடம் இதைக் கேட்டபோது, இயக்குநரும் கதாசிரியரும் வசனகர்த்தாவும் மதியமே அங்கு போய்விட்டதாகச் சொன்னான். 'லீவு நாள்ள ஒன்ன தொந்தரவு பண்ண வேணான்னு டைரக்டர் சொன்னாரு மயிலு. அதனாலதான் ஒனக்கு சொல்லாம விட்டேன். ஆனா ப்ரொட்யூசர் நாலு மணிக்கு போன் பண்ணி நீயும் வரணுன்னுட்டாரு.'

இதுவும் ஒரு சங்கடம். அவன் வரவேண்டாம் என்று இயக்குநர் நினைத்ததற்கு வேறு காரணம் ஏதேனும்கூட இருக்கலாம். எல்லா சந்தர்ப்பங்களிலும் உதவியாளர்களைப் பக்கத்தில் வைத்துக் கொள்ள முடியாது. உதவி தேவைப்பட்டாலுமேகூட. இனி நிரந்தரமாக ஓரிடத்தில்தான் படப்பிடிப்பு நடக்கப் போகிறது என்றால் மனத்தளவில் இயக்குநர் அதற்குத் தயாராக வேண்டும். அதற்குத் தனியே அங்கு சென்று ஆய்வு செய்யத் திட்டமிட்டிருக் கலாம். அவர் ஒரு தெளிவுக்கு வந்தபின்பு உதவியாளர்களைக் கூப்பிட்டுப் பேச நினைத்திருக்கலாம்.

தயாரிப்பாளர் தன்னை அழைத்து வரச் சொன்னது அவருக்குச் சங்கடம் தரலாம் என்று மயில்சாமிக்குத் தோன்றியது. 'டைரக்டர்ட்ட சொல்லிட்டிங்களாண்ணே?' என்று தனபாலிடம் கேட்டான்.

'சொல்லிக்கலாம், என்ன இப்ப?' என்று அவன் சொன்னதும் சரியாகப் படவில்லை. போன் செய்து இப்போதே இயக்குநரிடம் பேசிவிடலாமா என்று யோசித்தான். ஒருவேளை வேண்டாம் என்று அவர் சொல்லிவிட்டால் மேலும் சிக்கலாகிவிடும். தன்னை அவமதித்துவிட்டதாகத் தயாரிப்பாளர் நினைத்துவிடுவார். விரும்பாவிட்டாலும் அடிக்கடி இம்மாதிரித் தருணங்கள் உருவாகிவிடுகின்றன. ஒவ்வொரு முறையும் சமாளிப்பதற்குத் தனியே திரைக்கதைகள் யோசிக்க வேண்டியிருக்கிறது.

'எனக்குத் தெரியவே தெரியாது சார். திடீர்னு தனபால் வண்டி எடுத்துட்டு வீட்டுக்கு வந்துட்டாரு' என்று ஆரம்பிக்கலாம். அது சரியாக இருக்கும். நான்கு மணிக்கு தனபால் போன் செய்ததை இதில் சேர்க்க முடியாது. 'அப்பவே நீ எனக்கு போன் பண்ணியிருக்கலாமே?' என்று சொல்லிவிடுவார். பெரிய விஷயம் இல்லைதான். ஒரு வீடு பார்க்கப் போவதில் ராஜதந்திரத் திட்டங்கள் யாருக்குமே சாத்தியமானதில்லை என்பது உண்மையும்கூட. ஆனாலும் விசித்திரமான கணக்குகளையே விரும்பும் மனித மனம் எம்மாதிரியும் யோசிக்கலாம்.

ஏழரைக்கு கார் ஒரு சந்துக்குள் நுழைந்து சேற்றை மிதித்து அரைத்தபடி நகர்ந்து அந்த வீதியின் கடைக்கோடியில் இருந்த ஒரு பங்களாவின் முன் போய் நின்றது. வெளியே ப்ரொட்யூசரின் கார் நிற்பதை மயில்சாமி பார்த்தான். சற்று ஆறுதலாக இருந்தது. தன்னை வரச் சொல்லியிருக்கும் விஷயத்தை எப்படியும் அவர் இயக்குநரிடம் சொல்லியிருப்பார் என்று தோன்றியது. பெரிய கேள்விகள் இருக்காது.

'வீட்ட பாத்தியா? எப்படி இருக்குது?' என்று தனபால் கேட்டான்.

ஷூட்டிங் வீடுகள் எதைப் பார்த்தாலும் அவை ஒரே மாதிரி இருப்பதாகவே மயில்சாமிக்குத் தோன்றும். முன்புறம் ஒரு புல்வெளி. அகன்ற போர்டிகோ. பெரிய ஹாலும் அதன் சட்டைப் பையில் சொருகி வைத்த மாதிரி ஒரு கிச்சனும். எப்படியும் இரண்டு அறைகள் கீழ்த் தளத்தில் இருக்கும். அவற்றை அப்படியே நகலெடுத்து மாடியில் ஒரு பிரதி வைத்தாற்போல் மேலும் இரண்டு அறைகள் அவசியம் இருக்கும். அலங்கார ஏற்பாடுகளில் ஒரு சில வித்தியாசங்கள் காட்டிவிட்டால் ஒவ்வொரு வீட்டுக்கும் தனித்தனியே ஒரு பெயர் வழங்கிவிடுவதில் பிரச்னை இல்லை. அஜந்தா ஹவுஸ். பிரமிளா ஹவுஸ். முருகன் ஹவுஸ். ஹவுசிங் போர்ட் ஹவுஸ்.

கேட்டைத் திறந்து அவர்கள் உள்ளே நுழைந்தபோது புல்வெளியில் நாற்காலி போட்டுத் தயாரிப்பாளர், இயக்குநர், கதாசிரியர், வசனகர்த்தா, தயாரிப்பாளரின் மகன் அனைவரும் சுற்றி அமர்ந்திருந்தார்கள். நடுவே போடப்பட்டிருந்த டீப்பாயில் ஒரு தட்டில் பிஸ்கட் பொட்டலங்கள் பிரித்துக் கொட்டப் பட்டிருந்தன. பிரித்த காகிதங்களும் அதிலேயே இருந்தன. மயில்சாமியைக் கண்டதும் இயக்குநர் புன்னகை செய்தார். 'வா

மயிலு' என்று சொன்னார். மயில்சாமி அனைவருக்கும் வணக்கம் சொன்னான்.

'தனபால், இன்னொரு சேர் எடுத்துட்டு வா' என்று தயாரிப்பாளர் சொன்னதும் அவன் வேகமாக உள்ளே ஓடினான்.

'நீங்க உக்காருங்க மயில்' என்று தயாரிப்பாளரின் மகன் சட்டென்று தன் நாற்காலியில் இருந்து எழுந்துகொள்ள, 'சார், சார்.. இருக்கட்டும் சார்.. நீங்க உக்காருங்க' என்று மயில்சாமி ஒரு கணம் தவிக்க வேண்டியதாகிவிட்டது. மிகச் சிறிய விஷயம்தான். ஆனால் கணப் பொழுதில் அவனது நடவடிக்கையில் ஒரு பதற்றத்தைக் கொண்டுவந்துவிட முடிந்துவிட்டது. முதலாளிகளுக்கென்று சில கலைத் தேர்ச்சிகள் எப்போதும் உண்டு. இது தலையாயது என்று மயில்சாமிக்குத் தோன்றியது.

'இதாம்ப்பா இனிமே நம்ம லொக்கேஷன். நிதானமா சுத்திப் பாத்துட்டு, பிடிச்சிருக்கா சொல்லு' என்று தயாரிப்பாளர் சொன்னார்.

'சரி சார்' என்று சொன்னான். ஆனால் உடனே, 'பிடிக்கவில்லை' என்று சொன்னால் வேறு வீடு வாங்கிவிடுவாரா என்றும் தோன்றியது.

'கீழ ஒரு வீடு, மேல ஒரு வீடு. பின்பக்கம் ஓட்டு சரிவு ஒண்ணு போட்டிருக்கேன். விலேஜ் வீடு காட்டணுன்னா எண்ட்ரி, எக்சிட் மட்டும் குடுத்துக்கலாம்.'

'சரிங்க சார்.'

'மொட்டமாடில அருமையா ஒரு பிள்ளையார் கோயில் கட்டியிருக்கார் மயிலு. பாத்துட்டு மெரண்டுட்டேன். அச்சு அசல் ஏவிஎம் பிள்ளையார் கோயில் மாதிரியே இருக்கு.' என்று இயக்குநர் சொன்னார்.

'வினாயகம், மறக்கறதுக்கு முன்ன சொல்லிடுறேன். கோயில்ல வெச்சி ஒரு சீன் நைட்டு பண்ணி அனுப்பிடுங்க. காலைல மொத ஷாட் அங்க வெச்சிருவோம். தேங்கா உடைச்சி ஆரம்பிச்சிடலாம்' என்று கங்காதரன் சொன்னான். கதாசிரியர் உடனே ஒப்புக் கொண்டு வசனகர்த்தாவைத் தனியே அழைத்துச் சென்று ஏதோ ஆலோசனை செய்தார்.

மொட்டை மாடிப் பிள்ளையார். இது சற்று நூதனம்தான். திருவாரூரில் இங்க் பிள்ளையார் என்று ஒருவர் இருக்கிறார்.

வழித்துணைப் பிள்ளையார். வாய்க்கால் பிள்ளையார். முச்சந்துப் பிள்ளையார். மேம்பாலப் பிள்ளையார். எங்கும் பொருந்துகிற கடவுள் மொட்டை மாடியை மறுதலிக்கமாட்டார். தவிர, மேலிருந்து ஒருத்தன் பாத்துட்டிருக்கான் என்று வசனம் வரும் போதெல்லாம் 'எத்தனை யதார்த்தமாக எழுதியிருக்கிறார்!' என்று வியப்பதற்கு ஒரு சந்தர்ப்பத்தைக் கண்டிப்பாகக் கொடுப்பார்.

அந்தப் பிள்ளையார் சிலையை சுவாமி மலையில் இருந்து தான் தருவித்த வரலாறைத் தயாரிப்பாளர் சொல்லத் தொடங்கியபோது, நாற்காலி எடுத்து வரப் போன தனபால் ஏன் இன்னும் வரவில்லை என்று மயில்சாமி யோசிக்க ஆரம்பித்தான். ஒரு வகையில் ஒரு ஷெட்யூல் டைரக்டருக்கு ப்ரொடக்?ஷன் மேனேஜரை நாற்காலி எடுத்து வரச் சொன்னது பிழைதான். அதுவும் பதினைந்து வருடங்களாக அந்த கம்பெனியில் வேலை பார்க்கிற ஆள் அவன். தயாரிப்பாளரின் அந்தரங்க ஏவலாளாகவும் ஒற்றனாகவும் மதியூக மந்திரியாகவும் பணியாற்றிக் கொண்டிருப்பவன். அந்த கம்பெனியின் அனைத்து ரகசியங்களும் தனபாலுக்குத் தெரியும். வாங்கிய கடன்கள். வருகிற லாபம். ஆகிற செலவு அனைத்தும் தெரியும். அவனை நம்பி லட்சக் கணக்கான பணத்தைத் தயாரிப்பாளர் கட்டுக் கட்டாகக் கொடுத்தனுப்பிய சம்பவங்கள் பலவற்றை மயில்சாமி அறிவான். முசிறிக்கும் ஜெயங் கொண்டத்துக்கும் தாராபுரத்துக்கும் அடிக்கடி போய்வரும் தனபால், அங்கெல்லாம் உள்ள தயாரிப்பாளரின் சொத்து விவரங்களைப் பற்றி ஓய்வு நேரங்களில் விவரிப்பான்.

'அவங்கப்பா அந்த காலத்துல பெரிய பண்ணையாரு மயிலு. ஏகமா நெலம் வெச்சிருந்திருக்காரு. உச்சவரம்பு சட்டம்னு அப்ப ஒண்ணு கொண்டாந்தாங்களாமே, அந்த டயத்துல பாதிக்கு மேல கைவிட்டுப் போயிருச்சாம். ஆனாலும் பணக்காரங்க பாரு! அவசரத்துக்கு வழில போற வீரப்பன எல்லாம் கூப்ட்டுக் கூப்ட்டு இந்தா வெச்சிக்க, இந்தா வெச்சிக்கன்னு ரெண்டு ஏக்கரா, நாலு ஏக்கரான்னு எழுதிக் குடுத்திருக்காரு. இவரு தலையெடுத்தப் பறம், அப்பாரு எழுதிக் குடுத்தத எல்லாம் அடிமாட்டு ரேட்டுக்கு திரும்ப சேத்துட்டாரு' என்று தனபால் ஒரு சமயம் சொன்னான்.

'உங்களுக்கு எப்படிண்ணே தெரியும்? ப்ரொட்யூசர் சொன்னாரா?'

'சொல்லிடகில்லிடப் போறாரு. எனக்கு எங்கப்பா சொன்னாரு இதெல்லாம். தாராபுரத்துல இவங்கப்பாரு பண்ணைக்குப் பக்கத்துல எங்க வீடு. ஊர விட்டுப் போவுறப்ப, இந்தா மணியா

வெச்சிக்கன்னு மூணு ஏக்கராவ தூக்கிக் கடாசிட்டுப் போனாராம். ஆறு வருசம் மாசம் தவறாம எங்கப்பாருக்கு லெட்டர் போட்டுப் போட்டு இந்த மனுசன் அது என்னிக்கு இருந்தாலும் தனக்கு வந்து சேரணுன்னு குத்திக்கிட்டே இருந்திருக்காரு.'

'ஓ..!'

'சரி ஊரான் சொத்து நமக்கு எதுக்குன்னு எங்கப்பாவும் அனுபவிச்சது வரைக்கும் போதும்னு குடுத்துத் தொலைச்சிட்டுப் போய் சேந்துட்டாரு. படிப்பறிவு கெடையாது பாரு? மனசாட்சிக்கு கட்டுப்பட்டு வாழ்ந்த மனுசன் மயிலு.'

'ப்ரொட்யூசர் உங்கப்பாட்ட சும்மாவேவா நிலத்த திருப்பி வாங்கினாரு?'

'ங்கொப்புறான அதான் நெசம். என்னத்த சொல்லி மிரட்டினாரு, எப்படி பணியவெச்சாருன்னு எனக்குத் தெரியாது மயிலு. எங்கப்பா அத சொல்லல. நம்முது இல்லடா விட்டுருன்னு மட்டும்தான் சொன்னாரு. எனக்குத்தான் மனசு கேக்கல' என்று தனபால் சொன்னான்.

நாலாயிரம் ரூபாய் சம்பளத்தில் அந்த கம்பெனிக்கு வேலைக்குச் சேர்ந்து தனபால் முப்பதாயிரத்துக்கு வளர்ந்திருந்ததை மயில்சாமி நினைத்துப் பார்த்தான். பதினைந்து வருடங்கள். நஷ்ட ஈட்டை மீட்டிருப்பான் என்றே தோன்றியது. தவிரவும் ஒவ்வொரு நாள் படப்பிடிப்பிலும் செலவு போக நிகரமாக அவனுக்கு ஐயாயிரம் நிற்கும் என்று சீதாராமன் ஒருநாள் சொன்னான்.

'ஐயாயிரமெல்லாம் கஷ்டம் சீத்தா. இங்க பட்ஜெட்டே நாப்பதுதானே?'

'நீங்க வேறண்ணே. நம்ம டீம தவிர செட்டுக்குள்ள நுழையற ஒவ்வொரு கொசுவும் கப்பம் கட்டிக்கிட்டிருக்கு. எந்த உலகத்துல இருக்கிங்க நீங்க?'

மயில்சாமி புன்னகை செய்தான். வரி நிர்ணயமும் செலுத்துதல் சார்ந்த ஒழுங்கும் இருக்கத்தான் செய்யும். அது நிரந்தரக் கணக்கு அட்டைகூட இல்லாத சீதாராமனுக்குத் தெரியும் அளவுக்கு வெளிப்படையாக நடக்குமா என்பதுதான் ஆச்சரியமாக இருந்தது. தகவல் அறிய, உரிமை அவசியப்படாத பிராந்தியங்களில் திறமை முக்கியமாகிவிடுகிறது.

'ஈரோயின கேளுங்க தனியா. மாசம் ரெண்டு நாள் அது க்ரெடிட் கார்ட இந்தாள்ட்ட குடுத்துரும்ணே. மொத்த பேமெண்ட்ல ஆறு பர்சண்டுன்னு கணக்கு.'

இது மயில்சாமிக்கு மிகுந்த அதிர்ச்சியளித்தது. அவன் எதிர்பார்த்திருக்கவில்லை. வேலைக்கு அப்பால் எது குறித்தும் பேசாதிருப்பது என்ற கொள்கை எத்தனை வசதியானது என்று அவனுக்குத் தோன்றியது. எதையும் தெரிந்து கொள்ளாதிருக்கும் போது மனம் லேசாக இருக்கிறது. போட்டுத் திணிக்கும் தகவல்களின் வெக்கை, உறக்கமற்றுப் போகச் செய்துவிடுகிறது.

தனபாலுக்கு என்ன வயது இருக்கும் என்று மயில்சாமி எண்ணிப் பார்த்தான். முப்பத்தைந்தில் இருந்து ஐம்பதற்குள் எதுவும் பொருந்தும் என்று தோன்றியது. கேட்டதில்லை. ஒல்லியாக ஒரு கோடு போட்டாற்போல் இருப்பான். மறந்தும்கூட ஒருநாள் துவைத்த சட்டை பேண்ட் அணிந்து வந்ததில்லை. பழைய தேய்ந்த செருப்பும் துருப்பிடித்த நீல நிற டிவிஎஸ் எக்ஸ் எல் சூப்பர் வண்டியும் அவனது சொத்துகளாகப் பல்லாண்டுக் காலமாக இருந்து வருகின்றன. 'மாத்தணும். எங்க முடியுது?' என்று அடிக்கடி சொல்லுவான். அதை நேரப் பற்றாக்குறை என்றோ, பணமில்லை என்றோ அவரவர் விருப்பப்படி அர்த்தம் செய்து கொள்ளலாம்.

மயில்சாமி மனோன்மணியிடம் ஒருநாள் தனபாலைப் பற்றிப் பேசிக்கொண்டிருந்தன். 'ஒரு சந்தேகம் மனோ. அவன் நிச்சயமா ஏழை இல்லை. சம்பளம், வரும்படி எல்லாம் சேத்து மாசம் ஒண்ணரை லட்சமாவது அவனுக்கு வரும். ஒரு நப்பாசையிலாவது கொஞ்சம் பாக்க நல்லா டிரெஸ் பண்ணணுன்னு ஒருத்தனுக்குத் தோணாதா? ஒரே மிதில ஸ்டார்ட் ஆகுற மாதிரி ஒரு வண்டி வெச்சிக்கணும்னு நினைக்கமாட்டானா?'

மனோன்மணி சிறிது நேரம் யோசித்துவிட்டுச் சொன்னாள். 'நினைக்கலாம். ஆனா அத செஞ்சா வேலை போயிடுமோ என்னமோ?'

எட்டரைக்கு தயாரிப்பாளர் நாற்காலியை விட்டு எழுந்தார். உடனே இயக்குநர் எழுந்தார். 'சாப்பிடப் போவோமா? பசி வந்துடுச்சி' என்று தயாரிப்பாளர் சொன்னார். 'ஐயா ரெல்லாம் ரெடிங்க' என்று இப்போது உள்ளிருந்து தனபால் ஓடி வந்தான். அவ்வளவு நேரமும் மயில்சாமி நின்றுகொண்டே இருந்ததையோ,

நாற்காலி எடுத்து வரச் சென்ற தனபால் அதை மறந்தே போனதைப் பற்றியோ தயாரிப்பாளருக்கு நினைவு இருக்கவில்லை. எட்டரைக்குத் தயாரிப்பாளருக்குப் பசி வந்துவிடும் என்பது அவனுக்குத் தெரிந்திருக்கிறது. அதற்கேற்ப அனைத்து ஏற்பாடுகளையும் அவன் செய்து வைத்திருக்கிறான்.

வீட்டுக்குள் நுழையும்போது 'வீட்ட பாரு மயிலு? இழைச்சிருக்காரு சாரு' என்று இயக்குநர் சொன்னார். அவனுக்கு வித்தியாசமாக எதுவும் தெரியவில்லை. 'உள்ளார க்ரேன கொண்டாந்து வெச்சி ஊஞ்சலாடிரலாம்டா. ஹால் எவ்ளோ பெரிசு பாரு' என்று மீண்டும் சொன்னார். இம்முறை தயாரிப்பாளர் அவன் முகத்தைப் பார்ப்பது தெரிந்தது. எனவே மயில்சாமி 'ஆமா சார்' என்று சொன்னான்.

'லேட் நைட் ஷுட் போனா, வீட்டுக்குப் போகணுமேன்ற கஷ்டமே இல்ல மயில். இங்கயே படுத்துத் தூங்கி எந்திரிச்சா, காலைல குளிச்சிட்டு திரும்ப வேலை ஆரம்பிச்சிடலாம்' என்று கங்காதரன் சொன்னான். 'பெட் ரூம போய்ப் பாரு. படுத்தா எந்திரிக்கவே தோணாது.'

இயக்குநரின் உதவியாளர்களுக்காக பேஸ்ட், பிரஷ், சோப்பு, சீப்பு, டவல் எல்லாம் வாங்கி வைக்கச் சொல்லியிருப்பதாகத் தயாரிப்பாளர் சொன்னார். நல்ல மனம் கொண்டவர்கள் இப்படியெல்லாம் சிந்திக்காதிருக்க மாட்டார்கள். தனபால் மனம் வைத்தால் இந்த முகவரிக்கு ஆளுக்கொரு ரேஷன் கார்டு கூட வாங்கித் தந்துவிட முடியும். அதற்கு மொட்டை மாடிப் பிள்ளையாரின் அனுக்கிரகம் கூட வேண்டும்.

உணவு மேசையில் வரிசையாக மதுக் கிண்ணங்கள் வைக்கப் பட்டிருந்தன. தனபால் அனைத்துக் கிண்ணங்களிலும் சமமாக ஒரு பாட்டிலைத் திறந்து ஊற்றிக்கொண்டே போனான். 'நீ சாப்டுவ இல்ல?' என்று தயாரிப்பாளர் மயில்சாமியைப் பார்த்துக் கேட்டார். அவன் சற்றும் யோசிக்காமல், 'இல்ல சார்' என்று நாகரிகமாகப் புன்னகை செய்தான். கண்ணியவான்கள் கட்டாயப் படுத்துவதில்லை. அவர்கள் குடிக்க ஆரம்பித்தார்கள். இயக்குநர் மட்டும் சற்றே சங்கடமாக ஒரு பார்வை பார்த்தார். தனபாலை அழைத்துத் தனியே ரகசியமாக ஏதோ சொன்னார். 'நீ வேணா போயி வீட்ட சுத்திப் பாத்துட்டு வந்துடேன் மயிலு?' என்று அவனிடமும் சொன்னார்.

மயில்சாமி எழுந்துகொண்டான். வீட்டின் பின்புறம் ஓட்டுச் சரிவு போடப்பட்டிருந்த இடத்துக்கு வந்து கால் நீட்டி அமர்ந்து கொண்டான். சில நிமிடங்களில் தனபால் அங்கே வந்தான்.

'இங்கயே எடுத்துட்டு வந்துரவா மயிலு?' என்று கேட்டான்.

'இல்லண்ணே. வேணாம். நான் சீக்கிரம் வீட்டுக்குப் போலான்னு இருந்தேன். நீங்க முன்னாடி சொல்லாததால ஒய்ஃபோட வெளிய போறதா கமிட் பண்ணியிருந்தேன்.'

'என்னிக்கி, எத நாம முன்னாடி சொல்லி, செஞ்சிருக்கோம்? எல்லாம் இருக்கறதுதான். பசிக்குதுன்னா சொல்லு, ஒனக்கு மட்டும் இங்க டிபன் எடுத்துட்டு வந்துடுறேன்' என்று சொன்னான்.

'இருக்கட்டும்ணே. அவங்கல்லாம் முதல்ல சாப்பிடட்டும்' என்று மயில்சாமி சொன்னான்.

உள்ளே உற்சாகமான சிரிப்புச் சத்தமும் உரத்த பேச்சுக் குரல்களும் இடைவிடாமல் கேட்டுக்கொண்டிருந்தன. கதாசிரியர் இன்னொரு கம்பெனியில் தனக்கு நேர்ந்ததொரு ரசமான அனுபவத்தை விவரிக்க, தயாரிப்பாளர் புரை ஏறும் அளவுக்குச் சிரித்தார்.

'இத வைங்க சார். அப்படியே சீனா வைங்க. மக்கள் நல்லா ரசிப்பாங்க' என்று சொன்னார்.

மயில்சாமிக்குத் தன்னை எதற்காகத் தயாரிப்பாளர் இன்று வரச் சொன்னார் என்று இன்னும் குழப்பமாகவே இருந்தது. புதிய வீட்டுக்கான செலவுகள், அங்கு மட்டுமே படப்பிடிப்பு நடத்துவதன் மூலம் கம்பெனிக்குக் குறையும் பொருளாதாரச் சுமை என்று சில விஷயங்களை அவர்கள் புல்வெளியில் பேசினார்கள். ஆனால் அது மயில்சாமிக்குச் சம்பந்தமில்லாதவை. அவனது பன்னிரண்டாயிரம் ரூபாய் சம்பளம் சரியாக வந்துவிடும்பட்சத்தில் காட்டுகிற இடத்தில் நின்றோ அமர்ந்தோ வேலை பார்ப்பதில் அவனுக்குப் பிரச்னை இல்லை.

'உம்மேல ப்ரொட்யூசருக்கு ஒரு அபிப்பிராயம் இருக்குது மயிலு. அவரு வெளிய சொல்லிக்க மாட்டாரு. சட்டுனு எதுனா நல்லது செஞ்சிடுவாரு' என்று தனபால் சொன்னான்.

அதுவே மயில்சாமிக்கு பயமாக இருந்தது. நல்ல விதமாகவோ, கெட்ட விதமாகவோ எந்த அபிப்பிராயத்தையும் உருவாக்காமல் நாள்களை வேலையில் கரைத்துக் காணாமல் போய்விடுவதே

நல்லது என்று நினைத்தான். தன்னை நம்பி இவர் தனியாக ஒரு தொடரை இயக்க வாய்ப்புத் தரக்கூடும் என்று கற்பனையில்கூட அவனால் சில கணம் வாழ்ந்து பார்க்க முடிந்ததில்லை. அப்படி ஒரு வாய்ப்பு வருமானால் தன்னால் ஒரு சில மாதங்கள்கூடத் தாக்குப் பிடிக்க முடியாது என்று நிச்சயமாகத் தோன்றியது.

அந்த விதத்தில் அவன் இயக்குநரைக் கண்டு வியப்புறவே செய்தான். வருத்தங்களும் கோபங்களும் வெறுப்புணர்ச்சியும் கணிசமான அளவு அவருக்கும் இருக்கத்தான் செய்கிறது. ஆனால் எப்படியோ அவரால் சமாளித்துவிடவும் முடிகிறது. ஒன்பது மாதங்கள் மாமனார் பணத்தில் உணவு உட்கொண்டால் அந்த நிலையை அடைய முடியுமோ என்னவோ. ஆனால் பல ஒன்பது மாதங்கள் மனோன்மணி அவளது அப்பா பணத்தில்தான் உணவு உட்கொண்டு வந்திருக்கிறாள். ஊருக்குச் சென்றதும் உண்டதும் அவள்தான் என்றாலும் ஒவ்வொரு வேளையும் தானே மாமனார் வீட்டில் உட்கார்ந்து உண்பது போலத்தான் மயில்சாமிக்குத் தோன்றும். ஒவ்வொரு உணவு வேளையின்போதும் உணவில் கைவைக்கிற கணத்திலெல்லாம் மனோன்மணியை நினைப்பான். அவமான உணர்ச்சியின் ஆகப்பெரிய வடிவம் அதுவாகத்தான் இருக்கும் என்று படும். துக்கம் தொண்டையை அடைக்கும். சரியாகச் சாப்பிடத் தோன்றாது. தனது மானசீகத்தில் அவளிடம் மன்னிப்புக் கேட்டுக்கொண்டே இருப்பான்.

ஒரு பொறுப்பாக அவளைத் தான் நினைத்தது தவறோ என்றும் சமயத்தில் தோன்றும். சந்தர்ப்பங்களுக்கு ஏற்பக் காலம் தள்ளும் வேறு வேறு மாய வளையங்களுக்குள் சென்று அடைக்கலமாகிக் கொள்வதில் அவளுக்குப் பிரச்னை இருந்ததே இல்லை. அதைப் பற்றிய வருத்தமோ விமரிசனமோ இருந்ததில்லை. சேர்ந்து வாழத்தான் வந்தேன்; உன் பொறுப்பில் வாழ அல்ல என்று அவள் சொல்லாமல் உணர்த்துவதுதான் ஒருவேளை தன் பிரச்னையாக இருக்கும் என்றும் தோன்றியது. எப்படிப் பார்த்தாலும் நிம்மதியற்று வாழ்வது தனது பிறப்பின் சாரம் என்பது புரிந்து விட்டது. வருத்தம்தான். ஆனால் அதிகம் வருத்தப்பட்டுக் கொண்டிருக்க அவகாசம் இருப்பதில்லை.

உள்ளே அவர்கள் சாப்பிட்டு முடித்திருந்தார்கள். 'அப்ப நான் கெளம்பறேன் டைரக்டர் சார்' என்று தயாரிப்பாளர் சொல்லிக் கொண்டிருந்தது கேட்டது. மயில்சாமி அவசரமாக எழுந்து உள்ளே போனான்.

'யோவ் நீ சாப்பிடவே இல்லியா? எங்க போயிட்ட?' என்று இயக்குநர் கேட்டார்.

'பின்னாடிதான் சார் இருந்தேன். வீட்ட சுத்திப் பாத்துக் கிட்டிருந்தேன். நான் அப்பறம் சாப்ட்டுக்கறேன் சார். தனபால் அண்ணனோட சாப்டுவேன்' என்று மயில்சாமி சொன்னான். மறுநாள் முதல் அந்த வீட்டிலேயே படப்பிடிப்பைத் தொடங்கி விடலாம் என்று கங்காதரன் சொன்னான். வீட்டுக்கு ஏற்பக் கதையில் சில மாறுதல்கள் செய்துகொண்டு வருவதாக வினாயகம் சொல்லிவிட்டு, வசனகர்த்தாவின் ஸ்கூட்டரில் போய்விடுவதாகச் சொல்லிக் கிளம்பினார். 'நான் உங்கள வீட்ல விட்டுடறேன் சார்' என்று கங்காதரன் இயக்குநரிடம் சொன்னான்.

'இல்ல கங்கா. பூந்தமல்லி பஸ் ஸ்டாண்ட்ல விட்டுட்டா போதும். என் ஒய்ஃபோட அம்மா வீடு அங்கதான் பக்கத்துல இருக்குது. வர்றப்ப அவள அங்க விட்டுட்டு வந்தேன்.'

'நல்லதா போச்சு. காலைல ஸ்பாட்டுக்கு வர ஈசியா இருக்கும்' என்று கங்காதரன் சொன்னான். இயக்குநர் சிரித்தார். 'வரேன் மயிலு. பாத்துக்க என்ன?' என்று சொல்லிவிட்டு அவர் கங்காதரன் தோளில் கைபோட்டு ஏதோ பேசியபடியே கிளம்பிப் போனதைப் பார்த்தபடி மயில்சாமி டைனிங் டேபிளில் அமர்ந்தான். தயாரிப்பாளரை வழியனுப்பிவிட்டு வந்து 'உஸ்ஸ்ஸ்' என்று ஆயாசப் பெருமூச்சு விட்டபடி தனபால் எதிரே அமர்ந்ததும் கேட்டான், 'இன்னிக்கு காந்தி ஜெயந்தியாச்சேண்ணே? எங்கேருந்து சரக்கு கிடைச்சிது உங்களுக்கு? தண்ணி ஏகமா ஓடியிருக்கு போல?'

டேபிள்மீது இரண்டு பெரிய காலி பாட்டில்கள் இருந்தன. உணவுத் தட்டுகளைவிட, எலும்பு மிச்சங்கள் போட்ட சிறு பிளேட்டுகளின் எண்ணிக்கை அதிகம் இருந்தன.

'ஒரு நிமிசம் இரு' என்று சொல்லிவிட்டு தனபால் எழுந்து கிச்சனுக்குள் போனான். திரும்பி வரும்போது இன்னொரு முழுப் புட்டி அவன் கையில் இருந்தது. திறந்து இரண்டு கிளாஸ்களில் ஊற்றினான். ஒன்றை மயில்சாமியிடம் நீட்டி, இன்னொன்றைத் தான் எடுத்துக்கொண்டான்.

'நேத்தே வாங்கி வெச்சிட்டிங்களா?'

'அதெல்லாம் இல்ல மயிலு. இப்ப சாயங்காலம்தான் எலைட்டுல வாங்கினேன். ப்ரொட்யூசர் ரெண்டு சொன்னாரு. கங்கா சார் தனியா ஒண்ணு சொன்னாரு. சரி நம்மள யாரு கவனிப்பாங்கன்னு

நாலா வாங்கிப் போட்டுக்கிட்டு வந்தேன். காந்தி ஜெயந்தியெல்லாம் குவார்ட்டர், ஆஃபுக்குத்தான். ஃபுல்லுக்குக் கிடையாது' என்று சொல்லிவிட்டுச் சிரித்தான்.

'ஆனா உலகத்துலயே அப்பனும் புள்ளையும் ஒண்ணா உக்காந்து குடிக்கறத நான் இங்கதாண்ணே மொத பாக்கறேன்' என்று மயில் சொன்னான்.

'ஒரு ஒன்னவர் வெயிட் பண்றியா? அப்பனோட குடிச்சது பத்தாதுன்னு புள்ள தனியா ஒண்ண ஒப்பன் பண்றத சேத்துப் பாப்ப.'

'இன்னிக்கா?'

'இப்படா! பதினொரு மணிக்கு ஜனனிய வர சொல்லியிருக்காரு. வருவா பாரு, ஜிலுஜிலுன்னு ஏஞ்சல் கணக்கா.'

மயில்சாமிக்கு உடனே அங்கிருந்து கிளம்பிவிட வேண்டும்போல் இருந்தது. குடிப்பதையோ, சாப்பிடுவதையோவிட வீட்டுக்குப் போய்விடுவதே உடனடி அவசியம் என்று பட்டது. சட்டென்று எழுந்துகொண்டான்.

'என்னாச்சு மயிலு?'

'இல்லண்ணே. நீங்க சாப்டுங்க. நான் பஸ்ஸ¬ புடிச்சி வீட்டுக்குப் போயிடுறேன். என் ஒய்ஃப் வெயிட் பண்ணிட்டிருப்பா' என்று சொல்லிவிட்டு பதிலுக்கு நிற்காமல் வெளியே வந்தான். பஸ் ஸ்டாண்டை நோக்கி நடக்கத் தொடங்கினான்.

ஊரடங்கிவிட்டிருந்தது. எங்கும் எந்த சத்தமும் இல்லை. பல வீடுகளில் விளக்குகள் அணைக்கப்பட்டிருந்தன. அது தெரு நாய்கள் அதிகம் இல்லாத பிராந்தியம் என்பதை மயில்சாமி உணர்ந்தான். அது சற்று ஆறுதலாக இருந்தது. இரவுப் பொழுதுகளில் வெளியே போவதை அவன் அந்தக் காரணத்துக் காகவே தவிர்க்க விரும்புவான். மனிதர்கள் நாய்களுக்குக் காலகாலமாக அச்சமூட்டிக்கொண்டே இருக்கிறார்கள். அதன் திடீர்க் குரைப்பும் சீறலும் அந்த அச்சத்தின் விளைவாகவே உண்டாகின்றன. குனிந்து ஒரு கல்லை எடுத்தால் ஓடிப் போகும் நாயின் கோபம் உண்மையானதல்ல. கோபம் ஒரு பாவனை. உண்மையில் நாய்கள் பூனைகளைக் காட்டிலும் சாது என்று மயில்சாமிக்குத் தோன்றியது. ஃபாரின் பிஸ்கட் தொட்டுக் கொண்டு பிராந்தி அருந்தும் பூனைகள் இந்தக் கணக்கில் சேராது.

அவன் பேருந்து நிலையத்தை அடைவதற்கு முன் ஒரு திருப்பத்தில் கங்காதரனின் கார் நின்றுகொண்டிருப்பதைக் கண்டான். பகீரென்றது. கண்ணில் படாமல் கடந்து போவது எப்படி என்று யோசித்தபடி நெருங்கியபோது அவன் சற்றும் எதிர்பாராவிதமாக, காருக்கு வெளியே நாலடி தொலைவில் கங்காதரன் வீதியில் குப்புற விழுந்திருப்பதைக் கண்டான். அவன் உடம்பெங்கும் சேறு பூசியிருந்தது. சட்டை கிழிந்து, செருப்பின் வார் அறுந்து, தலைமுடி கலைந்து பார்க்க மிகவும் அலங்கோலமாக இருந்தான். போதையில் தவறாக ஏதாவது நடந்திருக்க வாய்ப்பு உண்டுதான். ஆனால் காரை நிறுத்திவிட்டு வெளியே வந்து விழுந்து புரள என்ன அவசியம் நேர்ந்திருக்கும் என்று தெரியவில்லை.

சார், சார் என்று ஓரிருமுறை கூப்பிட்டுப் பார்த்தான். பிடித்து உலுக்கிப் பார்த்தபோதும் அவன் கண் விழிக்கவில்லை. மயில்சாமிக்குப் பதற்றம் அதிகரித்தது. சட்டென்று போனை எடுத்து தனபாலின் நம்பரைப் போட்டான். அவனது அழைப்பு தனபாலின் மொபைல் போனைச் சென்றடைவதற்கு முன்னால் மயில்சாமிக்கு இயக்குநரிடமிருந்து அழைப்பு வருவது தெரிந்தது. உடனே அதை ஏற்று, 'சார்..' என்றான்.

சில வினாடிகள் எதிர்த் தரப்பில் பேச்சில்லை. முற்றிலும் அமைதியாக இருந்தது. சார் என்று மயில்சாமி மீண்டும் கூப்பிட்டான்.

'மயிலு, ஒரு சின்ன தப்பு நடந்து போச்சு. எனக்கு ஒரு உதவி செய்யறியா?'

அவனுக்கு ஒன்றும் புரியவில்லை. பதற்றம் வினாடிக்கு வினாடி அதிகரித்துக்கொண்டே இருந்ததை உணர்ந்தான். அவனது கைகள் நடுங்கிக்கொண்டிருந்தன. தொண்டை வறண்டுவிட்டிருந்தது. எச்சில் ஊற மறுத்தது.

'வழில அவனோட பிரச்னை ஆயிருச்சிடா. போட்டு புரட்டி எடுத்துட்டேன். அவன் உயிரோட இருக்கானா, செத்துட்டானான்னு தெரியல. நான் சொல்ற இடத்துக்குக் கொஞ்சம் உடனே போறியா?' என்று இயக்குநர் கேட்டார்.

ஏவிஎம் பிள்ளையாரை நிகர்த்த மொட்டை மாடிப் பிள்ளையாருக்கு முதல் தேங்காய் உடைக்கும் வாய்ப்பை அவர் இழக்கவிருக்கும் வருத்தம் மேலோங்க, 'சொல்லுங்க சார்' என்றான்.

8. சாமியார் வீட்டு ஷோ கேஸ்

சிவமணி கட்டாயப்படுத்தியிராவிட்டால் நிச்சயமாக மயில்சாமி அந்த சாமியாரைப் பார்க்க வர ஒப்புக்கொண்டிருக்க மாட்டான். ஒரு முழு நாள் வீண் என்பதைத் தவிர அந்தப் பயணத்தால் எந்த லாபமும் இருக்கப் போவதில்லை என்றுதான் அவனுக்குத் தோன்றியது. ஆனால் சிவமணி திரும்பத் திரும்பச் சொல்லிக் கொண்டே இருந்தான்.

'அந்த மனுசன் வாயத் தொறந்து பேசுறதே இல்லியாம்டா. மத்த சாமியாருங்கள மாதிரி அருள்வாக்கு சொல்றது, தாயத்து குடுக்கறது, விபூதிக்குள்ள இருந்து பிள்ளையார் சிலை கொண்டாறது இந்த மாதிரி எதுவுமே செய்யறதில்ல. சும்மா உக்காந்துட்டிருக்காராம். நாம போய் எதிர்ல ஒரு பத்து நிமிஷம் உக்காந்துட்டு எழுந்து வந்துட்டா போதும்.'

'எதுக்கு?' என்று மயில்சாமி கேட்டான்.

'இப்படி கேட்டன்னா என்ன பதில் சொல்ல முடியும்? இத்தன வருஷமா எந்த சாமியும் நமக்கு வரம் குடுத்தபாடில்லை. ஒரு சாமியார் குடுத்தார்'னா வேணான்னா சொல்லப் போறோம்?'

'எனக்கு இதுலல்லாம் நம்பிக்கை இல்லடா' என்று மயில்சாமி சொன்னான்.

'பரவால்ல, எனக்காக வா' என்று அழைத்துக்கொண்டு கிளம்பி விட்டான்.

பேருந்து செங்கல்பட்டை நெருங்கிக்கொண்டிருந்தது. ஊசிச் சொருகல்போல் காற்று முகத்தைக் குத்திக் குத்தி மீண்டது. காலைப் பொழுதில் இம்மாதிரி ஒரு நீண்ட பயணம் மேற்கொள்வது நன்றாகத்தான் இருக்கிறது என்று மயில்சாமி நினைத்தான். பொதுவாக அவனது காலைப் பொழுதுகள் அவசரத்தில் விடியும். எழுந்த வேகத்தில் குளித்துவிட்டு, சட்டை எடுத்த வேகத்தில் செருப்பை மாட்டிக்கொண்டு ஓடத்தான் சரியாக இருக்கும். காலை உணவை வீட்டில் உட்கொண்டு எத்தனையோ வருடங்களாகிவிட்டன. எப்போதும் யூனிட் பொங்கல். யூனிட் சாம்பார். யூனிட் சட்னி.

'கலியமூர்த்தி அண்ணே, ஒருநாளாச்சும் இந்த பொங்கலுக்கு பதிலா வேற எதாவது கொண்டாங்களேன்?' என்று மயில்சாமி பலமுறை கேட்டிருக்கிறான்.

'மாட்டேன்னா சொல்றேன்? இத மாத்தினா ராசி கெட்டுடும்னு ப்ரொட்யூசர் சொல்லிட்டாரு மயிலு. செண்டிமெண்டு பாரு. மதிக்காம இருக்க முடியாது' என்று ப்ரொடக்?ஷன் கலியமூர்த்தி சொன்னான். பல நூறு கிலோ பொங்கலை ஆண்டுக்கணக்கில் தின்றுத் தின்று இதர பலகாரங்களைப் பற்றிய நினைவே இல்லாமல் போய்விட்டது. தவறி ஓட்டலுக்குப் போய் உட்கார்ந்தாலும் ஒரு பொங்கல் என்று வாயில் வந்துவிடுகிறது. கையிருப்புக்கு அதுதான் சரி என்பது வேறு விஷயம். ஆனால் புத்தியில் வேறு சிற்றுண்டியே இல்லை.

'கருங்குழில ஒரு மெஸ் இருக்குது மயிலு. அங்க கூட்டிட்டுப் போறேன் ஒன்ன. திலகா மெஸ்ஸ¬னு பேரு. மதிய சாப்பாடு அருமையா இருக்கும். கொத்துமல்லிப் பொடி ஒண்ணு தருவான். நல்லெண்ண ஊத்தி பிசைஞ்சி சாப்ட்டா அருமையா இருக்கும்' என்று சிவமணி சொன்னான்.

'நீ போயிருக்கியா முன்னாடியே?'

'இந்த சாமியார பத்தி எனக்கு இப்பக் கொஞ்ச நாளாத்தான் தெரியும். ஆனா கருங்குழில எங்கத்தை ஒருத்தங்க இருந்தாங்க. இப்ப இல்ல. அவங்கள பாக்க முன்னல்லாம் போவேன்' என்று சிவமணி சொன்னான்.

அத்தைகள், மாமாக்கள், சித்தி சித்தப்பாக்கள். தாத்தா பாட்டிகள். தனக்கு மட்டும் ஏன் அப்படிப்பட்ட உறவுகள் ஒன்றுகூட இல்லை என்று மயில்சாமி யோசித்தான். அவன் சென்னைக்கு வந்த மறு

வருடம் அம்மா இறந்துபோன தகவல் வந்தது. எடுத்துப் போட்ட போதுகூட ஊர்க்காரர்கள்தான் அருகே நின்றது. உறவாக யாரும் கிடையாது.

அம்மாவுக்கு நாள்பட்ட ஆஸ்துமா. அதற்கு என்ன வைத்தியம் செய்வது என்று ஊரில் இருந்தவரை அவன் உள்பட யாருக்கும் தெரியவில்லை. தையூரில் ஒரு டாக்டர் இருந்தார். நிச்சயமாக அவர் பட்டம் வாங்கியிருக்கத்தான் வேண்டும். ஆனால் காய்ச்சல், தலைவலி, ஜலதோஷம், மூலம், வெட்டுக்காயம், கண்வலி, கழுத்துவலி என்று என்ன வியாதியைச் சொன்னாலும் ஒரே விதமான மூன்று மாத்திரைகளைத் தான் தருவார். மூன்றையும் காலை, இரவு என இரண்டு வேளை கட்டாயம் சாப்பிட வேண்டும். 'மூணு நாள் கழிச்சி வந்து பாருங்க' என்று சொல்லுவார். மூன்று நாள் கழித்துப் போனால் அதே மாத்திரைகளை மீண்டும் கொடுத்து, காலையும் இரவும் சாப்பிடச் சொல்லிவிட்டு மீண்டும் மூன்று நாள் கழித்து வரச் சொல்லுவார்.

மாத்திரைகள் என்பவை வெறும் நம்பிக்கை. சிறிய அளவில்தான் அந்நம்பிக்கை பலனளிக்கும் என்றாலும் அதுவும் தேவைப்படத்தான் செய்கிறது. மயில்சாமியின் அம்மா பல வருடங்கள் அந்த டாக்டர் கொடுத்த மூன்று மாத்திரைகளை ஒரு விரதம் போல உண்டுவந்தாள். ஏதோ ஒரு கட்டத்தில் அவளுக்கு ஆஸ்துமாவுடன் வாழ்வது பழகிப் போயிருக்க வேண்டும். அப்பாவோடு வாழ்ந்த அனுபவம் அதற்குக் கைகொடுத்திருக் கலாம் என்று மயில்சாமிக்குத் தோன்றும். அவன் போன் செய்து விசாரிக்கும்போதெல்லாம் 'இப்ப ஒண்ணுமில்லடா. பரவால்ல, நல்லாவே இருக்கேன்' என்று சொல்ல ஆரம்பித்தாள்.

'இன்னும் மூணு மாசத்துல எனக்கு வேலை கிடைச்சிடும்மா. இங்க நாலஞ்சு டைரக்டருங்ககிட்ட தொடர்ந்து பேசிட்டு இருக்கேன். அடுத்த ப்ராஜக்ட்ல கண்டிப்பா நான் இருப்பேன்னு சொல்லியிருக்காங்கம்மா' என்று அவனும் தன் பங்குக்குச் சற்று நம்பிக்கை தருவான். தையூர் டாக்டர் தந்த மாத்திரைகளை நிறுத்தியதற்கு மாற்றாக அவள் மயில்சாமி தந்த நம்பிக்கையை உண்ண ஆரம்பித்தாள். என்றைக்கு சாப்பாட்டுக்கு பதிலாக அது என்று நினைக்கத் தொடங்கினாளோ, அன்று அவளது இறுதி நாள்கள் ஆரம்பமாகிவிட்டன.

சாவுக்குப் போயிருந்தபோது பக்கத்து வீட்டுக்காரர்தான் ஆற்ற மாட்டாமல் புலம்பிக்கொண்டே இருந்தார். 'சாப்டவே இல்லடா

உங்கம்மா. அவங்க செத்தப்பதான் சமையல்கட்டுப் பக்கம் போயி டப்பாங்கள திறந்து பாத்தேன். எதுலயும் எந்த தானியமும் இல்ல.'

அவனுக்கு அழுகை வரவில்லை. ஆனால் வலித்தது. சினிமா என்கிற ஒரு வேட்கை அவனுக்கு இல்லாதிருந்திருந்தால் இத்தனை பூதாகாரமான ஏழைமையை அவனது அம்மா அனுபவித்திருக்க வேண்டியிராது. மூட்டை தூக்கியிருக்கலாம். பேப்பர் போட்டிருக்கலாம். சைக்கிள் பஞ்சர் ஒட்டி சம்பாதித் திருக்கலாம். அல்லது படித்த பத்தாம் வகுப்புக்கேகூட ஏதாவது சிறு உத்தியோகம் கிடைக்காமல் போயிருக்காது. ஒரு துணிக்கடை யில் கணக்கெழுதும் வாய்ப்புக் கூடவா கிடைத்திருக்காது?

'பரவால்ல மயிலு. நீ ஆசைப்பட்டத பண்ணிடு. பாதில விட்டுட்டேன்னா, சாகற வரைக்கும் நினைப்பே கொன்னுக் கிட்டிருக்கும்' என்று அம்மா ஒருமுறை அவனிடம் சொன்னாள்.

'நீ அப்படி எதாவது ஆசைப்பட்டிருக்கியாம்மா?' என்று மயில்சாமி கேட்டான்.

அம்மா யோசிக்கவேயில்லை. சட்டென்று பதில் சொன்னாள். 'உங்கப்பாமேலதான் ஆசைப்பட்டேன். கிடைச்சிட்டாரு. நம்ம ஊருல அவர மாதிரி அழகனெல்லாம் எந்த யுகத்துலயும் பொறந்திருக்க மாட்டான்' என்று சொன்னாள். அதைச் சொல்லும்போது அவள் முகம் பூரித்துவிட்டதை மயில்சாமி பார்த்தான். பிடித்திருந்தது. சுய முயற்சி ஒன்றுமில்லாமல் கிடைக்கிற பெரும் சொத்தல்லவா அழகு?

அப்பா அழகுதான். அதில் சந்தேகமில்லை. இளம் வயதுகளில் இன்னுமே அழகாக இருந்திருப்பார். இல்லாவிட்டால் ஊருக்கு ஊர் பெண்கள் அவர் பின்னால் போயிருக்க முடியாது. பெண்களின் சுய உணர்வை மறக்கச் செய்யும் பேரழகெல்லாம் அபூர்வமாக ஒரு சிலருக்கு மட்டுமே வாய்க்கும். மயில்சாமியின் அப்பா அப்படியொரு அழகனாக இருந்தார். கருப்பு வெள்ளை போட்டோக்களில் சுருள் முடியும் மெல்லிய மீசையும் மைனர் செயினுமாக நாகேஸ்வர ராவ் போல போஸ் கொடுத்திருப்பார். அவர் ஏன் சினிமாவில் நடிக்க விருப்பப்படவில்லை என்று மயில்சாமி எண்ணிப் பார்த்தான். அவருக்கு அப்படியொரு விருப்பம் இருந்ததில்லை என்பது மட்டுமல்ல; அவரிடம் அப்படியொரு எண்ணத்தை விதைக்கக்கூட ஊரில் யாருக்கும் தோன்றியிருக்கவில்லை.

'உங்கப்பனுக்கு எதுலதாண்டா ஆர்வம் இருந்திருக்கு? அவங்கப்பா விட்டுட்டுப் போன நிலத்துல நெல்லு விளையுதா, கம்பு விளையுதான்னுகூட அவனுக்குத் தெரியாது. குத்தகைப் பணம் ஒழுங்கா வந்தா சரின்னுதான் கடைசி வரைக்கும் இருந்தான். என்னிக்கு செத்தானோ அன்னியோட அதுவும் போச்சு' என்று மணியக்காரர் சொன்னார்.

ஆனால் அப்பாவுக்குப் பெண்கள்மீது ஆர்வம் இருந்திருக்கிறது. பெரிதாக யாருக்கும் அது தெரியாவிட்டாலும் அதுதான் உண்மை. அவர் ஒரு ரசிகனா என்று மயில்சாமிக்குச் சரியாகத் தெரியவில்லை. அவன் கவனித்த வரையில் ரசனைக்குரிய ஒரு சிறு புன்னகையைக் கூட அவன் தன் தந்தையிடம் பார்த்ததில்லை. ஆனால் அடி மனத்தில் ஒரு வேட்கை இருந்திருக்க வேண்டும். வேறு வேறு தோல்களின் போர்வைகளைச் சேகரித்து வைக்கிற வழக்கம் வாலிப வயதில் உண்டாகியிருக்க வேண்டும். யாருக்கும் தெரியாத ரகசிய சேகரம். புத்தகத்துக்குள் மறைத்து வைக்கும் மயிலிறகைப் போல புத்திக்குள் புதைத்துவைத்த போர்வைகள்.

வீட்டில் இருக்கும்போதெல்லாம் ஒரு பழைய ரேடியோப் பெட்டியை எடுத்துக் கழட்டி வைத்துக்கொண்டு எதையோ குடைந்துகொண்டிருப்பார். பழுது பார்ப்பதற்காகவே வாங்கிய ரேடியோ என்றுதான் மயில்சாமிக்குத் தோன்றும். அது என்றுமே பாடி அவன் கேட்டதில்லை. அப்பா அதைத் தூக்கிப் போட்டதும் இல்லை.

'அவர் வாங்கலடா. அவங்கப்பா வெச்சிருந்த பொட்டி அது' என்று அம்மா ஒருநாள் சொன்னாள். அம்மாவையும் மயில்சாமியின் தாத்தாதான் தேடிப் பிடித்துக் கட்டி வைத்திருந்தார். 'அனாதப் பொண்ணுன்னு நினைக்காத வீராசாமி. உனக்கு இவ சரியா இருப்பா' என்று தனது திருமணத்தின்போது அவர் குறிப்பிட்டதாக மயில்சாமியின் அம்மா அவனிடம் ஒரு சமயம் சொன்னாள்.

'ஆசைப்பட்டுக் கட்டிக்கிட்டேன்னு சொன்ன? லவ்வெல்லாம் இல்லியா அப்ப?'

'ஆசைப்பட்டது நெசந்தாண்டா. ஆனா சொன்னதில்ல. என்தகுதி என்ன, அவர் அழகு என்ன! அவங்கப்பா பண்ணைல வேல பாத்துக்கிட்டிருந்தனா, அந்த மனுசனுக்கே என்னைய புடிச்சிப் போயி, புள்ளைக்குக் கட்டிவெக்கலான்னு தோணியிருக்கும்

போல. நான் ஆசைப்பட்டது தானா நடந்துடுச்சி' என்று அம்மா சொன்னாள்.

அப்பா இன்னும் கொஞ்ச நாள் வாழ்ந்திருக்கலாம் என்று மயில்சாமிக்குத் தோன்றும். அல்லது இருபது வயதுக்குப் பின்பு அவரைப் பற்றித் தனக்குத் தெரிந்த விவரங்கள் ஏழு வயதுக்கு முன்னதாகவே தெரிந்திருந்தால் அவர் இறப்பதற்கு முன்பு நேரில் கேட்டிருக்கலாம் என்றும் தோன்றும். பதில் முக்கியமில்லை. கேட்டிருக்கலாம். கடைசிவரை தன்னைப் பற்றிய எந்த ரகசியமும் வீட்டுக்கோ வேறு யாருக்குமோ தெரியவே தெரியாது என்று அப்பா எண்ணிக்கொண்டிருந்திருக்கிறார். அந்த எண்ணத்தோடே தான் இறந்தும் போயிருக்கிறார்.

இது எப்படிச் சாத்தியம் என்று மயில்சாமிக்குப் புரிந்ததில்லை. ஒருவர் கண்ணிலும் படாமல் ஒரு திருட்டுத்தனத்தை எத்தனைக் காலம் மூடி வைக்க முடியும்? வாழ்நாள் முழுதுமா? இறக்கும் வரை கூடவா? எப்படி முடியும்?

'திருட்டுத்தனம்னு அவர் நினைச்சாத்தானே? பிடிச்சிருந்திருக்கு. போயி வாழ்ந்திருக்காரு.'

'ஒன்னத் தவிர ரெண்டு பேருன்னு சொல்றியேம்மா! அதுதான் ஜீரணிக்கவே முடிய மாட்டேங்குது.'

'நீ யோசிக்கவே வேணான்றனே? எனக்குப் புடிச்ச மாதிரி அவளுங்களுக்கும் பிடிச்சிருக்கும் மயிலு. அத எப்படி தப்புன்னு சொல்லுவ நீ?'

மயில்சாமிக்கு இது அதிர்ச்சியாக இருந்தது. அம்மா என்ன சொல்ல வருகிறாள் என்று அவனுக்குப் புரியவில்லை. 'ஒனக்கு வக்கில்லம்மா. புருசன அடக்கி வெச்சிருக்கணும். மீறினா ஊரக் கூட்டி மானத்த வாங்கியிருக்கணும். அத செய்யாம விட்டுட்ட' என்று சொன்னான்.

அவள் வெகுநேரம் அமைதியாக இருந்தாள். எழுந்து போய் அவனுக்கு ஒரு காப்பி போட்டு எடுத்து வந்து கொடுத்துவிட்டு, குடிக்கத் தொடங்கியதும் சொன்னாள், 'ரொம்ப அழகு சமயத்துல பயத்த குடுக்கும் மயிலு. உங்கப்பா அந்தக் காலத்துல அப்படி ஒரு அழகா இருப்பாரு. எதையுமே எனக்குக் கேக்கத் தோணினதில்ல. காசு பணத்துக்குக் குறைவு இல்லாத குடும்பம். அவங்கப்பா சொன்ன ஒரு வார்த்தைக்காக என்னைய கட்டிக்கிட்டாரு. முடியாதுன்னு மறுக்கவேயில்ல தெரியுமா?'

'இது ஒரு பதிலா?'

'எனக்குப் புடிச்சிருந்ததேடா? புடிச்சது கிடைச்சது பெரிசு இல்லியா? அது இல்லாம..'

ஏதோ சொல்ல வந்து அவள் பாதியில் நிறுத்திவிட்டதை மயில்சாமி கவனித்தான். காப்பியைக் குடித்து முடித்துவிட்டு எழுந்து சிறிது நேரம் வெளியே போய்விட்டு வந்தான். 'நாளைக்கு நான் மெட்ராசுக்கு கௌம்பலான்னு இருக்கேம்மா' என்று சொன்னான்.

'ஏண்டா?'

'போயிட்டு சொல்றனே? போன் பண்றேன்.'

'அம்மாவோட இருக்க கஷ்டமா இருக்கா?'

'சேச்சே. என் அம்மா இப்படி இருந்திருக்கியேன்னு நினைச்சாத்தான் கஷ்டமா இருக்கு. இந்த குணம் தப்பும்மா. உரிமை அப்படி இப்படின்னெல்லாம்கூட நான் பேசல. ஆனா மனுசப் பொறப்புன்னா ஒரு முதுகெலும்பு கண்டிப்பா இருக்கணும்!' என்று மயில்சாமி சொன்னான்.

அவள் வெகுநேரம் பேசவில்லை. மௌனமாக அழுது கொண்டிருப்பதை மயில்சாமி தெரிந்துகொண்டான். ஆனால் தடுக்கவில்லை. சமாதானப்படுத்தவும் விரும்பவில்லை. மிகத் திறமையாக அவளை அப்பா ஏமாற்றியிருக்கிறார் என்று தோன்றியது. கோபம் வந்தது. ஆனால் செத்துப் போன மனிதன் மீது பதிமூன்று வருடங்கள் கழித்து வரும் கோபத்தால் என்ன பயன்?

அன்றிரவு சாப்பிட்டு, விளக்கணைத்துப் படுத்த பிறகு அம்மா சொன்னாள். 'கேட்டிருப்பேன் மயிலு. நீயே ரெண்டாவதுதான், மூணாவதுதான்னு சொல்லிட்டாருன்னா தாங்க முடியாது என்னாலெ. அதான், நாமதான் மொதன்னு நெனச்சிக்கிட்டு மூச்சப் பிடிச்சிக்கிட்டு இருந்துடுவோம்னு கடேசிவரைக்கும் கேக்கவேயில்ல' என்று சொன்னாள்.

செங்கல்பட்டில் இறங்கி இன்னொரு பஸ் பிடித்துத்தான் கருங்குழிக்குப் போகவேண்டியிருந்தது. வழியெல்லாம் வெற்றிலைத் தோட்டங்கள் காய்ந்து கிடப்பதை மயில்சாமி பார்த்தான். ஆனால் தோட்டங்கள் அமைக்கும் அளவுக்கு இன்னமும் இடம் இருப்பதே பெரிய விஷயம் என்று தோன்றியது.

பெரிய அளவில் அடுக்குமாடிக் குடியிருப்புகள் வந்திருக்க வில்லை. பச்சையும் நீலமும் மஞ்சளுமாக அடுத்தடுத்த வீடுகள் வேறு வேறு வண்ணங்களில் தனித்துத் தெரிந்தன. வீட்டுக்கு வீடு சிறு இடைவெளியாவது இருந்தது. மெயின் ரோடை விட்டு உள்ளே போகும் சாலைகள் பெரும்பாலும் மண் சாலைகளாகவே இருந்தன. மின்சாரக் கம்பங்களில் சதுர அடி ஐநூற்று நாற்பது ரூபாய் என்று எழுதிய அட்டைகள் கட்டப்பட்டிருந்தன.

'சாமியார் ஆசிரமம் மாதிரி எதுவும் வெச்சிருக்காரா?' என்று மயில்சாமி கேட்டான்.

'வீடுதான். சிங்கிள் பெட் ரூம்' என்று சிவமணி சொன்னான்.

'வீடா?'

'ஆமா. கீழ வீட்டுக்காரங்க இருக்காப்ல. இவரு மாடில வாடகைக்கு இருக்காராம்.'

'இப்ப நீ போற. ஒன்ன மாதிரி நிறைய பக்தர்கள் வருவாங்கல்ல?'

'இல்ல மயிலு. அவர் சாமியாருன்னே யாருக்கும் இன்னும் தெரியாது. ரொம்ப சிலபேருக்குத்தான் தெரியும்' என்று சிவமணி சொன்னான்.

'புதுசா இருக்கேடா?'

'எனக்கும் அப்படித்தான் இருந்திச்சி முதல்ல. ஆனா கேள்விப் பட்ட விஷயமெல்லாம் ரொம்ப ஆச்சரியமா இருந்ததுடா. மனசுக்குள்ள எதாவது ஒண்ணை நினைச்சிக்கிட்டு அவர் எதிர்ல போய் உக்காந்துட்டா போதுமாம். அவரு பேசவே மாட்டாரு. ஆனா நாம நினைச்சது நடந்துடும்.'

'அப்படின்னு ஒனக்கு யார் சொன்னாங்க? யாருக்காவது அப்படி நடந்திருக்கா?' என்று சந்தேகம் தீராதவனாக மயில்சாமி மீண்டும் கேட்டான்.

'ஆமாண்டா. என் ஒய்ஃபோட சித்தி பொண்ணு இவர வந்து பாத்திருக்கு. புருசனுக்கு வேல வேணும், எனக்குக் குழந்தை வேணுன்னு மனசுக்குள்ள நினைச்சிக்கிட்டு உக்காந்திருந்திருக்கு. எந்திரிச்சி கௌம்பிப் போன ரெண்டா நாள் அவ புருசனுக்கு தென்னூர் காட்டன் மில்லுல வேலை கிடைச்சிருக்கு. ரெண்டு வருசமா வேல வெட்டி இல்லாம சுத்திட்டிருந்த ஆளு.'

'நிஜமாவா?'

‘வேல கிடைச்ச சந்தோஷத்துல பொண்டாட்டிய கூட்டிக்கிட்டு திருச்செந்தூர் போயிட்டு வந்திருக்கான். வந்த நாலா நாள் முழுகாம இருக்கேன்னு சொல்லிட்டாளாம்.’

மயில்சாமியால் நம்ப முடியவில்லை. ஆனாலும் சுவாரசியமாக இருந்தது. ஒரு பரீட்சார்த்தமாக எதையாவது நினைத்துக்கொண்டு அவர் எதிரே அமர்ந்து பார்த்தால் என்னவென்று தோன்றியது. என்ன நினைக்கலாம்? ஒரு வாய்ப்பு. இயக்குநராகும் வாய்ப்பு. அதைத் தவிர வேறு என்ன நினைக்க முடியும் என்று சிவமணி கேட்டான்.

‘இல்ல, ரெண்டு பேரும் அதையே நினைச்சிக்கிட்டு உக்காந்தோம்னா சாமிக்கு சங்கடமா இருக்காது? இப்போதைக்கு எந்த ஸ்லாட்டும் காலியாகுற மாதிரியும் தெரியல. எல்லா கம்பெனிலயும் வேல பாக்கறவங்க நிம்மதியா இருக்காங்க. நமக்காக ரெண்டு பேர் பொழைப்பைக் கெடுக்கணுமான்னு ஒரு இது...’ என்று மயில்சாமி சிரித்துக்கொண்டே சொன்னான்.

‘கிண்டல் பண்ணாத. எல்லா சாமியும் என்னிக்கோ ஒருநாள் பிரபலமில்லாமதான் இருந்திருக்காங்க. பேசாம வா’ என்று சொன்னான்.

சிவமணி சொன்னதுபோல் ஒரு சாமியாரின் இருப்பிடமாக அந்த வீடு இல்லை. எல்லா வீடுகளையும் மாதிரி எளியதொரு அரை கிரவுண்ட் வீடாகத்தான் இருந்தது. காம்பவுண்ட் சுவருக்கு உள்ளே பெரிய இடைவெளி இல்லை. மாடிக்குச் செல்ல படிக்கட்டு பின்னால் உள்ளதாக வீட்டுக்காரர் சொன்னார். ‘சாமிய பாக்க வந்திங்களா?’ என்று கேட்டுவிட்டு, ‘லூஸ் மோஷன் ஆகுதுன்னு சொன்னாரு. அந்தப் பய பாண்டியன் எங்க போனான்னு தெரியல. நீங்க போறப்ப எதாவது மாத்திரை வாங்கிக் குடுத்துட்டுப் போங்க. மெடிக்கல் ஷாப் பக்கத்துத் தெருவுல இருக்குது’ என்று சொன்னார்.

இருவரும் வீட்டைச் சுற்றிக்கொண்டு பின்புறம் உள்ள மாடிப்படியில் ஏறி மேலே வந்தார்கள். சிறிய போர்ஷன்தான். இரண்டடிக்கு நான்கடி ஒரு வராண்டா இருந்தது. உள்ளே ஒரு சிறு ஹால். அதை விடச் சிறியதாக ஓர் அறையும் அதில் பாதியளவுக்கு சமையல் அறையும் இருந்தன.

கதவு திறந்தே இருந்ததால் இருவரும் வராண்டாவுக்குள் வந்து செருப்பை அவிழ்த்துவிட்டார்கள். சிவமணி, ‘சார்..’ என்று

கூப்பிட்டான். என்ன தோன்றியதோ, சட்டென்று மாற்றிக் கொண்டு 'சாமி' என்று சொன்னான். அறைக்குள் இருந்து நடுத்தர வயதுள்ள ஒரு மனிதர் எழுந்து வெளியே வந்தார். ஒல்லியாக இருந்தார். காவி வேட்டி கட்டி, காவித் துண்டு போர்த்தியிருந்தார். நெற்றியில் விபூதி இருந்தது. முகத்தில் சிறிது தாடி இருந்தது. அதில் பாதி நரைத்திருந்தது.

'சென்னைலேருந்து வரோம் சாமி!' என்று சிவமணி சொன்னான். அவர் பதில் ஒன்றும் சொல்லவில்லை. உள்ளே போய் ஒரு பாயை எடுத்து வந்து போட்டார். உட்காரச் சொல்லிக் கைகாட்டினார். இருவரும் உட்கார்ந்ததும் எதிரே அவரும் உட்கார்ந்துகொண்டார். பக்தர்களோ, பார்வையாளர்களோ வேறு யாரும் அங்கில்லை என்பது இருவருக்குமே வியப்பாக இருந்தது.

மயில்சாமிக்கு அவர் சீரியலில் நடிக்கலாம் என்று தோன்றியது. ஒரு பணக்காரத் தந்தையின் தோற்றத்துக்கு மிகவும் பொருத்தமாக இருப்பார். அடர்த்தியான தலைமுடியும் அதில் பாதி நரைத்தும் இருந்தாலே அப்பா பாத்திரங்களுக்கு ஒரு கம்பீரம் வந்துவிடும். பொதுவாக நடுத்தர வயது அப்பாக்கள் அதிகம் கிடைப்பதில்லை. அறுபது, அறுபத்தி ஐந்து வயதுக்காரர்களை ஐம்பது வயது என்று சொல்லவேண்டியிருக்கிறது. அதனாலேயே மகள்களுடன் அவர்களுக்கு நெருக்கமான காட்சிகள் வைக்க முடிவதில்லை. அப்பா மகள் உறவு என்பது எத்தனை பெரிய விஷயம்! ஆனால் எந்தத் தொடரிலும் அதை முழுமையாக எட்டித் தொட முடிந்ததில்லை. ஒரே காரணம், சரியான வயதுள்ள அப்பாக்கள் கிடைக்காததுதான்.

அந்த சாமியார் பார்ப்பதற்கும் சற்று லட்சணமாக இருந்தார். யோகா போல் ஏதேனும் செய்பவராக இருக்கலாம் என்று மயில்சாமிக்குத் தோன்றியது. உடற்கட்டு கச்சிதமாக இருந்தது. இழுத்துக் கட்டினாற்போல் இருந்த புறங்கை எங்கும் கருகருவென்று முடி வளர்ந்திருந்தது. மணிக்கட்டுகளில் விபூதி பூசியிருந்தார்.

'என் கொழுந்தியா ரெண்டு மாசம் முன்ன உங்கள வந்து பாத்துட்டுப் போச்சு சாமி. மனசுக்குள்ள குழந்தை பிறக்கணும்னு வேண்டிக்கிட்டு... அது நடந்துடுச்சிங்க' என்று சிவமணி திக்கித் திக்கிச் சொன்னான். இதற்கு எதற்கு அவன் இவ்வளவு தயங்க வேண்டும் என்று மயில்சாமிக்குப் புரியவில்லை. ஆனால் அவன் சொன்னதற்கு சாமியிடம் எந்த அசைவும் இல்லை. ஒரு புன்னகை

கூட இல்லை. வெறுமனே அவனைப் பார்த்தபடி அமர்ந்திருந்தார். அவருக்கு வயிற்றால் போகிறது என்று கீழே வீட்டுக்காரர் சொன்னது மயில்சாமிக்கு நினைவு வந்தது. அதிக நேரம் சிரமப்படுத்தாமல் புறப்பட்டுவிட்டால் நல்லது என்று நினைத்தான்.

ஆனால் வந்த காரியத்தை விட்டுவிட்டு சிவமணி என்னென்னவோ பேசிக்கொண்டிருந்தான். நெடுந்தொடரில் பணியாற்றுவதைச் சொன்னான். ஒன்பது வருடங்களாக ஒரு நல்ல வாய்ப்புக்குக் காத்திருப்பதைச் சொன்னான். பலமுறை கைக்கு எட்டிய வாய்ப்புகள் கை நழுவிப் போனதைச் சொல்லி வருத்தப்பட்டான். என்ன நினைத்தானோ, அதையெல்லாம் வாய்விட்டுச் சொல்லுவதைவிட மனத்தில் நினைத்துக்கொண்டு, வாய்ப்புக் கேட்பதுதான் சரி என்று தீர்மானித்து, சட்டென்று கண்ணை மூடிக்கொண்டு அமைதியானான்.

சாமி இப்போதும் உணர்ச்சிகளற்ற ஒரு பார்வையை அவன்மீது செலுத்திக்கொண்டிருப்பதை மயில்சாமி கண்டான்.

அந்த ஹாலில் ஒரு டிவி இருந்தது. ஆனால் நாற்காலி மேசைகள் இல்லை. ஹாலில் இருந்து பார்த்தால் அறைக்குள் ஒரு நாடா கட்டில் இருப்பது தெரிந்தது. கட்டிலுக்குப் பின்னால் ஒரு சிறு ஷோ கேஸ் வைக்கப்பட்டிருந்தது. அதில் சில பொம்மைகள் இருந்தன. ஒன்றிரண்டு புகைப்படங்கள் இருந்தன. ஒரு குழந்தையின் போட்டோதனியாக இருந்தது. எங்கும் மருந்துக்கும் ஒரு சாமி படம் இல்லை என்பதை மயில்சாமி கவனித்தான். சுவர் காலண்டரில்கூட இல்லை. இதுவும் வியப்பாக இருந்தது. ஒரு சாம்பிராணி நெடியோ, ஊதுபத்தி வாசனையோ அந்த வீட்டில் இல்லை. நிச்சயமாக சமையல் கட்டில் கேஸ் அடுப்பும் ப்ரஷர் குக்கரும் இருக்கும் என்று தோன்றியது. முன்பின் தெரியாத யார் ஒருவர் அவரைப் பார்த்தாலும் சபரி மலைக்கு மாலை போட்டிருப்பவர் என்றுதான் சொல்ல முடியும். ஆனால் சாமியார் என்று சிவமணி சொல்கிறான்.

தானும் கண்ணை மூடிக்கொண்டு வாய்ப்புக் கேட்கலாமா என்று மயில்சாமிக்கு ஒரு சிறு சபலம் வந்தது. இயக்குநர் வாய்ப்பு கிடக்கட்டும். வேறு ஏதாவது எளிமையாக நினைத்துக் கொண்டால் என்ன? போகிற வழியில் ஒரு பத்து ரூபாய் நோட்டு கீழே கிடைக்க வேண்டும். நான்கு நாட்களாக பேட்டா கொடுக்காமல் இழுத்தடித்துக்கொண்டிருக்கிறார்கள். அந்தப்

பணம் மொத்தமாக நாளை கைக்கு வந்துவிட வேண்டும். அடுத்த வாரம் அம்மாவின் திதி வருகிறது. அப்பா இறந்த அதே நாளில்தான் அம்மாவும் இறந்தாள். ஏனோ இதுவரை அப்பாவுக்குத் திதி கொடுக்க வேண்டும் என்று தோன்றியதில்லை. இருவரும் இறந்த ஒரே தினத்தில் அம்மாவுக்கு மட்டும் திதி கொடுத்துவிட்டு எழுந்துவிடுவதில் ஒரு குரூர திருப்தி இருக்கிறது. அன்று ஐயருக்கு அவர் எதிர்பாராத பெரிய தொகையை எப்போதும் மயில்சாமி கொடுப்பான். கடன் வாங்கியாவது அதைச் செய்யத் தவறியதில்லை. இந்த சாமி உண்மையிலேயே சக்தி மிக்க சாமியாக இருந்தால் என்னை அப்பாவுக்குத் திதி கொடுக்க வைக்கட்டுமே?

பத்து நிமிடங்கள் சிவமணி மௌனமாக அமர்ந்திருந்தான். பிரார்த்தனை முடிந்துவிட்டது போலிருக்கிறது. மெல்லக் கண்ணைத் திறந்து அவரைப் பார்த்து கையைக் கூப்பினான். எதற்கும் இருக்கட்டும் என்று எழுந்து ஒருமுறை விழுந்தும் கும்பிட்டுக்கொண்டான். 'போயிட்டு வரேன் சாமி' என்று சொல்லிவிட்டு வெளியே வந்தான்.

இருவரும் படியிறங்கும்போது பையன் ஒருவன் அவசரமாக மேலே ஏறி வந்தான். அவன் கையில் ஒரு மாத்திரைப் பட்டை இருந்தது. சாமியின் வயிற்றுப் போக்கு எப்படியும் சரியாகிவிடும். அவர்களை முறைத்துப் பார்த்தபடியே அவன் மேலே ஏறிப் போனதும், 'நீ என்ன நினைச்சிக்கிட்டே?' என்று சிவமணி ஆர்வமுடன் கேட்டான்.

'என்ன?'

'இல்ல, சாமி எதிர்ல நீ என்ன வேண்டிக்கிட்டன்னு கேட்டேன்.'

என்ன சொல்லுவதென்று மயில்சாமிக்குத் தெரியவில்லை. அவனுக்கு ஒரு குழப்பம் இருந்தது. சாமியார் வீட்டு பெட் ரூமில் இருந்த ஷோ கேஸில் அவன் ஒரு புகைப்படத்தைப் பார்த்திருந்தான். ஒரு சிறுமியின் புகைப்படம். அதைப் பார்த்ததில் இருந்து அந்தக் குழப்பம் அவனுக்கு இருந்தது. அது சாமியார், சாமியார் ஆவதற்கு முன்னால் அவருக்குப் பிறந்த மகளாக இருக்கலாம். அல்லது சிறு வயதுத் தங்கையின் புகைப்படமாக இருக்கலாம். தெரிந்த பெண்ணாக இருக்கலாம். கீழ் வீட்டுக்காரரின் மகளாகக் கூட இருக்கலாம். ஆனால் மயில்சாமிக்கு அது தெரிந்த முகம்போலத் தோன்றியது. பிரமை என்று நினைத்துக் கொண்டான்.

சிவமணி, சொன்னபடி அவனை திலகா மெஸ்ஸுக்கு சாப்பிட அழைத்துப் போனான். பேருந்து நிலையத்துக்கு வந்து அங்கிருந்து எதிர்ப்புறம் மேலும் பத்து நிமிடங்கள் நடந்து போகவேண்டி யிருந்தது. போய்ச் சேருவதற்குள் மயில்சாமிக்கு மிகவும் களைப்பாகிவிட்டது. எதற்கு இத்தனை அலைச்சல் என்று தோன்றியது. டோக்கன் வாங்கிக்கொண்டு சாப்பிட உட்கார்ந்த போது பசியில் உடல் துவண்டுவிட்டிருந்தது. ஆனால், சிவமணி சொல்லியிருந்த மாதிரி சாப்பாடு அங்கே நன்றாகவே இருந்தது. மயில்சாமி திருப்தியாகச் சாப்பிட்டான். அந்த கொத்துமல்லிப் பொடியை இரண்டு முறை கேட்டு வாங்கிப் பிசைந்து சாப்பிட்டான். பஸ் பிடித்து செங்கல்பட்டு வந்து, மீண்டும் பஸ் பிடித்து வடபழனிக்கு வந்து இறங்கும்வரை உறக்கத்தில் கழிந்தது.

இறங்கியதும் சிவமணி சொன்னான், 'நான் கேட்டதுக்கு நீ பதில் சொல்லலை. ஆனா நீ நினைச்சது நடந்தா எனக்கு சந்தோஷம்.'

'சேச்சே அப்படியெல்லாம் இல்ல சிவா. குறிப்பிட்டு சொல்ற மாதிரி நான் எதுவுமே நினைக்கலை. அப்படி நினைக்கத் தோணலைடா' என்று மயில்சாமி சொன்னான்.

'சரி பரவால்ல விடு. எனக்கு நடந்தா அத பாத்துட்டு நீயே இன்னொரு தடவ கூட்டிட்டுப் போக சொல்லுவ' என்று சொல்லிவிட்டு, விடைபெற்று வீட்டுக்குப் போனான். எவ்வளவு நம்பிக்கை! சாமியார் உதவுகிறாரோ இல்லையோ, சிவமணிக்குக் கட்டாயம் ஒரு வாய்ப்பு வரவேண்டும் என்று மயில்சாமி நினைத்துக்கொண்டான்.

வடபழனி பேருந்து நிலையம் கூட்டமாக இருந்தது. வந்து நிற்கும் ஒவ்வொரு பேருந்தில் இருந்தும் நூற்றுக்கணக்கான மக்கள் இறங்கிப் போனார்கள். வேறொரு நூற்றுக்கணக்கான பேர் ஏறி இடம் பிடிக்க முட்டி மோதிக்கொண்டிருந்தார்கள். எல்லோருக்கும் எங்காவது போய்க்கொண்டே இருக்கவேண்டியுள்ளது. போவதும் வருவதும் அலுப்புத்தான் என்றாலும் சும்மா இருக்கும்போது வரும் களைப்பைவிட அது பெரிதல்ல. தவிரவும் வாழ்க்கை என்பது வருமானம் சார்ந்தது. இல்லை என்று எப்படிச் சொல்ல முடியும்?

மயில்சாமிக்கு உடனே வீட்டுக்குப் போக அலுப்பாக இருந்தது. ஆனால் போய்த்தான் ஆகவேண்டும். படப்பிடிப்பு இல்லாத ஒருநாளில், அதுவும் மனோன்மணி ஊரில் இருக்கும் நாளில், முழு

நாளும் ஊர் சுற்றிவிட்டுத் திரும்புகிறோம் என்பது அவனுக்குச் சங்கடமாக இருந்தது. அவள் கேட்கப் போவதில்லை என்பதாலேயே தான் நடந்துகொண்டது சரி என்றாகிவிடுமா? மீண்டும் அவனுக்கு அப்பாவின் நினைவு வந்தது. உடனே அம்மாவையும் நினைத்துக்கொண்டான். ஏதோ ஒரு கோட்டில் அம்மாவும் மனோன்மணியும் ஒருங்கிணைந்துவிடுகிறார்களோ என்று தோன்றியது.

ஆனால் மனோன்மணி அவனைப் புரிந்துகொண்டு இருந்தாள். அவனைப் புரிந்துகொண்டாள் என்பதைக் காட்டிலும் இந்த விதமான வாழ்க்கை அவளுக்குப் புரிந்திருந்தது என்றுதான் சொல்ல வேண்டும். ஆனால் அம்மா கடைசிவரை அப்பாவைப் புரிந்துகொள்ள முயற்சிகூட எடுத்திருக்க மாட்டாள் என்று மயில்சாமி நினைத்தான். அப்பாவிடம் இருந்த தோல்களின் போர்வைக் குவியலைப் போல் அவள் மனத்திலும் ஒன்று இருந்திருக்க வேண்டும். அநேகமாக அது பயங்களின் போர்வையாக இருக்கும். கதகதப்பு பழகிவிட்டால் உதறிவிட்டு எழத் தோன்றாது.

ஏதேதோ யோசனைகள். குழப்பங்கள். காரணமே இல்லாத வெறுமை உணர்வும் வெறுப்புணர்வும் உண்டாக, இது தவறு, இது தவறு என்று திரும்பத் திரும்பச் சொல்லிக்கொண்டான். எந்தப் புறம் திரும்பினாலும் பெண்கள் ஏற்று அனுபவிக்கும் வலியின் முனகலே எதிரொலிப்பதுபோலப் பட்டது. எத்தனைச் சிரமங்கள். எவ்வளவு பூடகம். சட்டென்று நினைவில் என்னவோ ஒன்று இடறியது. அம்மாவும் மனோன்மணியும் நிறைந்து பரவியிருந்த மனத்தை யாரோ அழுத்தித் துடைத்து நகர்த்தியது போல் உணர்ந்தான். சாப்பிட அமர்ந்த அடுத்த கஸ்டமருக்காக டேபிளை சுத்தம் செய்த பையனைப் போல. துடைத்து வைத்த இடத்தில் சட்டமிடப்பட்ட புகைப்படமொன்று சரிந்து விழுந்து நொறுங்கியது. உடனே, பெரிய தவறு செய்துவிட்டாற்போல் உணர்ந்தான்.

அந்தச் சாமியாரின் முன்னிலையில் அப்பாவுக்குத் திதி கொடுப்பதைக் குறித்து நினைத்துக்கொண்டதற்கு பதில் ரத்னாவின் புருஷன் அவளுக்குத் திரும்பக் கிடைக்க நினைத்துக் கொண்டிருக்கலாம் என்று தோன்றியது.

9. கோமாவில் விழுந்தவள் காணாமல் போன காதை

~∗~

கல்யாணத்தை கிராமத்தில் வைத்துக்கொள்ளலாம் என்று இயக்குநர் சொன்னார். மயில்சாமிக்கு அது நல்ல யோசனையாகத் தென்பட்டது. நெடுந்தொடர் திருமணங்கள் எது ஒன்றும் வெளி உலகுடன் சம்பந்தப்பட்டு நடத்தப்பட்டதே இல்லை. ஒரு மண்டபத்தை வாடகைக்குப் பிடித்துக்கொண்டு இரண்டு நாள்களில் முப்பது முப்பத்து ஐந்து காட்சிகளை சுருட்டித் தள்ளுவதே வழக்கம். தொங்கும் பூச்சரங்களின் பின்னணியில் இரண்டு இரண்டு பேராக நிற்க வைத்துப் பேசச் சொல்லி நகர்த்திக்கொண்டே இருக்க வேண்டும். கூடவே குறிப்பிட்ட திருமணம் நடக்காமல் போவதற்கான சாத்தியப்பாடுகளைப் பின்னணியில் உருவாக்கிக்கொண்டே இருக்க வேண்டும். தனியொரு வில்லன் தேவையில்லை. எளிய சந்தர்ப்பங்கள் போதும். தவறான புரிதல் எப்போதும் ஏற்படலாம். தாலி கட்டுவதற்கு முந்தைய கணத்தில்கூட. கட்டி முடித்த பிறகு கழட்டி எறிந்தால்கூடத் தவறில்லை.

பிரச்னை அதுவல்ல. நிற்கப் போகும் திருமணத்துக்குக் குறைந்தது நான்கு காரணங்கள் சொல்லப்பட்டிருக்க வேண்டும். நான்கில் எது ஒன்றால் நிற்கும் என்கிற வினா நீடித்திருக்க வேண்டும். ஐந்தாவதாக ஒரு காரணம் உச்சக் காட்சியில் திரண்டு எழுவது சரியாக அமைந்துவிட்டால் போதும்.

வினாயகம் மொத்தம் முப்பத்து ஏழு காட்சிகள் கொடுத்திருந்தார். கல்யாண சீக்வன்ஸ் என்று தனியே தலைப்பிட்டு ஒரு கவரில் போட்டு அவரது உதவியாளர் கொண்டு வந்து கொடுத்துவிட்டுப் போயிருந்ததை மயில்சாமி இரண்டு நாள் முன்னதாகவே படித்துப் பார்த்திருந்தான். கிராமத்துப் பின்னணியில் கல்யாணத்தை நடத்தினாலும் பொருந்தும் என்று வினாயகம் இயக்குநருக்கு போன் போட்டுச் சொல்லியிருந்தார். அதிலென்ன சந்தேகம்? ஒரு திருமணத்தை எந்தப் பின்னணியிலும் நடத்தலாம். கோயில். வீடு. மண்டபம். ரயில்வே ஸ்டேஷன். போலிஸ் ஸ்டேஷன். பஸ் ஸ்டாண்டு. ஆஸ்பத்திரி. சம்பவங்கள் நடக்க ஒரு பின்னணி தேவை. மற்றபடி கண்டிப்பாகத் தாலி கட்டப் போவதில்லை.

நேமம் தாண்டி இடம் பார்த்திருந்தார்கள். விரிந்த வயல் வெளிகளும் அரசமரப் பிள்ளையார் கோயிலும். ஊருக்குள் உழவர் சந்தையும் ஒரு கோழிப் பண்ணையும் இருந்தன. படப் பிடிப்புக்குச்சட்டென்று ஒரு மாறுபட்ட பின்னணியைக் கொடுக்க உதவிகரமானவை. ஆனால் ஒரு சிக்கல் இருக்கிறது. கோழிப் பண்ணையைக் காட்டினாலும் கோழிகளைக் காட்ட முடியாது. அதில் சில அபாயங்கள் உண்டு. ஒரு காட்சியில் ஏதாவது ஒரு பறவையோ, மிருகமோ, வேறு எந்த ஒரு ஜீவ ஜந்துவோ வந்துவிட்டாலும் கேள்விமுறையே இன்றி வெட்டிவிடுவார்கள். ஆனால் கோழி பிரியாணி சாப்பிடுவது மாதிரி காட்சி அமைக்கலாம். அதில் மிருக வதையில் சேராது.

'எடுக்கப் போறது கல்யாணம். நமக்குக் கோழிப்பண்ணை யெல்லாம் எதுக்குங்க மயில்?' என்று இயக்குநர் கேட்டார்.

கல்யாணக் காட்சிகளின் ஒரு பகுதி, தான் காதலித்தவனை மணக்கப் போகிற பெண்ணை அவளது முறைப்பையன் கடத்திச் சென்று மறைத்து வைப்பதுபோல வரும். உறவுக்காரர்கள் அனைவரும் தேடு தேடு என்று தேடி அலைந்து களைத்துப் போய் விழும் நேரத்தில் பெண் மாலையும் கழுத்துமாக மணவறைக்கு வந்து நிற்பாள். கடத்திச் சென்றவனிடம் இருந்து அவள் எப்படித் தப்பித்தாள் என்பதை முகூர்த்த நேரம் முடிய ஒரு நிமிடமே இருக்கும் அவகாசத்தில் அவள் விளக்க ஆரம்பிப்பாள். உணர்ச்சிகரமான ஆறு காட்சிகள் அடுத்து வரும்.

மறைத்து வைக்கும் இடம் ஏன் ஒரு கோழிப்பண்ணையாக இருக்கக்கூடாது என்று தனபால் கேட்டான். நியாயமான கேள்விதான். கோழிப்பண்ணை முதலாளி தனபாலுக்குத்

தெரிந்தவர். இந்த ஊரில் படப்பிடிப்பு நடத்திக்கொள்ளலாம் என்று ஆலோசனை சொல்லி, ஏற்பாடுகள் பலவற்றைச் செய்து கொடுத்தவரும் அவர்தான். அன்பின் அடையாளமாக யூனிட் ஆட்களுக்கு இரு நாள் படப்பிடிப்பின்போதும் மதிய உணவாக பிரியாணி வழங்க ஒப்புக்கொண்டிருக்கிறார். ஆனால் இயக்கு நருக்கு ஏனோ கோழிப்பண்ணையில் காட்சி வைக்கச் சம்மத மில்லை. வெட்டி விடுவார்கள், வெட்டி விடுவார்கள் என்று திரும்பத் திரும்பச் சொல்லிக்கொண்டிருந்தார்.

'நைட் சீக்வன்ஸ்தானே சார்? கோழிங்களையே காட்டாம, சவுண்ட மட்டும் வெச்சிக்கிட்டு இருட்டுல கேமராவ ஓட்டிடலாம் சார்' என்று தனபால் சொன்னான். இயக்குநர் அவனை அச்சமுடன் பார்த்தார். மாற்றப்பட்ட புதிய இயக்குநராக அவர் வேலைக்கு வர ஆரம்பித்து ஒரு மாதம்தான் ஆகியிருந்தது. தன்னைக் காட்டிலும் சிறப்பாகச் சிந்திக்கும் படைப்பாளியாக தனபால் தயாரிப்பாளருக்குத் தோன்றிவிட்டால் தன்னையும் மாற்றிவிட யோசிக்க மாட்டார். அவன் தயாரிப்பாளரின் வளர்ப்பு மேனேஜர். கம்பெனியின் நெளிவு சுளிவுகள் அறிந்தவன். ஒன்றைச் செய்யலாம் என்று அவன் தீர்மானிப்பதற்கு ஒன்றுக்கு மேற்பட்ட காரணங்கள் அவசியம் இருக்கும்.

ஆனாலும் மணப்பெண்ணைக் கொண்டுபோய் கோழிப் பண்ணையில் முடக்குவது என்ன காரணத்தாலோ இயக்குநருக்குப் பிடிக்கவில்லை. 'நைட்டுதானே? அப்பறம் பாத்துக்குவோம். எக்ஸ்டீரியர்ஸ முதல்ல முடிப்போம்' என்று அவர் மயில்சாமியிடம் சொன்னார்.

நான்கு நடிகைகள். ஏழு நடிகர்கள். இருபது துணை நடிக நடிகைகள். இத்தனை பெரிய செலவெல்லாம் அடிக்கடி செய்யக் கூடாதது. ஆனால் பெரும்பாலும் வெளிப்புறப் படப்பிடிப்பு என்பதால் யூனிட் தேவையிருக்காது என்று இயக்குநர் வாக்களித்திருந்தார்.

'யோசிச்சிக்கங்க. இப்ப யூனிட் வேணான்னு சொல்லிட்டு அங்க போய் முடியலன்னிங்கன்னா கஷ்டமா போயிடும். கல்யாணம் பாருங்க!' என்று தயாரிப்பாளர் சொன்னார்.

'இல்லை சார். நான் யோசிச்சிட்டேன். அவைலபிள் லைட்லயே தான் எடுக்கப் போறேன். நைட் எஃபெக்ட் சீன் கம்மிதான். ஏழோ எட்டோதான் இருக்கு. முடிஞ்சா பாக்கறேன். இல்லன்னா இங்க

வந்துகூட எடுத்துக்கலாம்' என்று இயக்குநர் தீர்மானமாகச் சொல்லிவிட்டுத்தான் படப்பிடிப்புக்குக் கிளம்பியிருந்தார்.

ஜெனரேட்டர், விளக்கு வாடகைகள் இல்லாமல் இரண்டு நாள் படப்பிடிப்பு நடத்துவதென்பது எந்தத் தயாரிப்பாளருக்கும் பிடித்தமான விஷயம்தான். தனபால் போன்ற தேர்ந்த மேனேஜர்கள் இருக்கும்போது களச் செலவும் இல்லாமல் போய்விடும். தெரிந்த கோழிப்பண்ணை முதலாளி. தெரிந்த ஆட்டோ யூனியன் தலைவர். சொந்தமாக க்ளினிக் வைத்திருக்கும் தெரிந்த டாக்டர். தெரிந்த பஞ்சாயத்துத் தலைவர்.

மயில்சாமிக்கு அந்தக் கிராமத்தை மிகவும் பிடித்திருந்தது. அதற்கு மிக முக்கியமான காரணம், படப்பிடிப்பு நடக்கும் இடங்களில் கிராமத்து மக்கள் முண்டியடித்துக் கூடிவிடுவதில்லை என்பது தான். அவர்கள் வயல்வெளிகளில் வேலைக்குப் போனார்கள். கோழிப் பண்ணையை நோக்கிப் போனார்கள். விளைந்த காய்கறிகளை விற்பதற்கு உழவர் சந்தைக்கு எடுத்துச் சென்றார்கள். கூட்டுறவு சங்கத்தில் தானிய மூட்டைகள் வந்து இறங்கியிருக்கும் செய்தி பரவி, பெரிய பெரிய பைகளும் ரேஷன் கார்டும் எடுத்துக்கொண்டு அந்த இடத்தை நோக்கி விரைந்தார் கள். போகிற வாக்கில் அவர்கள் படப்பிடிப்பு நடப்பதையும் பார்த்துக்கொண்டு போனார்களே தவிர நிற்கவில்லை. வியக்கவில்லை. கூச்சலிட்டு சமநிலையைக் குலைக்கவில்லை.

இத்தனைக்கும் அந்த ஊரில் பெரிதாகப் படப்பிடிப்புகள் நடந்ததில்லை என்று தனபால் சொன்னான். எண்பதுகளில் எடுக்கப்பட்ட சில கிராமம் சார்ந்த திரைப்படங்களின் ஒட்டுப் பகுதிகளை அங்கே எடுத்திருக்கிறார்கள். ராமராஜன் ஒருவாரம் வந்து தங்கியிருந்திருக்கிறார். ராஜ் கிரண் வந்து போயிருக்கிறார். ஏதோ ஒரு படப்பிடிப்புக்காக கார்த்திக் வந்தபோது ஊர்ப் பெண்கள் அனைவரும் சேர்ந்து அவருக்கு ஆரத்தி எடுத்து வரவேற்றிருக்கிறார்கள். மற்றபடி பெரிய சினிமாத் தொடர்புகள் அந்தக் கிராமத்துக்கு உண்டாகவில்லை. அப்படி இருந்தும் படம் பிடிக்கும் ஆள்களையும் நடிக நடிகையரையும் நின்று வியக்க விரும்பாத ஒரு மக்கள் கூட்டத்தை முதல் முறையாகப் பார்ப்பது அவனுக்குத்தான் வியப்பாக இருந்தது. அது பிடிக்கவும் செய்தது. எனக்கு என் வேலை. உனக்கு உன் வேலை. இது வேலைதான் என்று புரிந்துவிட்டால் சிக்கலே இல்லை.

நடிகைகள் தங்குவதற்கு தனபால் ஒரு வீடு பிடித்திருந்தான். அரசமரத்தடி கோயிலில் இருந்து நூறடி தூரத்தில் இருந்த ஒரு மேல்நிலை நீர்த்தொட்டியை அடுத்த வீடு. முன்புறம் ஓட்டுச் சரிவும் உள்ளே தளமும் போடப்பட்ட பழைய வீடு. வீட்டின் முகப்பில் பாதி தெரிந்த மொட்டைமாடி கைப்பிடிச் சுவரில் 1953 என்று கல்லில் செதுக்கப்பட்டிருந்தது. 'நம்ம சகலை வீடுதாங்க. அவரு இப்ப குடும்பத்தோட நாமக்கல் போயிட்டாரு. நீங்க பயன்படுத்திக்கங்க' என்று ஊர்த்தலைவர் சொல்லி ஒழித்து விட்டிருந்தார். அவரது ஏற்பாட்டின்பேரில் தேர்ந்தெடுக்கப்பட்ட இரண்டு மூன்று பெண்கள் அங்கே வந்து நடிகைகளுக்கு என்னென்ன வேண்டியிருக்கும் என்று கேட்டுக்கொண்டு போனார்கள். ஒரு மணி நேரம் கழித்துத் திரும்பி வரும்போது நிறைய இளநீரும் பனங்கிழங்கும் கொத்துக் கொத்தாகப் பறித்த வேர்க்கடலையும் எடுத்து வந்திருந்தார்கள்.

மயில்சாமி காட்சியைப் படித்துக்காட்ட அங்கே போனபோது, 'கடலை சாப்பிடறிங்களா சார்?' என்று இந்துஜா கேட்டாள். அவள் பக்கத்தில் உரித்து வைத்த கடலைகள் சிலவும் உரித்துப் போட்ட தோல் கொஞ்சமும் தனித்தனியே கிடந்தன. உரிக்க வேண்டிய கடலைகள் மொத்தமாக நடுவே குவித்துவைக்கப் பட்டிருந்தன.

'பச்சைக் கடலை உடம்புக்கு நல்லதில்லை' என்று மயில்சாமி சொன்னான்.

'வறுத்துக் குடுக்க சொன்னா செய்வாங்க சார்' என்று ரத்னா சொன்னாள்.

'ஆனா நாம கடல சாப்பட்டுக்கிட்டிருக்கறதுக்காக வரலைங்க. மணி எட்டு நாப்பது. ஒன்பதுக்கு முதல் ஷாட் வெக்கணும். சீக்கிரம் ரெடியானா நல்லது' என்று மயில்சாமி சொன்னான். ரத்னா அமைதியாக அவன் பக்கத்தில் தனது நாற்காலியை இழுத்துப் போட்டுக்கொண்டு அமர்ந்தாள்.

'சார் நான் உண்டா இந்த சீன்ல?' என்று கதவைத் திறந்து எட்டிப் பார்த்தபடி சிவப்ரியா கேட்டாள்.

'எல்லாரும் இருக்கிங்கம்மா. சீக்கிரம் வந்து உக்காருங்க. எல்லாரும் சாப்ட்டிங்கல்ல?'

'ஆச்சு சார்' என்றபடி வந்து அருகே தரையில் குத்துக்காலிட்டு அமரும்போதே குவிந்திருக்கும் கடலைகளில் சிலவற்றைத்

தன்பக்கம் நகர்த்திக்கொண்டாள். மயில்சாமி காட்சியைப் படிக்கத் தொடங்கினான்.

நடிகைகளுக்குக் காட்சியைப் படித்துக் காட்டுவது என்னும் வழக்கம் என்றோ, யாரோ ஓர் அக்கறை மிக்க இயக்குநரால் உருவாக்கப்பட்டிருக்க வேண்டும். நடிக்க வருவதற்கு முன்னால் காட்சியை அவர்கள் புரிந்துகொள்ள வேண்டியது அவசியம். முன்னால் போயிருக்கும் காட்சி எது, அடுத்து வரப் போகிற காட்சி எது என்று சில வரிகளில் விளக்கிவிட்டு, அந்தக் குறிப்பிட்ட காட்சியின் வசனங்களை முழுவதுமாக ஒருமுறை படித்துக் காட்டிவிட வேண்டும். அந்தக் கணத்தில் இருந்து அவர்கள் காட்சிக்குள் தம்மைக் கரைத்துக்கொண்டுவிடுவார்கள் என்று ஓர் இயக்குநர் எதிர்பார்த்தால் அதைப் பெரிய தவறு என்று சொல்லிவிட முடியாது.

ஆனால் நடிகைகளும் பெண்களே அல்லவா? கணம்தோறும் அவர்கள் கவலைகொள்ள ஏதாவது புதிது புதிதாகப் பிறந்து கொண்டே இருக்கிறது. 'இந்து அடுத்த டயலாக் நீ பேசற' என்று சொல்லிவிட்டு மயில்சாமி படிக்கத் தொடங்கியபோது அவளது தொலைபேசிக்கு ஒரு குறுஞ்செய்தி வந்தது. டிங் என்ற ஒற்றை மணிச் சத்தம். இந்து சட்டென்று அதை எடுத்துப் பார்த்தாள். மயில்சாமி வாசிப்பதை நிறுத்திவிட்டு அரைக்கணம் அவளை நிமிர்ந்து முறைத்ததும் சட்டென்று போனைக் கீழே வைத்துவிட்டு 'சாரி சார்' என்று சொன்னாள்.

அவன் இரண்டாவது பக்கத்தைத் திருப்பியபோது மூர்த்தி வேகமாக உள்ளே வந்து, 'அக்கா, டைரக்டர் உங்கள அந்த ஆரஞ்ச் வித் எல்லோ சாரில வர சொன்னாரு. காஸ்ட்யூம் மாத்திடுங்க' என்று சிவப்ரியாவிடம் சொல்லிவிட்டுப் போனான்.

'ஐயோ அதை அயர்ன் பண்ணவேயில்லை சார்' என்று சிவப்ரியா உடனே பதற்றமானாள்.

'பண்ணி வெக்க வேண்டியதுதானே? கண்டின்யுடி இருக்கும்னு தெரியும் இல்லை?' என்று மயில்சாமி கேட்டான்.

'சாரி சார்' என்று சொல்லிவிட்டு சிவப்ரியா கவலைகொள்ளத் தொடங்கியபோது மயில்சாமிக்கும் அந்தக் கவலை பிடித்துக் கொண்டது. ஏழு பக்கக் காட்சி. முழுதும் படித்து முடித்துவிட்டு அவளைப் புடைவை மாற்ற அனுப்பினால் நிச்சயமாக அவள் படப்பிடிப்புக் களத்துக்கு வந்து சேர இருபது நிமிடங்கள்

பிடிக்கும். அதுவரை மற்றவர்கள் காத்திருக்க வேண்டியிருக்கும். காத்திருக்கும் சமயத்தில்தான் நடிகைகளுக்கு வியர்க்கும். காற்றுக்குக் குறைவற்ற மரத்தடிக் காட்சியே என்றாலும் வியர்க்கும். சிவப்ரியா அவசர அவசரமாகப் புடைவை மாற்றிக் கொண்டு வந்து சேரும்போது, காத்திருக்கும் மற்ற நடிகைகள் டச் அப்பில் ஈடுபட ஆரம்பிப்பார்கள். அதைப் பார்த்ததும் அவளுக்கும் ஒருமுறை டச் அப் செய்துகொள்ளலாம் என்று தோன்றும். இயக்குநருக்கு எரிச்சல் ஏற்பட்டு திட்டத் தொடங்கும் போது படித்துக் காட்டிய காட்சிக்குத் தேவையான உணர்ச்சி காணாமல் போய்விடும். ப்ராம்ப்டிங்கில் எடுக்கும் வசனங்களைப் பாடப்புத்தகம் போல் ஒப்பிக்கத் தொடங்குவார்கள். ரீடேக்குகள் நெடுந்தொடர்களுக்குப் பொருந்தாதவை. ஒவ்வொரு காட்சியும் பிறக்கும்போதே பொலிந்தாக வேண்டும்.

என்ன செய்யலாம் என்று யோசித்தான். ‘சரி, நீ போய் புடைவைய மாத்திட்டு வா முதல்ல’ என்று சொன்னான்.

‘சார், சீன்…’

‘பாத்துக்கலாம் வா. சீக்கிரம் வந்து சேரு’ என்று சொல்லிவிட்டு மற்ற இருவருக்கும் காட்சியைப் படிக்க ஆரம்பித்தான். முடித்ததும் அவர்களுடைய பொட்டு, வளையல், செயின் போன்றவற்றை ஒருமுறை சரி பார்த்துக்கொண்டான். சீக்கிரம் வாங்க’ என்று சொல்லிவிட்டு அவசரமாக அறையை விட்டு வெளியேறினான்.

‘சார், கடலை வேணாமா?’ என்று இந்துஜா கத்தினாள்.

‘நீயே தின்னு’ என்று சொல்லிவிட்டு அவன் படப்பிடிப்பு நடக்கும் இடத்தை நோக்கி நடக்கத் தொடங்கியபோது ரத்னாவின் டச் அப் உதவியாளப் பெண் அவனை நோக்கி வந்தாள்.

‘சார்..’

‘என்ன?’ என்று மயில்சாமி கேட்டான்.

‘எங்கம்மாவுக்கு பதிமூணு சீன்ல ரோல் இருக்குன்னு சீதாராமன் சார் சொன்னாரு. அத மொத்தமா இன்னிக்கு முடிச்சிடுவிங்களா சார்?’

‘ரத்னா கேக்க சொன்னாங்களா?’

அந்தப் பெண் சற்றுத் தயங்கினாற்போல் தெரிந்தது. 'இல்ல சார், நாளைக்கு ஒரு ரெண்டு மணி வரைக்கும் பர்மிஷன் குடுத்திங்கன்னா, ஒரு சின்ன வேலை முடிச்சிட்டு வந்துடுவாங்க.'

'வாய்ப்பில்லைன்னு சொல்லிடு' என்று சொல்லிவிட்டு அவன் நகர்ந்து போனான்.

மயில்சாமிக்கு ரத்தக் கொதிப்பை அதிகரிக்கச் செய்யும் விஷயம் அதுதான். முந்தைய வினாடி வரை அருகிலேயே அமர்ந்திருந்த பெண், காட்சியைப் படித்து முடித்த பிறகு இதைக் கேட்டிருக் கலாம். அல்லது காட்சியைப் படிக்க ஆரம்பிப்பதற்குமுன் சொல்லியிருக்கலாம். இரண்டு நாள் அவுட் டோர் என்று சொன்னபோதே இரண்டாம் நாள் தன்னால் மதியத்துக்கு மேல்தான் வரமுடியும் என்று சொல்லியிருக்கலாம். படப்பிடிப்பு தொடங்கும் நேரம் உதவியாளப் பெண்ணை அனுப்பிச் சொல்ல வைப்பது என்பது எம்மாதிரியான நாகரிகம்? இந்தப் பெண் ரத்னாவின் பிஏ அல்ல. கால்ஷீட் பார்த்துக்கொள்ளும் பொறுப்பில் இருப்பவளும் அல்ல. வெறும் டச் அப் அசிஸ்டெண்ட். என்ன சொன்னாலும் செய்கிற சிறுமி. எங்கிருந்து இம்மாதிரியான சிறுமிகளை நடிகைகள் தேடிப் பிடிக்கிறார்கள் என்று பல சமயம் மயில்சாமி வியந்து போயிருக்கிறான். அவர்கள் பெரும்பாலும் விழுப்புரத்தில் இருந்து தருவிக்கப்பட்டிருப்பார்கள். பார்க்க அவ்வளவு லட்சணமாக இருக்க மாட்டார்கள். எண்ணெய் வழியும் முகமும் அணிந்திருக்கும் உடைக்குப் பொருந்தாத நிறத்தில் ரிப்பனுமாகப் படப்பிடிப்புக் களத்தில் அவர்கள் தமது முதலாளி அம்மாக்களின் முகங்களையே பார்த்துக்கொண்டு நிற்பார்கள். நடிகை நடித்து முடித்துவிட்டுத் திரும்பியதும் முகம் பார்க்கும் கண்ணாடியையும் தலை கோதிக்கொள்ளும் சீப்பையும் எடுத்துக்கொண்டு பக்கத்தில் வந்து நிற்க வேண்டும். சிகையலங்காரம் திருப்திகரமாகிவிட்டது என்றால் நடிகைகள் சீப்பைத் திருப்பிக் கொடுப்பார்கள். உடனே பவுடரில் ஒற்றி எடுத்த பஞ்சுப் பொதியை நீட்ட வேண்டும். கண் மை. புருவ பென்சில். உதட்டுச்சாயம். நகப் பூச்சு. இந்த உலகில் நடிகைகளுக் கென்று உற்பத்தி செய்யப்படும் வண்ணக் குப்பிகள் அனைத்தும் அவர்கள் கையில் இருக்கும். புறங்கையால் கன்னத்தில் வழியும் எண்ணெயைத் துடைத்துக்கொண்டு அவர்கள் குப்பிகளை ஏந்தி நிற்பார்கள். விசுவாசம் விழுப்புரத்தில்தான் உற்பத்தியாகிறது.

அன்றைக்கு வெளிச்சம் மிகவும் தோதாக இருந்தது. இயக்குநரும் மயில்சாமியும் ஆளுக்கொரு புறம் சுட்டுத்

தள்ளிக்கொண்டிருந்தார்கள். அதிர்ஷ்டவசமாக எந்த ஒரு ஷாட்டுக்கும் மறுமுறை ரோல் சொல்ல வேண்டிய அவசியம் இருவருக்குமே ஏற்படவில்லை. ஆல மரத்தடிப் பிள்ளையார் முன்னிலையில் நிகழவிருக்கும் திருமணம். பிள்ளையார் மனம் வைத்தால் பிரச்னை ஏதுமின்றி அது நல்லபடியாக முடிந்துவிடும்.

பதினொரு மணிக்கு தனபால் எங்கிருந்தோ குலை குலையாக இளநீர் கொண்டு வந்து இறக்கினான். அவனது உதவியாளர்கள் இரண்டு பேர் அதைச் சீவிச் சீவி ஒரு வாளியில் கொட்டிக் கொண்டிருந்தார்கள். கேமராவை இடம் மாற்றும் பொருட்டு மயில்சாமி சில நிமிடங்கள் படப்பிடிப்பை நிறுத்த வேண்டியிருந்தது. அவன் கையில் ஒரு ப்ரொடக்?ஷன் உதவியாளன் ஒரு தம்ளர் இளநீரைக் கொடுத்துவிட்டு நகர்ந்தபோது ரத்னா அருகே வந்தாள்.

'சார்..'

'என்ன?'

'கோச்சுக்காதிங்க சார். நாளைக்கு ஒரு அவசர வேலை. ஏற்கெனவே தெரிஞ்சிருந்தா சொல்லாம இருந்திருக்க மாட்டேன். பன்னெண்டு மணிக்கு முடிஞ்சிடும் சார். ஒன் தர்ட்டிக்கு நான் ஸ்பாட்ல இருப்பேன்.'

'விளையாடுறிங்களா? நீங்க இன்னிக்கு நைட்டு வீட்டுக்குப் போறதே கஷ்டம். ரெண்டு மணி வரைக்கும் ஷுட் போகும் இன்னிக்கு.'

'நைட்டா?' என்று ரத்னா கேட்டாள்.

'பின்ன? நைட் எஃபெக்ட் சீன்ஸல்லாம் உங்கப்பனா வந்து எடுப்பான்? கோழிப்பண்ணைல ஷுட்டிங். லைட்டு போறதுக்கு முன்ன இங்க முடிச்சிட்டு ஷிப்ட் ஆனா, ஏழரைக்கு அங்க மொத ஷாட் வெக்கணும். ரெண்டு மணிக்குள்ள ஏழு சீன் முடிச்சாகணும். நாலவர் தூங்கி எந்திரிச்சா காலைல ஏழு மணிக்கு மொத ஷாட். போய் வேலைய பாருங்க' என்று சொல்லிவிட்டு எழுந்து போனான்.

மாலை நான்கு மணிக்கு ரத்னா மீண்டும் அவனிடம் வந்து பணிவோடு கேட்டாள். 'நைட்டு இருந்து நடிச்சிக் குடுத்துட்டுப் போயிடுறேன் சார். மார்னிங் மட்டும் கொஞ்சம் அட்ஜஸ்ட் பண்ணிக்கிட்டிங்கன்னா நல்லாருக்கும்.'

'முடியாதுங்க. இனிமே என்கிட்ட பேசாதிங்க. டைரக்டர்ட்ட போய் பேசிக்கங்க' என்று சொல்லிவிட்டு நேரே தனபாலிடம் சென்றான்.

'அண்ணே, ரத்னா சொதப்புது. நாளைக்கு அர நாள் வரமாட்டேன்னுது. கொஞ்சம் என்னன்னு கேட்டு வைங்க. நாளைக்கு சாயங்காலத்துக்குள்ள மொத்த சீனையும் முடிக்கலன்னா ப்ரொட்யூசர் சாமி ஆடிடுவாரு. கல்யாண சீக்வன்ஸ்ல மெயின் ஆர்ட்டிஸ்ட் இல்லன்னா காறித் துப்பிடுவாங்க' என்று சொன்னான்.

'பேசறேன் மயிலு' என்று சொல்லிவிட்டு தனபால் ரத்னாவை நோக்கிச் செல்வதைப் பார்த்ததும் அவனுக்குச் சற்று நிம்மதியாக இருந்தது. அடுத்தக் காட்சியை எடுப்பதற்கு நகர்ந்து போனான்.

நாலரைக்கு படப்பிடிப்பு நடைபெறும் இடத்துக்கு கங்காதரன் வந்தான். இயக்குநர், எடுத்துக்கொண்டிருந்த காட்சியைச் சட்டென்று நிறுத்திவிட்டு ஓடி வந்து வணக்கம் சொன்னார்.

'எப்படிப் போகுது?'

'செம சார். ப்ளான் பண்ணபடி இன்னிக்கு பாதி முடிச்சிடுவேன். மிச்சம் நாளையோட ஓவர்' என்று இயக்குநர் சொன்னார்.

'குட்' என்று சொல்லிவிட்டு கங்காதரன் ஓர் அழைப்பிதழ் டிசைனை எடுத்து அவரிடம் காட்டினான். ஆர்வமுடன் அதை வாங்கி, இயக்குநர் ரசித்துப் பார்த்தார். திருப்பித் திருப்பிப் பார்த்துவிட்டு, 'ரொம்ப அழகா இருக்கு சார். உங்க செலக்?ஷனா உங்கப்பா செலக்?ஷனா?' என்று கேட்டார்.

'நாந்தான் செலக்ட் பண்ணேன். அப்பாக்கு இன்னும் காட்டலை. இன்விடேஷன் டிசைன் செலக்ட் பண்ணிட்டு நேரா இங்க வந்துட்டேன்' என்று கங்காதரன் சொன்னான்.

'ப்ரில்லியண்ட் செலக்?ஷன் சார்' என்று சொல்லிவிட்டு, 'மயில் இங்க வாங்க. சாரோட மேரேஜ் இன்விடேஷன் கார்ட்' என்று அழைத்தார். மயில்சாமி அருகே வந்து கங்காதரனுக்கு வணக்கம் சொன்னான்.

'ப்ளான் பண்ணது முடிஞ்சிடும் இல்ல?' என்று கங்காதரன் மயில்சாமியிடம் மீண்டும் கேட்டான்.

‘ஆல்மோஸ்ட் முடிஞ்சிடும் சார். ஒண்ணு ரெண்டு சீன் வேணா மிச்சம் இருக்கும். அது பாத்துக்கலாம் சார்.’

‘மிச்சம் வெக்க வேணாம் மயிலு. முடிச்சிட சொல்லி அப்பா சொன்னாரு.’

‘சரி சார்.’ என்று சொல்லிவிட்டு அவன் நகர்ந்து போனான். அவன் இன்விடேஷன் டிசைனைப் பார்க்காமலே போய்விட்டதை இயக்குநரும் கங்காதரனும் மறந்துவிட்டார்கள். மேலும் சிறிது நேரம் அவர்கள் திருமணத்தைப் பற்றிப் பேசிக்கொண்டிருந் தார்கள்.

‘பெரிசா வேணான்னுதான் சார் நான் சொன்னேன். அப்பா ஒத்துக்க மாட்டேங்கறாரு. ரிஜிஸ்டர் ஆபீஸ் கல்யாணம்னாலும் ரிசப்ஷன் கண்டிப்பா வெச்சாகணுங்கறாரு.’

‘இருக்கட்டும் சார். வாழ்க்கைல செலிபரேட் பண்ணக் கிடைக்கிற எந்த வாய்ப்பையும் மிஸ் பண்ணாதிங்க’ என்று சொல்லிவிட்டு இயக்குநர் தனபாலை அழைத்தார். அவன் காதில் ஏதோ சொல்லி அனுப்பினார். ஓடிச் சென்ற தனபால் சில நிமிடங்களில் வண்ண பேப்பர் சுற்றிய ஒரு பார்சலுடன் வந்தான். இயக்குநர் அதை வாங்கி கங்காதரனிடம் கொடுத்து, ‘உங்களுக்கு இது’ என்று சொன்னார்.

‘என்னது?’ என்று கங்காதரன் கேட்டான்.

‘ஒண்ணுமில்லை சார். வீட்டுக்குப் போய் பிரிச்சிப் பாருங்க.’

கங்காதரன் முகத்தில் கட்டுக்கடங்காத மகிழ்ச்சி தெரிந்தது. சிறிய பொட்டலங்களில் பெரிய மகிழ்ச்சியைச் சுருட்டி வைத்துவிட முடிகிறது. முன்பு இருந்த இயக்குநரும் இம்மாதிரியான எதிர்பாராத மகிழ்ச்சிகளைத் தயாரிப்பாளரின் மகனுக்கு வழங்குவதில் வல்லவர்தான். துரதிருஷ்டவசமாக அவருக்கு திடீர் திடீரென்று தான் ஓர் இயக்குநர் என்று தோன்றிவிடும்.

கங்காதரன் மேலும் சிறிது நேரம் இயக்குநருடன் பேசிக் கொண்டிருந்துவிட்டுப் புறப்பட்டுப் போனபோது வெயில் குறைய ஆரம்பித்துவிட்டிருந்தது. இயக்குநர் ஒரு பிசாசைப் போல் பாய்ந்து பாய்ந்து மிச்சம் இருக்கும் காட்சிகளைச் சுட்டுத் தள்ளத் தொடங்கினார்.

‘டயம் இருக்கு சார். கொஞ்சம் மெதுவாவே போலாம்’ என்று இரண்டொருதரம் மயில்சாமி அவர் அருகே வந்து சொல்லிப்

பார்த்தான். 'விடுங்க மயில். ப்ரொட்யூசர் இப்ப வந்தாலும் வருவார்போல. கங்கா சார் அப்படித்தான் சொல்லிட்டுப் போனாரு. அவர் வர்றதுக்குள்ள முடிச்சிடுறதுதான் நல்லது' என்று இயக்குநர் சொன்னார்.

ஆறு மணிக்கு அந்த இடத்தில் படப்பிடிப்பை முடித்துவிட்டு கோழிப்பண்ணைக்குப் புறப்பட்டார்கள். பண்ணையில் இத்தனை பெரிய கூட்டம் இருக்காது. கல்யாணப் பெண்ணும் கடத்திச் சென்ற முறைப்பையனும் மட்டும்தான் முக்கியக் கலைஞர்கள் அங்கே. முறைப்பையனின் அடியாள்களாக நாலைந்து பேரைக் காவலுக்கு நிறுத்திவிட்டால் போதுமானது. நான்கைந்து முறை தப்பிக்க நினைத்து முயற்சி செய்யும் மணப்பெண், ஒவ்வொரு முறையும் அடியாள்களால் தடுக்கப்பட்டு விடுகிறாள். இறுதியில், அவள் வாழ்நாள் முழுதும் எதிரியாகவே எண்ணி வந்திருக்கும் அவளது மூத்த தமக்கை அவளைக் காப்பாற்றிக் கல்யாணத்துக்கு அனுப்பி வைத்துவிடுகிறாள். அந்த முயற்சியில் அவளுக்குத் தலையில் அடிபட்டு கோமா நிலைக்குச் செல்ல வேண்டியதாகிறது.

கோழிப்பண்ணைக்கு வெளியே நாற்காலி போட்டு அமர்ந்து ரத்னா மேக் அப் போட்டுக்கொண்டிருந்தபோது மயில்சாமி அவளைப் பார்த்துக் கத்தினான், 'தங்கச்சிய காப்பாத்துறதுக்கு முன்ன நீங்க ஒன் அவர் ஓடியிருக்கிங்க. நாலு கண்டத்துலேருந்து தப்பிச்சிருக்கிங்க. மேக் அப்ப பாத்துப் போடுங்க.'

'சரி சார்' என்று ரத்னா சொன்னாள். சட்டென்று ஒரு டவலை எடுத்து முகத்தை அழுந்தத் துடைத்தாள். 'புடைவை இது ஓகேவா இல்ல கொஞ்சம் அழுக்கா இருக்கலாமா சார்?' என்று கேட்டாள்.

'ஓடியிருக்கிங்க. அவ்ளதான். விழுந்து புரளலை' என்று சொல்லி விட்டு மயில்சாமி கோழிப்பண்ணைக்கு உள்ளே போனான். நீள் செவ்வக வடிவில் முப்பது நாற்பதடி தூரத்துக்கு ஒரு பெரிய ஆஸ்பெஸ்டாஸ் ஷீட் போடப்பட்டு, பண்ணை உருவாக்கப் பட்டிருந்தது. இயக்குநர் யோசனையுடன் பண்ணைக் கோழி களைச்சுற்றிப் பார்த்துக்கொண்டிருந்தார். கம்பிக் கூண்டுகளுக்குள் கொத்துக் கொத்தாகத் திரிந்துகொண்டிருந்த கோழிகள். கம்பிகளெங்கும் சிறகுகள் உதிர்ந்து ஒட்டிக்கொண்டிருந்தன. க்ரொக் க்ரொக் க்ரொக் என்னும் சத்தம் ஒரு ஓங்காரம் போல் உயர்ந்து பரவி பண்ணை முழுதும் எதிரொலித்துக்கொண்டே இருந்தது. ஒவ்வொரு கம்பிக்கூண்டு வரிசைக்கு நடுவிலும் நடந்து

போக இரண்டடி இடைவெளி விட்டிருந்தார்கள். களிமண் தரை நெடுக தீவனம் சிந்தியிருந்தது. கோழிகளின் எச்சமும் தீவனத்தின் நெடியும் சேர்ந்து பண்ணையெங்கும் காட்டமான நெடியொன்று வீசிக்கொண்டிருந்தது.

மயில்சாமி அங்கே வந்தபோது, 'எனக்கு செட்டே ஆகலை மயில்' என்று இயக்குநர் சொன்னார். 'தப்பிக்கறா, துரத்துறாங்கன்னா சரி. இப்படி கோழிங்களுக்கு நடுவுல சுத்தி சுத்தி ஓட விடலாம். ஆனா வில்லன் அவளை மறைச்சி வெக்கறான். இவ்ளோ பெரிய இடத்துல கட்டிப் போட ஒரு தூண் கூட இல்லியேங்க மயில்?' என்று சொன்னார்.

'பாத்துக்கலாம் சார். அப்படி அந்த ஓரமா உக்கார வெச்சிடலாம். மயக்க மருந்து குடுத்து வாய்க்கு ஒரு பிளாஸ்திரி ஒட்டிட்டாசரியா இருக்கும்' என்று மயில்சாமி சொன்னான்.

'சரி, உங்க வழிக்கே வரேன். மயக்க மருந்து குடுத்திருக்கு. அவ மயங்கிக் கெடக்குறா. அக்காக்காரி வந்து எழுப்பி அனுப்பி வெக்கறா. இவ மயக்கத்துல தள்ளாடிக்கிட்டே எவ்ளோ தூரம் ஓடுவா? ஆளுங்க பிடிச்சிடுவாங்கல்ல?'

மயில்சாமிக்கு அவரது வாதம் அவ்வளவு சரியாகப் படவில்லை. பொதுவாக இம்மாதிரியான விஷயங்களைப் பற்றி யோசிப்பது மரபல்ல. தப்பிக்கிறாள் என்று ஒன்லைனில் எழுதப்பட்டிருந்தால், அவள் தப்பித்துவிட்டாள் என்றுதான் பொருள். எப்படி முடிந்தது என்று கேட்கக்கூடாது.

'ஆடியன்ஸ் கேப்பாங்களே மயில்?' என்று இயக்குநர் மீண்டும் சொன்னார்.

அவனுக்கு என்ன பதில் சொல்வதென்று புரியவில்லை. 'ப்ரொட்யூசர் லைனை ஓகே பண்ணிட்டாரு சார்' என்று சொன்னான்.

இயக்குநர் ஏதோ ஒரு மனநிலையில் கோழிப்பண்ணை வேண்டாம் என்றுகாலை சொல்லியிருந்தார். ஆனால் அங்கேதான் அந்த இரவுக் காட்சிகள் நடக்கப் போகின்றன என்று அவருக்கும் தெளிவாகவே தெரியும். எதற்காகத் திரும்பத் திரும்பத் தனது அதிருப்தியை அவர் சொல்லிக்கொண்டே இருக்க வேண்டும்? தவிர, உண்மையிலேயே அந்த இடம் அவருக்கு அதிருப்தி யளிக்கத்தான் செய்கிறதா என்றும் சொல்ல முடியாது. ஒரு

மாறுபட்ட களம் கிடைக்கிற போது எந்த இயக்குநரும் வேண்டாம் என்று சொல்லமாட்டார்கள். காட்சியை வளைப்பது பெரிதல்ல. களம் முக்கியம். அதைச்சரியாகப் பயன்படுத்துவதில்தான் திறமை இருக்கிறது.

ஆனால் எல்லாக் குழப்பங்களும் சிறிது நேரம்தான் நீடித்தன. ஏதோ ஒரு கணத்தில் இயக்குநருக்குக் கோழிப்பண்ணை பிடித்துப் போய்விட்டது. நடுவே தனபால் வந்து சில நிமிடங்கள் தனியே பேசிக்கொண்டிருந்துவிட்டுப் போனதன் தொடர்ச்சியாக, 'லைட் சொல்லிட்டிங்களா மயில்?' என்று கேட்டிருந்தார். பெரும்பாலும் இருட்டு, நிழல் உருவங்களாக மட்டுமே நபர்களைக் காட்ட வேண்டும் என்று கேமராமேனிடம் சொல்லியிருந்தது. ஒரு அச்சமூட்டும் பின்னணியாகக் கோழிகளின் மேய்ச்சலையும் அவற்றின் கூக்குரலையும் இருளுக்குள் கலந்து தர வேண்டும்.

'பண்ணிடலாம் சார்' என்று சொல்லிவிட்டு கேமராமேன் நகர்ந்து போனார்.

எட்டு மணிக்குப் படப்பிடிப்பு மீண்டும் தொடங்கி பதினொன்று வரை நிற்காமல் போனது. அதுவரை யாரும் உணவு உட்கொண்டிருக்கவில்லை என்பதையே இயக்குநர் மறந்திருந்தார். சீதாராமன் மயில்சாமியிடம் வந்து, 'நீங்க சொல்லுங்கண்ணே. எல்லாரும் உர்ரு உர்ருன்றாங்க. இன்னும் மூணவர் வேல இருக்குதில்ல?' என்று சொன்னான்.

மயில்சாமி இயக்குநரிடம் வந்து உணவு இடைவேளை விட்டு மீண்டும் தொடங்கலாம் என்று சொன்னபோது, 'பசிக்குதா உங்களுக்கு? போய் சாப்ட்டு வந்துடுங்க நீங்க. நான் பாத்துக்கறேன்' என்று சொன்னார்.

ஒரு கணம் மயில்சாமி திகைத்துப் போனான். வாழ்நாளில் என்றுமே சந்தித்திராத தாக்குதலாக அது இருந்தது. கேட்டது தனக்காக இல்லை என்று இயக்குநருக்கும் தெரியும். ஆனாலும் அந்த இரவின் படப்பிடிப்பு அத்தனை முக்கியமானது; அவசரமானது என்பதை மற்றவர்களுக்குப் புரியவைக்கத் தன்னை அவர் பயன்படுத்திக்கொண்டது அவனுக்குப் பிடிக்கவில்லை. ஆனால் ஒன்றும் சொல்ல முடியாது. பல்லைக் கடித்துக்கொண்டு அமைதியாக நகர்ந்துபோய் வேலை செய்ய ஆரம்பித்தான்.

இயக்குநர் முதலில் மணப்பெண் சம்பந்தப்பட்ட காட்சிகளை எடுத்தார். அவள் அடைபட்டிருப்பது, தப்பிப்பது, ஓடுவது. அது

முடிவதற்குப் பன்னிரண்டு மணி ஆனது. முடிந்ததும் அவளை அனுப்பிவிட்டு ரத்னாவை அழைத்தார். தங்கையைக் காப்பாற்ற வந்த அக்கா. அவள் அந்த இடத்தைத் தேடிக் கண்டுபிடிப்பதில் ஆரம்பித்து, தங்கையைத் தப்பிக்க வைத்துத் தான் மாட்டிக் கொண்டு அடிபட்டு விழுகிற வரையிலான காட்சிகள். ரத்னா, தனியாகவும் நடிக்க வேண்டியிருந்தது; தங்கையுடனும் நடிக்க வேண்டியிருந்தது. வில்லன் ஆள்களிடம் அடிபட்டு விழுகிற காட்சியில் அவளது நடிப்பு தத்ரூபமாக இருந்தது. நள்ளிரவு தாண்டிய இரண்டு மணிப் பொழுதில் அப்படியொரு சிறப்பான நடிப்பைத் தருவது எல்லோருக்கும் சாத்தியமில்லாதது. தவிரவும் அவள் அதுவரை சாப்பிடப் போகாதிருந்தாள். இடையிடையே அவள் போன் பேசப் போனதை மட்டும் மயில்சாமி பார்த்தான். நான்காம் வகுப்பில் படிக்கும் மகளை வீட்டில் தனியே விட்டு வந்திருப்பவளுக்கு அந்தச் சலுகையையாவது தந்துதான் ஆகவேண்டும்.

திட்டமிட்ட கால அளவைத் தாண்டி இரவு இரண்டரைக்குப் படப்பிடிப்பு முடிந்ததும் இயக்குநர், கலைஞர்களை அழைத்து மன்னிப்புக் கோரினார். உணவு இடைவேளை விட்டிருந்தால் இன்று இந்த மொத்தக் காட்சிகளையும் எடுத்திருக்க முடியாது என்று சொன்னார். 'பரவால்ல சார், குட் நைட்' என்று சொல்லி விட்டு அவர்கள் தங்கியிருந்த இடங்களுக்குக் கிளம்பினார்கள்.

நடிகைகளுக்குச் செய்தது போல மூன்று நடிகர்களுக்கு மட்டும் வேறு ஒரு வீட்டில் தங்குவதற்கும் மற்றவர்களுக்குப் பஞ்சாயத்துக் கட்டடத்தில் தங்குவதற்கும் தனபால் அனுமதி வாங்கியிருந்தான். கோழிப்பண்ணையில் படப்பிடிப்பு முடிந்து அனைவரும் காரில் ஏறியதும் காலை ஏழு மணிக்கு ஷூட்டிங் என்று பொதுவாக ஒருதரம் உரத்த குரலில் அறிவித்தான். 'நான் வீட்டுக்குப் போயிட்டே வந்துடறேன் தனபால்' என்று சொல்லிவிட்டு இயக்குநர் தனியே ஒரு காரில் ஏறிக்கொண்டார்.

'போய் சேரவே நாலாயிடுமே சார்?' என்று தனபால் சொன்னான்.

இயக்குநர் சிறிது யோசித்துவிட்டு, 'வேற வழியில்ல தனபால். இங்க எனக்குத் தூக்கம் வராது. போயிட்டு சீக்கிரம் வந்துடறேன். காலைல மயில் ஆரம்பிச்சி நடத்திட்டிருக்கட்டும்' என்று சொன்னார். அவர் கார் கிளம்பிப் போனதும்,

‘மயிலு, சாப்பாட்டல்லாம் அங்க எடுத்துட்டுப் போயிட சொல்லிட்டேன். போய் சாப்ட்டு படுத்துரலாம்’ என்று தனபால் சொன்னான்.

‘எங்கண்ணே?’

‘பஞ்சாயத்து ஆபீஸ். வராண்டா நல்லா பெரிசா இருக்கு மயிலு. பாத்ரூம்கூட இருக்குது’ என்று சொன்னான்.

‘சரிண்ணே. நாளைக்கு ஒண்ணும் பஞ்சாயத்து இல்லியே. ஏழு மணிக்கு ஆரம்பிச்சிடலாம் இல்ல?’

‘ஒரு சிக்கலும் இல்ல. நீ போய் நிம்மதியா தூங்கு. காலைல பாத்துக்குவோம்’ என்று தோளில் தட்டி அனுப்பிவைத்துவிட்டு தனபால் மீண்டும் கோழிப் பண்ணைக்குள் போனான். கோழிகளுக்கு நன்றி சொல்ல மறந்துவிட்டிருப்பான்.

பஞ்சாயத்து அலுவலக வராண்டா, தனபால் சொன்னதுபோல விஸ்தாரமானதுதான். ஆனால் சுற்றிலும் சாக்கடையும் நிரந்தர துர்நாற்றமும் கொண்ட இடமாக இருந்தது. சொந்த வீடுகள் அற்ற நாய்களும் அங்கேதான் வந்து படுத்திருந்தன. ஒருபுறம், உண்டு நகர்த்திய கேரியர் பாத்திரங்கள் கழுவிக் கவிழ்க்கப்பட்டிருக்க, சற்று இடைவெளிவிட்டு மயில்சாமியும் பிற உதவி இயக்குநர்களும் கேமராமேன், அவரது உதவியாளர்கள் ஆகியோரும் கோணி விரித்துப் படுத்தார்கள். சீதாராமன் எங்கிருந்தோ ஒரு பாக்கெட் ஊதுபத்தியை எடுத்து வந்தான். மொத்தமாக உருவி ஒரு வாழைப் பழத்தில் சொருகி, கொளுத்தி வைத்தான். ‘இனிமே சாக்கடை நாற்றம் இருக்காது’ என்று சொன்னான்.

மயில்சாமிக்கு வெகுநேரம் தூக்கம் வரவில்லை. விடியும் வரைக்குமே அது வராது என்று தோன்றியது. ஆனால் சிறிது நேரம் தூங்கினால் நல்லதுதான். நாளை முழுதும் படப்பிடிப்பு இருக்கிறது. களைத்துச்சுருண்டு நடுவே சிறிது ஓய்வெடுக்க நேரம் இருக்கப் போவதில்லை. இன்றைக்கு வருவதாகச் சொன்ன தயாரிப்பாளர் நல்ல வேளையாக வரவில்லை என்று நினைத்துக் கொண்டான். படப்பிடிப்புத் தளங்களுக்குத் தயாரிப்பாளர் வருவது பெரும்பாலும் வேலையைக் கெடுக்கும் என்பது மயில்சாமியின் எண்ணம். என்றைக்கு வேண்டுமானாலும் பேசிக்கொள்ளக்கூடிய விஷயங்களை மட்டுமே அவர்கள் எப்போதும் கையில் எடுத்து வருகிறார்கள். இன்றைக்கே பேசித்

தீர்க்காவிட்டால் மறுநாள் உலகம் அழிந்துவிடும் என்பது போலவே பேசுகிறார்கள்.

ஒரு சம்பவம் அவனுக்கு நினைவுக்கு வந்தது. மரணம் வரை மறக்க முடியாத சம்பவம். முந்தைய இயக்குநர் காலத்தில் நிகழ்ந்தது.

அன்றைக்குக் காலையில் இயக்குநரின் தந்தை காலமாகி விட்டதாக ஊரில் இருந்து அவருக்குத் தொலைபேசிச் செய்தி வந்தது. படப்பிடிப்பை ஆரம்பித்து அரை மணி நேரம் நடத்தியிருந்த மனிதர், தொலைபேசித் தகவல் வந்தது நிலைகுலைந்து போனார். அப்பா என்று திகைத்துப் போய் அமர்ந்தவர் சில நிமிடங்கள் மீளவே முடியாமல் அப்படியே அசையாதிருந்தார். மயில்சாமிக்கு அது அதிர்ச்சியாக இருந்தது. 'சார், சார்..' என்று அவரைப் பிடித்து உலுக்கியதும்தான் அவருக்கு சுய நினைவு வந்தது.

'என்ன ஆச்சு சார்?' என்று மயில்சாமி கேட்டான்.

'எங்கப்பா போயிடாரு மயிலு' என்று இயக்குநர் சொன்னார்.

'ஐயோ' என்று கணப் பொழுது பதறியவன், சட்டென்று பரபரப்பானான். 'தனபால் அண்ணே...' என்று உரக்க ஒரு குரல் கொடுத்துவிட்டு, 'நீங்க கௌம்புங்க சார். இங்க நான் பாத்துக்கறேன். போயிட்டு போன் பண்ணுங்க. நான் ஷூட்டிங் முடிச்சிட்டு கௌம்பி வரேன்' என்று சொன்னான்.

'இல்ல... வேணாம் மயிலு. யாரும் வரவேணாம். இங்க வேலை கெடும். அப்பா ரொம்ப வயசானவர். இது எதிர்பாத்துட்டு இருந்ததுதான். ஆனாலும்...'

'புரியுது சார். நீங்க கௌம்புங்க முதல்ல' என்று மயில்சாமி அவரை இழுத்துச் சென்று காரில் ஏற்றி அனுப்பிவைத்தான். கையோடு தயாரிப்பாளருக்கு போன் செய்து விவரம் சொன்னான்.

'கௌம்பிட்டாரா?' என்று தயாரிப்பாளர் கேட்டார்.

'ஆமா சார். உங்களுக்கு போன் பண்றேன்னு சொன்னார் சார்.'

'சரி' என்று அவர் போனை வைத்துவிட்டார்.

இயக்குநர் நிச்சயமாக அவருக்குப் போன் செய்து தகவல் சொல்லியிருப்பார். இம்மாதிரி இக்கட்டுகளில் அதிகம்

பேசிக்கொண்டிருக்க முடியாது. இரு தரப்புச் சிரமங்களும் இரு தரப்புக்கும் தெரியும். ஆனாலும் ஒன்றுமே பிரச்னை இல்லை என்பது போன்றதொரு சொற்சால்வையை விரித்துப் பரத்தியாக வேண்டும். தயாரிப்பாளர் அதிலெல்லாம் வல்லமை மிக்கவர். 'ஒரு வார்த்த சொல்லிட்டுக் கௌம்பியிருக்கலாமே சார். கையில ஒரு அம்பதாயிரம் குடுத்தனுப்பி இருப்பேன் இல்லே?'

'பரவால்ல சார். தேவைப்பட்டா சொல்றேன். மயில்சாமிட்ட குடுத்தனுப்புங்க சார்.'

'ஓ..' என்று தயாரிப்பாளர் அந்தப் பேச்சை அத்துடன் முடித்திருக்கிறார். அந்த ஓ தனக்குப் புரியவில்லை என்று ஊருக்குப் போய்ச் சேர்ந்ததும் இயக்குநர் மயில்சாமியிடம் சொன்னார். 'ஓ, அதற்கென்ன, கொடுத்தனுப்பினால் போயிற்று' என்னும் தொனியில் அல்லாமல், விருப்பமற்ற ஒரு தகவலைக் கேட்டுக்கொள்ளும் பாவனையில் அது இருந்தது போலப் பட்டிருக்கிறது அவருக்கு.

'விடுங்க சார். பணம் வேணுன்னா சொல்லுங்க. நான் இங்க அரேஞ்ச் பண்றேன்' என்று மயில்சாமி சொன்னான்.

'இல்ல மயிலு. பாத்துக்கலாம்' என்று சொல்லிவிட்டு இயக்குநர் போனை வைத்தார்.

அவர் ஊருக்குப் போய்ச் சேர்ந்த அன்று மாலையே காரியங்கள் முடிந்திருக்கின்றன. அடக்கம் செய்து முடித்து ஆற்றுக்குப் போய் மொட்டை போட்டு, குளித்து முழுகி வீட்டுக்கு வந்து அவர் உப்புமா சாப்பிட்டுக்கொண்டிருந்தபோது தயாரிப்பாளர் போனில் அழைத்திருக்கிறார்.

'காரியம் முடிஞ்சிதா சார்?'

'ஆமா சார்.'

'நல்லபடியா நடந்துச்சில்ல? ஒண்ணும் பிரச்னை இல்லியே?'

'இல்ல சார்.'

'நல்லது. நீங்க மெதுவா வந்தா போதும். நான் நாளைக்கும் நாளை கழிச்சும் ப்ரேக் விட்டுட சொல்லியிருக்கேன்.'

'சரிங்க சார்.'

'அப்பறம், இந்த வினாயகம் என்ன சார் பேப்பர்ல ரெண்டு பக்கமும் எழுதி அனுப்புறாரு? மனுசன் படிக்க வேணாமா ஒரு

ஒன்லைனை? முன்பக்கம் பாத்தா பின்பக்க எழுத்து தலைகீழா தெரியுது. பின்னாடி திருப்பிப் பாத்தா முன்பக்க எழுத்து படிக்க விடாம பண்ணுது. ஒரு பேப்பர் வாங்குறதுல என்ன பிசுனாறித்தனம் அவருக்கு? இதையெல்லாம் நீங்க கேக்க மாட்டிங்களா? இந்த செட்டு ஒன்லைன் இன்னிக்கி வந்தது சார். எனக்கு அப்பபடியே உச்சந்தலைக்கு ஏறிடுச்சி கோவம். தூக்கி அடிச்சிட்டேன் பாத்துக்கங்க.'

இதற்கு என்ன சொல்லுவதென்று இயக்குநருக்குப் புரியவில்லை. வினாயகத்திடம் பேப்பர் தீர்ந்திருக்கலாம். அல்லது மறந்துபோய் தாளின் இரு பக்கங்களிலும் எழுதியிருக்கலாம். எழுதுவது அவரல்ல. அவரது உதவியாளர்தான். அவர் சொல்லச் சொல்ல எழுதும் உதவியாளர், ஒரு அவசரத்துக்கு முன்னும் பின்னுமாக எழுதிய தாளைப் பிரதி எடுக்க மறந்து அப்படியே அனுப்பி யிருக்கலாம். என்ன வேண்டுமானாலும் நடந்திருக்கலாம். ஆனால் கோபப்படுகிற அளவுக்கு அது பெரிய பிழையா என்று இயக்குநருக்குப் புரியவில்லை. தவிர, அவரது தந்தை இறந்திருக்கிறார். இன்னும் முழுதாக ஒருநாள் கூடக் கடந்திருக்க வில்லை. அடக்கம்தான் நடந்திருக்கிறதே தவிர பிற சடங்குகள் இன்னும் செய்யவேண்டியிருக்கிறது. வீடு முழுதும் உறவினர் கூட்டம். திடீர்திடீரென்று வெடிக்கும் அழுகைகள், ஒப்பாரிகள். விசாரிக்க வருகிறவர்களிடம் பேசவேண்டியிருக்கிறது. அடுத்தடுத்த காரியங்களுக்கு ஏற்பாடு செய்தாக வேண்டும். அவர் மூத்த மகன். என்னதான் இயக்குநர் என்றாலும் இதற்கெல்லாம் உதவியாளர்களை வைத்துச் செய்துகொண்டிருக்க முடியாது.

அன்று மாலை மூன்று மணியோடு படப்பிடிப்பை முடித்துக் கொண்டு மயில்சாமி, சீதாராமன், மூர்த்தி, தனபால் நான்கு பேரும் இயக்குநரின் ஊருக்குக் காரில் புறப்பட்டுப் போயிருந்தார்கள். இரவு அவர்கள் போய்ச்சேர பதினொன்றரை மணி ஆகிவிட்டது. வீட்டுக் கதவைத் தட்டிவிட்டுக் காத்திருந்தபோது தனபால் தன் கைப்பையைத் திறந்து ஒரு கட்டுப் பணத்தை எடுத்து மயில்சாமியிடம் கொடுத்தான். 'குடுத்துரு மயிலு. நீயே குடுக்கறதுதான் சரி. நான் குடுத்தா நாளைக்கே ப்ரொட்யூசருக்கு போன் பண்ணி தேங்ஸுன்னுவாரு. வம்பா நமக்கு?' என்று தனபால் சொன்னான். அது நிறுவனம் தந்தனுப்பிய பணம் அல்ல. பிறகு பார்த்துக்கொள்ளலாம் என்ற கணக்கில் தனபாலே ஏற்பாடு செய்து எடுத்து வந்திருந்தது. நிச்சயமாகத் தயாரிப்பாளரிடம்

சொல்லியிருக்க மாட்டான். அப்புறம் சொல்லிக்கொள்ளலாம் என்று எண்ணியிருக்கலாம்.

தூக்கக் கலக்கத்தோடு இயக்குநர் எழுந்து வந்து கதவைத் திறந்தார். வாங்க என்று சொல்ல முடியாத சூழ்நிலையில் விளக்கை மட்டும் போட்டுவிட்டு உள்ளே போனார்.

'மனசுக்கு ரொம்ப சங்கடமாயிடுச்சி சார். நல்லபடியா முடிஞ்சிதுங்களா?' என்று தனபால் கேட்டான்.

'ரைட்டருக்கு பேப்பர் அனுப்பவேண்டியது கம்பெனி பொறுப்புய்யா. எழவு வீட்ல இருந்துக்கிட்டு எவங்குண்டிய நான் கழுவிக்கிட்டிருக்க முடியும்?' என்று உரத்த குரலில் கத்தினார் இயக்குநர். அவர் கண்கள் கலங்கியிருந்தன. நிச்சயமாக அவர், இறந்துபோன தந்தையை நினைத்து அழவில்லை என்று மயில்சாமி நினைத்துக்கொண்டான்.

மணி ஐந்தாகிவிட்டிருந்தது. மயில்சாமிக்கு அப்போதுதான் தூக்கம் கண்ணை இழுத்து இழுத்து மூட ஆரம்பித்திருந்தது. அதுவரை கொசுக்கடியாலும் சாக்கடை நெடியாலும் தூங்க முடியாமல் தவித்துக்கொண்டிருந்தவனுக்கு அப்போதுதான் கீழே போட்டிருந்த கோணியை எடுத்துப் போர்த்திக்கொண்டு படுக்கலாம் என்று தோன்றியது. ஆனால் பிரச்னையாகிவிடும். ஏழு மணிக்கு முதல் ஷாட் என்று சொல்லியிருந்தது. நடிகைகளும் நடிகர்களும் தயாராகி, இயக்குநர் குழு படப்பிடிப்புத் தளத்துக்கு வரத் தாமதமானால் பெரும் சிக்கலாகிவிடும். அடுத்தக் கணம் யாராவது ஒருவர் தயாரிப்பாளருக்கு போன் செய்து தகவல் சொல்லிவிடுவார். அது யார் என்று என்றுமே யாருக்குமே தெரிந்ததில்லை. தனபால் இம்மாதிரி விவகாரங்களில் பெரும் பாலும் இயக்குநர் பக்கம் நிற்கக்கூடியவன். களத்திலேயே இருப்பதால் கஷ்டம் புரிந்தவன். அவன் சொல்லமாட்டான் என்றுதான் மயில்சாமி நினைத்தான். ஆனால் யாரையும் நம்புவதற்கில்லை. நம் வரையில் சிறு பிழைகளுக்கு இடம் தராமல் இருந்து விட்டால் போதுமானது என்று அவனுக்குத் தோன்றும்.

எழுந்து சென்று பல் துலக்கினான். குளிர்ந்த நீரில் முகத்தைக் கழுவியபோது கண் எரிந்தது. அவனுக்கு முன்னால் எழுந்திருந்த தனபால் அதற்குள் குளித்து, நெற்றியில் திருநீறு வைத்திருந்தான். 'குளிச்சிரு மயிலு. எல்லாரும் எந்திரிச்சிட்டாங்கன்னா சிக்கலாயிடும்' என்று சொன்னான்.

காப்பி குடித்துவிட்டுப் போகலாம் என்று நினைத்திருந்த மயில்சாமி, திட்டத்தை மாற்றிக்கொண்டு நேரே குளிக்கச் சென்றான்.

ஆறரைக்கு அவன் படப்பிடிப்புத் தளத்துக்குப் போனபோது தனபால் காப்பி எடுத்து வந்து கொடுத்தான். ‘குடிச்சிட்டு நீ சீன ஆரம்பிச்சிடு. டைரக்டர் வர்றப்ப வரட்டும்’ என்று சொன்னான்.

‘சரிண்ணே. ஆர்ட்டிஸ்டுங்க ரெடியாயிட்டாங்களா?’

‘எல்லாரும் ரெடி. ஆறே காலுக்கு குளிக்கத் தொறத்திட்டன்ல?’

மயில்சாமி புன்னகை செய்தான். சில திறமைகள் சிலருக்கு மட்டுமே கைகூடுகிறது. அவர்களால் மட்டுமே ப்ரொடக்?ஷன் மேனேஜர்களாக முடிகிறது என்று எண்ணிக்கொண்டான்.

‘கல்யாண சீன் தானே மொத எடுக்கப் போற?’

‘ஆமாண்ணே.’

‘தங்கச்சி வர்றா. ஃப்ளாஷ் பேக் சொல்றா. பின்னாடியே தலைல அடிபட்ட அக்கா தப்பிச்சி வந்து எல்லார் எதிர்லயும் கீழ விழுந்து மயக்கமாவுறா. அதான?’

‘ஆமாண்ணே.’

‘அக்கா வேணாம் மயிலு. அவ அங்க அடிச்ச இடத்துலயே கோமாவுல விழுந்துட்டான்னு வெச்சிக்க. அக்காவ தேடி இவ வில்லன் இருந்த இடத்துக்குத் திரும்பப் போறா. அங்க மயங்கிக் கெடக்குற அக்காவ பாத்து கதறி அழறா. அப்படி மாத்திக்க, சரியா? இவ அழுவுற போர்ஷன் வரைக்கும் எடுத்துரலாம். அக்காக்காரி மதியம் வந்துடுவா’ என்று சொன்னான்.

மயில்சாமிக்குக் கைகள் நடுங்க ஆரம்பித்தன. கோபம் உச்சந்தலைக்கு ஏறியது. அடக்கிக்கொண்டு, ‘ரத்னா இல்லியாண்ணே?’ என்று கேட்டான்.

‘மதியம் வந்துரும்ப்பா. ஒரு முக்கியமான வேலை. நாந்தான் அனுப்பிவெச்சிருக்கேன்’ என்று சொல்லிவிட்டு தனபால் நகர்ந்து போனான்.

மணி ஏழாகிவிட்டது. கலைஞர்கள் சிரித்துப் பேசிக்கொண்டே படப்பிடிப்புத் தளத்தை நோக்கி வந்துகொண்டிருந்தார்கள். கேமரா அசிஸ்டெண்ட் தேங்காய் எடுத்துவந்து அதன்மீது கற்பூரம்

வைத்துக் கொளுத்தி கேமராவுக்கு மூன்று முறை சுற்றினான். சீதாராமனும் மூர்த்தியும் ஆலமரத்தடி பிள்ளையாருக்கு அலங்காரம் செய்துவிட்டு அது சரியாக இருக்கிறதா என்று சற்றுத் தள்ளி நின்று பார்த்துக்கொண்டிருந்தார்கள். கேமராமேன் கற்பூரத்தைத் தொட்டுக் கண்ணில் ஒற்றிக்கொண்டு, 'ரெடி மயிலு' என்று சொன்னபோது மயில்சாமி ஒரு நாற்காலியை இழுத்துப் போட்டுக்கொண்டு உட்கார்ந்தான்.

நிதானமாகக் காப்பி குடிக்க ஆரம்பித்தான்.

10. முத்தத்தால் மொய் எழுதுதல்

கங்காதரன் திருமண வரவேற்புக்கு மயில்சாமி மனோன்மணியை அழைத்துச் சென்றிருந்தான். அண்ணாசாலையில் இருந்த அந்த நட்சத்திர ஓட்டல் அரங்கத்தில் மேடை போல் ஒரு செட் போட்டிருந்தது. சிம்மாசனங்கள் ஏதுமில்லை. எளிய மலர் அலங்காரம் அந்த மேடைக்கு மட்டும் செய்யப்பட்டிருந்தது. கங்காதரனும் ஜனனியும் மேடையில் நின்றுகொண்டிருந்தார்கள். கையில் ஒரு மலர்ச்செண்டுகூட வைத்துக்கொள்ள விரும்பாதவர்களாக அவர்கள் இருவரும் விருந்தினர்களை சிரித்த முகத்துடன் வரவேற்று நபருக்கு நான்கு சொற்கள் வீதம் பேசிப் பேசி அனுப்பிக்கொண்டிருந்தார்கள். இருக்கைகள் எதுவும் கிடையாது. விருந்தினர்கள் அனைவரும் கூடிக்கூடி நின்று பேசிக் கொண்டிருந்தார்கள். ஓட்டல் சிப்பந்திகள் தூய உடை அணிந்து, டிரேக்களில் பழ ரசம் வழங்கிக்கொண்டிருந்தனர்.

மனோன்மணிக்கு அப்படியொரு திருமண வரவேற்புக்கு வருவது அது முதல் அனுபவம். அங்கு வந்திருந்த பெரும்பாலானவர்களை அவள் பெயர்களாக அறிவாள். குணம் தெரியும். நடவடிக்கைகள் சிலவற்றைப் பற்றியும் மயில்சாமி அவளிடம் சொல்லி யிருக்கிறான். அவற்றைத் தேடித்தேடி முகங்களில் ஒட்டவைத்துப் பார்த்துக்கொள்ள வேண்டியிருந்தது.

'உக்காரக்கூடாதா?' என்று மனோன்மணி கேட்டாள்.

'யாரும் உக்கார வேணான்னுதானே நாற்காலி போடாம இருக்காங்க? நின்னு நாலு வார்த்த பேசினமா, சாப்ட்டமா, கௌம்பிப் போனமான்னு இருந்துடணும் மனோ. பேசலன்னாக் கூடப் பரவால்ல. மத்த ரெண்டும்தான் முக்கியம்' என்று மயில்சாமி சொன்னான்.

அவனைப் பார்த்ததும் 'அண்ணே, வாங்கண்ணே' என்று சீதாராமன் ஓடி வந்தான். மனோன்மணியைப் பார்த்ததும் மரியாதையாகப் புன்னகை செய்தான். கூட்டத்தில் தனபால் எங்கே என்று மயில்சாமியால் கண்டுபிடிக்க முடியவில்லை. சீதாராமனிடம் கேட்டபோது, 'தெரியலண்ணே, நானும் பாக்கல' என்று சொன்னான். அவர்கள் பணியாற்றிக்கொண்டிருந்த தொடரில் நடிக்கும் கலைஞர்கள் ஒவ்வொருவராக வந்து கங்காதரனை வாழ்த்தினார்கள். புண்டரீகாட்சன் சாரின் முந்தைய தொடர்களில் பங்கு பெற்ற கலைஞர்களுள் தேர்ந்தெடுத்த சிலருக்கு மட்டும் அழைப்பு அனுப்பியிருப்பதாக தனபால் சொல்லியிருந்தான்.

'ஏண்ணே அப்படி?'

'உரக்கப் பேச முடியுமா? நடக்குறது மூணாங்கல்யாணம். இதுக்கு ரிசப்ஷன் ஒரு கேடான்னு சொல்லிட மாட்டாங்களா?'

'இப்பவும் பேசத்தானே செய்வாங்க?'

'நமக்கு சிலதெல்லாம் புரியாது மயிலு. ப்ரொட்யூசருக்குப் புள்ள மேல உசிரு. அது ராட்சசன் உசிரு, குகைக்குள்ள கூண்டுல இருக்கற கிளி கழுத்துல இருக்கற மாதிரி. புள்ளைய எப்பவும் சந்தோசமா வெச்சிக்கணும்ன்னு நினைப்பாரு.'

'ஆனா என்கிட்ட அவரப் பத்தி நிறைய சொல்லி வருத்தப் பட்டிருக்காருண்ணே. கண்டபடி திட்டியிருக்காரு.'

'எல்லாம் இருக்கறதுதான். நமக்கென்னடா? ஃபைவ் ஸ்டார் ஓட்டல் சாப்பாடு அம்சமா இருக்கும். தின்னுட்டுப் போயிட்டே இருப்போம்' என்று தனபால் சொன்னான்.

மயில்சாமி தன் உடன் பணியாற்றும் தொழில்நுட்பக் கலைஞர்கள், நடிக நடிகையரை மனோன்மணிக்கு அறிமுகம் செய்து வைத்தான். ஒரு பெரிய அதிசயத்தைக் கண்டாற்போல அவள் அந்த அரங்கமெங்கும் சுற்றி வந்துகொண்டே இருந்தாள். அவனுக்கு அவளது வியப்பு ஆர்வமூட்டக்கூடியதாக இருந்தது.

ஒன்றும் பெரிய விஷயமில்லைதான். ஆனாலும் வழக்கமான தொரு மாலைப் பொழுதுக்கு வேறொரு நிறம் அளித்துப் பார்ப்பது ஓர் அனுபவம் அல்லாமல் வேறில்லை. அவளை அழைத்து வராவிட்டாலும் அது குறித்து அவள் பெரிதாக எடுத்துக்கொள்ளப் போவதில்லை என்பது மயில்சாமிக்குத் தெரியும். ஆனால் தனது உலகைச் சுற்றிப் பார்க்க அவளுக்கு ஒரு சந்தர்ப்பமல்லவா?

ஒரு கணம் அப்படித் தோன்றியதும் உடனே இல்லை என்று சொல்லிக்கொண்டான். தன் உலகம் அத்தனை பளபளப் பானதல்ல. வண்ணமயமானதல்ல. பொருளாதாரக் காரணங்கள் ஒரு பொருட்டே அல்ல. நாளெல்லாம் ஒட்டி உறவாடினாலும் கலைஞர்கள், இயக்குநர்கள், தயாரிப்பாளர்களின் மன அடுக்குகளின் அமைப்பு வேறு. இட்லியை ஸ்பூனால் எடுத்துச் சாப்பிடும் ஒரு நடிகையுடன் எக்காலத்திலும் தன்னால் சுமூகமாகப் பேசிப் பழக முடியாது என்று அவனுக்குத் தோன்றும். நடிகைகளைப் போல இயக்குநர்கள் ஸ்பூனால் எடுத்துச் சாப்பிடுவதில்லைதான். ஆனால் யூனிட் இட்லியைத் தவிர்த்து விட்டு ஓட்டலில் இருந்து அதே இட்லியைத் தருவித்து உண்கிறவர்கள். தயாரிப்பாளர்கள் இன்னும் வேறு விதம். தான் உண்ணவிருக்கும் இரண்டு இட்லிகளுக்காக இருபது இட்லிகளை வரவழைப்பார்கள். இயக்குநரோ, கலைஞர்களோ, யார் அருகே இருந்தாலும் கூப்பிட்டு உட்காரவைத்து உண்ணச் செய்து உபசரிப்பார்கள். இட்லியின் வரலாறு தொடங்கி, நகரில் நல்ல இட்லி கிடைக்கும் அனைத்து இடங்களைப் பற்றியும் விளக்குவார்கள். சாப்பிட்டு எழுந்து சென்றபிறகு, ‘மூதேவி, தின்றான் பாரு பகாசுரன் மாதிரி. வயிறு வெடிச்சிடாது இவனுக்கு?’ என்று சொல்லுவார்கள்.

மனோன்மணியிடம் இதைப் பற்றி அவன் பல சமயம் பேசியிருக்கிறான். ‘எல்லாரும் அப்படி இருக்கமாட்டாங்க’ என்றுதான் அவள் ஒவ்வொரு முறையும் சொன்னாள்.

அந்த ஹாலின் கொள்ளளவு நூறில் இருந்து நூற்றைம்பது நபர்கள் வரை இருக்கும். தயாரிப்பாளர் தொண்ணூறு பேரைத்தான் அழைத்திருப்பதாக தனபால் சொல்லியிருந்தான். இரண்டு மூன்று தயாரிப்பாளர்கள், ஆறேழு இயக்குநர்கள் அதற்குள் வந்து மணமக்களை வாழ்த்திவிட்டு வெளியேறியிருந்தார்கள். கூடி நின்று பேசிக்கொண்டிருந்தவர்கள் எல்லோரும் புண்டரீகாட்சன் சாரின் தொடரில் வேலை பார்க்கிறவர்கள்தாம். தயாரிப்பாளர்

அவர்கள் ஒவ்வொருவரிடமும் வந்து மரியாதையாக நாலைந்து வார்த்தைகள் பேசினார். இதுவும் மயில்சாமிக்கு வியப்பாக இருந்தது. அவன் மனோன்மணியை அறிமுகப்படுத்தியபோது, சட்டென்று இரு கைகளையும் கூப்பி அவர் மரியாதையுடன் வணக்கம் சொன்னார். 'கூடிய சீக்கிரம் உன் வீட்டுக்காரர் டைரக்டர் ஆயிடுவாரும்மா. ரெடியா இரு' என்று அவர் சொன்னது மனோவுக்குப் பிடித்தது.

'யாரு கண்டாங்க? அடுத்த சீரியல ஒனக்குத் தர்றதா இருக்காரோ என்னமோ?' என்று அவள் சொன்னாள்.

மயில்சாமி சிரித்துக்கொண்டான். முந்தைய இயக்குநருக்குச் சரியாக எடுக்கத் தெரியவில்லை என்று சொல்லி மாற்ற முடிவு செய்தபோது தயாரிப்பாளர் ஓர் அவசரக் கூட்டத்தைக் கூட்டினார். கங்காதரன், வினாயகம், வசனகர்த்தா, தனபாலோடுகூட அவனையும் அந்தக் கூட்டத்துக்கு அவர் வரச் சொல்லியிருந்தார். யாரை அடுத்த இயக்குநராகப் போடலாம் என்று இரண்டு மணி நேரம் விவாதித்தார்கள்.

'என்னைக் கேட்டா மயிலே நல்லா பண்ணுவார் சார். நம்ம கம்பெனி நெளிவு சுளிவு தெரிஞ்ச ஆளு. உங்களுக்கும் சிக்கல் இல்லாம, வசதியா இருக்கும்' என்று வினாயகம் சொன்னபோது மயில்சாமிக்கு மிகவும் நெகிழ்ச்சியாக இருந்தது. வெறும் சொற்கள்தான். பலன் தருமா இல்லையா என்பதல்ல. சொல்ல வேண்டும் என்று தோன்றியது பெரிதல்லவா?

தயாரிப்பாளர் சிறிது நேரம் அமைதியாக யோசித்தார். பிறகு தனபாலைப் பார்த்தார். இப்போது அவனுக்கு ஏதாவது கருத்து சொல்லியாக வேண்டிய கட்டாயம் உண்டாகிவிட்டது. ஆனால் வினாயகத்தைப் போல் அப்படிச் சட்டென்று அவன் பேசிவிட முடியாது. தயாரிப்பாளர் என்ன நினைக்கிறார் என்பதைத் தெரிந்துகொண்டு, அதையே வேறு சொற்களில் தன் கருத்தாக வெளிப்படுத்துவதுதான் அவனது வழக்கம்.

கதை விவாதங்களின்போதுகூட இது அடிக்கடி நடக்கும். வினாயகம் காட்சிகளை விவரித்துக்கொண்டே வரும்போது தனபால் தயாரிப்பாளரின் முகத்தையே பார்த்துக் கொண்டிருப்பான். எப்போது அவரது நெற்றி வரிகள் சுருங்கு கின்றனவோ, அப்போது சட்டென்று குரலை உயர்த்திப் பேசத் தொடங்குவான். 'இல்ல சார். இது சரியா வராது. வேற மாதிரி மாத்தி யோசிங்க.'

சட்டென்று தயாரிப்பாளர் பிரகாசமாகிவிடுவார். 'நான் நினைச்சேண்டா தனபால்! பரவால்ல நீ. கரெக்டா பிடிச்சிட்ட' என்று சொல்லுவார்.

விவாதக் கூட்டம் முடிந்து வெளியே வந்ததும் வினாயகம் அவனை இழுத்து வைத்துக் கேட்பார். 'இப்ப சொல்லுய்யா. என்ன தப்பு அந்த சீன்ல? எவ்ளோ எமோஷனலா, கரெக்டா உக்காந்தது தெரியுமா? ஏன் புடிக்கல ஒனக்கு?'

'எனக்குப் பிடிக்கலன்னு நான் சொன்னனா? ப்ரொட்யூசருக்குப் புடிக்கல சார். அவ்ளதான். எனக்குப் புடிச்சி, நான் சொன்னதல்லாம் இந்த கம்பெனி செஞ்சிருந்தா இந்நேரம் வார்னர் பிரதர் ரேஞ்சுக்குப் போயிருக்கும்' என்று சொல்லிவிட்டுப் போவான்.

அன்றைய அவசரக் கூட்டத்தில் தனபாலின் கருத்து என்ன? அதை அறிந்துகொள்ள அனைவரும் அவன் முகத்தையே பார்த்துக் கொண்டிருந்தபோது, 'மயில் நல்லா பண்ணுவாப்ல. ஆனா நமக்கு வேற நல்ல செகண்ட் யூனிட் டைரக்டர் கிடைக்கற வரைக்கும் சமாளிக்கறது கஷ்டமா இருக்கும்' என்று சொன்னான்.

மயில்சாமிக்கு இது முற்றிலும் புதிய கோணமாகத் தென்பட்டது. அவன் எதிர்பார்த்திருக்கவில்லை. கம்பெனிக்கு உடனடித் தேவை இப்போது ஓர் இயக்குநர் அல்லவா? இயக்குநருக்கு உதவியாக இன்னொரு யூனிட்டைக் கையாள யார் வேண்டுமானாலும் வருவார்கள். முழு நேர வேலைக்கு வரவேண்டிய அவசியம்கூட இல்லை. மற்ற தொடர்களில் வேலை பார்க்கிற இயக்குநர் களையோ, இணை இயக்குநர்களையோ படப்பிடிப்பு இல்லாத நாள்களில் கூப்பிட்டால் சந்தோஷமாக வந்து செய்துகொடுத்து விட்டுப் போவார்கள். தனபாலுக்கா இது தெரியாது?

ஆனால் அவன் அப்படித்தான் சொன்னான். தயாரிப்பாளர் புன்னகை செய்தார்.

'கரெக்டு தனபால். நீ ஒருத்தன்தான் சரியா யோசிக்கற. டைரக்டர விட செகண்ட் யூனிட் டைரக்டர்தான் ஒரு ப்ராஜெக்டுக்கு முக்கியம். மயில நான் விட்டுக் குடுக்க முடியாது' என்று தயாரிப்பாளர் சொன்னார். மயில்சாமிக்கு அழுகையோ, ஆத்திரமோ வரவில்லை. ஆனால் அன்றிரவு வீட்டுக்குப் போனதும் தன் மூத்திரத்தைப் பிடித்துத் தானே முகத்தில் கொட்டிக்கொள்ள வேண்டும் என்று எண்ணிக்கொண்டான்.

இரண்டு நாள் கழித்து தனபால் அவனாகவே மயில்சாமியிடம் வந்து அந்தப் பேச்சை எடுத்தான். 'அவரு ஆல்ரெடி இந்தாள முடிவு பண்ணிட்டாரு மயிலு. சும்மா ஒப்புக்கு நம்மள எல்லாம் கூப்ட்டு வெச்சிப் பேசுற மாதிரி ஒரு சீன போட்டாரு. எனக்கா தெரியாது? உம்பேர சொல்லி அவரு வேணான்னு சொல்றதவிட இது பெட்டர்னு நினைச்சித்தான் அப்படி சொன்னேன்' என்றான்.

'பரவால்லண்ணே. புதுசா வர்றவர் என்னை வெச்சிக்குவார் இல்ல? செகண்ட் யூனிட்டுக்கு இல்லன்னாலும் ஷெட்யூல் போடுறதுல ஒண்ணும் பிரச்னை வராதில்ல?' என்று மயில்சாமி கேட்டான்.

'சேச்சே.. என்ன மயிலு இப்படி சொல்லிட்ட? நீ இல்லாம இந்த சீரியலே இல்ல' என்று கட்டியணைத்து முதுகைத் தட்டிக் கொடுத்துவிட்டுப் போனான்.

திருமண வரவேற்பு கிட்டத்தட்ட முடிவடையும் தருவாயில் இருந்தது. வந்திருந்தவர்களில் பாதிக்குமேல் சாப்பிட்டுவிட்டுக் கிளம்பிவிட்டார்கள். நாம் இப்போது சாப்பிடப் போனால் தயாரிப்பாளர் எதாவது நினைத்துக்கொள்வாரோ என்று தயங்கிய சிலர் மட்டும் இன்னும் சாப்பிடாமல் இருந்தார்கள்.

சாப்பிடப் போகலாம் என்று மயில்சாமிக்குத் தோன்றியது. உணவின் வாசனையை மட்டும் வெகுநேரம் உண்டுகொண்டிருக்க முடியாது.

'சாப்பிடலாம் மனோ, வா' என்று மயில்சாமி மனோன்மணியை அழைத்துக்கொண்டு கிளம்பும்போது அரங்குக்குள் பழைய இயக்குநர் நுழைவதைப் பார்த்தான். ஒரு கணம் அவனுக்குப் பரபரப்பாகிவிட்டது. சட்டென்று தற்போதைய இயக்குநர் எங்கே இருக்கிறார் என்று சுற்றுமுற்றும் பார்த்தான். கண்ணில் படவில்லை. ஒருவேளை கிளம்பியிருக்கலாம். அதுவும் நல்லதுதான். இவரைச் சந்திக்கும் நேரத்தில் அவர் அருகே இருப்பது அத்தனை ரசமாக இருக்காது.

'ஒரு நிமிஷம்' என்று சொல்லிவிட்டு மயில்சாமி வேகமாக இயக்குநரிடம் போனான். அவர் மயில்சாமியைப் பார்த்த மாதிரியும் இருந்தது; பார்க்காத மாதிரியும் இருந்தது. அவன் நெருங்குவதற்குள் சட்டென்று அவர் மேடைக்குச் சென்று கங்காதரன் கையில் ஒரு பூங்கொத்தைக் கொடுத்தார். வாங்கி வந்திருந்த பரிசுப் பொட்டலத்தை ஜனனியிடம் அளித்தார். கங்காதரனின் புறங்கையை உயர்த்தி முத்தமிட்டார். அவர்

மனத்தில் நிரம்பித் ததும்பிய மகிழ்ச்சியும் நிறைவும் முகத்தில் வெளிப்பட்டுக்கொண்டிருந்தன. கங்காதரனும் ஜனனியும் முழு மனத்தோடு அவரிடம் சில வார்த்தைகள் பேசியதை மயில்சாமி பார்த்தான். ஜனனி மிகுந்த மரியாதையும் பணிவுமாக வினாடிக் கொருதரம் கைகூப்பிக் கைகூப்பிப் பேசினாள். அவசியம் இருந்து சாப்பிட்டுவிட்டுத்தான் போகவேண்டும் என்று கங்காதரன் சற்று உரக்கவே சொன்னது காதில் விழுந்தது. இயக்குநர் கைகூப்பி விடைபெற்றுக் கீழே இறங்கி வந்தார்.

'வணக்கம் சார்' என்று மயில்சாமி சொன்னான்.

'நல்லாருக்கியா மயிலு?' என்று அவன் கைகளைப் பற்றியவர், சட்டென்று உதறிக்கொண்டு பாய்ந்து ஓடினார். அவர் கண்ணில் தயாரிப்பாளர் பட்டுவிட்டார்.

'அடேடே.. வாங்க டைரக்டர் சார். எதிர்பாத்துட்டே இருந்தேன். ஏன் லேட்டு?' என்று தயாரிப்பாளர் கேட்டார்.

'டிராஃபிக்ல மாட்டிக்கிட்டேன் சார்' என்று இயக்குநர் சொன்னார். தயாரிப்பாளர் அதைக் காதில் வாங்கியதாகத் தெரியவில்லை. இணையத்தில் தான் பார்க்க நேர்ந்த ஓர் ஆங்கில சீரியலைக் குறித்துப் பேச ஆரம்பித்தார்.

'சினிமா மாதிரி எடுக்கறான்னு சொன்னா மகாபாவம் சார்! சினிமாவவிட நல்லா எடுக்கறான். ஒவ்வொரு எபிசோட் முடியறப்பவும் ஐயோ ஐயோன்னு மனசுக்குள்ள நம்மள அறியாம ஒரு குரல் கேக்க வெச்சிடுறான். கண்டிப்பா பாருங்க சார். தமிழ்ல என்னிக்கு இந்த மாதிரி ஒரு சீரியல் எடுக்கறோமோ, அன்னிக்குத்தான் நாம இதுவரைக்கும் தின்ன சாப்பாடெல்லாம் செரிக்கும்' என்று தயாரிப்பாளர் சொன்னார்.

இயக்குநர் உடனே தன் மொபைல் போனை எடுத்துக்கொண்டு, 'அது என்ன டைட்டில் சொன்னிங்க சார்?' என்று கேட்டு கவனமாகக் குறித்துக்கொண்டு, 'நைட்டு வீட்டுக்குப் போனதும் டவுன்லோட் போட்டுடறேன் சார்' என்றார்.

மேலும் தெரிந்தவர்கள் ஓரிருவருடன் பேசி, விசாரித்துவிட்டு அவர் மயில்சாமியிடம் வந்தபோது மணி ஒன்பதரை ஆகி இருந்தது.

'சொல்லு மயிலு. எப்படி இருக்க?' என்று கேட்டார்.

'நல்லாருக்கேன் சார். நீங்க வருவிங்கன்னு எதிர்பாக்கவேயில்ல சார். எனக்கு என்ன சொல்றதுன்னு தெரியல. உங்கள பாத்ததுல சந்தோஷம்தான். ஆனா...'

'விடு மயிலு. எல்லாம் இருக்கறதுதான். அன்னிக்கு எதோ கோவம். தோத்துட்டோமேன்னு மனசுக்குள்ள ஒரு வெறி. போட்டு சாத்திட்டுப் போயிட்டேன். ஆனா சார் அத பெரிசு பண்ண வேணான்னு சொல்லிட்டாருன்னு கேள்விப்பட்டேன். பெரிய மனுசன் மயிலு!' என்று இயக்குநர் சொன்னார்.

மயில்சாமிக்குத் தயாரிப்பாளரைவிட கங்காதரன்தான் உண்மையி லேயே சிறந்த மனிதன் என்று தோன்றியது. பெரிசு படுத்த வேண்டாம் என்று சொல்லுவதைவிட, பெரிசு படுத்தாமல் விட்டது பெரிதல்லவா. அத்தனை நடந்த பிறகு இந்தத் திருமணத்துக்கு இவரை அழைத்தது எல்லாவற்றை விடவும் பெரிய சரித்திரச் சம்பவம் என்று நினைத்தான். தனக்குத்தான் இதெல்லாம் புரிவதில்லை. அவசியங்களுக்கேற்பப் பகுதியளவில் வெளிப்படுத்தப்படும் பகையும் உறவும். எதுவும் பெரிதாக பாதிப்பதில்லை. அல்லது எல்லாமே கண்ணுக்குத் தெரியாத குழிகளை சதாசர்வ காலமும் தோண்டிக்கொண்டே இருக்கின்றன.

சிறிது நேரம் எங்கோ பார்த்துக்கொண்டிருந்த இயக்குநர் சட்டென்று அவன் கைகளைப் பிடித்துக்கொண்டு ரகசியமாகச் சொன்னார், 'வரவேணான்னுதான் நினைச்சேன். அந்த மனுசன் போன் பண்ணிக் கூப்ட்டுத் தொலைச்சிட்டாரு. அன்புன்னு எடுத்துக்கறதா, மரியாதைன்னு எடுத்துக்கறதா, வெறுப் பேத்தறதுக்காகக் கூப்புடறாருன்னு எடுத்துக்கறதான்னு எனக்குத் தெரியல மயிலு. வேலை இல்ல பாரு? சரியா எதையும் யோசிக்க முடியலடா' என்று சொன்னார்.

அவனுக்கு ஐயோ என்று கதற வேண்டும்போல் இருந்தது. கஷ்டப்பட்டு அடக்கிக்கொண்டான். இதற்குமேல் அங்கே சாப்பிட வேண்டுமா என்று தோன்றியது. மனோன்மணியிடம் வந்து, 'இங்க லேட்டாயிடும் போல. நாம ஓட்டல்ல சாப்ட்டுப் போயிடலாம் மனோ' என்று சொன்னான். ஒரு கணம் அவனை உற்றுப் பார்த்தவள், 'சரி' என்றாள். வெளியே வரும்போது, நடிகையாகத் திரையில் பார்ப்பதைக் காட்டிலும் நேரில் ஜனனி மிகவும் அழகாக இருப்பதாகச் சொன்னாள்.

பூச்சு அதிகம் என்று சொல்ல வாயெடுத்து, சொல்லாமல் நிறுத்திக்கொண்டான்.

11. குரல் வழிக் கல்வி

—※—

மயில்சாமி ஸ்டுடியோவுக்குப் போனபோது போஸ்ட் ப்ரொடக்ஷன் சுப்பிரமணி அங்கு இல்லை. இரண்டு நாள்களாக ஸ்டுடியோவிலேயே இருந்துவிட்டு, அப்போதுதான் அவர் வீட்டுக்குக் கிளம்பிப் போனார் என்று எடிட்டர் சுதாகர் சொன்னான்.

'வேல முடிஞ்சிடுச்சா?' என்று மயில்சாமி கேட்டான்.

'திங்கக்கிழமை எபிசோட் வரைக்கும் ரெடி ஆயிடுச்சி சார்.'

'ஆர்டர் பண்ணாத ஃபுட்டேஜ் எவ்ளோ இருக்கு?'

'நூத்தி அறுவத்தி மூணு நிமிஷம் இருக்கு சார்.'

மயில்சாமி வேகமாக மனத்துக்குள் கணக்குப் போட்டுப் பார்த்தான். எப்படியும் அடுத்த ஒரு வாரத்துக்குப் பிரச்னை இருக்காது என்று தோன்றியது. இடையிடையில் நாலைந்து காட்சிகள் மட்டும் எடுக்க வேண்டியிருக்கும். அதை நாளைக்குள் எடுத்துக் கொடுத்துவிட்டால் இயக்குநர் ஊருக்குப் போவதில் சிக்கல் வராது. அவர் இல்லாவிட்டாலுமே சமாளிக்க முடியும்தான். ஆனாலும் போவதற்குள் முழுவதையும் பார்த்துவிட்டுப் போகவேண்டும் என்று சொல்லியிருந்தார்.

மயில்சாமி எடிட்டரின் அறையில் இருந்து வெளியே வந்து பக்கத்து அறைக்கதவைத் திறந்தான். அது டப்பிங் அறை. ஒரே அறையின் நடுவே ஒரு கண்ணாடித் தடுப்பு மட்டும் போட்டு

ஒருபுறம் மைக் வைத்திருந்தது. எதிர்ப்புறக் கூண்டில் ஒலிப்பதிவுக் கருவியும் ஒரு கம்ப்யூட்டரும் இருந்தன. டப்பிங் இன்சார்ஜ் இருக்கையில் இல்லை. அறை இருட்டாக இருந்தது. மயில்சாமி மீண்டும் எடிட்டிங் அறைக்கு வந்து, 'குமார் எங்கே?' என்று கேட்டான்.

'இங்கதான் சார் இருந்தாரு. டீ சாப்டப் போயிருப்பாரு' என்று சுதாகர் சொன்னான்.

'இன்னிக்கு டப்பிங் இருக்கில்ல?'

'இருக்கு சார். ரத்னா மேடம் வர்றாங்க. அப்பறம் நைட்டு பிரியாநந்தினி வர்றதா சொல்லியிருக்காங்க.'

'ஓ..' என்று சொல்லிவிட்டு நகர்ந்தவன், மீண்டும் திரும்பி, 'வந்துடுவாங்கல்ல?' என்று கேட்டான்.

'வரணும் சார். ரெண்டு நாளா வரேன் வரேன்னு சொல்லிட்டிருக் காங்களே தவிர வரவேயில்லை. நாளைக்கு வரைக்கும் உள்ள எபிசோட்ஸ்ல சிக்கல் இல்லை. நாளன்னிக்கு போற எபிசோட்ல அவங்க போர்ஷன் மிச்சம் இருக்கு'

மயில்சாமிக்குச் சற்றுக் கவலையாக இருந்தது. நடிகைகளைச் சொந்தக் குரலில் பேசவிட வேண்டாம் என்று எத்தனையோ முறை அவன் தயாரிப்பாளரிடம் சொல்லிப் பார்த்துவிட்டான். அவர் ஒப்புக்கொள்ளவில்லை. படப்பிடிப்புக்கு வருவதையே ஒரு தியாகம்போல எதிராளியை உணரவைத்துவிடக் கூடியவர்கள். நடித்துக் கொடுப்பதுடன்கூட ஸ்டுடியோவுக்குச் சென்று டப்பிங்கும் பேசிவிட்டுப் போகவேண்டும் என்று சொல்லுவது பெண்களின் மீதான வன்முறையே அல்லாமல் வேறில்லை. ஒரு பெண்ணால் எவ்வளவு சமாளிக்க முடியும்? வீட்டுப் பிரச்னைகள். இதர படப்பிடிப்புகள் காத்திருக்கும் அவசரம். உடல் நலக்குறைவு. வந்திருக்கும் வெளி நாட்டுப் பயண அழைப்பு. திறப்பு விழாக்கள். கலை நிகழ்ச்சிகள். சானலே நேரடியாக அழைத்திருக்கும் தொகுப்பாளினிப் பணிகள். இத்தனைக்கும் நடுவே படப்பிடிப்புக்கு அவர்கள் வருவதே ஒரு கொடைதான். சில சலுகைகள் அவர்கள் எதிர்பார்ப்பதைப் பிழை என்று சொல்லிவிட முடியாது.

மூணு மணிக்குப் போகணும் சார். டாக்டர் அப்பாயின்மெண்ட் இருக்கு. என் டாட்டர் ஸ்கூல்ல பேரண்ட் டீச்சர்ஸ் மீட்டிங் இருக்கு

சார். போகலைன்னா அவளை வெளிய நிக்க வெச்சிடுவாங்க நாளைக்கு. ப்ரொட்யூசர் வீட்டுக்கு வர சொல்லியிருக்கார் சார். எதோ தெலுங்கு ப்ராஜக்ட் ஆரம்பிக்கறாராம். அதப்பத்தி பேசணும்னு சொன்னாரு.

'மூணு மணிக்கு அனுப்பிடறேன் மேடம். ஈவ்னிங் ஒரு அரை மணி ஸ்டுடியோவுக்குப் போய் டப்பிங் பேசிட்டுப் போயிடுங்க.'

'நிச்சயமா சார்' என்று சொல்லிவிட்டுத்தான் கிளம்புவார்கள். ஆனால் எப்படியோ அந்தப் பணி அவர்களுக்கு மறந்துவிடும். மாலை நினைவுபடுத்தி அழைத்தால் மறுநாள் வருவதாகச் சொல்லுவார்கள். மறுநாள் படப்பிடிப்பு இருக்கும். அதை முடித்துவிட்டு வருவதாக மீண்டும் சொல்லுவார்கள். ஆனால் அன்று மாலை அவர்களுக்கு ஏதாவது திருமண வரவேற்பு நிகழ்ச்சி இருக்கும். அல்லது கடை திறப்பு விழா. அதற்குள் டப்பிங் இன்சார்ஜ் கதறி அழுதிருப்பார். இன்றைக்கு டப்பிங் முடியவில்லை என்றால் நாளை எபிசோட் போகாது என்று கெஞ்சியிருப்பார். பொதுவாக ஆண்கள் அழுவது அவர்களால் தாங்க முடியாதது. இரவு பதினொரு மணிக்குமேல் அவர்கள் டப்பிங் பேச வந்துவிடுவார்கள். அதுவரை காத்திருந்துவிட்டு, சாப்பிட்டு வரலாம் என்று டப்பிங் இன்சார்ஜ் அப்போது கிளம்பி விடாமல் இருந்தால் வேலை நல்லபடியாக முடிந்துவிடும்.

'நீ அந்தப் பக்கம் போகாத மயிலு. அவளுகளோட முட்டி மோத வேண்டியது போஸ்ட் ப்ரொடக்?ஷன் இன்சார்ஜோட பாடு. அதுக்குத்தானே அவன் சம்பளம் வாங்கறான்? புடிச்சி இழுத்து வெச்சி வேலைய வாங்கட்டும். முடியலன்னு சொன்னான்னா ஆள மாத்திடுவோம்' என்று தயாரிப்பாளர் சொன்னார்.

மயில்சாமி ஸ்டுடியோவை விட்டு வெளியே வந்து மணி பார்த்தான். எட்டரை ஆகியிருந்தது. டப்பிங் இன்சார்ஜ் வரவேண்டும். ரத்னா வரவேண்டும். இரவுக்குள் இரண்டு எபிசோடுகளை முடித்து வைக்கச் சொல்லி இயக்குநர் சொல்லியிருக்கிறார். மறுநாள் காலை இன்னும் இரண்டு எபிசோடுகள் டப்பிங்கோடு தயாராகிவிட்டால் அதையும் பார்த்துவிட்டு அவர் கிளம்ப வசதியாக இருக்கும். அடுத்த வாரம் முழுவதற்கும் எபிசோடுகள் கைவசம் இருப்பதால் எடிட்டிங்கும் டப்பிங் மட்டுமே அப்போது வேலையாக இருக்கும். அதை மயில்சாமி பார்த்துக்கொள்வான்.

ஒரு பதினொரு மணிக்காவது வீட்டுக்குப் போய்விட முடிந்தால் நன்றாயிருக்கும் என்று அவனுக்குத் தோன்றியது.

ஊரில் இருந்து மச்சான் வந்திருக்கிறான். இந்த முறை எப்படியாவது மயில்சாமியை ஒரு மெஸ் ஆரம்பிக்க ஒப்புக் கொள்ள வைக்கும் முடிவோடு அவன் கிளம்பி வந்திருப்பதாக மனோன்மணி சொல்லியிருந்தாள். அதைச் சொல்லும்போது அவள் குரலில்தான் எத்தனை கள்ளக் குறுகுறுப்பு! இம்மாதிரியான தருணங்கள் ரசிப்பதற்குரியவை என்பது மனோன்மணியின் எண்ணம். சட்டென்று ஒரு சொல்லில் அண்ணனை அடக்கி வாயை அடைத்துவிட முடியும்தான். ஆனாலும் அதை ஏன் செய்ய வேண்டும் என்று அவள் கேட்டாள்.

'அவனுக்குத் தோணுறத அவன் சொல்றான். அதுல என்ன தப்பு? உக்காந்து கேளு. சரி சரின்னு தலையாட்டிட்டு, யோசிக்கறேன்னு கடைசில சொல்லிட்டா முடிஞ்சிது. எப்படியும் நீ அத செய்யப் போறதில்ல. நீ செய்யப் போறதில்லன்றது அவனுக்கும் தெரியும். சும்மா கேட்டுக்கறதுல என்ன கஷ்டம்?' என்று மனோன்மணி சொன்னாள்.

'இல்லை மனோ. இந்த தடவை நான் உன் அண்ணண்ட்ட பேசிடலாம்னு இருக்கேன்.'

'என்னன்னு?'

'மெஸ் வெக்கறதுல நிறைய சிக்கல் இருக்கு. அதுக்கு பதிலா ஏவிஎம் ஸ்டுடியோ எதிர்ல ஒரு பீடாக்கடை வெக்கலாம்னு சொல்லப் போறேன்.'

'சொல்றதுதான் சொல்ற. நக்கலுக்காவது உருப்படியா யோசிக்கத் தெரியுதா உனக்கு? வெறும் பீடா இன்னிக்கு யார் போடறாங்க? பான்பராக், மானிக்சந்த், மாவா இல்லைன்னா பசங்ககூட கடைப்பக்கம் வரமாட்டாங்க.'

'அது இல்லாம எப்படி?'

'வெச்சித்தான் பாரேன். எண்ணி ஒரு மணி நேரத்துல போலிஸ் வந்து அள்ளிட்டுப் போயிடும். உன்னையும் உன் கடையையும்.'

'உங்கண்ணந்தான் ஒண்ரலட்சமோ என்னமோ தரேன்னு சொன்னானே? வெளிய எடுக்க அது போதும்.'

மனோன்மணியின் அண்ணனுக்கு மயில்சாமியைப் பற்றிய கவலை நிறைய இருந்தது. விசாரிக்காமல் யாரோ சொன்னதைக் கேட்டு அவசரத்தில் செய்துவைத்துவிட்ட திருமணம் என்று அவனுக்கு எண்ணம். ஆனால் மனோ அவனைப் பிடித்திருப்பதாகச் சொல்லியிருந்தாள். அதனால் அவன் மேற்கொண்டு அதைக் குறித்து விவாதிக்காமல் விட்டுவிட்டான்.

'என் வம்ச ராசி அப்படி மனோ. எங்கம்மாவும் சரியா விசாரிக்காமத்தான் எங்கப்பன கட்டிக்கிட்டா. ஏன்னு கேட்டா, பிடிச்சிருந்ததுன்னுதான் பதில் சொன்னா. பட் வாழ்க்கை பூரா கஷ்டப்பட்டிருக்கா' என்று மயில்சாமி சொன்னான்.

'அவங்க கஷ்டப்பட்டதா நீ சொல்ற. அவங்க சொல்லி யிருக்காங்களா?' என்று மனோன்மணி கேட்டதற்கு அவனிடம் பதில் இருக்கவில்லை.

எட்டே முக்காலுக்கு டப்பிங் இன்சார்ஜ் குமார் வந்தான். மயில்சாமியைக் கண்டதும் வணக்கம் சார் என்று சொன்னான்.

'எத்தன மணிக்கு ரத்னா வரேன்னிருக்காங்க?'

'வந்திருப்பாங்களே சார். நீங்க உள்ள போகல?' என்று கேட்டபடி அவன் வேகமாக அலுவலகத்துக்குள் நுழையப் போக, மயில்சாமி அவனைப் பிடித்து இழுத்தான். 'இன்னும் வரலை குமார். நான் இவ்ளோ நேரம் உள்ளதான் இருந்தேன்.'

'எட்டு மணிக்கே வந்துடறேன்னு சொன்னாங்க சார்.'

'நீ எப்ப வெளிய போன?'

'எட்டே காலுக்குப் போனேன் சார். ஃப்ரெண்டு ஒருத்தனுக்குப் பணம் தரவேண்டியிருந்தது. சிம்ரன் ஆப்பக்கடைப்பக்கம் வர சொல்லியிருந்தேன். போய் குடுத்துட்டு அப்படியே டிபன் சாப்ட்டு வந்தேன் சார்.'

'சரி, ரத்னாக்கு ஒரு போன் பண்ணு' என்று மயில்சாமி சொன்னான்.

குமார் இரண்டு மூன்று முறை முயற்சி செய்தும் அவள் போன் எடுக்கவில்லை. 'வந்துட்டிருப்பாங்கன்னு நினைக்கறேன் சார்' என்று சொன்னான். மயில்சாமிக்குக் கோபம் வந்தது. இது என்ன பொறுப்பில்லாத்தனம். நடித்து முடித்த காட்சிகளுக்கு டப்பிங் பேசுவது வேலையில் ஒரு பகுதி என்று தெரியாதா. இது சினிமா இல்லை. அன்றன்றைய சோற்றுக்கு அன்றன்று பயிரிட்டு

அறுவடை செய்தாக வேண்டும். டப்பிங் முடியாதென்றால் கம்பெனியில் சொல்ல வேண்டும். வேறு யாரையாவது பேச ஏற்பாடு செய்துவிட்டு ஒதுங்கிக் கொள்ள வேண்டும். அதையும் செய்யாமல், ஒரு தினசரி வேலையைப் போராட்டமாக்குவதில் அப்படி என்ன இன்பம்?

ஒன்பதரை மணிக்கு பிரியாநந்தினி டப்பிங் பேச வந்தாள். முக்கால் மணி நேரம் தான் பேசவேண்டிய பகுதிகளைப் பேசி முடித்துவிட்டு அவள் கிளம்பிச் சென்றதும் 'நான் வீட்டுக்குப் போறேன் குமாரு. காலைல அவங்க வரலன்னா எனக்கு போன் பண்ணு. வீட்டுக்கு ஆள் அனுப்பணும்' என்று சொல்லிவிட்டு மயில்சாமி எழுந்துகொண்டான். அவன் வெளியே வந்தபோது ரத்னாவின் கார் வந்து நின்றது.

மயில்சாமிக்குச் சட்டென்று கோபம் ஏறியது. அசிங்கமாக ஏதாவது திட்டினால் நன்றாக இருக்கும் என்று தோன்றியது. மறுநாள் காலைக்குள் நான்கு எபிசோடுகளை முடித்துவிட்டு ஊருக்குப் போகவேண்டியிருப்பதைக் குறித்து இயக்குநர் சொல்லும்போது ரத்னாவும் அருகேதான் இருந்தாள். எடிட் செய்த பகுதிகளுக்குப் எட்டு கலைஞர்கள் டப்பிங் பேசி முடித்து, அதன்பின் ஒலிக்கலப்புகள் செய்து, பின்னணி இசை சேர்த்து அவருக்குப் போட்டுக் காட்ட வேண்டும். படப்பிடிப்பு இல்லை என்றாலுமே இயக்குநர் ஊருக்குப் போவதென்பது பொதுவாகத் தயாரிப்பாளர்களுக்குப் பிடிக்காது என்பது மயில்சாமிக்குத் தெரியும். அழைப்பதும் பேசுவதும் தொலைபேசியில்தான் என்றாலும் அவர் உள்ளூரில் இருக்க வேண்டியது அவசியம். கண்டிப்பாக இதற்கு ஏதாவது காரணம் வைத்திருப்பார்கள். ஆனால் சொல்லுகிற வழக்கம் இல்லை.

ஒரு சம்பவம் அவனுக்கு நினைவுக்கு வந்தது. படப்பிடிப்பை முடித்துவிட்டு ஒருநாள் மாலை இயக்குநர் காஞ்சீபுரத்துக்குக் கிளம்பினார். மறுநாள் அதிகாலை முகூர்த்தம் ஒன்று இருந்தது. அதை முடித்துவிட்டு ஒன்பது மணிக்கு மீண்டும் படப்பிடிப்புக்கு வந்துவிடுவேன் என்று சொல்லிவிட்டுத்தான் வண்டி ஏறினார்.

தயாரிப்பாளருக்கு திடீரென்று ஒரு யோசனை வந்திருக்கிறது. இந்தத் தொடரை அப்படியே டப் செய்து ஒரிய மொழியில் வெளியிட்டால் என்ன? யாரோ அங்கே இம்மாதிரித் தொடர்களுக்கு நல்ல வரவேற்பு என்று அவரிடம் சொல்லியிருக்க வேண்டும். ஒரு ஒரிய சானலின் தொடர்பும் கிடைத்து,

உடனடியாகச் சில எபிசோடுகளை அனுப்பச் சொல்லி அவர்கள் கேட்டுவிட்டார்கள். மகிழ்ச்சிக்குரிய விஷயம்தான். இயக்குநருடன் பகிர்ந்துகொள்ள நினைத்ததில் பிழை சொல்ல முடியாது.

அவர் இயக்குநருக்கு போன் செய்தபோது அவர் பேருந்தில் காஞ்சீபுரத்தை நோக்கிப் போய்க்கொண்டிருந்தார். இரண்டு முறை போன் அடித்தது அவருக்குக் கேட்டிருக்கவில்லை. தற்செயலாக எடுத்துப் பார்த்துவிட்டு அவரே தயாரிப்பாளரை மீண்டும் அழைத்தார்.

'சாரி சார். பஸ்ஸுல போயிட்டிருக்கேன். சவுண்டு கேக்கல சார்' என்று சொன்னார்.

'ஷூட்டிங் முடிஞ்சிடுச்சா அதுக்குள்ள?'

'இல்ல சார். மயில எடுக்க சொல்லிட்டு நான் அஞ்சு மணிக்கு கௌம்பினேன். காஞ்சீபுரத்துல ஒரு கல்யாணம் சார். காலைல வந்துடுவேன்' என்று இயக்குநர் சொன்னார்.

'ஓ..' என்று சொல்லிவிட்டுத் தயாரிப்பாளர் போனை வைத்து விட்டார். இயக்குநர் காஞ்சீபுரம் சென்று இறங்கியபோது அவருக்கு அங்கே ஒரு வண்டி காத்திருந்தது. இயக்குநர் பேருந்தை விட்டு இறங்குவதற்குள் தயாரிப்பாளர் உள்ளூரில் யாரையோ பிடித்து, ஏற்பாடு செய்து அனுப்பிவைத்திருந்த வண்டி.

'தலபோற விஷயம் போால. உங்கள உடனே கூட்டிட்டு வர சொல்லி ப்ரொட்யூசர் போன் பண்ணாரு சார்'

என்னவோ ஏதோ என்று அலறியடித்துக்கொண்டு அவர் அப்படியே சென்னைக்குத் திரும்பவேண்டியதாகிவிட்டது. அலுவலகத்துக்கு அவர் வந்து சேர்ந்தபோது தயாரிப்பாளர் இல்லை. எப்போது வருவார் என்று தெரியவில்லை என்றும், அவரைக் காத்திருக்கச் சொல்லிவிட்டுப் போயிருப்பதாகவும் அங்கிருந்தவர்கள் சொல்லியிருக்கிறார்கள். சிறுநீர் கழிக்கப் போகலாமா, அதற்குள் தயாரிப்பாளர் வந்துவிடுவாரா என்கிற யோசனையுடன் இரவு பத்தரை மணிவரை இயக்குநர் அங்கே தவித்துக்கொண்டு அமர்ந்திருந்தார். அதற்குமேலும் பொறுக்க மாட்டாமல், 'சாருக்கு ஒரு போன் பண்ணிப் பாருங்களேன்' என்று ரிசப்ஷனிஸ்டிடம் சொன்னார்.

'வந்துடுவார். வெயிட் பண்ணுங்க சார்' என்று ரிசப்ஷனிஸ்ட் பதில் சொன்னார்.

பதினொரு மணிக்குத் தயாரிப்பாளர் அலுவலகத்துக்கு வந்தார். 'வந்துட்டிங்களா.. வாங்க' என்று இயக்குநரைத் தன் அறைக்கு அழைத்துச் சென்று உட்காரச் சொன்னார்.

'சொல்லுங்க சார். அர்ஜெண்டா வர சொன்னிங்கன்னு சொன்னாங்க.'

'ஆமாய்யா. ஆனா அந்த ஒரியாக்காரன் ஒத்து வரமாட்டேங்குறான். இப்ப இவ்ளநேரம் அவனோடதான் பேசிட்டு வரேன். எபிசோடுக்கு ரெண்டாயிர ரூபா தரேன்னு சொல்றான் டைரக்டரே. இவன் குடுக்கற ரெண்டாயிரம் வெங்கிக்குக் கூட பாக்கெட் மணிக்கு ஆகாது' என்று சொன்னார். அதன்பின் கே.எஸ். கோபாலகிருஷ்ணனின் கற்பகம் திரைப்படம் இளம் வயதில் தன்னை எவ்வாறு பாதித்தது என்பதைக் குறித்துப் பேசத் தொடங்கினார்.

மயில்சாமி இதை நினைத்துக்கொண்டிருந்தபோது ரத்னா காரை விட்டு இறங்கி அவனைப் பார்த்துப் புன்னகை செய்தாள். சட்டென்று கரம் குவித்து வணக்கம் சொன்னாள். 'கொஞ்சம் லேட் ஆயிடுச்சி சார். நீங்க இருப்பிங்களா? நான் போய் டப்பிங் பேசிட்டு வந்துடறேன்' என்று சொல்லிவிட்டு விறுவிறுவென்று உள்ளே போய்விட்டாள்.

இன்றைக்கு என்ன ஆனாலும் இருந்து அவளை நாலு வார்த்தை கேட்காமல் போவதில்லை என்று மயில்சாமி முடிவு செய்து கொண்டான். ஆபீஸ் பையனைக் கூப்பிட்டு, தான் போய் சாப்பிட்டுவிட்டு வந்துவிடுவதாகவும், அதற்கு முன்னால் ரத்னா கிளம்பிவிட்டால் அவளை இருக்கச் சொல்லும்படியும் சொல்லி விட்டுக் கிளம்பிப் போனான்.

வெங்கீஸ்வரர் கோயில் தெருவில் இருந்த ஒரு உணவகத்தில் இரண்டு பரோட்டா சாப்பிட்டான். வெளியே வந்து ஒரு வாழைப் பழம் வாங்கிச் சாப்பிட்டான். பசி தீர்ந்ததும் கோபமும் சற்று வடிந்து விட்ட மாதிரி இருந்தது. ஆனாலும் திட்டத்தில் மாறுதல் வேண்டாம் என்று முடிவு செய்துகொண்டு அலுவலகத்தை நோக்கி வேகமாக நடந்தான்.

தெரு முனையில் திரும்பும்போதே அலுவலக வாசலில் ரத்னா நின்றிருப்பது தெரிந்தது. மயில்சாமி அதற்குமுன் பார்த்திராத

யாரோ ஒருவன் அங்கே நின்று அவளோடு பேசிக் கொண்டிருந்தான். கொஞ்சம் நெருங்கிச் சென்றபோது, அவன் வெறுமனே பேசிக்கொண்டிருக்கவில்லை; எதற்காகவோ அவளைச் சத்தம் போட்டுக்கொண்டிருக்கிறான் என்பது மயில்சாமிக்குப் புரிந்தது.

'தேவடியா! தேவடியா! பச்சத் தேவடியாடி நீ. தொடைய விரிச்சி ஒன்னையெல்லாம் பெத்தவ மட்டும் என் கையில சிக்கினா சூத்தால காறித் துப்புவேன்' என்று அவன் சொன்னான்.

மயில்சாமிக்குப் பதற்றமானது. என்ன என்று கேட்டு அருகே போகலாமா அல்லது அப்படியே ஒதுங்கி நிற்பதா என்று குழப்பமாக இருந்தது. அவன் நிறுத்தாமல் வாயில் வந்த விதமெல்லாம் அவளைத் திட்டிக்கொண்டே இருந்தான்.

'ப்ளீஸ்.. ப்ளீஸ் வினோத். இங்க வேணாம். இப்ப வேணாம். சொன்னா கேளு. நான் வரேன். வேலைய முடிச்சிட்டு உன் வீட்டுக்கு வரேன். அங்க பேசிப்போம்' என்று ரத்னா அவனிடம் கெஞ்சிக்கொண்டிருந்தாள்.

'என்னடி பெரிய வேலை? உள்ள எவனோட உருண்டுக் கிட்டிருக்கன்னு நான் வந்து பாக்கறேன், வா' என்று அவன் உள்ளே நுழையப் பார்க்க, அவள் பாய்ந்து அவன் கையைப் பிடித்து இழுத்து நிறுத்தி, 'ஒன்ன கெஞ்சிக் கேட்டுக்கறேன், போயிடு. எதுவானாலும் அப்பறம் பேசிக்கலாம்' என்று அழுதாள்.

'முடியாதுடி. ஒண்ணு இன்னிக்கு நீயே சாகணும். இல்லன்னா என் கையால நான் உன்னைக் கொலை பண்ணணும். உம்பொணத்த பாக்காம போகமாட்டேண்டி' என்று அவன் ரத்னாவின் கழுத்தைப் பிடித்தான்.

இதற்குள் சத்தம் கேட்டு ஸ்டுடியோவுக்கு உள்ளே இருந்து சுதாகரும் குமாரும் தபதபவென்று படியிறங்கி ஓடிவரும் சத்தம் கேட்டது. தானும் முன்னால் போகலாமா, நடைபெறவிருக்கும் ஒரு படுகொலையைத் தடுக்கலாமா என்று எண்ணியபடி மயில்சாமி ஓரடி எடுத்து வைத்த நேரம், சட்டென்று ரத்னா சுதாரித்துக்கொண்டாள். அதுவரை கேட்டுக்கொண்டிருந்த அவளது கதறல் குரலும் சொரிந்த கண்ணீரும் நின்றன. தன் கழுத்தை நெரித்துக்கொண்டிருந்த அவன் கரங்களை அப்படியே விலக்கித் தன் தோளில் போடுக்கொண்டாள். நட்பென்றோ காதலென்றோ எண்ணிக்கொள்ளப் பிரச்னை இல்லை.

இறுக்கமாக ஓர் அணைப்பு. எல்லாம் சரியாய்ப் போய்விட்டது. வா என்னோட என்று அவனை இழுத்துக்கொண்டு சென்று காரில் ஏற்றித் தானும் ஏறிக்கொண்டு கதவைச் சாத்தினாள். கணப் பொழுதில் கார் கிளம்பிப் பறந்துவிட்டது.

மயில்சாமி பிரமை பிடித்தவன் போல அப்படியே நின்று விட்டான். 'என்னாச்சு சார்? யாரோ சத்தம் போட்ட மாதிரி இருந்தது. அதான் உள்ளேருந்து ஓடியாந்தேன்' என்று குமார் சொன்னான்.

'அந்தாள் இங்க அடிக்கடி வருவான் சார். டப்பிங் முடிச்சிட்டு ரெண்டு பேரும் ஒண்ணாத்தான் போவாங்க' என்றும் சொன்னான்.

தான் நின்று கவனித்துக்கொண்டிருந்ததை அவள் பார்த்திருக்க வில்லை என்பது மயில்சாமிக்குப் புரிந்தது. மாடியில் இருந்து ஆள்கள் இறங்கி வரும் சத்தம் கேட்டுத்தான் அவள் சுதாரித்துக் கொண்டிருக்கிறாள்.

'அவங்களுக்குள்ள எதாவது சண்டையா சார்?' என்று குமார் மீண்டும் கேட்டான்.

மயில்சாமிக்கு என்னென்னவோ சொல்லவேண்டும் போல் இருந்தது. எல்லாவற்றையும் கொட்டிவிட வேண்டும் போல. சொல்லி என்ன ஆகப் போகிறது என்றும் தோன்றியது. விரக்தியா, வெறுமையா என்று தெரியவில்லை. 'அவங்க போர்ஷன் டப்பிங் முடிஞ்சிதா?' என்று குமாரிடம் கேட்டான்.

'முடிச்சிட்டாங்க சார். எல்லாமே சிங்கிள் டேக்' என்று சொன்னான். 'காலைல நாலு மணிக்கு பிரசாத் சார் பேச வரேன்னிருக்காரு. மணிகண்டன், ஜெயப்ரியா ஏழு மணிக்கு வந்துடுவாங்க. அவங்க பேசி முடிச்சிட்டா அவ்ளதான் சார். மத்தவங்க போர்ஷன் எல்லாம் முடிஞ்சிடுச்சி.'

'சரி, எட்டு மணிக்கு டைரக்டர் வருவாரு. அதுக்குள்ள நாலு ஃபைனல் பண்ணி வெச்சிடுங்க' என்று சொல்லிவிட்டுப் புறப்பட்டான்.

மறுநாள் இயக்குநர் ஊருக்குக் கிளம்பிப் போனார். நான்கு காட்சிகள் மட்டும் எடுத்துவிட்டால் அடுத்த ஒரு வாரத்துக்கு ஷூட்டிங் நடத்தாவிட்டாலும் பிரச்னை இல்லை என்று இருந்ததால் அந்த நான்கு காட்சிகளையும் அன்று முடித்துவிட மயில்சாமி முடிவு செய்தான். அதிக நடிக நடிகையர் கிடையாது.

மொத்தமே மூன்று பேர்தான். மூவரையும் அலுவலகத்துக்கே வரச் சொல்லிவிடும்படி தனபாலிடம் சொன்னான்.

'இங்கயேவா ஷூட் பண்ணப் போற?' என்று தனபால் கேட்டான்.

'வராண்டாவுலயே வெச்சி எடுத்துடுவேண்ணே. எல்லாம் மேட்டர் ஆஃப் ஃபேக்ட் சீன்ஸ்தான். ஃபுட்டேஜ் பெரிசா வராது' என்று மயில்சாமி சொன்னான்.

'அப்ப யூனிட்டு வேணாம்?'

'அதெல்லாம் வேணாம்ணே. கிருபாவ வர சொல்லுங்க. ரத்னாவ வர சொல்லுங்க. இந்துஜாவ வர சொல்லுங்க. போதும்.'

படப்பிடிப்புக்கு ரத்னா அந்த நபரோடுகூடத்தான் வந்தாள். இருவரும் சாதாரணமாகப் பேசியபடியே அலுவலகத்துக்குள் நுழைந்ததை மயில்சாமி பார்த்தான். இந்தப் பெண் எத்தனை பெரிய புத்திசாலி! தப்பித்தவறி நேற்றிரவு நடைபெற்ற கலவரத்தை யாராவது பார்த்திருந்தாலும் அவர்களைக் குழப்பி விடுவதற்காக இப்படியொரு ஏற்பாடு செய்திருக்கிறாள்! தவிரவும் ஆண் பெண் உறவில் சண்டை சச்சரவுகள் வந்து போவது சாதாரணம். அது நடுவீதியில் கழுத்தை நெரிக்கும் அளவுக்குப் போவது அசாதாரணம் என்று உங்களுக்குத் தோன்றுமானால் உங்களுக்குக் காதல் அல்லது அதைப் போன்ற ஏதேனும் ஓர் உறவின் ஆழம் தெரியாது என்றே பொருள்.

ஒரு கணம் மயில்சாமிக்கு அங்கிருந்து ஓடிவிடலாம் என்று தோன்றியது. சட்டென்று தலையைச் சிலுப்பிக்கொண்டான். இதென்ன அபத்தம்! தனக்கும் அவளுக்கும் என்ன சம்பந்தம்? அவள் எக்கேடு கெட்டால் தனக்கென்ன என்று எண்ணிக் கொண்டான். வணக்கம் சொன்னவளுக்கு பதில் வணக்கம் சொல்லாமல், 'ரெடியா?' என்று கேட்டுவிட்டு நகர்ந்து போனான்.

மதியம் வரை படப்பிடிப்பு இடைவிடாமல் நடந்து கொண்டிருந்தது. ரத்னாவோடு வந்தவன் ஒரு ஓரமாக நாற்காலியைப் போட்டு அமர்ந்து தன் மொபைல் போனில் எதையோ பார்த்துக்கொண்டே இருந்தான். தலையை நிமிர்த்த வேயில்லை. ஷாட் இடைவெளிகளிலும் காட்சி மாற்ற இடைவெளிகளிலும் ரத்னா அவனருகே சென்று அமர்வாள். உடனே அவன் தன் மொபைலை வைத்துவிட்டு அவளோடு பேச ஆரம்பிப்பான். இடையே ஒருமுறை இந்துஜா ரத்னாவிடம்

சென்று ஏதோ பேசினாள். அவள் சிரித்தபடி பதில் சொல்லிவிட்டு அவனைக் கூப்பிட்டு அவளுக்கு அறிமுகம் செய்து வைத்தாள். அவன் மரியாதையாக எழுந்து நின்று இந்துஜாவுக்கு வணக்கம் சொன்னதை மயில்சாமி பார்த்தான்.

நான்கு மணிக்குப் படப்பிடிப்பை முடித்துவிட்டு மயில்சாமி பேக் அப் சொன்னான். கிளம்பும்போது ரத்னா அவனிடம் வந்து, 'போயிட்டு வரேன் சார்' என்று சொன்னாள். அவன் முகத்தைப் பார்க்காமல் சரி என்று தலையசைத்துவிட்டு நகர நினைத்தபோது இழுத்து நிறுத்தி, தன்னோடு வந்திருந்தவனை அவனுக்கு அறிமுகம் செய்தாள். 'இவர் வினோத். என் கார்டியன்' என்று சொன்னாள். ஒரு வார்த்தை அவன் தொண்டை வரை வந்துவிட்டது. சிரமப்பட்டு அடக்கிக்கொண்டு, 'சரிங்க' என்று சொன்னான். அந்த வினோத் என்ன நினைத்தானோ, 'நீ பேசிட்டு வா ரத்னா' என்று சொல்லிவிட்டு காரை நோக்கிப் போனான்.

மயில்சாமிக்குப் பதற்றமாகிவிட்டது. அவன் எதையும் பேச விரும்பவில்லை என்பதை அவனிடமே வெளிப்படுத்திவிட விரும்பினான். எனவே, 'அவ்ளதாங்க. இதோட அடுத்த வாரம்தான் ஷூட்டிங் இருக்கும். மேனேஜர் சொல்லுவாரு. இப்ப நடிச்சதுக்கு மட்டும் டப்பிங் பேசிட்டுப் போயிடுங்க' என்று சொன்னான்.

அவள் சில வினாடிகள் அமைதியாக இருந்தாள். என்ன யோசித்தாளோ, 'மன்னிச்சிடுங்க சார். இன்னிலேருந்து எனக்கு வேற யாரையாவது டப்பிங் பேச சொல்லிடுங்க சார். நான் பேசலை' என்று சொன்னாள்.

'ஏன்?'

மீண்டும் சிறிது நேரம் அமைதியாக இருந்தாள்.

'ஏன்னு கேக்கறேனே, பதில் சொல்லுங்க' என்று மீண்டும் கேட்டான்.

'ஒரு படம் கிடைச்சிருக்கு சார். த்ரூ அவுட் வர்ற மாதிரி ஒரு அண்ணி ரோல். டப்பிங்க்கு டயம் மேனேஜ் பண்றது கொஞ்சம் கஷ்டமா இருக்கும்.'

மயில்சாமி திடுக்கிட்டுப் போனான். படமா! அப்படியென்றால் ஷூட்டிங் வருவதே இனி பிரச்னையாகிவிடுமே.

‘இல்லை சார். கமிட் பண்ணிட்டேன்னா செய்யாம விடமாட்டேன். உங்க வேலை கெடாம பாத்துக்கறேன் சார். டப்பிங் மட்டும் வேணாம்’ என்று சொன்னாள்.

அவன் பதில் ஏதும் சொல்லவில்லை. அதற்குமேல் பேச ஒன்றுமில்லை என்பது போல. அவளுக்கும் அது சங்கடமாக இருந்திருக்க வேண்டும். ‘வரேன் சார்’ என்று சொல்லிவிட்டுப் புறப்பட்டாள்.

‘ஒரு நிமிஷம்’ என்று மயில்சாமி அழைத்தான்.

‘சொல்லுங்க சார்.’

‘உங்க பொண்ணு எப்படி இருக்கா?’ என்று கேட்டான்.

இதற்கு அவள் யோசிக்கவில்லை. சட்டென்று சொன்னாள், ‘அவ இப்ப என்னோட கூட இல்லை சார். அவங்க பாட்டி வீட்டோட போயிட்டா.’

‘காப்பி குடிக்கறியா மயிலு? சூடா ரெடியா இருக்கு’ என்று கேட்டபடி தனபால் வந்தான். குடித்தால் நன்றாக இருக்கும் என்றுதான் தோன்றியது. ‘சரி, கொண்டார சொல்லுங்க’ என்று சொன்னான். இந்த ஒருவார விடுமுறையில் என்றேனும் ஒரு நாள் மீண்டும் சிவமணியை அழைத்துக்கொண்டு கருங்குழிக்குப் போய்வரலாம் என்று அன்று காலைதான் அவன் நினைத் திருந்தான். ஆனால் இனி அதற்கு அவசியமிருக்காது என்று இப்போது தோன்றியது.

12. பாதி தோசையை மீதி வைப்பது

விருகம்பாக்கம் மார்க்கெட்டில் மீன் வாங்கப் போனபோது மனோன்மணியை வழியில் பார்த்து நிறுத்தி 'அண்ணன் வீட்ல இருக்காரா அண்ணி?' என்று சீதாராமன் கேட்டான்.

'இருக்காரே. அஞ்சு நிமிஷம் நிக்கறியா? மீன் வாங்கிட்டு வந்துடறேன்' என்று மனோன்மணி சொன்னாள்.

'மீன் முக்கியமில்லை அண்ணி. இது தலைபோற அவசரம். நான் அண்ணன பாக்கத்தான் வந்துக்கிட்டிருந்தேன். அண்ணனுக்கு முன்ன உங்கள பாத்துட்டேன்.'

அவன் முகத்தில் இருந்த அதிசய உணர்வும் ஆர்வமும் மனோன் மணிக்குப் புதிதாக இருந்தது. அவள் பார்க்கும்போதெல்லாம் சீதாராமன் ரேஷன் கடையில் இரண்டு மணி நேரம் நின்றுவிட்டு வெறுங்கையுடன் திரும்பி வந்த முகபாவனையுடன்தான் இருப்பான். இத்தனை வருடப் பழக்கத்தில் மொத்தமாக அவளிடம் இவ்வளவுகூட இதுவரை பேசியதில்லை. வணக்கம் அண்ணி என்பான். காப்பி குடிக்கறியா என்று கேட்டால், இல்லண்ணி, தண்ணி போதும் என்பான். நைட்டு அண்ணன் வர லேட்டாகும்னு சொல்ல சொன்னார் அண்ணி என்று போனில் சொல்லுவான். 'யாரோட தண்ணி போடப் போறாரு உங்கண்ணன்?' என்று அவள் பதிலுக்குக் கேட்டால், பயந்து கொண்டு 'தெரியலண்ணி' என்று சொல்லிவிட்டு போனை வைத்து விடுவான்.

‘சொல்லு, என்ன விஷயம்?’ என்று மனோன்மணி கேட்டாள்.

‘ஒரு ப்ரொட்யூசர் வந்திருக்காரு அண்ணி. அண்ணன் சரின்னு சொன்னாருன்னா அடுத்த மாசமே ஆரம்பிச்சிடுவாரு’ என்று சொன்னான்.

மனோன்மணிக்கு முதலில் ஒன்றும் புரியவில்லை. நெடுந்தொடர் உலகில் ஒரு புதிய தயாரிப்பாளர் வருவது அத்தனை எளிதா என்று அவளுக்கு வியப்பாக இருந்தது. நடிகைகள் விஷயத்தில், தொழில்நுட்பக் கலைஞர்கள் விஷயத்தில் பரீட்சார்த்த முயற்சிகளுக்கு அவ்வப்போது இடம் கொடுப்பது உண்டுதான். ஆனால், தயாரிப்பாளர்களைப் பொறுத்தவரை சானல்கள் அம்மாதிரியான விளையாட்டுகளைப் பொதுவாக விளையாடு வதில்லை என்று மயில்சாமி சொல்லுவான். அனுபவம் மிக்கவர்கள். சானலுக்குத் தெரிந்தவர்கள். பிரச்னை தராதவர்கள். அடித்தால் தாங்கக்கூடியவர்கள். விழுந்தால் தானே எழுந்திருக்கும் தெம்புள்ளவர்கள். பெரும்பாலும் சினிமா எடுத்து ஓய்வு பெற்றவர்கள்.

ஆ, கணக்குகள்! கவித்துவச் சாயலுடன் அவற்றை அணுகும்போது தோற்றமல்ல; தோற்ற மயக்கங்களே வெற்றி பெற்றவையாக அறிவிக்கப்படுகின்றன. யாருக்குத் தெரியும்? தயாரிப்பாளர் களுக்கும் சானல்களுக்குமான உறவு கணவன் மனைவி உறவினும் மேம்பட்டது. மேலதிகப் புரிதல் கொண்டது. அது ஊடல்களே இல்லாத உறவு. ஊடல்போலக் காட்சியளிக்கும் தருணங்களும் கவித்துவமானவை. அது ஒரு கண்கட்டு வித்தையும்கூட. முட்டிக்கொண்டு பிரியப் போகிறார்கள் என்ற வதந்தி ஊர் முழுதும் பரவிவிட்டதா என்று பார்த்துக்கொண்டு ஒன்றுக்கு இரண்டு வாய்ப்புகளை வழங்கிக் கொண்டாடுகிற மனம் எல்லோருக்கும் வந்துவிடாது.

இதனால்தான் சற்றும் பரபரப்படையாமல் அவள் மீண்டும் கேட்டாள், ‘எந்த சேனல்?’

‘சீரியல் இல்லண்ணி. படம்’ என்று சீதாராமன் சொன்னான்.

வீட்டுக்கு வந்தபோது மயில்சாமி லுங்கியை மடித்துக்கட்டிக் கொண்டு வீட்டைப் பெருக்கிக்கொண்டிருந்தான். சீதாராமனைக் கண்டதும், ‘வா சீத்தா’ என்று சொன்னான்.

‘பேசிட்டு இருடா. நான் போய் காப்பி எடுத்துட்டு வரேன்’ என்று சொல்லிவிட்டு மனோன்மணி கிச்சனுக்குப் போனாள்.

'என்ன சீத்தா?' என்று மயில்சாமி கேட்டான்.

'ஒரு ப்ரொட்யூசர் வந்திருக்காருண்ணே. எங்கூர்க்காரரு. ஊர்ல பெரிய பணக்காரர் அவரு.'

'என்னவாம்?' என்று மீண்டும் கேட்டான்.

'பட்ஜெட்ல ஒரு படம் பண்ண ஆசைப்படறாருண்ணே. ஊர்ல என் சித்தப்பாட்ட சொல்லியிருப்பாரு போல. அவரு என்கிட்ட மேட்டர சொல்லி, மெட்ராசுக்கு வர்றாரு; என்ன ஏதுன்னு கேட்டு வைடான்னாரு. தெரிஞ்ச மனுசன்ணே. சொன்னா செஞ்சிடுவாரு.'

'சரி அதுக்கென்ன?'

'இல்லண்ணே. நான் உங்க பேர சொன்னேன். நீங்க செஞ்சா நல்லா செய்விங்கன்னு சொன்னேன். பாக்கணும்னு சொன்னாருண்ணே.'

மயில்சாமி புன்னகை செய்தான். சீதாராமனிடம் இருந்து அவன் இப்படியொரு தகவல் எதிர்பார்த்திருக்கவில்லை. ஓர் உதவி இயக்குநராக அவன் தொழில் கற்க வந்து ஒன்றரை வருடங்கள்தான் ஆகின்றன. வந்தது முதலே மயில்சாமியுடன் தான் இருக்கிறான். அவன் முந்தைய தொடரில் பணியாற்றிக் கொண்டிருந்தபோது வந்து வாய்ப்புக் கேட்டுக்கொண்டிருந்தான். அந்தத் தொடரில் வேலை பார்த்துக்கொண்டிருந்த டைம் கோட் அசிஸ்டெண்ட் திடீரென்று ஒருநாள் வேறு வேலை கிடைத்து, அதை விட்டுப் போக, மயில்சாமிதான் இயக்குநரிடம் சொல்லி சீதாராமனுக்கு அந்த வேலையை வாங்கிக் கொடுத்தது. அந்தத் தொடர் முடிவடைந்து மயில்சாமி சிலகாலம் வேலையில்லாமல் இருக்க வேண்டியிருந்தது. அப்போது சீதாராமனும் வேலையின்றி இருந்தான். தினமும் காலையும் மாலையும் மயில்சாமியை வந்து பார்ப்பான். அவன் எங்காவது வெளியே போகவேண்டு மென்றால், 'நம்ம வண்டி இருக்கு வாங்கண்ணே' என்று சொல்லித் தன் சைக்கிளில் அழைத்துச் செல்வான். ஊருக்குப் போய்விட்டுத் திரும்பி வரும்போது மாவடு, கொப்பரைத் தேங்காய் என்று எதையாவது எடுத்து வந்து மனோன்மணியிடம் கொடுத்துவிட்டுப் போவான். ஒரு தயாரிப்பாளராக ஆகவிரும்பும் நபரோடு பழக்கம் உள்ள அளவுக்கு அவன் பெரிய ஆள் என்று மயில்சாமி நினைத்துப் பார்த்ததில்லை.

'பெரிய பண்ணைக்காரருண்ணே. மூணு ரைஸ் மில்லு வெச்சிருக்காரு. அப்பத்தா ஊறுகா கம்பெனி அவரோடது தாண்ணே' என்று சீதாராமன் சொன்னான்.

‘இதுவா?’ என்று சட்டென்று மனோன்மணி ஊறுகாய் பாட்டிலை எடுத்துக் காட்டிச் சிரித்தாள்.

‘ஆமா அண்ணி. அவரு கம்பெனிதான் இது.’

‘நிறையப் பேர் இப்படி வருவாங்க சீத்தா. ஆனா சினிமா எடுக்கற தெல்லாம் விளையாட்டில்லை’ என்று மயில்சாமி சொன்னான்.

‘அத அவரே சொன்னாருண்ணே. எனக்கு இதெல்லாம் தெரியாது. ஓர்ரூவா பணம் மட்டும் போடுவேன். நல்லபடியா எடுத்துக் குடுக்க ஆளு கிடைச்சா போதும்னாரு. அதனாலதாண்ணே நான் உங்க பேர சொன்னேன். நீங்க இதை விடாதிங்கண்ணே. ஒரு படம் பண்ணிட்டிங்கன்னா ரேஞ்சே வேற ஆயிடும்!’ என்று சொன்னான்.

மயில்சாமிக்குக் குழப்பமாக இருந்தது. அவனது சினிமாக் கனவுகள் உச்சத்தில் இருந்த நாள்களையெல்லாம் அவன் நினைத்துப் பார்க்கக்கூட விரும்பாமல் இருந்தான். வெறி பிடித்தாற்போல் நாள் முழுதும் கம்பெனி கம்பெனியாக சைக்கிளில் சுற்றியிருக்கிறான். பூஜைகள், கேசட் வெளியீட்டு விழாக்கள், பத்திரிகையாளர் சந்திப்புகள், வெற்றி விழாக்கள் என்ன நடந்தாலும் மயில்சாமி அங்கே நிற்பான். ஒரு வாய்ப்பு. உள்ளே நுழைய ஒரு வழி. போதும். திறமையும் அதிர்ஷ்டமும் உண்மையிலேயே இருந்தால் அவன் முன்னுக்கு வந்துவிடுவான்.

ஆனால் நான்கு வருடங்கள் முட்டி மோதியும் அவனால் ஓர் உதவி இயக்குநராக யாரிடமும் போய்ச் சேர முடியவில்லை. வெறுத்துப் போய் ஊருக்குத் திரும்பிவிட நினைத்த சமயத்தில் பத்து நாள்களில் ஒரு படத்தை எடுத்து முடிக்கும் திட்டத்துடன் ஒரு தயாரிப்பாளர் வந்தார். மிகக் குறைந்த செலவில் ஒரு படம். யாருக்கும் சம்பளம் கிடையாது என்று சொல்லிவிட்டே வேலைக்குச் சேர்த்தார்கள். சாப்பாடு கிடைத்தால் போதும் என்று மயில்சாமி அந்தப் படத்தில் கிளாப் அடிக்கும் உதவி இயக்குநராகச் சேர்ந்தான்.

அந்தப் படம் வெளியாகவில்லை. ஆனால் ஒரு படத்தில் பணியாற்றியிருக்கிறேன் என்று சொல்லி, தொலைக்காட்சித் தொடர்களில் வாய்ப்புக் கேட்க வசதி செய்து கொடுத்தது. குறைப்பட்டுக்கொள்ள ஒன்றுமில்லை. இதில் வேலை இருந்தால் சம்பளம் உறுதியாக வந்துவிடுகிறது. தவிரவும் பேட்டா. அப்புறம் அரசியல். அது எங்குதான் இல்லை? ஒரு வழுக்குப் பாறை நிகர்த்த மனநிலை வாய்த்துவிடும் பட்சத்தில் எந்தப் பெரும் நதியையும் மேலே ஓடவிட்டுக்கொண்டு கீழே சுகமாக மூழ்கிக் கிடக்கலாம்.

'சும்மா போய்த்தான் பாத்துட்டு வாயேன்' என்று மனோன்மணி சொன்னாள்.

'வேணாம் மனோ. இல்லைன்னா திரும்ப மனசு சோர்ந்து போயிடும்.'

'ஒண்ணும் ஆகாது. போயிட்டு வா' என்று வற்புறுத்தி அனுப்பி வைத்தாள்.

அந்த மனிதர் உட்லண்ட்ஸ் ஓட்டலில் அறை எடுத்துத் தங்கியிருந்தார். ரவா தோசை ஆர்டர் செய்து பாதி சாப்பிட்டுவிட்டு மீதியை அப்படியே வைத்திருந்தார். பையன் வந்து இன்னும் தட்டை எடுத்துப் போயிருக்கவில்லை. மடித்து வைத்த தினத்தந்தியும் நாற்காலியில் தொங்கிய அவரது பட்டையான இடுப்பு பெல்ட்டும் மாத்திரைக் குப்பியும் மயில்சாமிக்கு அவரைப் பற்றிச் சில விவரங்கள் தெரிவித்தன. எளிமையாக இருந்தார். நன்றாகப் பேசவும் செய்தார்.

'நமக்கு வேற தொழிலுங்க. இது சும்மா ஒரு ஆர்வம். ஒரு படம் பண்ணிப் பாத்தா என்னன்னு தோணிச்சி. பெரிய டைரக்டருங்க, பெரிய நடிகருங்ககிட்டல்லாம் போக வேணான்னு ஒரு எண்ணம். ஆளுங்க புதுசா இருந்தாலும் படம் தரமா இருந்தா வித்துடலாம் பாருங்க' என்று சொன்னார்.

அவரிடம் எதையும் மாற்றியோ, மிகைப்படுத்தியோ சொல்ல வேண்டாம் என்று மயில்சாமிக்குத் தோன்றியது. தன்னைப் பற்றி சீதாராமன் என்ன சொல்லி வைத்திருக்கிறான் என்று தெரியவில்லை. தன்னால் ஒரு படம் இயக்கி முடிக்க முடியுமா என்றே இனிமேல்தான் யோசித்துப் பார்க்கவேண்டும் என்று தோன்றியது.

அதை அப்படியே அவரிடம் சொன்னான். 'நான் சீரியல் ஆளு சார். சினிமால இருந்ததில்லை. ஒரே ஒரு படம் ஒர்க் பண்ணியிருக்கேன். பத்து நாள் ஷூட்டிங்தான் அதுல' என்று சொன்னான்.

'எனக்கு அது பிரச்னை இல்லைங்க. உங்ககிட்ட நல்லதா ஒரு கதை இருக்கறதா சீதாராமன் சொன்னான். நம்ம ஊர் பையன் பாருங்க? நமக்கு சரியானதத்தான் சொல்லுவான். உங்களுக்கு விருப்பமிருந்தா கதைய சொல்லுங்க' என்று அவர் கேட்டார்.

மயில்சாமி பெரிய ஆர்வமில்லாமல் தன் கதையைச் சுருக்கமாக அவரிடம் சொன்னான். எளிய காதல் கதை. கிராமத்துக்

கதையும்கூட. ஏதாவது ஒரு கிராமத்தைத் தேர்ந்தெடுத்து முப்பது நாள் போய் உட்கார்ந்தால் முழுக்க முடித்துக்கொண்டு வந்துவிட முடியும். தினசரி நாற்பது நிமிடங்கள் ஃபுட்டேஜ் கொடுக்க முடிந்த ஒருவனுக்கு முப்பது நாள் என்பதே பெரிய ஆடம்பரம்.

அவன் சொல்லி முடிக்கும்வரை அவர் அமைதியாகக் கேட்டுக் கொண்டிருந்தார். நடுவில் கேள்வி கேட்கவில்லை. சந்தேகம் கேட்கவில்லை. பிடிக்காத மாதிரியோ, மிகவும் பிடித்துவிட்ட மாதிரியோ முகத்தை வைத்துக்கொள்ளவில்லை. இயல்பாக இருந்தார். சொல்லி முடித்ததும் அவரே தண்ணீர் எடுத்து அவனிடம் கொடுத்து, 'குடிங்க. காப்பி சொல்லட்டுங்களா?' என்று கேட்டார்.

'பரவால்ல சார். நான் சொன்னது அவுட்லைன் மட்டும்தான். ஒரு ஒன்லைன் ஆர்டர் பண்ணி வெச்சிருக்கேன். சட்டுனு இப்ப நீங்க சொல்ல சொன்னதால ப்ரிப்பேர் பண்ணிட்டு வரலை. ஆனா கதை இதுதான்.'

சில வினாடிகள் யோசித்துக்கொண்டிருந்தவர், 'நல்லாருக்குங்க. எனக்குப் பிடிச்சிருக்கு. பண்ணிடலாங்களா?' என்று கேட்டார்.

மயில்சாமிக்கு இப்போது குழப்பம் இன்னும் அதிகரித்தது. பதில் சொல்லத் தாமதித்தான்.

'ஏண்ணே யோசிக்கறிங்க? சரின்னு சொல்லுங்க. இது நிச்சயமா நல்லா வரும்ணே' என்று சீதாராமன் சொன்னான்.

'எனக்கும் அப்படித்தாங்க தோணுது. கதை எளிமையா இருக்குது. நேரா இருக்குது. புதுசா ஒரு எமோசன் சொல்லியிருக்கிங்க. அது இயல்பா இருக்குது. சனங்களுக்குப் பிடிக்கும்னுதான் தோணுது' என்று அவர் சொன்னார்.

'இருக்கலாம் சார். ஆனா ஆர்ட்டிஸ்ட் யார போடறோம்ன்றது முக்கியம்' என்று மயில்சாமி சொன்னான்.

'சந்தேகமே வேணாங்க. கண்டிப்பா புது ஆளுங்கதான். சுப்ரமணியபுரம் பாத்திங்கல்ல? யாரு அதுல தெரிஞ்ச மூஞ்சி? கதை ஒண்ணுதாங்க ஜெயிக்க வெக்கும் இல்லன்னா தோக்க வெக்கும். நமக்கு அந்தத் தெளிவு உண்டுங்க' என்று சொன்னார்.

'ஆனா அது பீரியட் சப்ஜெக்ட் சார். அந்த கலர் அதுல முக்கியம். அவங்களால அத கொண்டு வர முடிஞ்சிது பாருங்க? அது பெரிய பட்ஜெட் படம் சார்.'

‘உங்க கதைக்கு அது தேவையில்லைங்க. அதனால அப்படி ஒரு சமாசாரம் இல்லன்னு தோணாது’ என்று அவர் சொன்னார்.

இப்போது மயில்சாமிக்குச் சற்று நம்பிக்கை வந்தாற்போல் இருந்தது. ‘யோசிங்க சார். பேசுவோம்’ என்று சொன்னான்.

அவர் யோசித்த மாதிரி தெரியவில்லை. ‘ஒரு நிமிசம் இருங்க’ என்று சொல்லிவிட்டு எழுந்து சென்று மர பீரோவைத் திறந்தார். ஊரில் இருந்து அவர் எடுத்து வந்திருந்த சூட்கேசை வெளியே எடுத்து வந்து கட்டில்மீது வைத்தார். நாற்காலியில் கிடந்த பச்சை பெல்ட்டில் ஓர் உள்ளறை இருந்தது. அதைத் திறந்து ஒரு சாவியை எடுத்து சூட்கேசைத் திறந்தார். உள்ளே இருந்து ஒரு சிறு நகைக்கடைப் பையை வெளியே எடுத்தார்.

‘ஊர்ல எங்கப்பா சொத்து பிரிச்சப்ப என்னை யமஹா பைக்கு ஏஜென்சி எடுக்க சொன்னாரு. என் மனசுக்கு ஊறுகா வியாபாரம் நல்லாருக்கும்னு பட்டுதுங்க. அஞ்சு வருசம் உழைச்சேன். இன்னிக்கு தமிழ்நாட்ல நம்பர் ஒன் நம்முதுதான்’ என்று சொன்னார்.

‘இன்னிக்குத்தான் சார் பாத்தேன். அண்ணன் வீட்லயும் உங்க கம்பெனி ஊறுகாய்தான்’ என்று சீதாராமன் சொன்னான்.

அவர் சிரித்தபடி அந்தப் பையில் இருந்து ஒரு கட்டு ரூபாய் நோட்டை எடுத்தார். எண்ணிப் பார்க்கவில்லை. அப்படியே மயில்சாமியிடம் நீட்டி, ‘பத்தாயிரம் இருக்கு தம்பி. அட்வான்சா வெச்சிக்கங்க. ஆரம்பிச்சிடுங்க’ என்று சொன்னார்.

இப்போது மயில்சாமிக்கு மிகவும் அதிர்ச்சியாக இருந்தது. நடப்பது உண்மைதானா என்று மேலும் குழப்பம் வந்தது. நம்ப முடியாமல் எழுந்து நின்றுவிட்டான்.

‘நமக்கு ஒண்ணு சரின்னு பட்டுதுன்னா செஞ்சிடணும் தம்பி. சீதாராமன் உங்கள பத்தி சொன்னப்ப கூட்டிட்டு வான்னு சொன்னேன். கதவ தொறந்து நீங்க உள்ள வந்தப்ப சரியான ஆளுதான்னு ஒரு சூசகம் தோணிச்சி. நீங்க சொன்ன கதை பிடிச்சிருந்தது. அவ்ளதான் தம்பி. ஆரம்பிச்சிடலாம்’ என்றார்.

‘என்னால நம்ப முடியல சார். இருந்தாலும் நீங்க இவ்ளோ ஆர்வமா இருக்கறதால சொல்றேன். நான் சினிமா ரொம்ப தெரிஞ்சவனெல்லாம் இல்லை. சீரியல்தான் என் மீடியா. அதுலயேகூட இன்னும் டைரக்டர் ஆகலை. கோ

டைரக்டராத்தான் ஒர்க் பண்ணிட்டிருக்கேன். என்னை நம்பி நீங்க இவ்ளோ பெரிய ரிஸ்க் எடுக்கறிங்க...'

'பரவால்ல தம்பி. ஜெயிச்சவனவிட ஜெயிக்கணும்னு நினைக்கறவன் நல்லா வேலை செய்வான். என் ஊறுகா கம்பெனில ஏழாங்கிளாசுக்கு மேல படிச்ச பய ஒருத்தன் கூடக் கிடையாது. ஆனா அவந்தான் உயிரக் குடுத்து வேலை பாக்குறான்' என்று சொன்னார். மேலும் சிறிது நேரம் பொதுவாகப் பேசிக்கொண்டிருந்துவிட்டு, 'அடுத்தது என்ன செய்யணும் சொல்லுங்க' என்று கேட்டார்.

அடுத்த வாரம் மீண்டும் அவர் சென்னைக்கு வந்தபோது தனது காரில் அவனை தி நகருக்கு அழைத்துச் சென்றார். ராஜாபாதர் தெருவில் ஒரு அபார்ட்மெண்ட் வாடகைக்கு எடுத்திருந்தார். இரண்டாவது மாடி. பிரெஞ்சு விண்டோ வைத்த பால்கனியும் நல்ல வெளிச்சமும் காற்றுமாக இருந்தது.

'டபிள் பெட்ரூம்தான். போதுமில்ல?' என்று கேட்டார்.

மயில்சாமிக்கு அது தன் வாழ்வில் நிகழ்ந்துகொண்டிருந்த பெரும் அதிசயம் என்று தோன்றிக்கொண்டே இருந்தது. தனபாலிடம் இதைச் சொன்னபோது, 'அப்படித்தான் வரும் மயிலு. முன்னப்பின்ன தெரியாதவந்தான் சான்ஸ் குடுப்பான். நல்லாத் தெரிஞ்ச நம்ம ப்ரொட்யூசரு ஒனக்கு என்ன செஞ்சாரு? சாகற வரைக்கும் செகண்ட் யூனிட் பண்ணுன்னு சொன்னாரா இல்லியா?'

'இருந்தாலும் ரொம்ப பதட்டமா இருக்குண்ணே. ரெண்டு நாள்ள பட்ஜெட் தரேன்னு சொல்லியிருக்கேன். நீங்க உதவி பண்ணிங்கன்னா நல்லாருக்கும்' என்று மயில்சாமி சொன்னான்.

'பண்ணிட்டா போச்சு. நாலு படம் பண்ணியிருக்கேன் மயிலு. சும்மா இல்ல. வெறும் இருவத்தேழு லட்சத்துல ஒரு மலையாளப் படம் பண்ணிக் குடுத்திருக்கேன் தெரியுமா?' என்று தனபால் சொன்னது அவனுக்கு வியப்பாக இருந்தது.

'எப்பண்ணே?' என்று கேட்டான்.

'ரெண்டாயிரத்தி மூணுல. கோட்டயத்துல ஒரே ஷெட்யூல் ஷூட்டிங். எல்லாரும் புது ஆளுங்க. ஹீரோ புதுசு. ஹீரோயின் புதுசு. இதெல்லாம் ஓடாதுன்னாங்க. யாருக்கு வேணும் அம்பது நாளும் நூறு நாளும்? போட்ட காசப்ரொட்யூசர் பன்னெண்டாவது

நாள் எடுத்துட்டாரு. யூனிட்ல எல்லாருக்கும் பேண்ட் சட்ட எடுத்துக் குடுத்து சந்தோசமா அனுப்பி வெச்சாரு' என்று சொன்னான்.

'ஆனா நீங்க இப்ப சார் கம்பெனில இருந்துகிட்டு செய்ய முடியுமாண்ணே? அவரு தப்பா நினைக்கமாட்டாரு?'

'சொன்னாத்தானே?'

மயில்சாமிக்கு அதிர்ச்சியாக இருந்தது. தயாரிப்பாளரிடம் சொல்லாமல் ஒரு ப்ரொடக்?ஷன் மேனேஜர் எப்படி இன்னொரு இடத்தில் வேலை பார்க்க முடியும்? அதுவும் சினிமா.

'புரியாதவனா இருக்கியே மயிலு? ப்ரொடக்சன் மேனேஜர் வேலைன்றது போன்ல நடக்குறது. எங்க இருக்கோம்ன்றதா முக்கியம்? என்ன செய்யறோம்ன்றதுதான் விசயமே' என்று சொன்னான். 'உனக்கு ஆர்ட்டிஸ்ட் யார் யார் வேணுன்னு சொல்லு. எல்லாமே புதுசுதான்னா இன்னிக்கே வேலை ஆரம்பிச்சிடுறேன். ரெண்டு நாள்ள போட்டோஸ் தரேன். பாத்துட்டு சொன்னன்னா ஒரு டெஸ்டுக்கு வர சொல்லிப் பாத்துடுவோம்.'

தனபால் உடன் இருப்பது நிச்சயமாக பலம்தான் என்று தோன்றியது. தெரிந்தவன். ஆனால் இறுதிவரை இருப்பானா? அவனை எவ்வளவு நம்பலாம்? திரும்பத் திரும்ப அவன் தனபாலிடம் இதைக் கேட்டான். 'ஒண்ணும் பிரச்னை வராதில்லண்ணே? நீங்க இருப்பிங்கல்ல?'

'ஏன் உனக்கு இவ்ளோ சந்தேகம்?' என்று தனபால் கேட்டான்.

'இல்லண்ணே. சார பத்தி எனக்குத் தெரியும். உங்கள மட்டும் நம்பித்தான் அவர் கம்பெனியே நடத்திட்டிருக்காரு...'

தனபால் சிறிது நேரம் அமைதியாக இருந்தான். நகர்ந்து சென்று பால்கனியில் நின்று வெளியே வேடிக்கை பார்த்தான். என்ன நினைத்தானோ, சட்டென்று மீண்டும் உள்ளே வந்து மயில்சாமி எதிரே அமர்ந்துகொண்டான். ஆவேசம் வந்தவன்போலப் பேசத் தொடங்கினான்.

'நீ நினைக்கறது தப்பு மயிலு. அந்தாள் முழுக்க முழுக்க வினை. நல்ல மனசே கிடையாது அவருக்கு. வேலை பாக்கறவன கொத்தடிமையா நினைக்கற ஆளுடா. தொண்ணூறு பேருக்கு என்

கையால பத்திரிகை எழுதி, நானே எடுத்துட்டுப் போய் நேர்ல குடுத்துட்டு வந்தேன், அவரு புள்ள ரிசப்ஷனுக்கு. இந்தாடா தனபால், உனக்குப் பத்திரிகை, நீ ஒய்ஃப கூட்டிக்கிட்டு வந்துடுன்னு ஒரு வார்த்த சொல்லலியே? நான் வரவும் இல்லை' என்று சொன்னான். அவன் கண்கள் கலங்கிவிட்டிருந்ததை மயில்சாமி பார்த்தான்.

'அப்பன் அப்படின்னா, புள்ள ஒரு தெருப்பொறுக்கி. இந்த ஜனனி விஷயத்தையே எடுத்துக்க? நாய் மாதிரி அவ பின்னாடி திரிஞ்சான். அவ உங்க டைரக்டர கல்யாணங் கட்டிக்கப் போறான்னு யாரோ சொல்லப் போக, டைரக்டர் சம்சாரத்துக்கு கர்ச்சிப் போட்டு போன் பேசி மிரட்டினான் மயிலு.'

'நெசமாவாண்ணே?'

'எம்புள்ள மேல சத்தியமா. போன் போட்டுக் குடுத்ததே நாந்தான், போதுமா? வெக்கத்த விட்டு சொல்றேன். இவங்கப்பா உப்பத் தின்னு வாழுறமே, இவனுக்கு விசுவாசமா இருக்கணுன்னு நினைச்சி, அந்தக் கூத்தியாளுக்கும் இவனுக்கும் குடம் குடமா வேர்வ சிந்தியிருக்கேன். ஒருநாள் அவ கார்ல விட்டுட்டு வந்த செருப்ப என்னைய போய் எடுத்துட்டு வர சொன்னான் மயிலு. எனக்கு என்னா வயசு தெரியுமா அவனுக்கு? என் எக்ஸ்பீரியன்ஸ் என்னான்னு தெரியுமா? எம்புள்ள பதினொண்ணாங்கிளாஸ் படிக்கறான். பாத்திருந்தான்னா என்ன நெனச்சிருப்பான்? ஆனா செஞ்சனே? கௌரவம் பாக்காம எவ்ளவோ செஞ்சிருக்கேண்டா. நான் ஒருத்தன் இல்லன்னா அந்தக் கல்யாணம் நடந்தே இருக்காது. ஆனா ஒரு பத்திரிகை குடுக்க மனசு வரலடா பன்னாடைக்கு.'

'ரொம்ப அதிர்ச்சியா இருக்குண்ணே.'

'அவங்கப்பாரு காலத்துல எங்கப்பாவ கொத்தடிமையா வெச்சிருந்திருக்காரு. இவருக்கு இன்னிக்கு நான் மாட்டியிருக்கேன். என் தலைல இப்பிடி எழுதிட்டான் பேமானி. வேறென்ன சொல்ல?' என்று தனபால் சொன்னான்.

'என்னண்ணே இப்படி சொல்றிங்க?'

'சிலதெல்லாம் சொன்னா ரத்தக் கண்ணீர் வரும் மயிலு. எம்பொண்டாட்டி பிரசவ வலில துடிச்சிட்டிருக்கான்னு சொல்றேன். இந்த நிமிசம் எனக்கு சிங்கிள் மால்ட் வேணும். எங்க

போவியோ என்ன செய்வியோ தெரியாது; வாங்கிட்டு வந்தே தீரணுன்றாரு. மறக்கமாட்டேன் மயிலு. அன்னிக்கி மகாவீரர் ஜெயந்தி. நைட்டு பதினொரு மணிக்கு ஊரு பூரா தேடித் திரிஞ்சி, எவனெவன் கால்லயோ விழுந்து, எப்படியோ வாங்கிட்டுப் போய் குடுத்துட்டு ஆஸ்பத்திரிக்கு ஓடினேன். என் மாமனாரும் மச்சானும் காறித் துப்பிட்டாங்க. நீயெல்லாம் ஒரு மனுசனான்னு கேட்டுட்டாங்கடா!'

'அப்பறம் எப்படிண்ணே இத்தன வருஷம் உங்களால அங்க தாக்குப்பிடிக்க முடியுது?' என்று மயில்சாமி கேட்டான். சட்டென்று தனபால் சிரித்தான். அவன் கண்ணில் தளும்பிய ஈரத்தில் கலந்து அந்தச் சிரிப்பு சற்றே விநோதமாக இருந்தது.

'வாழணும் இல்ல?' என்று சொன்னான்.

புண்டரீகாட்சன் சார் அப்போது அமெரிக்காவுக்குப் போயிருந்தார். அவரது மகள் அங்கே இருந்தாள். வருடம் ஒருமுறை பெற்றோரை அமெரிக்காவுக்கு வரவழைத்து ஒரு மாதம் வைத்துக்கொண்டிருந்துவிட்டு அனுப்புவது வழக்கம். அந்நாள்களில் கங்காதரன் கம்பெனியைப் பார்த்துக்கொள்வான்.

மயில்சாமிக்கு அது சற்று வசதியாக இருந்தது. இயக்குநரிடம் சொல்லிவிட்டு, அவரைவிட்டே கங்காதரனிடம் பேசச் சொல்லிக் கேட்டுக்கொண்டான். பெரிய பிரச்னை இருக்கவில்லை. நாலைந்து நாள் இடைவெளியில் மயில்சாமி தினமும் அந்த ராஜாபாதர் தெரு அலுவலகத்துக்கு வரத் தொடங்கினான்.

நல்ல நாள் பார்த்து அலுவலக பூஜை போட்டார்கள். சிவமணியும் சீதாராமனும் கதை விவாதத்துக்கு வரத் தொடங்கினார்கள். தனபால் ஒரு கேமராமேனை அழைத்து வந்து அறிமுகப் படுத்தினான்.

'வயசானவரா இருக்காரேன்னு நினைக்காத மயிலு. நாப்பது படம் பண்ணவரு. ஃபாஸ்டா வேல பாப்பாரு' என்று சொல்லி உள்ளே இழுத்துப் போட்டான். வடுகநாதன். மயில்சாமிக்கு அந்தப் பெயர் தெரியும். நிறையப் படங்களில் பார்த்த நினைவு இருந்தது. அவற்றில் எத்தனை வெற்றிப் படங்கள் என்று யோசித்துப் பார்த்தான். சரியாகத் தெரியவில்லை. முதல் நாள் அவருக்குக் கதை சொன்னபோது அசோகன் ஹீரோவாக நடித்த படமொன்றில் தான் பணியாற்றிய அனுபவங்களை அவர் சொன்னார்.

அவுட் டோர் யூனிட்டுக்குப் பேசினார்கள். எடிட்டருக்குப் பேசினார்கள். ஆர்ட் டைரக்டருக்குப் பேசினார்கள்.

'ம்யூசிக் டைரக்டர் மட்டும் பெண்டிங்ல வை மயிலு. மத்ததுல எல்லாம் கொஞ்சம் இழுத்துப் பிடிச்சிட்டு ம்யூசிக்குக்கு மட்டும் நல்ல ஆளா போட்டுடுவோம்' என்று தனபால் சொன்னான்.

ஒரு வார இடைவெளியில் நடிக்கும் வாய்ப்புக் கேட்டு அலுவலகத்துக்கு நிறையப் பேர் வந்து போக ஆரம்பித்தார்கள். சீதாராமன் கத்தை கத்தையாகப் புகைப்படங்களைச் சேகரித்து வைக்கத் தொடங்கினான். கதைக்குப் பொருத்தமாக இருப்பார்கள் என்று தேர்ந்தெடுத்து ஒரு சில முகங்களை மட்டும் எடுத்துச் சென்று மயில்சாமி தயாரிப்பாளரிடம் காட்டினான்.

'நல்லாத்தான் இருக்கு. பேசி முடிச்சிடுங்க தம்பி' என்று அவர் சொன்னார்.

'நிஜமாவே நீ அப்ப டைரக்டர் ஆயிடுவியா?' என்று மனோன்மணி கேட்டாள்.

'அப்படித்தான் நினைக்கறேன். எனக்கு ஒரே கவலை என்ன தெரியுமா? ப்ரொட்யூசருக்கும் சினிமா தெரியாது, எனக்கும் சினிமா தெரியாது. எப்படி இது நடக்குதுன்னுதான் புரிய மாட்டேங்குது' என்று மயில்சாமி சொன்னான்.

'அதனாலதான் நடக்குது' என்று மனோன்மணி சொன்னாள்.

பூஜைக்கு நாள் பார்த்தார்கள். ஊரில் இருந்து தயாரிப்பாளர் தனது மனைவி, மாமனார், அத்தை, மகன், மகள் என்று அனைவரையும் வரவழைத்திருந்தார். முருகேசன் தெருவில் தனியே ஒரு வீடு பிடித்து அங்கே அவர்களைத் தங்க வைத்திருந்தார். மரியாதை நிமித்தம் மயில்சாமி அங்கே போய் அவர்களைச் சந்தித்து வணக்கம் சொன்னான். தயாரிப்பாளர் தனது உறவினர்களுக்கு அவனை அறிமுகப்படுத்திவைத்தபோது அவருடைய மாமனார், 'தம்பி என்ன ராசி?' என்று கேட்டார்.

அதிக நாள் எடுக்கவில்லை. கருங்குழி சாமியாரிடம் போய்வந்தது பலன் கொடுக்க ஆரம்பித்துவிட்டது. சிறந்த சோதிடரான தயாரிப்பாளரின் மாமனார், கதை விவாதத்துக்கு வந்து கொண்டிருந்த சிவமணியின் ராசியும் தயாரிப்பாளரின் ராசியும் அமோகமாக ஒத்துப் போவதை ஒருநாள் கண்டுபிடித்தார். மயில்சாமிக்கு நடந்துகொண்டிருந்த அர்த்தாஷ்டம சனி

முடிவடைந்ததும் அவனுக்கு வேறு படம் கொடுக்கலாம் என்று அவர் தம் மருமகனிடம் சொன்னார். 'விடு மயிலு. இதெல்லாம் நாம பாக்காததா?' என்று தனபாலும் சொன்னான்.

புண்டரீகாட்சன் சார் அமெரிக்காவில் இருந்து திரும்பி வருவதற்குள் மயில்சாமி மீண்டும் அவரது கம்பெனியிலேயே ஷெட்யூல் போட முடிந்ததற்கு தனபால்தான் காரணம். 'ஒரு மாசம் லீவுல போனான்னு நினைச்சிக்கங்க சார். மயில் மாதிரி ஒரு டெக்னீசியன் நமக்கு கிடைக்கமாட்டான்' என்று கங்காதரனிடம் அவன் சொன்னதை, கங்காதரனே மயில்சாமியிடம் குறிப்பிட்டான்.

ஒரு விஷயம்தான் மயில்சாமிக்குப் புரியவில்லை. தனபாலும் ரிஷப ராசிதான். அவனுக்கும் அர்த்தாஷ்டம சனிதான் நடந்து கொண்டிருந்தது. ஆனால் படப்பிடிப்பு தொடங்கிய பின்பும் அவனேதான் அந்தப் படத்தின் ப்ரொடக்?ஷன் மேனேஜராகப் பணியாற்றிக்கொண்டிருந்தான்.

13. மீதம் இருப்பது

———

கேமராவுக்குத் தேங்காய் உடைத்து முதல் ஷாட்டுக்கு மானிட்டர் பார்த்துக்கொண்டிருந்தபோது தனபால் போன் செய்தான். 'இன்னிக்கு ஷூட்டிங் கேன்சல் பண்ண சொல்லிட்டாங்க சார். பேக் அப் பண்ணிடுங்க.'

இயக்குநருக்கு ஒன்றும் புரியவில்லை. ஏன் என்று கேட்டார். 'அப்பறம் பேசறேன் சார்' என்று சொல்லிவிட்டு தனபால் போனை வைத்துவிட்டான். குன்றத்தூரில் படப்பிடிப்பு இருந்தது. நடிக நடிகையர், தொழில் நுட்பக் கலைஞர்கள், யூனிட் உதவியாளர்கள் அத்தனை பேரும் மலையடிவாரத்தில் டிபன் சாப்பிட்டுவிட்டு வேலையைக் குறித்து சிந்திக்கத் தொடங்கிய நேரம் இப்படி ஓர் உத்தரவு வரும் என்று எதிர்பார்த்திருக்கவில்லை. இயக்குநர் 'என்னன்னு விசாரிங்க மயில்' என்று சொன்னார்.

மயில்சாமி தனபாலுக்கு மீண்டும் போன் செய்தபோது அவன் எடுக்கவில்லை. கங்காதரனுக்கு போன் செய்து பார்த்தான். போன் அணைத்து வைக்கப்பட்டிருந்தது. தயாரிப்பாளரின் எண்ணையும் தொடர்புகொள்ள முடியவில்லை. காரணம் என்னவாக இருக்கும் என்று தெரிந்துகொள்ள முடியாமல் சிறிது நேரம் அதைப் பற்றியே பேசிக்கொண்டிருந்தார்கள். 'சரி, பேக் அப்' என்று இயக்குநர் சொன்னார்.

'நேரா ஆபீஸ் போயிடுவோமா சார்?' என்று மயில்சாமி கேட்டான்.

‘வேற வழி? என்னன்னு தெரியலியே. யாருக்காவது உடம்புக்கு சரியில்லாம போயிருக்கும்’ என்று பொதுவாகச் சொன்னார். விபரீதமாக ஏதும் நடந்திருந்தால் தனபால் அதைக் குறிப்பிட்டிருப்பான் என்று தோன்றியது. கம்பெனிக்குள் அல்லாமல் வெளியே பிற கலைஞர்களுக்கோ முதலாளிகளுக்கோ தொழில்நுட்பக் கலைஞர்களுக்கோ அசம்பாவிதம் ஏதாவது நிகழ்ந்திருந்தால் விஷயம் தனபால் மூலம் வருவதற்கு முன்னால் லைன்மேன்கள் மூலம் தெரிந்திருக்கும். மற்றபடி வெறுமனே மருத்துவ மனையில் அனுமதிக்கப்படுவதற்கெல்லாம் படப்பிடிப்பை கேன்சல் செய்ய மாட்டார்கள். மாநில அளவில் ஏதாவது பிரச்னையா என்று கேமராமேன் உடனே ஃபேஸ்புக்கைத் திறந்து பார்க்க ஆரம்பித்தார். அப்படியும் ஏதும் இருப்பதாகத் தெரியவில்லை. என்னவானாலும் நேரில் போய்ப் பார்த்துவிடுவது என்று இயக்குநரும் மயில்சாமியும் ஒரு காரில் புறப்பட்டார்கள்.

அலுவலகத்தை அடைந்தபோது வாசல் கேட் பூட்டப் பட்டிருப்பது தெரிந்தது. வெளியே ஒரு போலிஸ்காரர் நின்று கொண்டிருந்தார். மயில்சாமிக்கு இது அதிர்ச்சியாக இருந்தது. ‘என்ன ஆச்சுங்க?’ என்று இயக்குநர் அவரிடம் விசாரித்தபோது, வருமான வரித்துறை சோதனை நடப்பதாக அவர் சொன்னார். தனபால் எங்காவது கண்ணில் படுகிறானா என்று இருவரும் சிறிது நேரம் நின்று பார்த்தார்கள். அவன் அங்கு இருப்பதற்கான அறிகுறியே தெரியவில்லை. உள்ளே இருந்து யாரும் இப்போதைக்கு வெளியே வரமாட்டார்கள் என்று போலிஸ்காரர் சொன்னார். ‘நீங்கள் யார்? என்ன வேண்டும்?’ என்றும் கேட்டார்.

‘ஒண்ணுமில்ல சார். சும்மா தெரிஞ்சிக்கலாம்னு’ என்று மட்டும் சொல்லிவிட்டு, ‘போலாம் மயிலு’ என்று இயக்குநர் சொன்னார். தனது மொபைல் போனை அவர் உடனே ஏரோப்ளேன் மோடுக்கு மாற்றுவதை மயில்சாமி பார்த்தான். அங்கே நின்று எதையும் பேசவேண்டாம் என்று இருவருக்குமே தோன்றியது. வந்துவிட்டு வாசலோடு திரும்பிச் செல்வது வேறு ஏதாவது சிக்கலைக் கொடுக்குமா என்றும் குழப்பமாக இருந்தது. ஆனால் வீதியில் காலவரையறையற்று நின்று கொண்டிருக்க முடியாது. அப்படி நிற்பதை அந்த போலிஸ்காரரும் விரும்பமாட்டார் என்று தோன்றியது.

சூர்யா ஆஸ்பத்திரிக்கு அருகே ஒரு ஓட்டலில் இருவரும் மதியம் சாப்பிட்டுவிட்டு யாருக்கு என்ன தகவல் தெரிந்தாலும் பகிர்ந்துகொள்வது என்னும் ஒப்பந்தத்துடன் பிரிந்தார்கள்.

மயில்சாமி வீட்டுக்கு வந்து பாயை விரித்துப் படுத்தான். மனோன்மணி ஊரில் இல்லை. இம்மாதிரி சமயங்களில் அவள் இருந்தால் நன்றாயிருக்கும் என்று நினைப்பான். தினசரிகளில் எப்போதாவது பார்க்க நேரிடுகிற ரெய்டு. பெரும்பாலும் அரசியல்வாதிகளின் வீடுகளிலும் திரையுலகப் பிரமுகர்களின் வீடுகளிலும்தான் நடக்கும். அல்லது தொழிலதிபர்கள். பொதுவாக முக்கிய ஆவணங்களை எடுத்துச் சென்றதாக அதிகாரிகள் அறிவிப்பார்கள். முக்கியமல்லாத எது ஆவணப் படுத்தப்பட்டு பத்திரமாக வைக்கப்பட்டிருக்கும் என்று தெரியவில்லை. சம்பந்தப்பட்டவர்களுக்குச் சிக்கல்தான். ஆனால் அவர்கள் யாரும் அதைப் பற்றி வெளியே பேசியதில்லை. பறிபோன முக்கிய ஆவணங்கள் குறித்தோ, பறிமுதல் செய்யப் பட்ட பணம் நகை உள்ளிட்ட சொத்துகள் குறித்தோ சொல்லு வதில்லை. கறை படியாத கரங்களைப் பற்றிய சிறு குறிப்புகள் மட்டுமே வெளியிடப்படும்.

நல்ல வருமானம் வருமானால், வரி கட்டுவதைத் தான் சந்தோஷமாகவே செய்வோம் என்று மயில்சாமி நினைத்தான். வருமானம் வரும்வரை அந்த எண்ணம் மாறாது என்றும் உடனே தோன்றியது. பிரச்னை, அடுத்த மாதம் சம்பளம் வருமா என்பதுதான். ஒரு வாரமாக பேட்டா பணம் வராமல் இருந்தது. தனபாலிடம் கேட்டதற்கு, 'மார்க்கெடிங் காசு வரல மயிலு. வந்ததும் செட்டில் பண்ணிடுவாங்க' என்று சொன்னான். இரண்டு மாதங்களுக்கு ஒருமுறை இப்படி ஆகிவிடுகிறது. படப்பிடிப்பு முடியும் நேரம் பணப்பையுடன் வந்து உட்காரும் கேஷியர் வராமல் போய்விடுகிறார். நாளைக்கு, நாளைக்கு என்று குறைந்தது பத்து நாள் இழுத்துவிட்டு, அதன்பின் முதல் இரண்டு தினங்களுக்கான பணத்தை மட்டும் ஒருநாள் கொடுப்பார்கள். மொத்தமாக இருநூறு ரூபாய் என்பது அந்த நேரத்தில் பூரண மகிழ்ச்சி தரும். ஆனால் அடுத்த இரண்டு மூன்று நாள்களுக்கு அதே போல் கேஷியர் வரமாட்டார். மீண்டும் ஒரு நாள் இருநூறு. இன்னும் ஒரு நாள் ஒரு நூறு.

இந்த வழக்கத்தை மாற்றலாமே என்று இயக்குநர் பலமுறை தனபாலிடம் சொல்லிப் பார்த்தார். மயில்சாமி உடன் இருக்கும் போது ஒருமுறை தயாரிப்பாளரிடமும் சொன்னார்.

'எனக்கே சங்கடமாத்தான் சார் இருக்கு. வேலை பாக்கறவங் களுக்கு ஒருநாள், ஒரு பைசாகூட மிச்சம் வெக்கக்கூடாதுன்றது

தான் என் பாலிசி. ஆனா கம்பெனி நிலைமை சொல்லிக்கற மாதிரி இல்லியே?' என்று தயாரிப்பாளர் சொன்னார்.

ரியல் எஸ்டேட் விலைகளைக் காட்டிலும் தொலைக்காட்சித் தொடர்களின் விலைகள் விழுந்திருக்கின்றன. மார்க்கெடிங் ஏஜென்சிகள் விளம்பரதாரர்களுக்கு வினாடிகளை விற்பதில் கண்முழி பிதுங்கி நிற்கின்றன. விற்றாலும் பணம் வரத் தாமதமாகிறது. சிக்கல். பெரிய சிக்கல். போட்டியாளர்கள் பெருகப் பெருக, டிஆர்பியை உயர்த்திக்கொண்டே போவது ஒன்றுதான் மூச்சு விட்டுக்கொண்டிருக்க ஒரே வழி என்று தயாரிப்பாளர் சொன்னார்.

அதற்குமேல் அவரிடம் பேசுவது ஆபத்து என்று இயக்குநருக்குத் தோன்றியது. டிஆர்பி. அது மூன்று புள்ளி ஒன்று அல்லது இரண்டில் இருந்தது. என்ன செய்தாலும் அதைத் தாண்ட மறுத்தது.

'அதிரடியா ஒண்ணு பண்ணிப் பாருங்களேன் சார். ஹீரோயின கொன்னுடுங்களேன்?' என்று தயாரிப்பாளர் சொன்னார்.

'ஐயோ' என்றார் இயக்குநர்.

'தப்பில்லை சார். எதிர்பார்க்காத ஒரு கேரக்டர் கொலையானா யாரு செஞ்சாங்க, யாரு செஞ்சாங்கன்னு ஒரு ஆர்வம் கூடும் இல்லை?'

'அதுக்காக ஹீரோயினை எப்படி சார் கொல்ல முடியும்?'

'தப்பில்லைன்றேன். கொலைய காட்டுங்க. இருவது எபிசோடுக்கு யாரு யாருன்னு தேட வைங்க. அதுக்கப்பறம் தேவைப்பட்டா அவள உயிரோட கொண்டு வாங்க. இல்லியா, டபிள் ஆக்?ஷன்னு சொல்லி வேற இடத்துல வேற தோற்றத்துல புதுசா ஒரு எண்ட்ரி குடுங்க. ப்ளாஸ்டிக் சர்ஜரி பண்ணிக்கிட்டான்னு சொல்லி வேற முகத்தோட அறிமுகப்படுத்துங்க.'

இது விபரீதம் என்று மயில்சாமிக்குத் தோன்றியது. இந்துஜாவுடன் தயாரிப்பாளருக்கோ, கங்காதரனுக்கோ தனிப்பட்ட பகை அல்லது நட்பு இருக்க வாய்ப்பே இல்லை என்று அவன் நினைத்தான். அவள் தான் உண்டு தன் வேலை உண்டு என்று இருப்பவள். அந்த சீரியலைத் தவிரவும் இரண்டு மூன்று தொடர்களில் நடித்துக் கொண்டிருக்கிறாள். மேலும் அவளுக்கு அடுத்த மே மாதம் திருமணம் நிச்சயமாகியிருக்கிறது.

ஒரு பேட்டா பணம் தாமதமாவதைப் பற்றிப் பேசப் போக, அது ஹீரோயினைக் கொலை செய்வதில் போய் நிற்கும் என்று மயில்சாமி எதிர்பார்த்திருக்கவில்லை.

'இல்ல சார். இது சரியா வராது. இப்பத்தான் கதை ஃபுல்லா ஹீரோயின் மேல போக ஆரம்பிச்சிருக்கு. அந்தப் பொண்ணும் நல்லா நடிக்குது. தேவையில்லாம நாம எதையாவது செய்யப் போக, இருக்கற ரேட்டிங்கும் விழுந்துட்டா கஷ்டம் சார்' என்று மயில்சாமி சொன்னான்.

தயாரிப்பாளர் அவனையே சில வினாடிகள் உற்றுப் பார்த்துக் கொண்டிருந்தார். ஒன்றும் சொல்லாமல் எழுந்து உள்ளே போய்விட்டார்.

மயில்சாமிக்கு அதுதான் வியப்பாக இருந்தது. பேட்டா பணம் கொடுக்கக்கூட சிரமப்பட்டுக்கொண்டிருக்கிற நிறுவனம். ஹீரோயினைக் கொன்றாவது பணியாளர்களின் பசியாற்றலாம் என்று எண்ணக்கூடிய தயாரிப்பாளர். பிள்ளைக்கறி சமைத்த நாயன்மாருக்கு நிகரான மனமல்லவா இது? அவரிடம் ரெய்டு செய்து இவர்கள் எதைக் கொண்டு போகப் போகிறார்கள்?

அன்றிரவு எட்டு மணிக்கு மூர்த்தி வீட்டுக்கு வந்தான். 'இருப்பிங்களோ மாட்டிங்களோன்னு நெனச்சிக்கிட்டே வந்தேண்ணே' என்று சொன்னான்.

'எதாவது தெரிஞ்சிதா மூர்த்தி?' என்று மயில்சாமி கேட்டான்.

'நாளைக்கும் ஷூட்டிங் இல்லைன்னு டைரக்டர் சொன்னாருண்ணே.'

'தனபால் பேசினானா?'

'தெரியலண்ணே. அவரு பேசாததால இவரே முடிவு பண்ணிக் கிட்டாருன்னு நினைக்கறேன்.'

அவன் தனபாலுக்கு மீண்டும் போன் செய்து பார்த்தான். இப்போதும் அடித்துக்கொண்டே இருந்ததே தவிர, அவன் எடுக்கவில்லை. பிரச்னை பெரிதுதான் என்று நினைத்துக் கொண்டான்.

மறுநாள் செய்தித் தாளில் ஏதாவது விவரம் வந்திருக்குமா என்று பார்த்தபோது அப்படி ஒரு சம்பவம் நடந்ததற்கான சுவடே அதில் இல்லை. இது மயில்சாமிக்குச் சற்று ஆசுவாசமாக இருந்தது.

எல்லா வருமான வரிச் சோதனைகளும் செய்தியாவதில்லை போலிருக்கிறது. அல்லது செய்தியாகும் அளவுக்குப் பெரிய சோதனையாக இல்லாதிருக்கலாம். ஒருவேளை தயாரிப்பாளர் அனைத்துச் செலவுகளுக்கும் ஒழுங்காகக் கணக்கு வைத்திருந் திருக்கலாம். தேடித் தேடிக் களைத்துப் போய் அதிகாரிகள் வெறுங்கையோடு திரும்பிப் போயிருக்கலாம்.

அப்படி இருக்கும்பட்சத்தில் அலுவலகத்துக்கு நேரில் போய்ப் பார்த்துவிடலாமே?

அவன் சட்டையைப் போட்டுக்கொண்டு கிளம்பினான். ஆவிச்சி பள்ளியைத் தாண்டி எண்பதடி சாலை சிக்னலை நெருங்கியபோது தனபாலின் மகன் யாரோ ஒரு நண்பனுடன் பேசிக்கொண்டு போவது தெரிந்தது. உடனே பாய்ந்து சென்று அவனைப் பிடித்து நிறுத்தி, 'தங்கவேலு, உங்கப்பா எங்க போனாரு?' என்று கேட்டான்.

'தெரியலண்ணே. வீட்டுக்கு வந்து ரெண்டு நாள் ஆகுது' என்று அவன் பதில் சொன்னான். சரி போ என்று சொல்லிவிட்டு அலுவலகத்தை நோக்கி வேகமாக நடக்க ஆரம்பித்தான்.

அலுவலகம் மூடியிருந்தது. ஆனால் பூட்டியிருக்கவில்லை. மயில்சாமி கேட்டைத் திறந்துகொண்டு உள்ளே போனான். ஹாலில் யாரும் இல்லை. முதலில் மாடிக்குச் சென்று போஸ்ட் ப்ரொடக்?ஷனில் யார் இருக்கிறார்கள் என்று பார்த்துவிடலாம் என்று நினைத்து வெளியே வந்து சுற்றிக்கொண்டு படியேறி மேலே சென்றான். எடிட்டிங், டப்பிங் அறைகள் யாவும் மூடியிருந்தன. விளக்குகள் அணைக்கப்பட்டிருந்தன. அங்கு யாரும் இல்லை. மாடியில் பின்புறம் சாப்பிடுவதற்காகப் போடப்பட்டிருக்கும் ஆஸ்பெஸ்டாஸ் பந்தலுக்குச் சென்று பார்த்தான். துலக்காத பாத்திரங்கள் சில அங்கே தண்ணீரில் ஊறிக்கொண்டிருந்தன. ஆள்கள் யாரும் இல்லை. மயில்சாமி அப்படியே பின்புறப் படிக்கட்டுகள் வழியே கீழே இறங்கி வந்தான். அலுவலகத்தின் பின்புறம் வழியே உள்ளே நுழைந்த போது யாரும் கலைத்துப் போட்டு எதையோ தேடியதற்கான சுவடுகள் தெரியவில்லை. பீரோக்கள் ஒழுங்காகப் பூட்டியிருந்தன. மேசை நாற்காலிகள் அதனதன் இடங்களில் இருந்தன. கம்ப்யூட்டர்கள் இருந்தன. கோப்புகளும் கணக்குப் பேரேடுகளும் ஒழுங்காக அடுக்கி வைக்கப்பட்டிருந்தன. ஆனால் அங்கும் யாரும் இல்லை.

அலுவலக அறையின் முன்புறக் கதவைத் திறந்துகொண்டு மீண்டும் ஹாலுக்கு வந்தான். முழுக்கத் திறந்து போட்டுவிட்டு எல்லோரும் எங்கே போய்விட்டார்கள் என்று குழப்பமாக இருந்தது. யோசனையுடன் ஹாலில் நின்றபடி மாடியை அண்ணாந்து பார்த்தான். அந்த அறை தயாரிப்பாளருடையது. அதற்கு மட்டும் ஒரு வழிதான். ஹாலில் இருந்து நேரே மேலே செல்லும் படிக்கட்டு வழியே ஏறிச் சென்று அதே வழியில்தான் திரும்பியாக வேண்டும். அந்த அறையின் பின்பக்கமாக ஒட்டிக் கட்டப்பட்டிருந்த போஸ்ட் ப்ரொடக்?ஷன் அறைகளில் இருந்து யாரும் தயாரிப்பாளரின் அறைக்கு வர முடியாது. அதற்குப் பின்புற வழி மட்டும்தான்.

ஒருவேளை தயாரிப்பாளர் தனது அறைக்குள் இருப்பாரா என்று அவனுக்குச் சந்தேகமாக இருந்தது. போய்ப் பார்க்கலாமா வேண்டாமா என்ற தயக்கமும் இருந்தது. படப்பிடிப்பு இல்லை என்று இயக்குநர்தான் சொல்லியிருக்கிறார். கம்பெனியில் இருந்து அதிகாரபூர்வமாகத் தகவல் வரவில்லை. கேட்டால், அதைப் பற்றி விசாரிக்க வந்ததாகச் சொல்லிக்கொள்ளலாம் என்று முடிவு செய்து மாடிப்படி ஏறி மேலே சென்றான்.

தயாரிப்பாளரின் அறை மூடியிருந்தது. ஆனால் தாழிடப் பட்டிருக்கவில்லை. சிறிது தயக்கமாக இருந்தது. சரி பார்த்துக்கொள்ளலாம் என்று முடிவு செய்து இருமுறை மெல்லத் தட்டிவிட்டுத் திறந்தான். ஒன்றுமே புலப்படாத அளவுக்கு அறை இருட்டாக இருந்தது. ஆனால் தயாரிப்பாளரின் நாற்காலியில் யாரோ அமர்ந்திருப்பது போலத் தெரிந்தது. பளபளவென்று வைரம்போல் ஜொலித்த கண்களைக் கண்டதும் அவனுக்கு மெல்லிய அச்சம் உண்டானது. அந்த உடல் மெல்ல அசைந்தது. அது ஒரு கறுப்பு நிற சவத்துணியின் அசைவை ஒத்திருந்தது.

'உள்ள வா' என்று வெங்கடாசலபதி சொன்னது.

மயில்சாமி தயங்கினான்.

'அவர் இல்லை. நீ வா' என்று மீண்டும் அழைத்தது.

'இல்ல.. நான் அப்பறமா வரேன். சார் வந்ததும் வரேன்.'

'டேய் வாடா' இப்போது குரலில் சற்று அதிகாரத் தொனி கூடியிருந்தது.

'சார் எங்க போயிருக்காரு?' என்று மயில்சாமி கேட்டான்.

'இன்கம்டாக்ஸ் ஆபீஸ் போயிருக்கார். திரும்பி வர ரெண்டு நாள் ஆகும். அது வரைக்கும் என்னைப் பாத்துக்க சொல்லிட்டுப் போயிருக்காரு' என்று வெங்கடாசலபதி சொன்னது.

'இன்னிக்கு ஷூட்டிங் கேன்சல்னு நீதான் சொன்னதா?'

'ம்ம்?' என்றது வெங்கடாசலபதி. அந்தக் குரலின் அச்சமூட்டும் உறுமல் அவனுக்கு பயங்கரமாக இருந்தது. எதற்கு வம்பு? 'இல்ல, இன்னிக்கு ஷூட்டிங் கேன்சல்னு நீங்க சொன்னிங்களான்னு கேட்டேன்' என்று சற்று மாற்றிக் கேட்டான்.

'ஆமா, நாந்தான் சொன்னேன். இருந்த மொத்தக் காசையும் வழிச்சி எடுத்துட்டுப் போயிட்டான். ஷூட்டிங் நடத்த உங்கப்பனா பணம் தருவான்?'

'என்னால நம்பவே முடியலை. நம்ம கம்பெனில போய் எதுக்கு இப்படியெல்லாம்...' என்று அவன் ஏதோ சொல்லத் தொடங்கியதும் அவர் டேபிள் டிராயரைத் திறந்து ஒரு பாட்டிலை எடுத்து மேலே வைத்தார். தனது வழக்கமான குழிந்த பிளேட்டையும் எடுத்து வைத்து, பாட்டிலைத் திறந்து அதில் சிறிது ஊற்றிக்கொண்டு குடிக்க ஆரம்பித்தார்.

'படிச்சிப் படிச்சி சொன்னேன். இன்கம்டாக்ஸெல்லாம் பிசுனாரிக் காசு. கட்டித் தொலைடா; பின்னாடி பிரச்னை வரும்னு எவ்ளவோ தடவை சொன்னேன். கேக்க மாட்டேன்னுட்டான் கபோதி.'

மயில்சாமிக்கு திக்கென்று இருந்தது. என்ன துணிச்சல் இருந்தால் தயாரிப்பாளரை இப்படி ஒருமையில் திட்டுவார் இவர்?

'இப்ப என்ன ஆச்சு? வீடு, நிலம், பேங்க் பேலன்ஸ், வாங்கிப் போட்ட மூணு பென்ஸ் கார், பீரோ பூரா ரொப்பி வெச்ச நகைநட்டு எல்லாம் போச்சு. முப்பத்திரெண்டு லட்சம் ஹாட் கேஷ். எண்ணி எடுத்துட்டுப் போனானுங்க பரதேசிப் பசங்க.'

'இங்கேருந்தா?'

'அந்தப் பன்னாடை வீட்லேருந்துதான். டீமானிடைசேஷனுக்கு அப்பறம் எங்கேருந்து இவ்ளோ ரெண்டாயிர்ரூவா நோட்டு பதுக்கினான்னு எனக்கே தூக்கிவாரிப் போட்டுடுச்சிடா' என்று அவர் சொன்னார்.

'தப்பா நினைச்சிக்காதிங்க சார். அவர் ரொம்ப கஷ்டத்துல இருந்ததா கேள்விப்பட்டேன். பேட்டா காசு குடுக்கக்கூட

முடியலை அவரால. நீங்க சொல்றது நம்பற மாதிரி இல்லை' என்று மயில்சாமி சொன்னான்.

'போடா கூமுட்டை. புண்டரீகாட்சனுக்குக் கஷ்டமா? இப்ப அள்ளிட்டுப் போனாங்களே, அதெல்லாமே திரும்பி வரலன்னாக் கூட அடுத்த இருவது வருசத்துக்கு உக்காந்து தின்ன முடியும் அவனால.'

மயில்சாமிக்கு அங்கிருந்து போய்விட்டால் தேவலாம்போல் இருந்தது. அவரைப் பார்க்கவே அவனுக்கு அருவருப்பாக இருந்தது. அவர் முழுக் கறுப்பு இல்லை. சாம்பல் நிறம் என்றும் சொல்ல முடியாது. நிலக்கரி எடுத்த மண்ணில் செய்தாற்போல் இருந்தது அவர் தேகம். ஒழுங்காகக் குளிக்கும் வழக்கம் இல்லையோ என்னமோ. வினாடிக்கொரு தரம் இரு கைகளையும் வளைத்து, கழுத்திலும் முதுகிலும் புட்டத்திலும் சொறிந்து கொண்டே இருந்தார். சொறிந்து சொறிந்து அவர் உடம்பெங்கும் பட்டை பட்டையாக வெள்ளைக் கோடுகள் தென்பட்டன. ஒரு சில இடங்களில் புண்ணாகிவிட்டிருந்தது. கன்னங்கள் தொங்கிப் போயிருந்தன. மீசையில் பாதி நரைத்திருந்தது. அவர் பேசும்போது வாயில் இருந்து துர்நாற்றம் வீசியது. அழுகிய முட்டையைத் தின்றுவிட்டு வாய் கொப்புளிக்காமல் தூங்கி எழுந்தவனிடம் இருந்து வரக்கூடிய நெடி. குரூரம்கூட சில முகங்களுக்குப் பொருத்தமாகவும் அழகாகவும் இருக்கும். எத்தனையோ படங்களில் நம்பியார் கோபத்தில் துடிதுடித்துத் தணிவதை மயில்சாமி ரசித்துப் பார்த்திருக்கிறான். அவரது சிவந்த முகத்துக்கு அந்தக் கோபமும் வன்மமும் மேலும் பொலிவூட்டுவது போலத் தோன்றும். ஒரு அணிகலனைப் போல. கிரீடத்தில் சொருகிய மயிலிறகு போல. ஆனால் வெங்கடாசலபதி சாரின் முகத்தில் நிரந்தரமாகப் படர்ந்து தழும்பேறியிருந்த காழ்ப்பின் சுவடுகள் அவரது முகத்தை சகிக்க முடியாத கோர வடிவத்துக்கு மாற்றியிருந்தன. புண்டரீகாட்சன் சார் எப்படி இவரோடு இணக்கமாக இருக்க முடிகிறது என்று மயில்சாமிக்கு வியப்பாக இருந்தது. அதுவும் சரிசமமாக அமர்ந்து குடிக்கிற அளவுக்கு.

இதை அவன் வாய்விட்டு வெளியே சொல்லவில்லை. மனத்துக்குள் நினைத்துக்கொண்டிருந்தபோதே அவன் மனத்தைப் படித்தவராக வெங்கடாசலபதி பதில் சொன்னார். 'அவன் யாருடா என்னை சேர்த்துக்க? நான் அவனை செலக்ட் பண்ணேன்.'

‘எதுக்கு?’ என்று மயில்சாமி கேட்டான்.

அவர் பதில் சொல்லவில்லை. ஹஹஹஹா என்று உரக்கச் சிரித்தார். குடித்துக்கொண்டிருந்த பீங்கான் குழித் தட்டை விசிறியடித்தார். அது பறந்து சென்று சுவரில் மோதி சத்தமிட்டு உடைந்து சிதறி விழுந்தது. மயில்சாமிக்கு அச்சமாகிவிட்டது. சட்டென்று எழுந்துகொண்டான்.

‘போ. போய்ச்சொல்லு உன் டைரக்டர்கிட்ட. இனிமே ஷூட்டிங் நடக்காது. வேற வேலை பாத்துக்க சொல்லு.’

‘ஐயோ ஏன்?’ என்று மயில்சாமி அலறிவிட்டான்.

‘சம்பாதிச்சதை முதல்ல பாதுகாக்கணுன்னு புண்டரீகாட்சன் முடிவு பண்ணிட்டான். அள்ளிட்டுப் போனதெல்லாம் திரும்பி வருமோ வராதோ, உள்ளதை பத்திரப்படுத்தியாகணும் இல்லை?’

‘அதெப்படிங்க முடியும்? சானல் ஒத்துக்காதுங்களே?’ என்று மயில்சாமி சொன்னான்.

‘பத்து நாள்ள முடிக்கறதா லெட்டர் அனுப்பிட்டாண்டா. போய் வினாயகத்தப் பாரு. க்ளைமேக்ஸ் எழுதிட்டிருக்கான் அவன்’ என்று வெங்கடாசலபதி சார் சொன்னார்.

‘இல்ல.. என்னால நம்ப முடியல. நீங்க தப்புத்தப்பா எதோ சொல்றிங்க’ மயில்சாமிக்குப் பதற்றம் கூடிக்கொண்டிருந்தது. உதடுகள் துடித்து, கரங்கள் மெல்ல நடுங்க ஆரம்பித்திருந்தன. ‘நான் ப்ரொட்யூசர பாக்கறேன். அவர்ட்ட பேசிக்கறேன். நீங்க பேசறது எதுவும் சரியா இல்லை.’

‘முட்டாள். அவன் இனிமே இல்லை. ஐடி ஆபீஸ்லேருந்து வந்ததும் அவன போட்டுத் தள்ளிடுவேன். உள்ளது வரைக்கும் மொத்தமா வித்துப் பணமாக்கிக்கிட்டு ஃபாரின் போகப் போறானாம். பொண்ணு வீட்ல போய் உக்காரப் போறானாம். என்னை என்ன இளிச்சவாயன்னு நினைச்சிட்டானா? நான் விடமாட்டேன் மயில்சாமி. அவன கொன்னு புதைச்சிட்டு அவன் இடத்துக்கு நான் வருவேன். நாந்தான் இங்க இனிமே ப்ரொட்யூசர்’ என்று வெங்கடாசலபதி சொன்னார்.

மயில்சாமிக்கு ரத்தம் சூடேறிக்கொண்டிருந்தது. இங்கிருப்பது தவறு, தவறு என்று திரும்பத் திரும்பத் தோன்றியது. தப்பித்துப் போய்விடுவது பெரிய விஷயமில்லை. ஆனால் இவரை இங்கு

விட்டுவைத்துவிட்டுப் போனால் அதுதான் உள்ளதிலேயே ஆகப்பெரிய பிரச்னைகளுக்கு வழி வகுக்கும் என்று நினைத்தான். என்ன செய்யலாம் என்று தீவிரமாக யோசித்தான். தயாரிப்பாளர் வருவதற்குள் எதையாவது செய்துதான் தீரவேண்டும். இல்லா விட்டால் ஒரு சாம்ராஜ்ஜியத்தையே இவன் அழித்தொழித்து விடுவான் என்று பட்டது. எத்தனை வெற்றிகரமான நெடுந் தொடர்களைக் கொடுத்த கம்பெனி! குறைந்த செலவில் நிறைவான பொழுதுபோக்கு. கஷ்டங்கள் உண்டுதான். அவலங் கள் உண்டுதான். காழ்ப்பும் வன்மமும் அரசியலும் துரோகங்களும் இருக்கவே இருக்கின்றன. ஆனால் அனைத்தையும் மீறி இத்தனை ஆண்டுக்காலம் இந்தத் துறையில் நிலைத்திருக்க முடிகிற தென்றால் அது புண்டரீகாட்சன் சாரின் திறமையால் அன்றி வேறு காரணம் சொல்ல முடியாது.

ஆனால் அனைத்தையும் இடக்கரத்தால் ஒதுக்கும் இந்தப் பொறுக்கியிடம் இதையெல்லாம் வாதம் செய்துகொண்டிருக்க முடியுமா? ஆம். தயாரிப்பாளருக்கு ஒரு கஷ்டம் வந்திருக்கிறது. வருமான வரித்துறைப் பரிசோதனை. ஆவணங்களை எடுத்துச் சென்றிருப்பார்கள். அசையும் அசையாச் சொத்துக்களை முடக்கியிருப்பார்கள். இனி மாதக் கணக்கில் வழக்கு இருக்கும்தான். வழக்கு இருக்கும் அத்தனை பேரும் வாழாமலா இருக்கிறார்கள்? தொழில் செய்யாமலா இருக்கிறார்கள்? இவன் கூடவே இருந்து அவருக்குக் குழி பறிக்க சந்தர்ப்பம் பார்த்திருக்கிறான். அவர் திடம் குலைந்திருக்கக்கூடிய இந்தச் சமயத்தைத் தனக்குச் சாதகமாகப் பயன்படுத்திக்கொள்ளப் பார்க்கிறான். விடக்கூடாது. இதற்கு இடம் தரக்கூடாது என்று மயில்சாமி நினைத்தான்.

உடனடியாக இதை தனபாலிடம் சொல்லிவிட வேண்டும் என்று அவனுக்குத் தோன்றியது. எப்படியாவது அவனைத் தேடிப் பிடித்தே தீரவேண்டும். இனி செத்தாலும் இவன் முகத்தில் விழிக்கக்கூடாது.

மனத்துக்குள் முடிவு செய்துகொண்டு சடாரென்று அவன் அந்த அறையைவிட்டு வெளியே பாய்ந்தான். கதவை வெளிப்புறம் இழுத்து மூடித் தாளிட்டான். 'ஏய்.. ஏய்..' என்று உள்ளே இருந்து வெங்கடாசலபதி கத்தும் சத்தம் கேட்டது.

அங்கேயே கிட, கிழட்டுச்சனியனே. தனபாலுடன் திரும்பி வந்து உன் கதையை முடித்துவிடுகிறேன் என்று எண்ணிக்கொண்டு

வேகமாக அவன் கீழே வந்தான். வீதியை அடைந்து ஓடத் தொடங்கினான்.

ஆனால் வெகுதூரம் அவன் ஓட வேண்டியிருக்கவில்லை. தெரு முனையில் திரும்பும்போதே தனபால் எதிரே வருவதைப் பார்த்துவிட்டான்.

'அண்ணே, எங்கண்ணே போயிட்டிங்க? என்னண்ணே நடக்குது? ஒண்ணுமே புரியலண்ணே' என்று அவன் கைகளைப் பிடித்துக்கொண்டு பதறினான்.

தனபால் அமைதியாக இருந்தான். எதை எங்கிருந்து ஆரம்பிக்கலாம் என்று யோசிப்பான் போல. என்ன தோன்றியதோ. சட்டென்று தன் பாண்ட் பாக்கெட்டில் கையைவிட்டு சுருள் சுருளாகக் கொஞ்சம் ரூபாய் நோட்டுகளை வெளியே எடுத்தான். அவற்றை விரித்து, சுருக்கம் நீக்கி எச்சில் தொட்டு எண்ணினான்.

'என்னண்ணே?' என்று மயில்சாமி மீண்டும் கேட்டான்.

'ஒண்ணும் கேக்காத. இந்தா. உன் பேட்டா பாக்கி' என்று சொல்லிவிட்டு அவன் சட்டைப் பையில் பணத்தைத் திணித்தான்.

'இப்ப என்னண்ணே இதுக்கு அவசரம்?'

'கிடைக்கறப்ப வாங்கிடு மயிலு. அப்பறம் நீ கேக்கறப்ப கிடைக்காம போயிடும்' என்று தனபால் சொன்னான்.

'என்னதாண்ணே ஆச்சு ப்ரொட்யூசருக்கு? இப்ப அவர் எங்க இருக்காரு? நீங்க எங்க போயிட்டிங்க ரெண்டு நாளா?'

அவன் வெகுநேரம் பேசாமல் இருந்தான். திரும்பத் திரும்ப மயில்சாமி வற்புறுத்தியும் அமைதியாகவே இருந்தான். 'இப்ப சொல்லப் போறிங்களா இல்லியா?' என்று பொறுமை இழந்து அவன் கத்தியபோது, 'ஜனனி மேடம் தனியா ஒரு ப்ரொடக்?ஷன் ஆரம்பிக்கறாங்க மயிலு. நாந்தான் பாத்துக்கப் போறேன். அந்த விஷயமா கொஞ்சம் வெளிய போயிட்டேண்டா. இங்க என்ன நடந்ததுன்னு எனக்கு நிஜமாவே தெரியாது' என்று சொன்னான்.

14. ஒரு பழைய புத்தகம்

திலகாவை மீண்டும் ஒருநாள் சந்திப்போம் என்று மயில்சாமி என்றுமே எண்ணியிருக்கவில்லை. அப்படிச் சந்தித்தபோது அவள் பெயர் திலகா என்று உடனே நினைவுக்கு வந்ததே அவனுக்கு வியப்பாக இருந்தது.

ஆனால் அவள் மயில்சாமியை மறந்திருக்கவில்லை. பாண்டி பஜார் பேருந்து நிறுத்தத்தில் பத்தடி தூரத்தில் பார்த்த உடனேயே அடையாளம் தெரிந்துகொண்டு, சார் என்று அழைத்தபடி ஓடி வந்துவிட்டாள்.

'எப்படி இருக்கிங்க சார்? என்னை ஞாபகம் இருக்கா? திலகா சார். உங்களைப் பார்த்து எவ்ளோ வருஷம் ஆச்சு? உங்க ஒய்ஃப் நல்லா இருக்காங்களா? ஏரியா மாறிட்டிங்களா சார்? நடுவுல உங்கள காண்டாக்ட் பண்ண ரொம்ப முயற்சி பண்ணேன் சார். யாருக்குமே உங்க நம்பர் தெரியலைன்னு சொன்னாங்க.'

நிறுத்தாமல் பேசிக்கொண்டே போனாள். அவள் பேசி முடிக்கும்வரை மயில்சாமி அமைதியாக இருந்தான். அவள் பெயர் திலகா என்பதை நினைவில் இருந்து கண்டெடுப்பதற்கு அந்த அவகாசம் வேண்டியிருந்தது. ஒருவழியாகப் பெயர் நினைவுக்கு வந்ததும் அவனுக்கு நிம்மதியானது. 'நான் நல்லாருக்கேன் திலகா. நீ எப்படி இருக்க?' என்று கேட்டான்.

'ஜோரா இருக்கேன் சார். ஆனா இப்ப நடிக்கல்லாம் முயற்சி பண்றதில்லை. அவர் ரத்னா மேடம் கம்பெனிலதான் இப்பவும்

ப்ரொடக்ஷன் மேனேஜரா இருக்காரு. எனக்கு வீட்டைப் பாத்துக்கவே நேரம் சரியா இருக்கு. நீங்க வீட்டுக்கு வாங்களேன்? எல்லையம்மன் கோயில் பக்கம்தான் சார்' என்று சொன்னாள்.

மயில்சாமி புன்னகை செய்தான். 'கண்டிப்பா ஒருநாள் வரேன். சீதாராமனைப் பார்த்தே ரெண்டு வருஷமாயிடுச்சி' என்று சொன்னான்.

'அவர் உங்களைப் பத்தி பேசாத நாளே கிடையாது சார். தொட்டதுக்கெல்லாம் உங்களைத்தான் உதாரணம் சொல்லுவாரு. என்னிக்காவது நீங்க டைரக்டர் ஆனா வேலையைத் தூக்கிப் போட்டுட்டு உங்ககிட்ட அசிஸ்டெண்டா போய் சேந்துடுவேன்னு சொல்லிட்டே இருப்பாரு'

'கவலைப்படாத திலகா. உனக்கு அப்படி ஒரு நெருக்கடி வராது' என்று மயில்சாமி சொன்னான்.

சட்டென்று அவள் முகம் மாறிவிட்டது. 'ஏன் சார் அப்படி சொல்றிங்க? திறமைக்கோ உழைப்புக்கோ வஞ்சனையே இல்ல. நேரம் ஒண்ணுதானே சார் வரணும்? கண்டிப்பா வந்துடும் சார்' என்றாள்.

அவனுக்கு ஏதோ ஒரு விதத்தில் அவள் பேசியது இதமாக இருப்பதுபோலப் பட்டது. அந்தப் பேச்சைத் தவிர்த்திருக்கலாம் என்றும் தோன்றியது. வெறும் சொற்களில் என்ன இருக்கிறது? ஒன்றுமில்லை என்று அறிந்தே அவள் சொல்லுவதும், ஒன்றும் ஆகப்போவதில்லை என்பதை உணர்ந்தே அதைக் கேட்டுத் தலையாட்டுவதும் புன்னகை செய்வதும் வாழ்க்கையில் தவிர்க்க முடியாமல் அடிக்கடி நேர்ந்துவிடுகின்றன.

முதல் முதலில் அவன் திலகாவைச் சந்தித்தபோதும் இப்படித்தான் நம்பிக்கையளிக்கும் ஒரு விஷயத்தைச் சொன்னாள். 'சார், உங்க செல்வாக்கைப் பயன்படுத்தி எனக்கு ஒரு சான்ஸ் வாங்கிக் குடுக்கக் கூடாதா?'

தன் செல்வாக்கு! அப்படி ஒன்று இருக்கிறதா? அவனுக்கே அது புதிய செய்தியாக இருந்தது. உதவி இயக்குநராக, மூத்த உதவி இயக்குநராக, ஷெட்யூல் டைரக்டராக, இரண்டாம் யூனிட் இயக்குபவனாக அவ்வப்போது பணியாற்றியது அனைத்துமே அந்தந்த மாதச் சம்பளத்துக்காக என்றுதான் அவன் எண்ணிக் கொண்டிருந்தான். அவனது செல்வாக்கு அதிகபட்சம்

எடுபடக்கூடிய இடம் ப்ரொடக்?ஷன் டிபார்ட்மெண்டில் மட்டுமே. அவன் ஒரு குரல் கொடுத்தால் காப்பி அல்லது தேநீர் உடனே வரும். ‘அண்ணே, என்னை விருகம்பாக்கம் மார்க்கெட்ல டிராப் பண்ணிடுங்க’ என்று சொல்லிவிட்டு யூனிட் காரில் ஏறிக்கொள்ள முடியும். கேள்வி கேட்காமல் கொண்டுபோய் இறக்கிவிடுவார்கள். மற்றபடி தான் சொன்னால் தட்டாமல் செய்யக்கூடியவர்கள் என்று அவனால் யாரையும் நினைத்துப் பார்க்க முடிந்ததில்லை.

அடுத்தமுறை அவளைச் சந்தித்தபோது இதைச் சொன்னான்.

‘சும்மா சொல்லாதிங்க சார். மூணு ப்ரொட்யூசர்ஸ் உங்களுக்கு நல்ல பழக்கம். போனவாரம்கூட வானவில் கம்பைன்ஸ் அடுத்த ப்ராஜக்ட் பத்தி பேசறதுக்கு மீட்டிங் போட்டப்ப உங்கள கூப்ட்டிருந்தாங்க. இல்லைன்னு சொல்லாதிங்க.’

அவனுக்கு ஆச்சரியமாக இருந்தது. வானவில் கம்பைன்ஸ் கம்பெனிக்கு அவன் போய்வந்தது உண்மைதான். இரண்டு மணி நேர மீட்டிங் இருந்தது. ஒரு ஃபண்டட் சீரியலுக்கான ஆயத்தப் பணிகளில் அவர்கள் ஈடுபட்டிருந்தார்கள். ஒளிபரப்புத் தேதியை சானல் சொல்லிவிட்டால் படப்பிடிப்பை ஆரம்பித்துவிடலாம் என்ற நிலையில் நடிக நடிகைகளைத் தேர்ந்தெடுக்க நடத்தப்பட்ட ஆலோசனைக் கூட்டம் அது. இரவு எட்டு மணிக்கு மேல் தொடங்கி, பத்து பத்தரைக்கு முடிந்து வீடு திரும்பிவிட்டான். அந்தத் தொடரில் இரண்டாவது யூனிட் இயக்குவதற்கு அவனைக் கூப்பிட்டிருந்தார்கள். ஆனால் நடக்குமா என்று தெரியாது. சானல் ஒப்புக்கொள்ள வேண்டும். அவர்கள் நியமித்திருந்த இயக்குநருடன் ஒத்துப் போக வேண்டும். அது வேறு சானல். அவர்களது விருப்பம் வேறு. ரசனை வேறு. எதிர்பார்ப்புகள் வேறு.

‘சினிமா மாதிரி எடுக்கணும் மயில்’ என்று அந்தத் தயாரிப்பாளர் சொன்னார்.

‘சரிங்க சார்.’

‘மாஸ்டர் அதிகம் போகாதிங்க. ஓ.எஸ்ல கதை சொல்லுங்க.’

‘சரிங்க சார்.’

‘நமக்கு ஃபிக்சட் லொகேஷன்தான். ஒவ்வொரு சீன்லயும் எஸ்டாப்ளிஷ்மெண்ட் வேணாம். கட் டு கட் போயிடுங்க.’

‘சரிங்க சார்.’

‘ஆனா எமோசன் விட்டுடாதிங்க.’

‘சரிங்க சார்.’

‘மாசத்துக்குப் பத்து நாள் ஷூட்டிங். பத்து எபிசோட் நீங்க பண்ணுங்க. இருபது டைரக்டர் பண்ணட்டும். ஆரம்பத்துலயே டிராக் பிரிச்சிக்கலாம்.’

‘சரிங்க சார். டைரக்டர்ட்ட சொல்லிட்டிங்களா?’ என்று மயில்சாமி கேட்டான். அன்றைக்கு அவர் வருவதாக இருந்து கடைசி நேரத்தில் வேறு எதோ வேலை வந்துவிட்டதால் வராமல் போய்விட்டார்.

‘அதெல்லாம் சொல்லிட்டேன். நீங்க நாளைக்கு அவர பாத்துடுங்க’ என்று சொல்லிவிட்டுத் தயாரிப்பாளர் அவனுக்கு விடை கொடுத்தார்.

அந்த விஷயத்தை அவன் மனோன்மணியிடம் மட்டும்தான் சொல்லியிருந்தான். இரண்டு மாதங்களாகப் படப்பிடிப்பு ஏதும் இல்லாமல் வீட்டில் கிடந்துவிட்டு மீண்டும் ஒரு வாய்ப்பு வந்திருப்பதை அவன் சொன்னபோது, ‘யோசிச்சிக்க. காசில்லியேன்னு கிடைக்கற இடத்துல போய் சிக்கிக்கிட்டு கஷ்டப்படாத. பொறுமையா, நல்லதா ஒண்ணு தேடலாம்’ என்று சொன்னாள்.

நல்லது அல்லது என்று என்ன இருக்கிறது? ஒரு நாளைக்கு நாற்பது நிமிட ஃபுட்டேஜ் என்பது மட்டுமே உலகில் நல்லது. எந்த இடமானால் என்ன? என்ன கதையானால் என்ன? யார் நடித்தால் என்ன?

அவனது வியப்பெல்லாம், இந்த விஷயம் திலகாவுக்கு எப்படித் தெரிந்திருக்கிறது என்பதுதான். வானவில் கம்பைன்ஸ் கம்பெனியில் பணியாற்றும் யாரும் அவனுக்குத் தெரிந்தவர்கள் அல்ல. யார் மூலமாகவோ அவன் பெயர் அந்தத் தயாரிப்பாளருக்கு சிபாரிசு செய்யப்பட்டிருக்கிறது. அதுவும் எப்போது நடந்தது என்று தெரியவில்லை. முகமறியாத அந்த மனிதர் யார் என்பதும் தெரியவில்லை. திடீரென்று ஒரு தொடருக்கு வாய்ப்பு வந்தபோது கொடுக்கிற சம்பளத்தை வாங்கிக்கொள்ளக்கூடிய ஒரு இரண்டாம் யூனிட் இயக்குநராக அவன் நினைத்துப் பார்க்கப்பட்டிருக்கிறான்.

‘நீங்கதான் சார் அப்படி நினைக்கறிங்க. உங்கமேல அந்த ப்ரொட்யூசருக்கு எவ்ளோ மரியாதை தெரியுங்களா? நீங்க சொன்னா கண்டிப்பா எனக்கு ஒரு ரோக் கிடைச்சிடும் சார்’ என்று திலகா சொன்னாள்.

‘இல்லைம்மா. நான் அந்த இடத்துக்குப் புதுசு. ரெகமண்ட் பண்ற அளவுக்கெல்லாம் எனக்கு அங்க செல்வாக்குக் கிடையாது.’

‘அப்ப மீடியா லைட்ஸ்ல சொல்லுங்க சார். அவங்களும் புதுசா ஒண்ணு ஆரம்பிக்கறாங்கல்ல? நாலு மணிக்கு ஒரு ஸ்லாட் வரப் போகுதாமே? கேள்விப்பட்டேன் சார்.’

மயில்சாமிக்கு அவள் திரும்பத் திரும்ப ஆச்சரியம் அளித்துக் கொண்டே இருந்தாள். எங்கிருந்து இந்தப் பெண்ணுக்கு இந்தத் தகவல்களெல்லாம் கிடைக்கின்றன? அவள் பெரிய அளவில் எந்தத் தொடரிலும் நடித்திருக்கவில்லை. வாய்ப்புத் தேடிக் கொண்டிருப்பவள் என்றே சொல்லிவிட முடியும். ஆனால் எல்லா சானல்களிலும் நிகழும் எல்லாவற்றையும் அறிந்தவளாக இருக்க முடிவது எப்படி?

‘வேற வழி இல்லியே சார்? எங்க ஓப்பனிங் இருக்குன்னு தெரிஞ்சாத்தானே போய் முட்டி மோத முடியும்? கிடைக்குது, கிடைக்கலை. அது வேற. நம்ம முயற்சி சரியா இருக்கணும் இல்லை?’ என்று திலகா சொன்னாள்.

அம்பேத்கர் சாலையில் புதூர் பள்ளிக்கூடத்துக்கு எதிரே இருந்த பேருந்து நிறுத்தத்தில் மயில்சாமி, சீதாராமனுக்காகக் காத்திருந்த போதுதான் அவள் அந்தப் பக்கம் வந்திருந்தாள். ‘வந்திங்கன்னா ஒரு டீ சாப்பிடலாம். ஆனா நீங்கதான் வாங்கித் தரணும்’ என்று சொன்னாள். அவனிடம் இருபது ரூபாய் இருந்தது. அதை டீ குடித்துத் தீர்த்துவிடத்தான் வேண்டுமா என்று யோசித்தான். ஆனால் வாய் விட்டுக் கேட்டுவிட்டாள். கண்டுகொள்ளாத மாதிரி இருந்துவிடுவது நாகரிகமல்ல.

‘சரி, வா’ என்று சொல்லிவிட்டு அழைத்துச் சென்றான். டீக்கடையில் அவள் மனத்தடை ஏதுமின்றி சாலையில் நின்று ஊதி ஊதி டீயைக் குடித்தாள்.

‘இதோ பார் திலகா. நான் ஓப்பனா சொன்னா தப்பா நினைக்காம கேட்டுப்பியா?’

'சொல்லுங்க சார்.'

'உன்னால ஹீரோயின் எல்லாம் ஆக முடியாது.'

'தெரியும் சார். சைட் ரோல் கிடைச்சா போதும் சார்.'

'ரொம்ப சின்ன ரோல்தான் வரும்மா! புரிஞ்சுக்கோ. அதுவும் எப்பவாவது வரும். தொடர்ந்து வருமான்னும் சொல்ல முடியாது. என்னைக் கேட்டா நீ முதல்ல ஜூனியர் ஆர்ட்டிஸ்ட் சங்கத்துல கார்ட் எடுக்கறதுதான் நல்லது.'

அவள் எங்கோ பார்த்தபடி டீயைக் குடித்துக்கொண்டிருந்தாள். சுருங்கி விரியும்போது அவளது உதடுகள் ஒரு மண்புழுவைப் போல் நெளிந்தன. டீயைக் குடித்து முடித்துவிட்டுச் சொன்னாள், 'நான் நிச்சயமா ஜூனியர் ஆர்ட்டிஸ்ட் இல்லை சார். இன்னிக்கு நடிக்கற எல்லாரைவிட நான் நல்லா நடிப்பேன். எனக்கு அந்த நம்பிக்கை இருக்கு. டயம்தான் சார் வரணும்.'

மயில்சாமிக்குச் சட்டென்று தான் அதைச் சொல்லியிருக்க வேண்டாமோ என்று தோன்றியது. ஆனால் தவறான எந்த நம்பிக்கையையும் தந்துவிட வேண்டாம் என்ற எண்ணம் அதனினும் பெரிதாக இருந்தது. ஏதோ ஒரு ஆசை. ஏதோ ஒரு கனவு. என்னென்னவோ நினைத்துக்கொண்டு வந்துவிடுகிற பெண்களை நினைக்கும்போதெல்லாம் அவனுக்கு வருத்தமாக இருக்கும். வெறும் புகைப்படங்களாக அவர்கள் தயாரிப்பு நிறுவன பீரோக்களுக்குள் அடைக்கப்பட்டு விடுகிறார்கள். ஒவ்வொரு முறையும் புதிதாக ஒரு நடிகை வேண்டும் என்ற பேச்சு வரும்போதெல்லாம் சேகரித்து வைத்த புகைப்படங்களை எடுத்துப் பார்க்க யாரும் தவறுவதில்லை. ஆனால் ஒரு பார்வையில் வேண்டாம் என்று தோன்றியது, அடுத்த பார்வையில் பரவாயில்லை என்று படுவதற்கான வாய்ப்புகள் மிகவும் சொற்பமாகவே அமைந்துவிடுகின்றன.

'போனமாசம் அறுவத்தேழு கிலோ இருந்தேன் சார். டயட் இருந்து இப்ப அறுபத்திரண்டா குறைச்சிருக்கேன். தெரியுதா?' என்று ஒரு சமயம் கேட்டாள்.

'நல்லாவே தெரியுது. ஆனா பட்னி கிடக்காதே. கன்னத்துல டொக்கு விழுந்துடும்' என்று மயில்சாமி சொன்னான்.

'அப்படி விழுந்தாக்கூட நல்லாத்தான் சார் இருக்கும். எதாவது சூனியக்காரி வேஷம் குடுப்பாங்க இல்லை?' என்று திலகா கேட்டாள்.

அவளுக்கு ஏதாவது உதவி செய்ய முடிந்தால் நன்றாக இருக்கும் என்று மயில்சாமிக்குத் தோன்றியது. ஆனால் என்ன செய்வது என்று புரியவில்லை. சீதாராமன் அந்த ஊறுகாய் கம்பெனி முதலாளியின் படத்தில் பணியாற்றி முடித்துவிட்டு வேறு ஒரு நெடுந்தொடரில் பணிபுரியப் போயிருந்தான். அவனிடம் திலகாவைப் பற்றிச் சொல்லி, ஏதாவது வாய்ப்பிருந்தால் சொல் என்று மயில்சாமி சொல்லி வைத்தான். தானும் இரண்டு மூன்று இடங்களில் அவளது புகைப்படத்தைக் கொடுத்துச் சொல்லி யிருந்தான். தற்செயலாக ஒருநாள் மதியம் வீட்டில் இருந்தபோது மயில்சாமி டிவியில் சானல் மாற்றிக்கொண்டே போகையில் ஏதோ ஒரு சீரியலில் திலகா நடித்துக்கொண்டிருப்பதைப் பார்த்தான். உடனே மிகுந்த சந்தோஷமாகிவிட்டது. அவளுக்கு போன் செய்தான்.

'வணக்கம் சார். நல்லாருக்கிங்களா?' என்று திலகா கேட்டாள்.

'வாழ்த்துக்கள். இப்ப எதோ ஒரு சீரியல்ல உன்னைத்தான் பாத்துட்டிருக்கேன்' என்று மயில்சாமி சொன்னான்.

'ஆமா சார். தாலிபலம் சீரியல். சீத்தா சார்தான் சார் ரெகமண்ட் பண்ணியிருந்தாரு' என்று திலகா சொன்னாள்.

'பெரிய ரோலா?'

'ஒரு ஷெட்யூல் வருவேன் சார். உயிர்த்தியாகம் பண்ணிடுவேன்' என்று சொல்லிவிட்டுச் சிரித்தாள்.

'முடிஞ்சிடுச்சா?'

'நாளையோட முடிஞ்சிடும் சார். இன்னிக்கு டெத் எடுக்கறாங்க. நாளைக்கு ஒரு ஃப்ளாஷ்பேக் சீன் இருக்குன்னு சொன்னாங்க.'

'வேற எதாவது கமிட் ஆயிருக்கியா?' என்று மயில்சாமி கேட்டான்.

கொஞ்சம் தயங்கினாள். பிறகு, 'உங்ககிட்ட சொல்றதுக்கு என்ன சார்? நானும் சீத்தாவும் லவ் பண்றோம் சார். கூடிய சீக்கிரம் கல்யாணம்' என்று சொன்னாள்.

மயில்சாமி சீதாராமனுக்கு போன் செய்தபோது, 'நேர்ல வந்து சொல்லலான்னு இருந்தேண்ணே. டைமே கிடைக்கலை' என்று சொன்னான்.

'பாத்துக்கோ சீத்தா. கையில கொஞ்சம் பணம் சேத்துக்காம கல்யாணம் பண்ணிக்கிட்டா கஷ்டம்டா. உங்க படம் எப்ப ரிலீஸ்?'

'அது ரிலீஸ் ஆகாதுண்ணே' என்று சீதாராமன் சொன்னான்.

'ஏண்டா?'

'தெரியல. ஆனா சிவமணி அண்ணன் ரொம்ப அப்செட்ல இருக்காருண்ணே. குடும்பத்தோட ஊருக்குப் போனவரு திரும்பி வரவேயில்ல' என்று சொன்னான். தர்ம சங்கடங்களைத் தவிர்ப்பதன் பொருட்டு மயில்சாமி சிறிது காலமாக சிவமணிக்கு போன் செய்யாமல் இருந்தான். இன்றைக்குப் பேசவேண்டும் என்று நினைத்துக்கொண்டு, 'சரிடா. அப்பறம் வீட்டுக்கு வா. எப்ப கல்யாணம் ஃபிக்ஸ் பண்ணியிருக்க?' என்று கேட்டான்.

'அடுத்த மாசம் இருக்கும்ணே. இன்னும் தேதி முடிவு பண்ணலை. அதுக்குள்ள ஒரு வேலைல செட்டில் ஆயிட்டா நல்லாருக்கும்னு பாக்கறேன்.'

'ஏன் இப்ப போயிட்டிருக்கற ப்ராஜக்ட் நல்லாத்தானே போகுது ஒனக்கு?'

'இது சும்மாண்ணே. ஆறாயிரம் சம்பளம் தராங்க. அத வெச்சிக் கிட்டு என்ன செய்ய? நான் வேற பாத்துட்டிருக்கேண்ணே. வந்து சொல்றேன்' என்று சொல்லிவிட்டு போனை வைத்தான்.

இரண்டு வாரங்களுக்குப் பிறகு சிவமணியும் சீதாராமனும் மயில்சாமியின் வீட்டுக்கு ஒன்றாக வந்தார்கள். சிவமணி சந்தோஷமாக இருப்பது போலத் தெரிந்தது. 'ரிலீஸ் டேட் ஃபிக்ஸ் ஆயிடுச்சா சிவா?' என்று மயில்சாமி கேட்டான்.

'அது ரிலீஸ் ஆகாது மயிலு. அத விடு. ரத்னா மேடம் ஒரு ப்ரொடக்?ஷன் ஆரம்பிச்சிருக்காங்கடா. நாந்தான் டைரக்டர்' என்று சொன்னான்.

ரத்னாவா என்று மயில்சாமி கேட்டான்.

'ஆமாண்ணே. ஒரு வருஷம் போராடி சானல்ல இப்ப ஒரு ஸ்லாட்டு வாங்கியிருக்காங்கண்ணே. சிவா அண்ணன்தான் மொதமொத அவங்க ஃபீல்டுக்குள்ள வர்ற உதவி செஞ்சாராம். அந்த நன்றிய மறக்காம இவர கூப்ட்டு டைரக்ட் பண்ண சொன்னாங்க. அண்ணன் என்னைக் கூப்ட்டப்ப, டைரக்?ஷன்

டிபார்ட்மெண்ட் வேணாம்ணே, நான் ப்ரொடக்?ஷன் பாத்துக்கறேன்னு சொன்னேன்' என்று சீதாராமன் சொன்னான்.

மயில்சாமிக்கு ஒரே திகைப்பாக இருந்தது. சிறிது நேரம் பேச்சே வரவில்லை. உலகம் எத்தனை நேர்த்தியாக அதன் அச்சில் சுழல்கிறது!

'மயிலு, நீ வரியாடா? எனக்கு இன்னும் ஆளுங்க சரியா செட் ஆகலை' என்று சிவமணி கேட்டான்.

அவன் பதில் சொல்லவில்லை. சிறிது நேரம் வேறு என்னென்னவோ பேசிக்கொண்டிருந்துவிட்டு, 'இப்ப நீ தாராளமா கல்யாணம் பண்ணிக்கலாம்டா சீத்தா. அசிஸ்டெண்ட் டைரக்டரா இருந்தாத்தான் யோசிக்கணும்' என்று சொன்னான்.

ஏதேதோ நினைத்துக்கொண்டிருந்த மயில்சாமி சட்டென்று அதிலிருந்து விடுபட்டு திலகாவைப் பார்த்து லேசாகச் சிரித்தான். நல்லாருக்கியா திலகா என்று மீண்டும் கேட்டான்.

'எங்க சார் போயிட்டிங்க நீங்க? எங்களையெல்லாம் சுத்தமா மறந்துட்டிங்க' என்று திலகா சொன்னாள்.

'நல்லாருக்கேம்மா. இப்ப பல்லாவரத்துல இருக்கோம். ஒய்ஃபும் நானுமா சேந்து ஒரு லெண்டிங் லைப்ரரி நடத்தறோம். மொபைல் லைப்ரரி. வீடு வீடா போய் புஸ்தகம் சப்ளை பண்றது.'

'நிஜமாவா சார்?' என்று திலகா கேட்டாள்.

'சந்தோஷமா இருக்கோம் திலகா. கோயமுத்தூர் பழைய புஸ்தக மார்க்கெட் கேள்விப்பட்டிருக்கியா? உக்கடம் போயி மொத்தமா இருவதாயிரத்துக்கு புஸ்தகம் வாங்கிட்டு வந்தோம். வினாயகம் சார் சின்னதா ஒரு வேன் வாங்க ஹெல்ப் பண்ணாரு. ரெண்டு வருஷத்துல அந்தக் கடனை அடைச்சிட்டேன். பல்லாவரம், குரோம்பேட்டை, தாம்பரம், முடிச்சூர் வரைக்கும் கவர் பண்றோம். ரெண்டாயிரம் கஸ்டமர்ஸ் இருக்காங்க' என்று சொன்னான்.

'அண்ணிய கேட்டதா சொல்லுங்க சார். நான் அடுத்த வாரம் அவர கூட்டிக்கிட்டு உங்க வீட்டுக்கு வரேன்'

'கண்டிப்பா வா. அட்ரஸ் அனுப்பிவெக்கறேன்' என்று சொல்லி விட்டுக் கிளம்பும்போது 'ஆனாலும் நீங்க ஃபீல்ட விட்டுப் போயிட்டிங்களேன்னு வருத்தமாத்தான் சார் இருக்கு' என்று

திலகா சொன்னாள். நடமாடும் நூலகத்துக்குத் தன்னிடம் முதல் பணம் கேட்காததற்கு மனோன்மணியின் அண்ணனும் இப்படித்தான் வருத்தப்பட்டான் என்பதை மயில்சாமி நினைத்துக்கொண்டான்.

மழை வரும்போல் இருந்தது. வாங்கியிருந்த மாத நாவல்களும் மற்ற புத்தகங்களும் நனையாதிருக்க வேண்டும்.

'போயிட்டு வரேன் திலகா' என்று சொல்லிவிட்டு பஸ்ஸைப் பிடிக்க நடக்க ஆரம்பித்தான்.

‘உங்களுக்கு நான் ஏதாவது பரிசு தர விரும்புகிறேன். ஆனால் எதைக் கொடுப்பது என்று தெரியவில்லை.’

அவர் என்னைத் தூக்கித் தன் மடியில் வைத்துக்கொண்டு என் முதுகை வருடினார். அந்த விரல்கள் எனக்குப் பரிச்சயமானவை. அந்த ஸ்பரிசம் நான் அறிந்தது. அந்த மிருதுத்தன்மை எந்தக் கணமும் இறுகிவிடக்கூடியது என்பதும் எனக்குத் தெரியும்.

‘அன்பான பூனையே, காலம் எனக்கு நிறைய பரிசுகளை வழங்கியிருக்கிறது. வழங்கிக்கொண்டும் இருக்கிறது. உனக்கு ஒன்று தெரியுமா? மதராச பட்டணத்தில் என்னுடைய சம்பூர்ண ராமாயணம் நடந்துகொண்டிருந்தபோது, எங்கே கூட்டம் வராது போய்விடுமோ என்று அஞ்சி எஸ்.எஸ். வாசன் தனது அவ்வையார் பட வெளியீட்டையே தள்ளி வைத்தார். இதைக் காட்டிலும் ஒரு பெருமை ஒரு கலைஞனுக்கு வேறு இருக்க முடியுமா?’

நான் நவாபிடம் ஒரு ரகசியத்தை என் அன்புப் பரிசாக வழங்க எண்ணியிருந்தேன். ஏனோ வேண்டாம் என்று தோன்றிவிட்டது. அமைதியாகப் புறப்பட்டுச் சென்றுவிட்டேன்.

புண்டரீகாட்சனிடமும் நான் இதைத்தான் பின்னாளில் சொன்னேன். உனக்கு நான் ஒரு பரிசு தர விரும்புகிறேன்.

அவர் சிரித்தார். ‘இனி நான் பெறுவதற்கு என்ன இருக்கிறது? ஒரு ஆட்டம் ஆடி முடித்து, என் கதை முடிந்துவிட்டதாக அறிவித்துக்கொண்டு ஒதுங்கிவிட்டேன். முட்டாளான மகனை நம்பாமல், அறிவாளி மருமகளை என் கருவியாக வைத்துக் கொண்டு என் இரண்டாம் ஆட்டத்தைத் திரைக்குப் பின்னால் இருந்து தொடங்கியிருக்கிறேன். இந்த வருடம் எனக்கு இரவு நேர ஸ்லாட் எப்படியும் இருக்கும் என்று சானலில் சொல்லியிருக் கிறார்கள். பெரிய மார்க்கெட். நிறையப் பணம். ஏதாவது சிறிய தீவு விலைக்குக் கிடைக்குமா என்று முடிந்தால் கேட்டுச் சொல். வாங்கிப் போட்டுக்கொண்டு போய் உல்லாசமாக இருக்கலாம்.’

ஒரு எண்ணம் தோன்றியது. ஆறு திண்ணைக்காரர்களின் எழுத்துப் பிரதியை எலிகளைக் கொண்டு தின்ன வைத்ததற்கு மாறாக, அழகிய நாயகிபுரத்து ஜமீந்தாருக்கு பிறவா நிலை வழங்கி மோட்சத்துக்கு அனுப்ப நான் ஏற்பாடு செய்திருக்கலாம். என்னால் அது முடியும். நான் சொன்னால் எந்தக் கடவுளும் கேட்கும்.

இனி யோசித்துப் பயனில்லை. வருத்தப்பட்டும் ஆகப்போவதும் ஒன்றுமில்லை. ஒரு கனவின் ஆகப்பெரிய அழகு அது கனவாகவே இருப்பதுதான் போலிருக்கிறது. சரி ஒழியட்டும். என் கனவுகளில் மிக அழகானதும் மேலானதுமான ஒன்று புரிந்துகொள்ளப்படாமல் போகிறது. இதில் யாருக்கு நஷ்டம் என்பதில் எனக்கு அக்கறை இல்லை. நான் யாரிடம் தோற்றதாக நீங்கள் சொல்லப் போகிறீர்கள்? விதியிடமா? கடவுளிடமா? காலத்திடமா? எல்லாமே நான்தான், அனைத்துக்கும் மேம்பட்டதும் நான்தான் என்று சொன்னால் உங்களுக்குப் புரியப்போவதில்லை.

உங்களுக்கு நான் என்ன செய்தால் என்னைப் புரியவைக்க முடியும் என்று யோசிக்கிறேன். இரண்டு சாத்தியங்கள் எனக்கு இருக்கின்றன.

ஒன்று இந்த மனித குலம் மொத்தத்தையும் சம்ஹாரம் செய்வது. இரண்டாவது நானே ஒரு நெடுந்தொடர் எடுப்பது.

ஒரு நாளெல்லாம் அமர்ந்து தீவிரமாக யோசித்தேன். புத்தரைக் கூப்பிட்டுப் பேசலாமா என்று தோன்றியது. வெறுமையின் மையப்புள்ளியைக் கண்டறிவதில் அவரளவுக்குத் தேர்ச்சி பெற்றவர்கள் யாரும் இங்கே கிடையாது என்பதுதான் காரணம். அவர் கிடைக்காவிட்டால் ஏவிஎம் சரவணனை அழைத்துப் பேசலாம் என்று நினைத்தேன். ஆனால் மீண்டும் சில தந்திரமான சொற்களின் வலைக்குள் சிக்கிக்கொண்டுவிடுவேனோ என்று அச்சமாக இருந்தது.

வேறு வழியில்லை. மறுநாள் அதிகாலை என் முன்னூறு ஆண்டுக்கால விரதத்தை முடித்துக்கொண்டு திருப்தியாக மலம் கழித்தேன். பிறகு திருசூலம் மலை உச்சிக்குச் சென்று அங்கிருந்து குதித்துத் தற்கொலை செய்துகொண்டேன்.